கமல்

# கமல்

பா. தீனதயாளன்

கிழக்கு

கமல்
Kamal
by P. Deenadhayalan


First Edition: December 2009
280 Pages

ISBN: 978-81-8493-356-7
Title No. Kizhakku 442

Kizhakku Pathippagam
177/103, First Floor,
Ambal's Building, Lloyds Road,
Royapettah, Chennai 600 014.
Ph: +91-44-4200-9603

Email : support@nhm.in
Website : www.nhm.in

Cover & Inside Images Courtesy: S.V. Jeyababu

Kizhakku Pathippagam is an imprint of New Horizon Media Private Limited

அன்புடன்

**சி. ஏழுமலை மாமாவுக்கு**

# ஸ்டார்ட், கேமரா, ஆக்ஷன்...

# 1. முருகன் வேஷம்

ஏச்சிப் பிழைக்கும் தொழிலே சரிதானா
எண்ணிப் பாருங்க
அய்யா எண்ணிப் பாருங்க.
நாட்டியப்பா சங்கிலிக் கருப்பா
பூச்சி காட்டும் போக்கிரி சுப்பா
மூட்டை அடிச்சா உனையே விடுவேனா
நெனச்சிப் பாருங்க நல்லா நெனச்சிப் பாருங்க

*1934*-ல் தொடங்கி கிரிமினல் வக்கீலாகப் புகழ் பெற்றவர் பரமக்குடி சீனிவாசன். வீட்டுக்குள் நுழைந்தார். மனைவியை அழைக்க வாயெடுத்தார். குழந்தையின் இனிய குரலும் நடன பாவமும் அவரைக் கட்டிப் போட்டது. நாலு வயதுகூட பூர்த்தி ஆகவில்லை. என்னமாக ஆடுகிறான். அவனே மதுரைவீரன் எம்.ஜி.ஆராகவும் பத்மினியாகவும் மாறி மாறி பாதம் பதிக்கிறானே... பெருமாளே! அவனை என்ன செய்யப் போகிறாய்! இன்னொரு எம்.ஜி.ஆராக மாற்றிவிடேன் பார்ப்போம்.

கமல் தாயின் கருவறையில் இருந்தபோதே தந்தைக்கு மகனைக் கலைஞனாக்கும் ஆசை. பாட்டை நிறுத்தி விட்டு அப்பா என்று கட்டிக் கொண்டான் கமல்.

பரமக்குடி சீனிவாசன் அக்ரஹாரத்து அதிசய மனிதர்.

'எங்கப்பா ரொம்ப வித்யாசமானவர். 1930கள்ள குடுமி கடுக்கன் இதெல்லாம் எடுக்கறது ரொம்பப் பெரிய விஷயம். அதேமாதிரி ஜாதி. காமராஜ் நாடார் மாதிரி இருக்கிறவங்க எங்கப்பாவுடைய நெருங்கின நண்பர்கள். அந்தக் காலத்துல ஒரு பிராமணர் இந்த மாதிரி இருக்கிறது ரொம்பப் பெரிய சாதனைன்னு சொல்லணும்.'

மூத்த மகன் சாருஹாசனுக்கு திருமணம் செய்ய வேண்டிய வயது. கடைக்குட்டி கமலோடு சீனிவாசன் கொஞ்சிக் கொண்டிருந்தார்.

பரமக்குடி வீட்டில் கமல், சோபாவில் வலதுபுறம் தந்தை சீனிவாசன்

‘டேய் கமல் இப்ப சிவாஜி போல வசனம் பேசேன்.’

‘மனோகரா படத்துலருந்தா?’

‘ஆமாம்.’

‘அண்ணா இன்னும் ஃபுல்லா சொல்லித் தரலியே. பாதி சொல்லட்டுமா?’

‘என்னத் தெரிஞ்சுருக்கோ அது போதும் எனக்கு.’

‘புருஷோத்தமரே! புரட்டுக்காரியின் உருட்டும் விழியில் உலகத்தைக் காண்பவரே! மானமொன்றே நல்வாழ்வெனக் கொண்டு வாழ்ந்த மறவேந்தர் பரம்பரையில் மாசாக வந்தவரே! மயிலுக்கும் மந்திக்கும் வித்தியாசம் தெரியாத மதிவாணரே! குளிர் நிலவைக் கொள்ளிக்கட்டை எனக் கூறிய குருடரே!’

கமல் சட்டென்று நிறுத்தினான். வாசலில் நாகராஜ பாகவதர். மதுரை வாழ் நாடகக் கலைஞர். கமலுக்கு மாமா. தூரத்து உறவு.

‘டேய், எனக்கு இப்பவே ராமர் வேஷம் போடுடா’ - வயசு வித்தியாசம் பார்க்காமல் கமல் பெரியவரிடம் நடந்து கொள்வான். அவமரியாதையாக

அதை எண்ண மாட்டார் பாகவதர். அவர் வசம் நாடக ஒப்பனைப் பொருள்கள் எப்போதும் இருக்கும். கிரீடத்தை எடுத்து கமல் தலையில் சூட்டினார். பின் பக்கம் போய் கம்பு தேடி வந்தார். அதை வில்லாக வளைத்துத் தோளில் நூல் கட்டி தொங்க விட்டார். கமல் ஸ்ரீராமனாக நடைபோட்டான். அப்படியே தெருவுக்கும் ஓடினான். அடுத்தவர்கள் பார்க்கிறார்களே என்கிற பயம், கூச்சம் எதுவும் கிடையாது அவனுக்கு. முகம் மட்டும் பவுர்ணமியாக ஒளி வீசும்.

'நாகராஜா உன் ட்ராமால எம் பையனுக்கும் ஒரு சான்ஸ் கொடேன்.'

'இன்னும் வளரணும் இல்லையா. அதுவும் நான் போடறது புராணம். இப்ப சினிமால நிறையவே குழந்தை நட்சத்திரங்கள் வந்தாச்சே. 'யார் பையன்' பார்க்கலியா. டெய்சி ராணி என்னமா அசத்துறா. நீங்க மெட்ராஸ் போய் முயற்சி பண்ணுங்கோ. என் ஆசீர்வாதம் எப்பவும் உண்டு.'

கமலின் அக்கா நளினி. அவரது பெயரிலேயே 'நளினி மஹால்' என்று வீட்டுக்குப் பக்கத்திலேயே மேடையும் அரங்கமும் இருந்தது. அதில் கர்நாடக இசை ஜாம்பவான்களின் கச்சேரிகள் நடைபெறும். எம்.எல். வசந்தகுமாரி, குன்னக்குடி வைத்தியநாதன் போன்ற பலர் பங்கேற்று உள்ளனர். பஞ்ச ரத்ன கீர்த்தனைகள் காற்றில் பரவி மனத்தை உருக்கும்.

சீனிவாசனுக்கு ராமநாதபுரம் சேதுபதி அரண்மனையில் நல்ல செல்வாக்கு. அரசர்கள் மட்டுமே கண்டுகளிக்கும் தர்பார் நடனங்களை சமஸ்தானத்தில் சீனிவாசனும் பார்த்து ரசிப்பார்.

கமல் பிறந்ததே ராஜா எம்.தினகரின் ராமநாதபுரம் அரண்மனையில்தான். மகாராணிகளுக்கு அங்கு பிரசவம் பார்க்கும் இடம் டாக்டர் ருக்மணியின் கிளினிக். அதில் கமலின் முதல் அழுகை.

'வாரணம் ஆயிரம் சூழ வலம் செய்து...' - அக்கா நளினி ஆண்டாளாகி அபிநயம் பிடிக்கும் அழகை கமல் அதிசயமாகப் பார்த்தான். மாலையில் தமிழக முதல்வர் காமராஜர் முன்னிலையில் நளினியின் பரதநாட்டியம் நடைபெற இருந்தது.

'அப்பா நானும் கிருஷ்ணனா நிக்கறேனே' - கமல் அடம்பிடித்தான். அழுதான். அம்மா ராஜலட்சுமிக்குக் குழந்தையின் அழுகை தாங்காது. பிடிக்காது. 'பேசாம அவனுக்கும் அலங்காரம் செஞ்சு மேடையில் ஏத்தி விடலாம்.'

முதலமைச்சர் கலந்து கொள்ளும் விழா. கூட்டம் அதிகமாக இருக்கும். பொடியன் கமலை மெனக்கெட்டு கவனிக்க முடியாது என்பதால் சீனிவாசன் மறுத்துவிட்டார்.

மக்கள் சேவையில் காமராஜருக்கு இருந்த ஈடுபாடு கலைகளில் கிடையாது. காமராஜர் பேச்சில் சீனிவாசன் ஏமாற்றம் அடைந்தார். 'ஒரு

தேச பக்தர் குடும்பத்திலே பிறந்த நளினி மேடையிலே நாட்டியம் ஆடுறதை நான் விரும்பலண்ணேன். அந்தப் பொண்ணு ஓர் ஆசிரியை ஆகவோ மருத்துவர் ஆகவோ பணி புரியணும்ணேன். இல்லேன்னா கல்யாணம் பண்ணிக்கிட்டு புருஷனுக்குத் தொண்டு செய்யனும்ணேன்.'

காமராஜரது வார்த்தைகள் பலித்தன. பி.எஸ்.சி. முடிந்ததும் நளினியை பாபா அணு ஆராய்ச்சிக் கழகத்தில் பணிபுரிந்த டாக்டருக்கு மண முடித்து விட்டார் சீனிவாசன். கமல் விஷயத்துக்கு வருவோம்.

மவுலானா யாகூப் ஹாசன் அந்நாள்களில் மிகப்பெரிய தலைவர். மதுரைக்கு 1925-ல் காந்தி வந்தபோது அவரை வரவேற்ற பிரமுகர்களில் முக்கியமானவர். யாகூப் ஹாசன் ஏற்பாடு செய்திருந்த கூட்டங்களில் காந்தி பங்கேற்றார். யாகூப் ஹாசனும் சீனிவாசனும் நெருங்கிய நண்பர்கள். தன்னுடைய தோழமைக்குத் தரும் மரியாதையாக சிநேகிதரின் பெயரில் ஒரு பாதியைத் தன் மூன்று மகன்களுக்கும் வைத்து விட்டார். சாருஹாசன். சந்திரஹாசன். கமல்ஹாசன்.

ரவி தியேட்டர் கமலின் வீட்டுக்குப் பக்கத்தில் இருந்தது. மதுரை வீரன் அங்கே ஓடியது. மாதக் கணக்கில். மதுரையில் வெள்ளிவிழா கொண்டாடிய படம். கமலுக்கு மதுரை வீரனை மிகவும் பிடித்துவிட்டது. வீட்டு வேலைக்காரர் புலியேறு. 'டேய் சீக்கிரம் வாடா' படாதபாடு படுவார் கமலிடம். தினமும் அவர் 'மதுரை வீரன்' பார்க்க கமலை அழைத்துச் செல்ல வேண்டும். ரவி தியேட்டர் முதலாளி சீனிவாசனுக்கு நண்பர். கமலுக்கு டிக்கெட் கிடையாது. போதாதா... நினைத்த போதெல்லாம் கமல், எம்.ஜி.ஆரை திரையில் கண்டார். அவரே ஹீரோவாகி பத்மினியைக் காப்பாற்ற ஓடுவார்.

'புலியேறு நீதான் பி.எஸ்.வீரப்பா. நான் எம்.ஜி.ஆர். அடிக்கிறேன் வாங்கிக்க.' வலித்தாலும் சிரிப்பார் வேலைக்காரர். சின்ன முதலாளி ஜோரா சண்டை போடுறாரு!

'தினமும் மூணு ஷோ சினிமா பார்த்தா என்ன ஆகிறது. அவன் படிக்க வேணாமா. பரம்பரைப் பரம்பரையா வக்கீல் குடும்பம்னு பேர் வாங்கியாச்சு. கமல் உருப்படணும். மொதல்ல ஸ்கூல்ல சேர்க்கிற வழியைப் பாருங்கோ.'

அம்மாவின் அதட்டலில் கமல் படிக்கப் போனான். பாரதி நடுநிலைப் பள்ளியில் பல்பம் பிடித்தான்.

சிலேட்டில் ஏ பி சி டி எழுதும்போது சிவாஜி ஞாபகம் வந்து விடும். அம்பிகாபதி ஆகி விடுவான். 'மாசிலா நிலவே நம் காதலை மகிழ்வோடு மாநிலம் கொண்டாடுதே...'

சீனிவாசனுக்குக் கமலைவிட கலைப்பித்து அதிகம்.

'என் முதல் மூன்று பிள்ளைகளும் கலையைத் தொழிலா எடுத்துக்கல்ல. கமலாவது அதைத் தொழிலா ஏற்றுச் செய்ய அவனுக்குப் பல கலைகளும் தெரிஞ்சிருக்கணும். அதற்குத் தக்கபடி திட்டமிட்டு வளர்க்கணும்னு நெனச்சேன். டெய்சி ராணி மாதிரி கமலும் வரணும்னு எதிர்பார்த்தேன்.'

குழந்தைகளின் மேல் படிப்புக்காக சீனிவாசன் குடும்பத்தோடு மெட்ராஸுக்கு வந்தார். பாரதி நடுநிலைப் பள்ளிக்கும் ரவி தியேட்டருக்கும் டாட்டா காட்டி விட்டு கமல் சென்னைக்குக் குடி வந்தான்.

கமலின் புது வீடு ஆழ்வார்பேட்டை எல்டாம்ஸ் சாலை ஆரம்பத்தில் இருந்தது. ராம்பாக் பேலஸ் - என்று பெயர். ராஜா எம். தினகருக்குச் சொந்தமான கட்டடம். தன் நண்பருக்காக வாடகைக்குக் கொடுத்து இருந்தார். மாட்டு வண்டிகள் போகும் பரமக்குடியைவிட கார்கள் செல்லும் மெட்ராஸ் கமலை அதிகம் வசீகரித்தது.

சினிமா தயாரிப்பாளர்கள் உள்ளே இருக்கலாம் என்று நினைத்து ஒரு ப்ளைவுட் பாக்கி இல்லாமல் கும்பிடு போட்டான் கமல். வீட்டுவாசலில் ஏதேனும் போர்டுகளைப் பார்த்து விடக்கூடாது. அதை சினிமா கம்பெனியாக எண்ணிக்கொண்டு உள்ளே நுழைவான்.

'சார் நான் நல்லா ஆடுவேன். பாடுவேன். உங்க படத்துல சான்ஸ் கெடைக்குமா?'

பாடி, ஆட ஆரம்பித்துவிடுவான். 'ஸாரிடா தம்பி. இது ஆடிட்டர் ஆபிஸ். போயிட்டு வா.'

கமல் ஏமாற்றத்தோடு வெளியேறுவான்.

அன்று, டாக்டர் சாரா ராமச்சந்திரன் வந்திருந்தார். கமலின் குடும்பத்துக்கு வேண்டப்பட்டவர். அம்மாவின் தோழி. டாக்டரோடு காரில் ஏறினான் கமல். கார், மெய்யப்ப செட்டியாரின் பங்களாவுக்குள் நுழைந்தது.

ராஜேஸ்வரி அம்மையார் கமலைக் கண்டதும் புன்னகை செய்தார். 'எவ்வளவு அழகு இந்த பையன். யாருங்க டாக்டர் இது?'

'அவனுக்கு சினிமால நடிக்கணும்னு ஆசை. இங்கே வரேன்னு தெரிஞ்சதும் எங்கூடவே ஒட்டிக்கிட்டான். ரொம்ப பெரிய இடத்துப் பிள்ளை. சாந்தோம்ல ஒரு கான்வென்ட்ல படிக்கிறான். மெட்ராசுக்குப் புதுசா வந்துருக்காங்க.'

கமல் சுற்றும் முற்றும் பார்த்தான். நிறையவே அறைகள் கொண்ட பெரிய மாளிகை. ஹாலில் ஆள் அரவம் இல்லை. டாக்டர் போட்ட

ஊசியின் வலியால் முனகினார் ராஜேஸ்வரி அம்மையார். மாடியில் யாரோ பலமாகப் பேசுவது உரத்துக் கேட்டது. 'மேலே என்ன கலாட்டா?' கமல் கீழேயிருந்து குரல் கொடுத்தான்.

கலாட்டா என்கிற வார்த்தையும் இயல்பான அதிகார த்வனியும் ராஜேஸ்வரி அம்மாளைக் கவர்ந்தன. 'செட்டியார் அங்கே இருக்காங் களோ என்னவோ. நீ நேரா அவங்களையே போய்க் கேளேன்.'

கமல் கலை வாழ்வின் முதல் படியில் காலை வைத்தான்.

'கீழே பேஷண்ட் இருக்காங்க. வலி தாங்கல. நீங்க இப்பிடி சத்தமா பேசி தொந்தரவு செய்யலாமா?' - கமல், பதிலை எதிர்பாராமல் திரும்பிப் பார்க்காமல் கீழே ஓடியே விட்டான்.

யார்ரா இந்தப் பொடியன் என்பதுபோல் மெய்யப்பன் யோசித்தார். சரவணன் அதற்குள் கமலைக் கண்டுகொண்டார். அவருக்குப் பிடித்து விட்டது.

மெய்யப்பன் கமலிடம் நேர்முக தேர்வு நடத்தினார். 'டெய்சி ராணி மாதிரி உன்னால நடிக்க முடியுமா?'

'அவளை முழுங்கிக் காட்டுவேன் பாருங்க. இப்பவே எம்.ஜி.ஆர். போல கத்தி ஃபைட் செய்யட்டுமா?' - டேபிளில் இருந்த ஸ்கேல் கைகளில்.

'உனக்கு சான்ஸ் தரேன். என்ன சம்பளம் கேட்பே?'

'ஒண்ணு ப்ளைமூத் கார். ரெண்டு அல்சேஷன் நாய். மூணு கூர்க்கா.'

செட்டியார் தட்டிக் கொடுத்தார்.

'மொதல்ல குழந்தைக்கு முருகன் வேஷம் போடுங்கப்பா. அப்புறம் ஷூட்டிங்குக்குக் கூட்டிட்டுப் போய்க் காட்டுங்க.'

மறுநாள் கமலுக்கு வண்டி காத்திருந்தது. ப்ளைமூத்.

## 2. டிபன் பாக்ஸ்

இனி வரும் நாளெல்லாம்

நம் திருநாளன்றோ... ஆ ஆ ஆ!

காற்றில் கலந்தது. சங்கராபரணம் தோய்ந்த பாட்டின் ஒலி மிக அருகில் கேட்டது. ஏவிஎம் ஸ்டூடியோவின் மாந்தோப்பு. கலகலப்பாக யூனிட் ஆள்கள். ஜெமினி கணேசனும் - சாவித்ரியும் மரத்தில் ஊஞ்சல் கட்டி பாடிக் கொண்டிருந்தார்கள். ஏரி பிளெக்ஸ் மூவி கேமரா ஓடி நின்றது.

‘ஷாட் ஓகேயா சார்’ கேட்டபடியே நட்சத்திர நாற் காலியில் அமர்ந்தனர். ஜெமினி வழக்கம்போல் சேரை திருப்பிப் போட்டு உட்கார்ந்தார். கண்களின் வார்த்தைகள் புரியாதோ பாடல் காட்சி படமாகிக் கொண்டிருந்தது.

‘வாங்க சரவணன், யார் இந்த பாலமுருகன்?’

எஸ்.பி. முத்துராமனின் தோள்களில் இருந்தபடியே கமல் ‘வணக்கம் அங்கிள்’ என்றான்.

சரவணன், ஜெமினி கணேசனுக்குக் கமலை அறிமுகப் படுத்தினார். ‘டெய்சி ராணிக்கு பதிலா அப்பச்சி இந்தப் பையனை செலக்ட் பண்ணிட்டாங்க.’

ஜெமினி கணேசனும் சாவித்ரியும் வாஞ்சையோடு கமலைப் பார்த்தார்கள்.

‘உங்களுக்குப் பிடிச்சிருந்தா இவனையே படத்துல போட்டுடலாமான்னு அப்பச்சி கேட்டாங்க.’

‘இந்தப் பொடியன் நல்லா ஜோரா இருக்கானே. சாவித்ரி இந்தா உன் பிள்ளையை வாங்கிக்க.’ ஜெமினி கை நீட்டினார். கமல், எஸ். பி. முத்துராமன் தோள்களில் இருந்து இடம் மாறினான். ஜெமினியும்

சாவித்ரியும் கமலை இடுப்பில் இருத்திக் கொண்டனர். தனித்தனியே போட்டாவுக்கு நின்றார்கள்.

கமலின் அண்ணன் சந்திரஹாசன் தம்பியைப் பார்த்துப் புன்னகை செய்தார். கமல் நடிக்கத் தேர்வாகி விட்ட பூரிப்பு. கமலின் முதல் குரு அவர். மனோகரா வசனங்கள், வீரபாண்டிய கட்டபொம்மன் கதை வசனம், சலீம் அனார்கலி காதல் பேச்சு என்று தம்பியை சினிமாவுக் காகத் தினந்தோறும் மெருகேற்றினார். கமல் அபிநயங்களோடு பாட ஆரம்பித்தான்.

Goosey Goosey Gardner
whither shall you wander
upstairs and Downstairs
and in my lady's chambers

சாவித்ரி பரவசமாகி கமலை முத்தமிட்டார். டைரக்டர் பிரகாஷ் ராவ்க்கு ஏவிஎம்மில் அது முதல் படம். ஏற்கனவே எடுத்த பாடல் காட்சியின் தொடர்ச்சியை மீண்டும் படமாக்கிக் கொண்டிருந்தனர்.

‘முத்துராமா பாட்டைப் போடச் சொல்லு. ஆர்ட்டிஸ்ட்ட கூப்பிடு.’

மீண்டும் டூயட் ஒலிக்க ஆரம்பித்தது.

•

கமலுக்குக் கற்பூர மூளை. சொல்வதை கப்பென்று பிடித்துக் கொள் வான். ‘செல்வம்’ என்கிற அநாதைச் சிறுவன் வேடம். சினிமாவில் குழந்தைகளை, பெரியவர்களைப் போலவே பேச வைத்து வசூல் அள்ளுவது வழக்கம். செட்டியார் ஹீரோவைவிட கமலுக்கே அதிகம் டயலாக் பேச வாய்ப்பளித்தார். கதாசிரியர் ஜாவர் சீதாராமன் பொறுப் பில் கமலை விட்டுவிட்டார். பாடல் காட்சியிலும் கமலுக்கு முழு சந்தர்ப்பம்.

‘அம்மாவும் நீயே அப்பாவும் நீயே’ பாடலை ஆரம்பத்தில் பெரிதாகக் காட்சிப்படுத்தவில்லை. ரஷ் பார்த்தார் செட்டியார். எரிச்சலானார். டெய்சி ராணிக்குப் போட்டியாக தமிழில் ஒரு நட்சத்திரம் உருவாக வேண்டும் என்பது அவர் விருப்பம். ஆனால் அதிகச் சம்பளம் கொடுத்து அமர்த்தப்பட்ட இயக்குநர் பிரகாஷ் ராவ் எடுத்த பல காட்சிகளில் செட்டியாருக்குக் கடும் அதிருப்தி. ஏ.பீம்சிங் புது இயக்குநராக நியமிக்கப்பட்டார்.

பராசக்தி கணேசனைப்போல் நடித்த காட்சிகளிலேயே மீண்டும் நடிக்கிற நிலை குட்டி கமலுக்கும். வசனம் சொல்லித் தந்த ஜாவர் சீதா ராமனையும் மாற்றினார். வாயைக் கோணலாக்கிக் கொண்டு

களத்தூர் கண்ணம்மா செட்டில் ஜெமினியுடன் கமல்

உரையாடுவது ஜாவரின் குண விசேஷம். கமலும் படத்தில் அப்படியே பேசினான். அதிர்ந்தார் செட்டியார்.

ஏவி எம் நிறுவன ஆஸ்தான உதவி இயக்குநர் லட்சுமி நாராயணன். ‘இனிமேல் கமலுக்கு நீங்களே சொல்லிக் கொடுங்க.’

செட்டியார் நடிக நடிகையர்களுக்கு முன்பே வசனத்தை மனப் பாடமாக்கிக் கொள்வார். களத்தூர் கண்ணம்மா செட்டில் வசனத்தை மாற்றிப் பேசிய கமலிடம் ‘டயலாக்கை உன் இஷ்டம் போலச்

சொல்றியே எப்படி?' என்றார் - கோபத்தைச் சிறுவனிடம் வெளிக் காட்ட விரும்பாமல்.

கமல் முழித்தான். முதல் படத்திலேயே இரண்டு டைரக்டர்களிடம் வேலை பார்க்கும் அனுபவம். போதாதற்கு முதலாளி வேறு கேள்வி கேட்கிறாரே என்கிற பயம். லட்சுமி நாராயணனுக்கு உதறல் எடுத்தது. கமலின் பதிலில் அவரது எதிர்காலம்.

'இவர் ஒண்ணு சொல்றார். நீங்க ஒண்ணு சொல்றீங்க. யார் சொல்றதைப் பேசறது?' - செட்டியார் அரங்கம் அதிரச் சிரித்தார்.

மெய்யப்பனுக்கு கமலை ரொம்பவே பிடித்துவிட்டது. எஸ். பி. முத்துராமனும் ஸ்டூடியோ நிர்வாகி ரங்கசாமி அய்யங்காரும் மாறி மாறிப் புகார் செய்தார்கள்.

'செட்டை விட்டுட்டு அடிக்கடி ஓடிப்போயிடறான் அப்பச்சி.'

'கொய்யாப் பழம் ஒண்ணு விடாம காலி பண்ணிடுறான். மரத்துலருந்து இறங்க மாட்டேங்கிறான்.'

'லைட் பாய்களோடு உச்சியிலே பரண்மேலே போய் உட்கார்ந்துக் கறான்.'

'அல்லிக்குளத்துல இறங்கிப் பாழ்படுத்தறான் அப்பச்சி.'

குட்டிக் கமலின் குறும்புகளில் அவருக்கும் அனுபவம் உண்டு. ப்ரிவியூ தியேட்டரில் அவர் மட்டும் தனியே படம் பார்ப்பார். அப்போது பூனைக் குட்டியாகி மடியில் ஏறும் கமலின் ஸ்பரிஸத்தை மெய்யப் பனும் அறிவார்.

'காளை வயசு கட்டான சைசு...'

தெய்வப் பிறவி ஷூட்டிங் எம்.என். ராஜம் ஆடியதைப் பார்த்து அப்படியே கமலும் ஆடுவான். அதில் சாவித்ரியே மயங்கி விட்டார். அடுத்த படத்திலும் அவனோடு நடிக்க விரும்பினார்.

சரவணனுக்கு புது தலைவலி உண்டானது. சின்ன அண்ணாமலை தயாரிக்கும் 'கடவுளின் குழந்தை' ரிலீஸாகி விடும் போலிருந்தது. Nobody 's child என்கிற ஆங்கில படக் கதை ஒரே நேரத்தில் களத்தூர் கண்ணம்மாவும் கடவுளின் குழந்தையும் அதன் தழுவாக வெளி யானால் மக்களின் ஆதரவு எப்படி இருக்குமோ? ஒருவேளை கண்ணம்மா ஓடவில்லையென்றால்? அந்த நினைப்பே கசந்தது.

ஏவிஎம்மில் முதன் முதலாக இளைய தலைமுறை தயாரிக்கும் படம் களத்தூர் கண்ணம்மா. சரவணன் சகோதரர்கள் சினிமாவில் சாதிக்க

நினைத்தனர். மெய்யப்பனிடம் படமெடுக்க அனுமதி பெற்றார்கள். ஏவிஎம் 'கமலை' நம்பினார். குழந்தை நட்சத்திரங்களுக்கு மற்ற தயாரிப் பாளர்கள் தராத முக்கியத்துவத்தை கமலுக்குக் கொடுத்தார். பட விளம்பரங்களில் கமலை முன் நிறுத்தினார். தென்னகத் திரையுலகுக்கு ஏவிஎம் அறிமுகப்படுத்தும் குழந்தை நட்சத்திரம் கமல்ஹாசன் என்று டைட்டில் கார்டு மின்னியது.

ஆகஸ்ட் 12, 1960 அன்று ரிலீஸாகிய களத்தூர் கண்ணம்மா, எதிர்பார்த்த படியே வெற்றி பெற்றது. தூத்துக்குடி சார்லஸ் தியேட்டரில் தொடங்கி நூறு நாள் ஓடிய எல்லா அரங்கங்களிலும் கமல் பேச ஏற்பாடு செய்தார்.

'பெரியோர்களே! தாய்மார்களே! என்னைப் போன்ற சின்னஞ்சிறு குழந்தைகளே! உங்கள் எல்லோருக்கும் என் வணக்கத்தைத் தெரி வித்துக் கொள்கிறேன்' என்று கமல் ஆரம்பித்தால் திண்டுக்கல் திரு விழாக் கூட்டம் கூடும். அண்ணன் சந்திரஹாசன் மேடையில் பேசவும் பயிற்சி தந்திருந்தார். சரியாகப் பேசாவிட்டால் அப்பா திட்டுவார். அடிகூடக் கிடைக்கும்.

ஆறு மணிக்கு விழா தொடங்கும் என்று சும்மாவேணும் சொல்லுவார்கள். மேடை மீது ஏறும்போது பத்து ஆகிவிடும். தூக்கம் தூக்கமாக வரும். கமலை அதுவரையில் யார் கண்களிலும் காட்டாமல் அப்பா பத்திரமாக ஹோட்டல் மாடி அறையிலேயே வைத்திருப்பார். 'அப்பா யூரின் வருது. போயிட்டு வரட்டுமா'. 'மூச். அடுத்து உன்னைப் பேசக் கூப்பிடுவாங்க இங்கேயே இரு.'

முழுதாக ஆறு வயதுகூட நிரம்பவில்லை கமலுக்கு. 'விஜய' வருஷம் ஐப்பசி மாதம் 21-ம் நாளில் ஞாயிற்றுக்கிழமை (7.11.1954) அன்று பிறந் தவன். அதற்குள்ளாக அவனை சபைகளில் அதிகப் பிரசங்கியாக்கி விட்டார்கள். குறைந்தபட்சம் ஏழு நிமிடங்களாவது உரை நீடிக்கும். கமலுக்கு முன்பாகப் பேசிவிட்டு உட்கார்ந்தவர்கள் சொன்னதிலிருந்து, கமலும் மேற்கோள் காட்ட வேண்டும். கமல் தலைமேல் மைக். கமல் முயன்ற வரையில் பேசித் தீர்த்தான். அடக்க மாட்டாமல் சூச் சீறி வந்து ஒழுகியது.

'அப்பவே சொன்னேன் அப்பாகிட்ட. அவர் கேக்கல.' கமல் பரிதாப மாகத் தலைகுனிய விழா அமைப்பாளர் சிரித்தார்.

'அட அதை வுடு தம்பி. மழைத் தண்ணில அடிச்சுட்டுப் போகும். நீ பேசு. அதைத்தான் ஜனங்க கவனிக்கிறாங்க. கைதட்டறாங்க.'

விதவிதமான அனுபவங்கள் ஒவ்வொரு ஊரிலும். தூத்துக்குடியில் தொடங்கிய பரிசு மழை டெல்லியில் ஜனாதிபதியின் தேசிய விருதோடு நிறைவு பெற்றது.

ஜனாதிபதி ராதாகிருஷ்ணன் கமலின் சின்னக் கன்னங்களின் வழ வழப்பைத் தன் விரல்களில் ஏற்றிக் கொண்டார். மடியில் வைத்து அன்புடன் ஆந்திரத் தமிழ் பேசினார். தமிழ்நாட்டிலிருந்து முதன் முதலாக ஒரு பிஞ்சுக் கலைஞன் நடிப்புக்காக டெல்லியில் விருது வாங் குவதில் அப்பாவுக்கு குஷி. கமலுக்கு அன்று கோபம். மூட் சரியில்லை. அப்பா தூங்கவே விடமாட்டார். சதா ஜனங்களைப் பாரு. கூட்டத்தைப் பாரு. உன்னைப் பார்க்கத்தான் வந்துருக்காங்க என்று படுத்துகிறார். இந்தத் தலைப்பாகை வைத்த தெலுங்கு தாத்தா எவ்வளவோ தேவலை. இன்னும் கொஞ்சம் போனால் அவர் மீதே நன்றாகச் சாய்ந்து கொண்டு விடலாம்.

‘குழந்தை தூங்க ஆரம்பிச்சுட்டான். ஸாரி எங்கிட்ட கொடுத்துடுங்க’ அப்பா மிகுந்த பணிவுடன் கமலைப் பெற்றுக் கொண்டார்.

வெற்றி பவனி தாஜ் மஹாலை சுற்றிப் பார்ப்பதிலும் தொடர்ந்தது. தாஜ் மஹாலிலும் ஃபவுண்டனில் தண்ணீர் கிடையாது. கமல் ஜாலியாக இறங்கி நடந்தான். அல்லிப் பூக்களோ, அதட்ட ஏ.வி.எம். ரெங்கசாமி அய்யங்காரோ, தலையில் குட்டி அடித்து அழைத்துச் செல்ல எஸ்.பி. முத்துராமனோ இல்லாதது இன்ப சுதந்திரமாக இருந்தது. ஏ.வி.எம். சரவணனும் அப்பாவும் தொலைவில் தெரிந்தார்கள். அடுத்த படம் பற்றி அவர்கள் பேசிக் கொண்டிருக்கலாம்.

கண்ணாடி பீரோ நிறைந்து விட்டது. அம்மாவும் அக்காவும் அடுக்கி மாளவில்லை. களத்தூர் கண்ணம்மா வெற்றி விழாக்களில் கிடைத்த ஷீல்டுகள், கோப்பைகள், விருதுகள். ஸ்கூலுக்கு எடுத்துச் செல்லும் டிபன் பாக்ஸ் உள்பட விதவிதமான பரிசுப் பொருள்கள். போதாததற்கு ஏ.வி.எம். வாங்கிக் கொடுத்த புதிய பியட் கார் வேறு வாசலில் நின்று கொண்டிருந்தது.

‘கமல் அதிர்ஷ்டக்காரன். செட்டியார் சொன்னபடியே வண்டியை அனுப்பிச்சுட்டாரே...’

‘இல்லையா பின்னே, ஏவிஎம்மோட அடுத்த படத்துல கமலுக்கு டூயல் ரோல். ரெட்டை வேஷத்தில் நடிக்கிற முதல் குழந்தை நட்சத்திரம்.’

குடும்பம் குதூகலித்தது.

# 3. மாஞ்சா நாள்கள்!

பேசாமல் இவனையும் வக்கீலாகவே ஆக்கி இருக் கலாமோ? கிளாப் போர்டில் கட்டிப் போட்டு விட்டது தப்போ? இப்போது கிளாஸ் போர்டைப் பார்க்காமல் கடைசி பெஞ்ச் மாணவனாகி விட்டானே! 'ராமு' படத் திலும் கமலே நடிக்கட்டும் என்றார் ஏவிஎம். இயக்கு நர் திருலோகசந்தர், 'ஊமைப் பையன் வேடத்துக்கு அழகான சிறுவன் தேவையில்லை' என்று சொல்லி விட்டார். வாய்ப்பு நழுவியது. அப்பாவின் வருத்தம் அதிகமாகிக் கொண்டே போனது.

டி.ஆர். ராஜகுமாரி உள்பட அத்தனை சூப்பர் டூப்பர் ஸ்டார்களுடனும் நடித்தாகிவிட்டது. எண்ணி ஆறே படங்களில் அரிதார வாழ்க்கை தானாகவே முற்றும் போட்டுக் கொண்டது. கமலுக்குப் பின் குட்டி பத்மினியை கோலாகலமாகக் கொண்டாடினார்கள். கமலின் எதிர்காலம் பற்றிய பயங்களும் எதிர்பார்ப்பு களும் அவன் அம்மாவைப் படுக்கையிலே கிடத்தின.

தமிழ் சினிமா குடும்பக் கதைகளைத் தூர எறிந்து விட்டது. முற்றிலும் பொழுதுபோக்கு படங்கள் கலரில் வர ஆரம்பித்திருந்தன. புதிய பறவையும் படகோட்டியும் 1964-ல் ஜனங்களின் எதிர்பார்ப்புக்கு உள்ளாகி இருந்தன. கதையைத் தேடாதீர்கள் என்று விளம்பரப்படுத்தப்பட்ட 'காதலிக்க நேரமில்லை' கல்லூரிகளைக் காலியாக்கி தியேட்டருக்குள் அழைத்தது.

'என்ன பண்ணலாம் இவனை? ஒழுங்கா படிக்கிற மாதிரி தெரியல. இப்ப நிறையவே அமெச்சூர் டிராமாக்காரங்க வந்துருக்காங்க. கே. பாலசந்தரோட ராகினி க்ரியே ஷன்ஸ் பிரமாதமாப் போகுது. அதுல கமலைச் சேர்த் துட்டா நல்லது. நீ என்ன சொல்ற?'

மகன் படித்துப் பட்டம் பெற வேண்டும். மற்ற குழந் தைகளின் முன்னால் படிக்காமல் கேலிக்கு ஆளாகக்

கூடாது. அம்மாவின் ஆதங்கம் அது. ஆனால் பள்ளியில் ஆசிரியர்கள், சக மாணவர்கள் கமலை சாதுவாகவே பார்த்ததில்லை. திருவல்லிக் கேணி இந்து உயர்நிலைப்பள்ளி எந்த நொடி யிலும் கமலுக்கு டி.சி. தரக் காத்திருந்தது.

'ஏமாறச் சொன்னது நானா', 'நடையா இது நடையா', 'ஹலோ மிஸ் ஹலோ மிஸ் எங்கே போறீங்க', 'மாடி மேலே மாடி கட்டி கோடி கோடி சேர்த்து விட்ட சீமானே!' என்று ஏவிஎம். ராஜன், சிவாஜி கணேசன், எம்.ஜி.ஆர், ரவிச்சந்திரன் எல்லோரும் பள்ளி இடைவேளைகளில் வந்து ஆடிப் பாடினார்கள் கமல் உருவத்தில்.

'இவன் பண்ற அட்டூழியம் வர வர தாங்க முடியலியே. இந்த ஆட்டம் போடறதே. கை கால் ஒடிஞ்சிடாதோ?'

வாத்தியார்களின் அச்சம் ஒருநாள் நிஜமானது. சேட்டை. மூன்றாவது மாடியிலிருந்து தவறி விழுந்த கமல் ஒரு பாழுங்கிணற்றில் கிடந்தான்.

கமலைக் கண்டு சகலரும் மிரண்டாலும் மணிவண்ணன் மட்டும் கமலின் ஆத்ம சிநேகிதன் ஆனான். டி.கே.எஸ். கலைக் குடும்ப வாரிசு. கமல் சினிமாவில் நடிக்கிற பையன் என்கிற பாசம் டி.கே. பகவதியின் மகனுக்கு.

ஓடோடி வந்து காப்பாற்றினார்கள். மணிவண்ணன் கமலின் புத்தகப் பையை எடுத்துக் கொண்டான். கமல் வீட்டு போன் நம்பர் 72010 என்று எழுதிக் கொடுத்தான். வீட்டுக்குத் தகவல் போனது.

'பிள்ளையாண்டன் பொழைக்கறதே பெருமாள் புண்ணியம்.' எங்கெல்லாம் எலும்புகள் உடைந்துள்ளன என்பதை அறிய எட்டு, ஒன்பது எக்ஸ்ரேக்கள் உதவின. அத்தனை துயரத்திலும் அப்பாவுக்கு ஒரு சின்ன சந்தோஷம். டி.கே. ஷண்முகம், டி.கே. பகவதி அண்ணாச்சிகளின் நட்பு கிடைத்தது.

டி.கே. எஸ்க்கு கமல் பொடி நடிகன் என்பதே போதுமானதாக இருந்தது. அவ்வையார், சிவகாமியின் சபதம், ராஜ ராஜ சோழன் போன்ற பிரம்மாண்டமான தமிழ் வரலாற்று நாடகங்களைத் தயாரித்த வர்கள். குழந்தைகளே நடிக்கும் நாடகத்தை உருவாக்க இருந்தனர்.

'எங்க டிராமால ஆக்ட் பண்ணுவானா தம்பி?'

டி.கே.எஸ்ஸிலிருந்து கேட்டதும் அப்பாவுக்கு 'அப்பாடா' என்றி ருந்தது. கமலின் வருங்காலம் பற்றிய கவலை போயே போச்.

ஒரு மாதம் போல் படுக்கையில் கிடந்தான் கமல். 'டேய் ரொம்ப லக்குடா. உனக்கு முதல்ல ஏவிஎம். இப்ப டி.கே.எஸ். அங்கே வேலை

கிடைச்சதே பெரிய பாக்கியம். காசு பத்தி பேசாதே. இனி அதுவே உனக்கு குருகுலம். அங்கேயே இருந்துக்கோ. உன் அம்மாவைப் பார்க்கறதுக்கு மட்டும் இங்கே வா.'

கமலுக்கு டி.கே.எஸ்.ஸின் அருமைகள் ஏதும் தெரியாத பருவம். விளையாட இன்னொரு மைதானம் கிடைத்ததாக எண்ணிக் கொண்டான்.

'நீங்கள்ளாம் படிச்சவங்க. படிப்பு உங்களுக்கு எவ்வளவு முக்கியம்னு எனக்குத் தெரியும். நாங்க பையனோட படிப்பு கெடாம பார்த்துக் கறோம்' என்றார் ஷண்முகம்.

'ரெண்டு பிள்ளைகளை வக்கீல் உத்யோகத்துக்கு அர்ப்பணம் பண்ணிக் கொடுத்திட்டேன். பொண்ணு பி.எஸ்.ஸி. அடுத்து கல்யாணம் பண்ணிக் கொடுக்கணும். கலைஞன்னு சொல்ற அளவுக்கு யாருமில்ல. இவன் எனக்கு வேணாம். You can keep him. Make him an Artist. கமல் ஒரு கலைஞனா திரும்பி வந்தால் போதும்.'

பள்ளிக்கூடம் போன நேரம் தவிர மற்ற சமயங்களில் டி.கே. ஷண் முகத்தின் லாயிட்ஸ் ரோடு வீடே கமலின் இருப்பிடமானது.

•

பகோடா காதர், கமல், பிருந்தா, டி.கே.பகவதியின் மகன் கண்ணப்பன் எல்லோரும் மாஞ்சா போடுவதில் பிஸியாக இருந்தார்கள். மே மாத வெயில். மொட்டை மாடி. பானா காற்றாடிகள். சென்னை நகரம் புதிதாகிவிட்டது.

'உங்கம்மா திட்டப் போறாங்கடா' - கமலின் கையில் வழிந்த ரத்தம் கண்டு பிருந்தா பதறினாள்.

'டவுசர் பாக்கெட்டுக்குள்ள கையை மறைச்சுக்குவேன்.'

'எப்படிச் சாப்பிடுவ?'

'ஸ்பூன்ல. இல்லேன்னா மன்னிய ஊட்டி விடச் சொன்னா போச்சு.'

'இதெல்லாம் எதுக்கு நாலு நாளைக்கு வீட்டுப்பக்கம் தலை காட்டாதே.'

'ஏற்கெனவே ஏன் சரியா வரதில்லேன்னு அம்மா கேக்கறாங்க.'

காற்றில் புது மாஞ்சாவோடு காவிநிறத்தில் நூல் பளபளத்தது.

'காதர் நீ நூல்கண்டை வெச்சுக்க.' கமல் பட்டம் பறக்கவிட்டான். கால் பந்தாக நூல் கண்டு உருண்டோடியது. 'டேய் கமலு நேரு மாமா

போயும் போயும் இந்த சம்மர் ஹாலிடேஸ்லயா செத்துப் போவணும். ஸ்கூல் திறந்த பிறகு போயிருந்தாகூட நாலு நாள் லீவு கிடைச் சுருக்குமே.'

'அடப்பாவி காதரு. நேரு செத்துட்டாருன்னு அண்ணாச்சிங்க எவ்வளவு அழுதாங்க. அன்னிக்குப் பூரா எல்லோரும் பட்டினி கிடந் தோம். நீ என்னடான்னா லீவு கேக்குறியா?' பிருந்தா பதறினாள்.

கண்ணப்பன், சொம்பு நிறைய ஜில் மோர் கொண்டு வந்தான். 'மச்சி பசிக்குதுடா' கமல் வியர்வையைத் துடைத்து எறிந்தான்.

'அப்ப காத்தாடியை இறக்கிடுடா. நீ பசி தாங்கமாட்டே' கண்ணப்பன் காலி சொம்பை எடுத்துக் கொண்டான். காற்றாடி இறங்கியது.

•

'ஏதாவது நடிச்சுக் காட்டு' என்றார் டி.கே. ஷண்முகம்.

'மாசற்ற ஜோதி மழையே பேரழகின் பிறப்பிடமே' என்று தொடங் கினான் கமல். இல்லற ஜோதி படத்தில் இடம் பெற்ற சலீம் அனார்கலி நாடக வசனத்தை கணேசன் மாதிரியே நடித்துக் காட்டினான். டி.கே. எஸ்ஸுக்கு பரம சந்தோஷம்.

பள்ளி விடுமுறை காலங்களில் டி.கே.எஸ். குழுவோடு கமல் நாடெங்கும் சுற்றி வந்தான். நடிப்புப் பாடத்தின் அரிச்சுவடியிலிருந்து ஆரம்பித்தார்கள் அண்ணாச்சிகள்.

'என்னடா டல்லடிக்கிற. அம்மா ஞாபகமா?'

'அதெல்லாம் இல்லிங்க அண்ணாச்சி.'

'அப்ப சிரி.'

கமல் சிரித்தான். 'என்னப்பா, இது ஒரு சிரிப்பா? பகவதி, 'சிவகாமியின் சபதத்துல' ஒரு சீன்லே ஓயாம சிரிப்பாரு இல்லையா? அப்படிச் சிரி, பார்க்கலாம்.'

கமல் முழுதாகச் சிரித்தான்.

'பலே! இப்ப அழு.' கமல் கதறினான்.

'இப்ப தும்மல் போடு பார்க்கலாம்.'

'சட்டுன்னு தும்மச் சொல்றிங்களே அண்ணாச்சி. மழைகூடப் பெய்ய லியே. தும்மல் வரல அண்ணாச்சி. திடீர் திடீர்னு எப்படிச் செய்யறது?'

'இப்ப நான் தும்மட்டுமா? நடிகன்னா சிட்டிகை போடறதுக்குள்ளே எல்லாம் உடம்புக்குள்ள வரணும். அஞ்சு மணி வரைக்கும் ஆபிஸ்

வேலை பார்த்துட்டு ஆறு மணிக்கு ஸ்ரீகாந்தும் சுந்தரராஜனும் நாகேஷும் எப்படிடா நடிக்கறாங்க. நமக்கு நடிப்பு தொழில். ஆனா இப்ப அவங்க நல்லா டிராமா போடுறாங்க. சரி கொட்டாவியாவது விடு.' விட்டான்.

'அப்பாவின் ஆசை' நாடகத்தில் கமல் டி.கே.எஸ் குழுவில் நடித்தான். டி.கே. ஷண்முகம் ஒரு கொள்ளைக்காரனாகவும், பகவதி போலீசாகவும், திருடனின் மகன் குமாராக கமலும் நடித்த உணர்ச்சிகரமான நாடகம். கள்வனின் பிள்ளையும் திருடவே செய்வான் என்று திருட்டுப் பட்டம் கட்டப்பட்ட குமார் க்ளைமாக்சில் நிரபராதி எனத் தெரிவதே கதை. திருச்சி பரதன் எழுதிய நாடகம். கமல் வசனம் பேசும்போது திக்கவில்லை. அண்ணாச்சிகளுக்கு ஆச்சரியமாக இருந்தது.

ஏ.வி. மெய்யப்பனிடம் காட்டிய நெருக்கத்தைவிடக் கூடுதலாகவே கமல் ஷண்முகத்திடம் ஒட்டிக் கொண்டான். அவ்வையார் நாடகத்தில் முருகன், இடையன் என்று ஷண்முகத்துடன் தொடர்ந்து இணைந்து நடிக்க வாய்ப்புகள் அமைந்தன. அங்கு மற்ற நாடக சபா போல் பிரம்பு பேசவில்லை. பிரியமே புன்னகை செய்தது. கமலுக்கு என்ன இஷ்டமோ அதைச் செய்ய அங்கே பரிபூரண சுதந்தரம் கொடுத்தார்கள் அண்ணாச்சிகள்.

'அங்கே கிடைச்ச டிரெயினிங் ரொம்ப இயல்பானது. கையின்னு ஒண்ணு இருக்கறதே நினைவில்லாம நடிக்க வந்தாதான் நடிகனா இருக்க லாயக்கு என்பார் டி.கே.எஸ். பல்லில்லாத கிழவி நெல்லிக்காய் புளிப்புக்குக் காட்டற பாவத்தைத் தத்ரூபமாகக் காட்டுவார். அந்தக் கால கட்டத்துல அப்படிப்பட்ட நடிப்பை அற்புதமானதுன்னு சொல்லணும்.'

'அண்ணாச்சி கமல் ஒழுங்கா மேக்அப் போட விட மாட்டேங்குறான். ரூமுக்குள்ள எட்டி எட்டிப் பார்க்குறான். கதவைச் சாத்தவும் யோசனையா இருக்கு. பெரிய இடத்துப் பையன். அவன் அப்பா பிரபல வக்கீல்ன்றிங்க...'

அவ்வையாராக ஷண்முகத்துக்கு மேக் அப் போடும் எம்.பி. சிவராமன் எரிச்சல்பட்டார்.

'அவன் வரட்டும் சிவராமா. உள்ளே கூப்பிடு. ஆர்வம். முயற்சி. உழைப்பு. அப்படி இருக்கிறவன் மட்டுமே நல்ல நடிகன் ஆக முடியும். மத்த பசங்க கதவுகிட்ட வந்து நிக்குதா.'

சண்முகம் சம்மதம் தந்தார். ஓர் ஆண் அவ்வையாக உருவாவதை கமல் அருகிலிருந்து கண்டான்.

‘என்னப்பா என்னையே இப்படிப் பார்த்திட்டு இருக்கே?’ - அண்ணாச்சி கோல் எடுத்துக் கொண்டு அவ்வையாராகி மேடைக்குப் புறப்பட்டார்.

‘சும்மாதான் அண்ணாச்சி’ - பிரமிப்பு அகலாமல் கமல் பதில் சொன்னான். ஓர் ஆளை தினுசு தினுசாக மாற்றும் சக்தி அரிதாரத்தில் இருக்கிறது என்பதை அனுபவபூர்வமாக உணர்ந்து கொண்டான். மிக உயர்தரமான குரு குலத்தில் அடைக்கலம் ஆகிவிட்டதை மகிழ்ச்சி யோடு அனுபவித்தான்.

பலாப்பழம் கமலின் அடுத்த நாடகம். டி.கே.எஸ். குழு கடைசியாக மேடை ஏறியது. ஒரு சரித்திரக் கதையோடு நிறைவுபெற்றது டி.கே. எஸ்ஸின் நாடக வரலாறு.

‘திடீர்னு ஒருநாள் டி.கே.எஸ்., கம்பெனியை மூடப் போறேன்னு சொன்னபோதுதான் நான் ரொம்பத் தனிமைப்பட்டுப் போனதை உணர்ந்தேன். என்னால ஒரு சாதாரண மாணவனா சராசரியா இருக்கவே முடியாதுன்னு அப்ப எனக்குப் புரிஞ்சு போச்சு.’

## 4. டெம்ப்டேஷன்ஸ்!

இந்து உயர்நிலைப்பள்ளி எட்டாம் வகுப்புக்கு மேல் கமலை அனுமதிக்க மறுத்தது. ஒன்பதாவது படிக்கப் புரசைவாக்கம் எம்.சி.டி.எம். முத்தையா செட்டியார் ஸ்கூலுக்குப் போனார் கமல். பள்ளிகள் மாறின. அதே பழைய அசுவாரசியமான படிப்பு.

மீசை முளைக்கட்டுமா வேண்டாமா என்றது. குரல் மாறியேவிட்டது. முழுதாக வாலிபன் ஆகிவிட இயலாத அவஸ்தையான காலகட்டம். சந்திர காந்தா வின் மோகன விலாஸ் நாடகம், தி.நகர் ஆர்ட்ஸ் அகாடமி நடத்திய ஸ்ரீ சங்கர பகவான் நாடகத்தில் ஆதிசங்கரர் வேடம் என்று கொஞ்சம் நடிப்பு ஆசை நிறைவேறியது.

பத்தாவதும் வந்துவிட்டார். அதற்கு மேலே ஒன்றும் ஓடவில்லை. பரீட்சைக்குப் போய் விடைத்தாள்களில் மனத்துக்குத் தோன்றியதை வரைந்து விட்டுத் திரும்புவார்.

வீடு கேள்வி கேட்டது.

'பரீட்சை நடக்கறது. நீ உருப்படியா எதையும் படிச்சா மாதிரி தெரியல. ஒழுங்கா வாசிக்கப் போறியா இல்லையா? அண்ணா அப்பா அக்கான்னு எல்லோரும் நன்னாப் படிச்சுருக்கா. படிக்காம சுத்தறது உனக்கே அசிங்கமாப் படலையா?'

'படிச்சுருவான் விடு. நானே நிறைய தடவை பெயில் ஆகியிருக்கேன்.' அப்பா, அம்மாவைச் சமாதானம் செய்தார்.

கமல் பட்டென்று போட்டு உடைத்து விட்டார்.

'படிப்பெல்லாம் போதும். நான் டான்ஸ் -பரத நாட்டியம் கத்துக்கவா!'

‘கத்துக்க’ என்றார் அப்பா.

அம்மா திகைத்து நின்றார். ‘என்னடா இது திடீர்னு இப்படி?’

‘இல்ல எனக்குக் கத்துக்கணும்மா. அக்கா நளினி பரதம் ஆடியிருக்கா. ரெண்டு அண்ணாவும் மேடையில் ஏறி கச்சேரி பண்ணலையே தவிர கர்நாடக சங்கீதம் தெரிஞ்ச வித்வான்கள். நான் மட்டும் ஏன் ஞான சூன்யமாப் போகணும்?’

‘டான்ஸ் ஆடு, வேணாம்ங்கலே. ஸ்கூல்ல போயி படிக்கப் பிடிக்காட்டி தனியாவாவது மெட்ரிக் எழுது. எப்படியாவது ஒரு டிகிரி வாங் கிட்டின்னா போதும்.’

அம்மா விடாமல் தன் ஆசையைச் சொன்னார். பள்ளிப்படிப்பு நின்றே விட்டது. மணி டுடோரியலில் சேர்ந்தார் கமல். என்.எஸ். நடராஜன் கமலுக்கு பரதம் சொல்லித் தர வந்த ஆசான். மெய்யப்பன், ஷண்முகம் வரிசையில் நடராஜனுக்கும் கமலைப் பிடித்து விட்டது. நேரம் காலம் பார்க்காமல் நினைத்தபோதெல்லாம் எல்டாம்ஸ் ரோடு வீட்டில் சலங்கை ஒலி.

நடன அரங்கேற்றத்துக்கு நாள் குறித்தார்கள். கமலே அழைப்பிதழ் உள்ளிட்ட வேலைகளுக்காக அலைந்தார். ‘பதினாலு வயசு பையன் மேடையில ஏறி பரதம் ஆடறதா. ஆசைப்பட்டான். டான்ஸ் கத் துண்டான். அதை இன்விடேஷன் போட்டு போஸ்டர் ஒட்டி ஊருக்குச் சொல்லணுமா?’ அண்ணன் சாருஹாசன் அப்பாவிடம் கோபப் பட்டார்.

‘என்னப்பா நீ இப்படிக் கேக்கற? நடிகர் ரஞ்சனுக்குப் பிறகு பரத நாட்டியம் கத்துண்டவன் தமிழ் சினிமாலயே நம்ம கமல்தான்னு அடிச்சுச் சொல்ல வேண்டாமா? அவன் ஆல் இண்டியா ஸ்டார் ஆகணும்னு நானும் அம்மாவும் பெருமாள்ட்ட பிரார்த்தனை பண்றோம். நீ ஆழ்வார்பேட்டையையே தாண்ட வேணாம்ங்கறியே.’

1968ஆம் ஆண்டின் சுபமுகூர்த்த நாளின் மாலைப் பொழுது. மயிலை ஆர்.ஆர். சபாவில் கமல் ‘புஷ்பாஞ்சலி யோடு’ பரதம் ஆட ஆரம் பித்தார். ம.பொ.சி. சவுந்தரா கைலாசம், டி.கே. ஷண்முகம் ஆகியோர் கமலை வாழ்த்தினார்கள்.

கமலின் நாட்டிய ஆர்வம் பரதத்தோடு நின்று விடவில்லை. ஜெமினி ராமமூர்த்தியிடம் கதகளி. நடராஜ் ராமகிருஷ்ணாவிடம் குச்சுப்பிடி. குல்கர்னியிடம் கதக் என்று வளர்ந்தது. ஓரளவு நம்பிக்கை வந்ததும் கமல்ஹாசன் அண்ட் பார்ட்டியின் சிவாலயா நடனப்பள்ளி ஆரம்ப மானது.

கூடம் முழுக்க ஆண் வாசனை. கமல் வயதை ஒத்தப் பையன்கள் வியர்க்க விறுவிறுக்க ஆடிக் கொண் டிருந்தார்கள். ஒன்றரை டஜன் தேறும். டான்ஸ் ரிகர்ஸல். தமிழ்நாட்டில் கமலை யாரும் சட்டை செய்யவில்லை. மஹாராஷ்டிரா வரவேற்றது. அம்மாவின் கை வளையல்களே முதலீடு. மும்பை தவிர மற்ற இடங்களிளெல்லாம் கமலின் நடனக்குழு பறந்து பறந்து ஆடியது - பாங்க்ரா, கதக், மயில் டான்ஸ். மகாராஷ்டிரா காவல்துறை சார்பாக நடைபெற்ற நிகழ்ச்சிகள்.

'கமல் புதுசா ஒரு பொண்ணு உன்னைப் பார்க்கணும்னு வந்திருக்கா' - சத்யப்ரியா கமலிடம் கூறினார். (பின்னாளில் கமலுடன் ஜோடியாக 'மனிதரில் இத்தனை நிறங்களா?' படத்தில் நடித்தவர். இப்போது அம்மா நடிகை.)

கமலுக்கு அப்போது மராத்தியோ, இந்தியோ தெரியாது. அந்தப் புதிய பெண்ணை முதன் முதலில் பார்த்தபோது எதுவுமே பேசத் தோன்ற வில்லை. சந்தித்த வேளையிலேயே கமல் தனக்குள் காதல் அரும்பி விட்டதை உணர்ந்தார்.

பெயரைக்கூட கேட்டுத் தெரிந்து கொள்ளவில்லை. அவளை கிருஷ்ண குமாரி என்று அழைத்தார்கள். அந்த அழகை வர்ணிக்க வார்த்தை களைத் தேடுவதிலேயே கமல் நேரத்தை செலவிட்டார். கமலின் நடனக்குழுவில் ஆட விருப்பம் தெரிவித்து வந்திருந்தாள். அவளை மனதார வரவேற்றார்.

'என்னடா இவன் கிருஷ்ணகுமாரியோடயே சுத்தறான் எப்பவும். மச்சான், மச்சம்டா உனக்கு. இன்னும் முளைச்சு வெளியில வரல மீசை. அதுக்குள்ள லவ்வு!' - குழுவினர் கமலைக் கலாய்த்தனர்.

உதிர்வதற்காகவே மலரும் பூபோல கமலோடு ஆடத் தொடங்கிய சில வாரங்களிலேயே அகால மரணம் அடைந்தாள் கிருஷ்ணகுமாரி.

கமலின் காதல் சோகத்தைக் கால்கள் பேசின. தன்னையே மறந்து ஆடத் தொடங்கினார். எம்பி எம்பிக் குதித்து ஆடியதில் பந்து கிண்ண மூட்டு விலகி மேடைக்கு வெளியே விழுந்தார். உயிரைப் பிழியும் வலி. சிவாலயா நடனக் குழு பாதியிலேயே சென்னைக்குத் திரும்பியது.

கமலின் வாழ்க்கையில் மீண்டும் பூரண அமாவாசை. அம்மை நோய், எலும்பு முறிவு, ஃபுட் பாய்ஸன் என்று மருந்து வாசனையிலேயே நாள்கள் ஓடின. செலின் வாட்டர் உதவியோடு மூன்று மாதங்களுக்கு மேல் ஆஸ்பத்திரியில் இருந்தார் கமல்.

'என்னடா பண்ணப் போறே? இப்ப டான்ஸூம் ஆட முடியாது. பேசாம ஊருக்கு எங்கூடவே வந்துடு. மேலே படி. இல்லேன்னா மாடு வாங்கித் தரேன். பொழைச்சுக்கோ.'

அப்பா நிஜம் பேசினார். பிள்ளை உதவாக்கரை ஆகிவிடக் கூடாதே என்கிற அக்கறை. மகன் நட்சத்திரமாக வேண்டும் என்கிற கனவுகள் காணாமல் போயிருந்தன.

'நான் பரமக்குடி வரலே, இங்கேயே இருக்கேன்.' கமல் எழுந்து நிற்க விரும்பினார். இந்தக் கால்வலியெல்லாம் கொஞ்ச நாளைக்கே.

'அம்மா அந்த ப்ளூ கலர் சூட்கேஸ்ல ஒரு சால்வை இருக்கு. ஷோலாப் பூர்ல உனக்காக வாங்கினேன். இப்ப இதை எடுத்துக்க. பெரிய ஆளா வந்தப்புறம் உனக்கு நிறைய செய்யறேன். முதல்ல வளையல் வாங்கித் தரணும்' - குரலும் உடைந்தது.

அம்மா மெள்ள அருகே வந்து கமலுக்கு ஆறுதலாக தலையைக் கோதி விட்டார். 'புறப்படலாமா?' அப்பாவுக்கு அவசரம். டாக்சி கிளம்பிய சத்தம் வெகுநேரம் கழிந்தும் காதுகளில். கமல் இருட்டில் கிடந்தார். யாராவது வந்துதான் ஸ்விட்ச் போட வேண்டும்.

கமல் மாடி வீட்டு ஏழையாக வாழ்ந்தார். அப்பா அனுப்புகிற ஐம்பது ரூபாய் பணமும் பத்தாம் தேதிக்குள் காலியாகி விடும். நடனக் குழு வோடு மகாராஷ்டிரத்தில் இருந்து பாதியில் திரும்பியதில் ஏழாயிரம் ரூபாய் நஷ்டம் வேறு.

காசின் அருமை கமலுக்கும் தெரியட்டும் என்று அப்பா பிடிவாத மாகவே இருந்தார். கமலுக்கு வஞ்சனையின்றிப் பசித்தது. கனவுகள் பீடி புகையில் கரைந்தன. கால்கள் மீண்டும் ஆட ஆரம்பித்தன. அழைப்பார் இல்லை.

ஏறக்குறைய பத்து ஆண்டுகள் கழித்து 1968-ல் கமலின் அப்பா எல்டாம்ஸ் ரோட்டு வீட்டை விலைக்கு வாங்கினார்.

கமலின் கால் ஒடிந்த பிறகு அவருக்காக ஒரே ஒரு அறையை மாடியில் ஒதுக்கிக் கொடுத்தார். மற்ற பகுதிகளை வாடகைக்கு விட்டுவிட்டார். கீழ்ப் பகுதியில் கடைகள் இருந்தன. கமலுக்கு யாரும் கடனோ, வாடகைப் பணமோ தரக்கூடாது என்பது அப்பாவின் உத்தரவு.

சினிமா, ட்விஸ்ட் டான்சுக்கு மாறியிருந்தது. 'தேடினேன் வந்தது' கே.ஆர். விஜயா போல் குடும்பப் பெண்களும் தனிமையில் ஆடிப் பார்த்தார்கள். பாரம்பரிய கலாசார நடனங்களைக் காணோம். ஆண்கள் ரவிச்சந்திரனாகி வலம் வந்தனர். மேல்நாட்டு நடனங்களுக்கு சினி மாவில் கிராக்கி ஏற்பட்டது. தங்கப்பன் மாஸ்டர் கமலைத்தேடி வீட்டுக்கே வந்தார். 1968-ல் ஒரு பையன் மெனக்கெட்டு பரத நாட்டிய அரங்கேற்றம் செய்தது தங்கப்பனுக்குப் புதிராக இருந்தது. சினிமாவில் தங்கப்பன் மாஸ்டர் ஆட்டுவிக்காத கலைஞர்களே கிடையாது.

பிரபுதேவாவின் அப்பா சுந்தரம் மாஸ்டர், தாரா மாஸ்டர் ஆகியோருக்குப் பின் சரியான உதவியாளர்கள் இல்லாமல் திண்டாடினார்.

சாருஹாசனும் அவர் மனைவி கோமளவல்லியும் தங்கப்பன் மாஸ்டரைத் தங்கள் கேள்விகளால் அலசி ஆராய்ந்தார்கள். நம்பகமான மனிதர். துணிந்து கமலை அவரோடு உதவியாளராக அனுப்பலாம் என்று தோன்றியது.

தங்கப்பன் மாஸ்டர் வீடு இன்னொரு டி.கே.எஸ். இல்லம் மாதிரி ஆனது கமலுக்கு. மீண்டும் சினிமாவுக்குள் கமலுக்கு வேலை கிடைத்ததில் குடும்பத்தினருக்கு நிம்மதி. கமல் சம்பாதிக்க ஆரம்பித்தார். ஒரு பாடலுக்கு இருநூறு, முன்னூறு என்று கம்பெனிக்கு ஏற்றவாறு கிடைத்தது. குட்டி நடிகனாக கமலைக் கொஞ்சிய கலைஞர்கள் அவரை இப்போது நடன உதவியாளராகவே பார்த்தார்கள். கமலும் தன் எல்லையில் எட்டி நின்று அவர்களுக்கு ஆடக் கற்றுத் தந்தார்.

கமலின் மூட் இப்போது திசைமாறி இருந்தது. நிறையவே ரகம் ரகமாகப் பெண்கள் அவரைப் பாதித்தார்கள். திரையுலகில் மிக இயல்பாக அமைகிற சுகம் அது.

'டெம்ப்டேஷன்ஸ் (Temptation) ரொம்ப ஜாஸ்தி இந்த ஃபீல்டுல. ஜாக்கிரதையா இருக்கணும்னு சொல்வார் தங்கப்பன் மாஸ்டர். ஏதாவது பெண்ணோட ரொம்ப நேரம் பேசிட்டு இருந்தா 'டேய் அரட்டை அடிக்காத. வேலையைப் பாரு'ன்னு சொல்வார்.'

கமல் தொழில்நுட்பத்தில் திரைப்பட இயக்கத்தில் ஆர்வம் காட்டவும் தங்கப்பன் உதவினார். ஒரு நடிகராவதில் என்ன இருக்கிறது டைக்டராகி கேமராவுக்குப் பின்னால் இயங்குதே கௌரவம் என்று கமலுக்குத் தோன்ற ஆரம்பித்தது.

தங்கப்பன் மாஸ்டர் அன்னை வேளாங்கண்ணி படத்தைத் தயாரிப்பதில் மும்முரமாக இருந்தார். கமல், மாஸ்டர் இல்லாமலே தன்னிச்சையாக சினிமா நடனங்களை அமைக்கப் போனார்.

தேவரின் நட்பு கிடைத்தது. மாணவன் படத்தில் வளர்ந்த கமலாக குட்டி பத்மினியுடன் 'விசிலடிச்சான் குஞ்சுகளா' பாடலுக்கு ஆடினார். தங்கப்பன் மாஸ்டர், தான் சந்திக்கிற ஹீரோக்களிடமெல்லாம் கமல் புகழ் பாடினார்.

'நம்ப பையன் எப்படி ஆடறான் பார்த்தீங்களா. வருங்காலத்தில் வருவான் பாருங்க. என்ன டேலண்ட் (Talent) தெரியுமா!'

# 5. கிளாப் போர்டு

தங்கப்பன் மாஸ்டர் கமலுக்குப் புதிய வேலை கொடுத்தார். உதவி இயக்குநர் உத்தியோகம். வாயில் புகையும் இரண்டு சிகரெட்டுகளும், கையில் கிளாப் போர்டும், தோளில் தொங்கும் விசிலோடும் கமல் பதவி ஏற்றார். அன்னை வேளாங்கண்ணி ஷூட்டிங் கமலின் எதிர்கால சினிமா ஆசைகள் நிவைவேற உதவியது.

ஜெமினி கணேசன் கமலைப் பார்த்து கண்ணீர் விடாத குறை. 'என்னப்பா நீ இப்படி இருக்கே. நடிக்க வேணாமா?'

'யார் சார் கூப்பிடறாங்க? நீங்க வேறே...' ஜெமினிக்குப் பதைத்தது.

'டேய் நீ எனக்கு தத்துப்பிள்ளை மாதிரிடா. நாளைக்கு 'பூவா தலையா' ஷூட்டிங் ஏவிஎம்ல. நீ அங்கே வா. கே. பாலசந்தர்கிட்டே அறிமுகம் செய்யறேன். எனக்கு வேண்டப்பட்டவர். இப்ப தொடர்ந்து அவர் என்னை வெச்சு நிறைய படமெடுக்கிறார். நிச்சயம் உனக்கும் நல்ல வழிகாட்டுவார்.'

களத்தூர் கண்ணம்மா வெற்றி ஊர்வலங்களில் கமலை ஒரு கடவுளாக எண்ணி மொய்த்த கூட்டம் இன்று கிடையாது. ரெடிமேட் புன்னகைகளுடன் நகரும் நட்சத்திரங்கள். ஜெமினி மட்டுமே அக்கறை காட்டுகிறார். மீண்டும் நடிக்கவே யோசனையாக இருந்தது. ஸ்ரீதர் போன்ற ஜாம்பவான்களே கமலைத் திருப்பி அனுப்பியிருந்தார்கள். புதுமுகங்களை வைத்துத் தொடர்ந்து படமெடுக்கும் அவரே புறக்கணித்து விட்ட பின்பு யாரிடம் போய் வாய்ப்புக்கு நிற்பது?

'தம்பி சின்னப்பையன் மாதிரி இருக்கே. ஹீரோவா வலாம் ஆக முடியாது. கொஞ்ச நாள் கழிச்சு வேணாவா. நடிக்கறத விட்டு அசிஸ்டெண்ட் டைரக்டரா சேர்ந்துக்க. ஆக்டிங் அப்புறம் பார்க்கலாம்.'

ஏவிஎம் ஸ்டுடியோ. எஸ். வரலட்சுமி, ராஜஸ்ரீ, நிர்மலா, நாகேஷ், ஜெய் சங்கர், சச்சு என்று பிரபலங்கள் பலர் ஜெமினியோடு நடிக்கிற படம். ஜெமினியைச் சந்தித்து, டைரக்டரிடம் அறிமுகம் ஆகி எப்படி மீண்டு வருவது? கமல் தயங்கினார்.

மலையாளம், தமிழ், தெலுங்கு என்று பல மொழிகளில் கமல் ரெடி ஒன் டூ த்ரி ஃபோர் சொல்ல ஆடியவர்கள், திடீரென்று அவர் செட்டுக்கள் நுழைந்தால் 'இவன் ஏன் இங்கே வரான்? இன்னிக்குப் பாட்டு ஸீன் எடுக்கப் போறாங்களா' என்று குழம்புவார்களோ. கமல் சிந்தித்த படியே பூவா தலையா செட்டுக்குள் எட்டிப் பார்த்தார். ஜெமினி இருந்தார்.

'இவன் நான் சொன்னனே கமல்னு... பிரமாதமா நடிப்பான். சைல்ட் ஆர்ட்டிஸ்டா இருக்கறச்சயே பிரசிடென்ட் அவார்ட்லாம் வாங்கிட்டான். துடிப்பான பிள்ளை. உங்க படத்திலே நடிச்சா நல்லா ஷேப் ஆயிடுவான்.'

கமல், கே. பாலசந்தரை முதன் முதலில் நேருக்கு நேர் சந்தித்தது அப்போது தான். அதற்கு முன்பு வாணி மஹாலில் மேஜர் சந்திரகாந்த் நாடகம். அக்கா நளினி தொலைவில் இருந்து காட்டியிருக்கிறார்.

நம்பிக்கை கண்களில் வழிய டைரக்டருக்கு வணக்கம் கூறினார் கமல்.

'ரொம்பவும் சின்னப்பையனா இருக்கானே. படத்துலே சின்னப் பையன் வேஷத்துலயும் போட முடியாது. ஹீரோவாகவும் போட முடியாது. அப்படி ஒரு வயசிலே இருக்கானே.'

ஸ்ரீதரைப் போலவே பாலசந்தரும் மறுக்கிறாரே. கமல், ஜெமினி இருக்கும் தைரியத்தில் வாய் திறந்தார். 'ரெண்டுக்கும் நடுவுல அடொ லஸன்ட் பையன் மாதிரி வேஷம் இருந்தா. அதுக்குச் சரியா இருப்பேனே.'

கே. பாலசந்தருக்குக் கமலின் பேச்சு கோபத்தை ஏற்படுத்தியது. முறைத் தார். அதே நேரத்தில் உண்மையான ஆர்வத்தின் வெளிப்பாடு அவரைச் சமாதானப்படுத்தியது. கமலின் தோள்களில் தட்டினார். 'பெரிய காரிய வாதியா இருப்பான்போல' என்று மனத்துக்குள் தோன்றியது. வெளியில் சிரித்தார்.

ஜெமினி மிக துணிச்சலாக டைரக்டரின் கண்ணாடியைக் கழற்றினார். கமலுக்கு மாட்டிவிட்டார். 'இப்போ, பாருங்க பெரியவனா தெரியல.' ஜெமினி நினைத்ததை முடித்துவிடும் வேகத்தில் கேட்டார்.

'அண்ணாச்சி, எனக்குக் கண்ணாடி இல்லேன்னா கண்ணு தெரியாது. முதல்ல அதை மாட்டி விடுங்க.'

●

கமல் மீண்டும் விசில் ஊதினார். இந்த முறை வந்தவர் மனோரமா.

‘என்ன தம்பி இங்கே?’ அவர் குரலில் பதற்றம். களத்தூர் கண்ணம்மா படத்தில் ஏவிஎம்மில் அவரும் முதன்முதலில் நடித்தவர். குழந்தையாகக் கமலைக் கொஞ்சி மகிழ்ந்த ஒரே காமெடி நடிகை. கமல் பிரபலமாகி பெரிய புகழை அடைய வேண்டும் என்று விரும்பியவர்களில் ஒருவர். அன்னை வேளாங்கண்ணியில் நடிக்க வந்தார். கமலுக்காக வருத்தப்பட்டுக் கொண்டார்.

•

‘ராமநாதபுரம் செல்லம் சக்தி’ - சுருக்கமாக ஆர்.சி. சக்தி. பரமக்குடிக்குப் பக்கத்தில் புழுதிக்குளம் சொந்த ஊர். கமலைவிட டஜன் வருடங்களுக்கும் மேல் மூத்தவர். கமலுக்குத் தன்னைச் சின்னப் பையனாக நடத்துகிறவர்களைக் கண்டாலே ஆகாது. எல்லாம் தெரிந்த மேதையாக மதிக்கிறவர்களிடமே நட்பு கொள்ளுவார். சக்தி, வயது வித்தியாசமின்றிப் பழகினார். தங்கப்பன் மாஸ்டர் கமலை உதவி இயக்குநராக ஆக்க சக்தி ஒரு காரணம். எல்லா சினிமாக்காரர்களையும்போல் சக்தியும் ஆரம்பத்தில் சென்னையில் பசி, பட்டினியோடு வாடினார். வில்லுப்பாட்டுக் கலைஞர் கவிஞர் சுப்பு ஆறுமுகம் அப்போது சினிமாவில் கதை வசனமும் எழுதினார். அவரிடம் உதவியாளராகச் சேர்ந்தார். ‘பொற்சிலை’ என்றொரு திரைப்படம். அதில் டான்ஸ் சொல்லித்தர தங்கப்பன் போனார். அங்கிருந்த சக்தியைத் தன்னிடம் சேர்த்துக் கொண்டார்.

‘அன்னை வேளாங்கண்ணி’ தங்கப்பன் மாஸ்டரின் பிறவிக் கனவு. ஒன் டூ த்ரி ஃபோர் சொல்லி வருகிற வருமானத்தில் படத்தை இன்ச் இன்ச்சாக எடுத்தார்.

எண்ணங்களைப் பரிமாற கமலுக்கும் சக்திக்கும் நிறைய சந்தர்ப்பங்கள் அமைந்தன. அதுவரையில் தனி ஆவர்த்தனத்தில் போய்க் கொண்டிருந்தது கமலின் வாழ்க்கை. சக்தி வந்த பிறகே கச்சேரி களை கட்டியது.

‘அண்ணே புனேல ஃபிலிம் இன்ஸ்டிட்யூட் இருக்கு. அம்மாகிட்டே பர்மிஷன் வாங்கி அதுலே சேர்ந்திடலாமான்னு பாக்குறேன். கேமரா கத்துக்கணும். பாலு மகேந்திரான்னு ஒருத்தரை நர்த்த சாலா மலையாளப் பட ஷூட்டிங்ல பார்த்தேன். புனேல கேமரா படிச்சவராம். எனக்குப் பேசக் கூச்சமா இருந்தது. நம்மளலாம் யாருனே போய் இன்ட்ரட்யூஸ் பண்ணுவாங்க?’

‘இங்க இன்ஸ்டிட்யூட் ஆளுகளை முதல்ல மதிக்கணும் கமல்.’

‘அதைச் சொல்லுங்க. அப்புறம் எப்படி அண்ணே தமிழ் சினிமா மாறும்?’

‘உன்னை மாதிரி, இப்ப சொன்னியே யாரோ பாலு மகேந்திரான்னு

அவங்களோடெல்லாம் கூட்டு சேரணும் கமல். நம்ம ஊர்ல என்ன கதை பண்றோம். திரும்பத் திரும்ப அப்பா புள்ளை சண்டை, திருடன் போலீஸ், ரெண்டு பொண்டாட்டிக்காரன், அண்ணன்-தங்கச்சி பாசம் இதைத் தாண்டி யோசிக்க மாட்டேங்கிறோமே.'

'எலந்தபழம் பாட்டே போதும்னு நெனைக் கறோம் அதை மாத்தணும். படம்னு பெரிசா எடுத்து, பதினேழு ரீல்ல அழுது வடிய வேணாம். ஷார்ட் ஃபிலிம் பண்ணணும். முதல்ல கும்மிடிபூண்டியைத் தாண்டி உலக சினிமாவைப் பார்க்கணும்'

பேசிப் பேசி குரல் கம்மி விடும் கமலுக்கு. நிறுத்தவே தோன்றாது.

'வா கமல். பிரேக் விட்டுட்டாங்க. மதியம் மேலதான் ஜெயலலிதா வருவாங்க. முதல்ல சாப்பிட்டுட்டு வந்துருவோம். நீ பசி தாங்க மாட்டே.'

சக்தி, கமலோடு கை கழுவச் சென்றார். கோவளம் கடற்கரை. ஒரு வாரம்போல அன்னை வேளாங்கண்ணி ஷூட்டிங் அங்குதான் நடந்து கொண்டிருந்தது. 'நீலக்கடலின் ஓரத்தில்' பாட்டு ஸீன் எடுத்துக் கொண் டிருந்தார்கள். மதியம் பன்னிரண்டு மணிக்கு படப்பிடிப்பை நிறுத்தி விட்டனர். 'டாப் லைட்'டில் கலர் படம் எடுக்க முடியாது. ஏகப்பட்ட நட்சத்திரங்கள் நடிக்க வந்திருந்தார்கள். எல்லோருமே கோவளத்தில் தங்கியிருந்தார்கள்.

கமலுக்கு துறு துறுவென்று எதையாவது செய்ய வேண்டும். நீந்தத் தோன்றியது.

'சக்தி அண்ணே வர்றீங்களா பீச்சுல போய்க் குளிச்சிட்டு வருவோம். எப்படியும் சாப்பாடு வர ஒன் அவராவது ஆவும்.'

கடல், கமலை ஜில்லென்று உள் இழுத்தது. உச்சி நேரம் போக வேண்டாம் என்று தடுத்தும் கேளாமல் கமல் குதித்தார். சக்தியும் பின் தொடர்ந்து நீந்தினார். கரையிலிருந்து வெகு தூரம் சென்று விட்டார்கள். கரையே கண்ணுக்குத் தெரியாது போனது. பசி வேளை. நீந்திய சோர்வு. வேகமாகத் திரும்ப முடியவில்லை. மூழ்கிவிட்டார்கள்.

கமலா? கடலா? யார் ஜெயிக்கப் போகிறார்கள்? சக்தி முடிவு செய்து விட்டார். அகால மரணம் என்று. யாரெல்லாம் தன் சாவுக்கு அழக் கூடும் என்கிற கற்பனையில் மிதந்தார். கமலுக்கு இடுப்புத் துண்டும் பறிபோனது. சமுத்திரம் விஸ்வரூபம் எடுத்திருந்தது. அலைகள் இரு இளைஞர்களையும் மாறி மாறித் தழுவியது. தனது டர்க்கி டவலை கமலிடம் கொடுத்துப் பிடித்துக் கொண்டே வரும்படி சக்தி சொன்னார்.

வாய் நிறைய தண்ணீர் புகுந்து ப்ளக் ப்ளக் சத்தம். மூழ்கி மூழ்கி எழுந் தார்கள். கால்களில் தரை தட்டாதா என்று தவித்தனர். ஒரு மினி சுனாமி அலை எப்படியோ அவர்களைப் புரட்டிக் கரையில் தள்ளிற்று.

உயிர் இருந்தது. 'என்ட மோனே புனர் ஜென்மம் தன்னே.' கமலை தழுவிக் கொண்டார்.

'ஏன்யா சக்தி, அவனைப் பத்தி தெரியுமில்ல. நீயாவது புத்தி சொல்லி இருக்கக்கூடாது. உசுர் போயிருந்தா அவங்க வீட்டுக்கு யாரால பதில் சொல்ல முடியும்?' - தங்கப்பன் கோபத்தில் வெடித்தார்.

'அவரை ஒண்ணும் சொல்லாதீங்க மாஸ்டர். சக்தி அண்ணன் இல் லேன்னா நான் செத்திருப்பேன். தன் டவலைக் கொடுத்து என் உயிரைக் காப்பாத்தினாரு.'

'சரி, போய் சாப்பிடுங்க. என்னா வேலை பண்ணிட்டிங்க. யூனிட்டே ஸ்தம்பிச்சுப் போச்சு. பப்பிம்மா (பத்மினி) அடுத்து டோஸ் விட ரெடியா இருக்காங்க. அவங்க ஹேர் டிரஸ்ஸர் தடுத்தும் கேக்காம கடல்ல குதிச்சிருக்கிங்க.'

சக்திக்கு என்னவோ போலாகிவிட்டது. இனி ஆளுக்கு ஆள் கேள்வி கேட்பார்கள். கமல் சமாதானம் செய்தார். 'அட விடுங்க அண்ணே! வாங்க ஜாலியா ஒரு ஞாபகார்த்த போட்டோ எடுத்துக்கலாம். அதான் பொழைச்சிட்டோம் இல்ல. இருங்க, நம்ம ஸ்டில்ஸ் சலபதிராவைக் கூப்பிடறேன்.' ராவ் 'க்ளிக்'கினார்.

•

புகழேணியின் உச்சியில் இருந்தார் நடிகை தேவிகா. பீம்சிங்கின் நாலா வது உதவியாளரைத் திடுதிப்பென்று கல்யாணம் செய்து கொண்டார். அவர் கணவர் பெயர் தேவதாஸ். 'அசோக்குமார்' என்ற படத்தின் தயாரிப்பாளர் மகன்.

'வெகுளிப் பெண்' படத்தை முதன் முதலில் டைரக்ட் செய்து வந்தார். ஜெமினி கணேசன் தேவிகா முத்துராமன், நிர்மலா, பாலாஜி, நாகேஷ் என்று மெகாஸ்டார் மூவி. கதை கலைஞானம்.

'எங்கெல்லாம் வளையோசை கேட்கின்றதோ' - அடையாரில் ஒரு பங்களாவில் எடுத்துக் கொண்டிருந்தார்கள். அந்தி சாயும் நேரம். நடனம் சொல்லித்தர வந்து கொண்டிருந்தார் கமல்.

'தங்கச் சிலையாட்டமா ஒரு புதுப்பையன் வரானே. மாஸ்டர் வரலியா?' - கலைஞானம் தேவதாஸின் காதுகளைக் கடித்தார்.

‘அவரு யாருன்னு நெனச்சிங்க? பழைய சைல்ட் ஆர்ட்டிஸ்ட்’ - தேவ தாஸ் விளக்கினார்.

‘அந்தப் பையனா இது!’ - கண்களைத் திரும்பப்பெற முடியவில்லை கலைஞானத்துக்கு. ‘மீசை மொளச்சா இன்னும் ஜம்முன்னு இருப்பார் போல!’

பாடல் காட்சியில் நடிக்க வேண்டியவர் முத்துராமன் என்பதால் கமலுக்கு வேலை அதிகமில்லை. ஷூட்டிங் நீண்டது. கலைஞானம் ‘டிபன்’ பிரேக்கில் கமல் அருகே சென்றார். கமலைக் கடுப்பேற்றும் புராதன கேள்வியையே அவரும் கேட்டார்.

‘ரொம்ப நல்லா மூவ்மெண்ட் சொல்லித் தந்தீங்க. நீங்க ஏன் நடிக்கக் கூடாது?’ கமல் புன்னகை புரிந்தார். கலைஞானம் தன்னை அறிமுகப் படுத்திக் கொண்டார்.

‘நடிக்கறதுலே எனக்கு இஷ்டம் இல்லே’ - கையைக் கட்டிக்கொண்டு பவ்யமாக பதில் சொன்னார் கமல்.

கலைஞானம் அப்போது கே.எஸ். கோபாலகிருஷ்ணனின் ‘குறத்தி மகன்’ கதாசிரியர். அதில் ஜெமினி கணே சனின் மகனாக நடிக்க புதுமுகம் தேடினார்கள். கலைஞானம் கே.எஸ்.ஜி.யிடம் கமல் பற்றி சொன்னார்.

‘கேரக்டருக்கு ஒத்து வந்தால் புக் பண்ணிடலாம்’ - கே.எஸ்.ஜி. கதவு திறந்தார்.

ஐந்து ரூபாய் டாக்சி வாடகை கொடுத்து கற்பகம் ஸ்டூடியோவிலிருந்து கமல் வீட்டுக்குப் பறந்தார் கலை ஞானம். கமல் திகைத்து நின்றார்.

‘எனக்கு இஷ்டம் இல்லேன்னு சொல்லிட்டேனே.’

‘நான் கே.எஸ்.ஜி.கிட்ட உங்களைக் கையோட அழைச்சிக்கிட்டு வரேன்னு... டாக்சி காத்திருக்கு’ - கமலுக்கு தர்மசங்கடம். வண்டியில் ஏறினார்.

கற்பகம் ஸ்டூடியோ. விநியோகஸ்தர்கள் வானளவு கொண்டாடிய டைரக் டர்களில் கே.எஸ்.ஜி. மிக முக்கியமானவர். அவரது படங்களை ‘இன்னுமா ஓட்டறீங்க’ என்று கே.எஸ்.ஜி.யே கேட்கும் அளவு ஓட்டி வசூல் செய்தார்கள். அவரது ‘பணமா பாசமா’ சட்டென்று ‘பூவா தலையா’ ஆனது அரங்கண்ணல் தயாரிப்பில்.

கமலின் தோற்றம் கே.எஸ்.ஜிக்குப் பிடித்துவிட்டது. அடுத்து டயலாக் பேப்பரை நீட்டினார். கமல் பேச ஆரம்பித்தார். ‘கீச் கீச்’சென்று குரல் ஒலித்தது.

‘தம்பியை ரூம்ல உட்கார வை. இன்னொரு பையனை வரச்சொல்லி இருக்கேன். அவனையும் டெஸ்ட் பண்ணிவோம்.’

அடுத்து வந்தவர் மாஸ்டர் ஸ்ரீதர். கணீர் கணீரென்று கோயில் மணியோசையாக கம்பீரமாக டயலாக் சொன்னார். கே.எஸ்.ஜி அவரை குறத்தி மகனில் ஹீரோவாகப் போட்டார். கமலை ஸ்ரீதரின் கூடவே காட்சிகளில் தோன்றச் செய்தார். டயலாக் அதிகம் கிடையாது. அந்தப் படம் நூறு நாள்கள் ஓடியது.*

தேவர் ‘கெட்டிக்காரன்’ படத்தில் கமலை ஹீரோவாக நடிக்க வைக்க விரும்பினார். கௌபாய் வேடம். குதிரைகளில் ஏறி சாகசம் செய்ய வேண்டும். யூனிட் ஆள்கள் ரிஸ்க் எடுக்க முடியாது என்றார்கள். வழக்கம்போல் ஜெய்சங்கரிடம் போனார்கள். கமலுக்கு ஏமாற்றங்கள் வழிநெடுகிலும்.

---

★ கமல் 1981-ல் சென்சுரி அடித்தார். அவரது நூறு படப் பட்டியலில் குறத்தி மகனைக் காணோம். அதில் அவருக்கு அத்தனை பாகற்காய் அனுபவங்கள்.

## 6. ஆறு ரூபாய் அட்வான்ஸ்!

அன்னை வேளாங்கண்ணி படம் முடிந்துவிட்டது. தங்கப்பன் வேறு படங்களின் டைரக்ஷனில் ஈடு பட்டார். சக்தியும் கமலும் கோஸ்ட் ரைட்டிங் செய்யத் தொடங்கினர். எழுதி, வருவதை ஆளுக்குப் பாதி பங்கிட்டுக் கொள்வார்கள். கமலுக்கு நடனம் சொல் லித்தரும் வாய்ப்புகள் குறைந்து வந்தன. மாஸ்டர் மலையாளத்திலும் மற்ற மொழிகளிலும் பிஸி.

கமலும் சக்தியும் புதிய பட கம்பெனியில் சேர்ந்தார்கள். 'மாட்டுக்கார வேலன்' ஓஹோ என்று ஓடியது. 'எங்க மாமா'வை எடுத்து விட்டார்கள். 'ஜெமினி'யின் 'விளையாட்டு பிள்ளை' விளம்பரங்கள் நகர் முழுவ தும். மவுண்ட் ரோட்டில் 'தேவி' தியேட்டர் திறப்பு விழாவுக்காகக் காத்திருந்தது. புதிய முதலாளி கல்யாண சுந்தரம் கமலுக்கும் சக்திக்கும் இனிப்பான செய்தி சொன்னார்.

'நம்ம பட பூஜையில் ஜெயலலிதா கேமரா ஸ்விட்ச் ஆன் பண்றாங்க.'

'அவங்களா' வாயைப் பிளந்தார்கள் கமலும் சக்தியும். 1970-ல் ஜெயலலிதா நம்பர் ஒன் நாயகி. இளைஞர் களின் கனவுக்கன்னி. ஜெயலலிதா தொடக்க விழாவுக்கு வர ஒப்புக் கொண்டிருக்கிறார். நிச்சயம் தயாரிப்பு தரமானதாகவே இருக்கும் என்கிற நம்பிக்கை வந்தது.

பட அதிபர் அவசியம் பூஜை அன்று உதவியாளர் களுக்கு அட்வான்ஸ் கொடுப்பார். ஜெயலலிதா கலந்து கொள்கிற பூஜையில் கிளாப் அடிக்கப் போவது நாம்தான் என்கிற எண்ணமே கமலுக்கு கிளுகிளுப்பூட்டியது.

கல்யாண சுந்தரம் சொன்ன தேதியில் ஒரு காக்கை கூட வரவில்லை. தயாரிப்பாளரே தலைமறைவாகி

விட்டார் என்றார்கள். 'விடக்கூடாது அண்ணே. நம்ப வெச்சு கழுத்தறுத்துட்டாரு' கமல் ஆவேசமாக சக்தியோடு முதலாளியைத் தேடி அலைந்தார்.

கல்யாண சுந்தரம் லிபர்டி தியேட்டரின் எதிரே இருந்த ஹோட்டலில் அகப்பட்டார். ஆசைப்பட்ட அளவு தொகை சேரவில்லை என்று அழுதார். சினிமா எடுப்பதாக சொந்த ஊரில் தண்டோரா போட்டு விட்டு சென்னைக்கு ரயில் ஏறியவர். திரும்பிப் போனால் அவமானம். தண்டவாளத்தில் தலையைக் கொடுக்கத் தயாராக இருந்தார்.

'கோடம்பாக்கம் ரயில்வே ஸ்டேஷன் பக்கத்துலயே, செத்துப் போகத் தான் ரூம் போட்டீங்களா. உங்க உயிரைவிட ப்ரொடக்ஷன் பெரிசு கிடையாது. தைரியமா இருங்க. புது பைனான்சியர் யாராவது வராங்களான்னு பாப்போம். நாங்க பார்த்துக்கிறோம். நீங்க பணம் மட்டும் போட்டா போதும்.'

கல்யாண சுந்தரத்துக்குத் தெம்பு வந்தது. கோடம்பாக்கம் மேம்பாலம் புதுப் பொலிவோடு நீண்டு கிடந்தது. 'இங்கே பிரிட்ஜ் கட்டினது எவ்வளவு நல்லதாப் போச்சு. முக்கியமா நம்மா மாதிரி சினிமாகாரங்க நேரத்துக்கு ஸ்டூடியோ போய்ச் சேரலாம்.'

அதற்குப் பிறகு சக்தியும் கமலும் மவுனமாக நடந்தார்கள். பாலம் முடிந்து விட்டது. 'உணர்ச்சிகள்' கதை உருவானது.

வீரபாண்டிய கட்டபொம்மன் படத்தில் ஊமைத்துரையின் மகளாகத் தோன்றியவர் சிறுமி எல். காஞ்சனா. குமரியாகி நாடகங்களிலும் சினிமாவிலும் கிடைத்த வாய்ப்புகளில் வந்து போனார். கமலுக்கு அறிமுகமான சக நடிகை. உணர்ச்சிகளில் அவரை ஹீரோயின் ஆக்கினார் கமல். டைரக்டரும் ஹீரோவும் சரியாக அமையவில்லை. எல்லோரும் இமேஜ் வலையில் சிக்கிய நடிகர்களாக இருந்தனர். அவர்களின் சம்பளமும் பட்ஜெட் படத்துக்குக் கட்டுபடியாகும் என்று படவில்லை சக்திக்கு.

'நம்ம கமல் ஹீரோவா நடிக்கட்டும் சார்.'

'அப்ப டைரக்ட் செய்யறது யாரு?'

'சக்தி அண்ணனே பண்ணட்டும்.'

கமலும் சக்தியும் போட்டிப் போட்டுக் கொண்டு ஒருவரை ஒருவர் தாங்கிப் பிடித்தார்கள். கல்யாண சுந்தரத்துக்கு சம்மதிப்பதைத் தவிர வேறு வழி கிடையாது. ஒப்புக் கொண்டார். கமலுக்கு ஆறு ரூபாய் அட்வான்ஸ் - அறுநூறு காசு. எல். காஞ்சனாவுக்குப் பதினோரு ரூபாய். புதிய இசை அமைப்பாளர் ஷியாமுக்குப் பதினோரு ரூபாய். முன்பணம்

மொத்த பணம் எல்லாமே அவ்வளவுதான், சினிமா உலகில் உணர்ச்சிகள் யூனிட்டை 'கிறுக்கன்கள்' என்று கேலி பேசினர்.

கமல் யாருக்கும் மேக் அப் வேண்டாம் என்றார். ஸ்டுடியோ வாடகை தர முடியாத நிலை. கமல வீட்டிலேயே 'உணர்ச்சிகள்' ஷூட்டிங் நடத்த முடிவானது.

அப்பா 'என்னடா குடும்பம் நடத்துற இடத்துல ஷூட்டிங் ஏற்பாடு பண்ணிட்டியே?' என்றார்.

'உணர்ச்சிகள்' படத்தின் முதல் காட்சி. எல். காஞ்சனா அப்பாவியான கமலை மயக்கி உறவுக்கு அழைப்பதாக இருந்தது. கமல் எந்த அறையில் முன்னனி நடிகனாக வேண்டும் என்று கண்ணாடியைக் கதற அடித் தாரோ அதே இடத்தில் சினிமா வெளிச்சம் பரவியது. ஆனந்த பிள்ளை, (விஜயபுரி வீரன் பட ஒளிப்பதிவாளர்) லூகாஸ் இருவரும் படம் பிடித்தனர். கமலின் தாயார் ராஜலட்சுமி காமெராவை முடுக்கினார். பிரியமுள்ள மகனை முதன்முதலில் சினிமா ஹீரோவாகப் பார்த்து ஜென்ம சாபல்யம் அடைந்தார்.

கல்யாண சுந்தரம் கொண்டு வந்த பணம் தீர்ந்துவிட்டது. உணர்ச்சிகள் படம் பாதியில் நின்றது. நடன உதவியாளர், அஸிஸ்டென்ட் டைரக்டர் வேலைகளோடு மணி புரோக்கர்கள் பின்னாலும் அலைந்தார் கமல். மீண்டும் யாராவது பணம் கொடுத்தாலே 'உணர்ச்சிகள்' முடிவடையும் - என்கிற நிலைமை.

1971 ஆகஸ்டு 15 அன்னை வேளாங்கண்ணி ரிலீஸானது. சினிமா டைட்டிலில் பல ஆண்டுகளுக்குப் பின்னர் கமலின் பெயர் டெக்னீஷியன்கள் பட்டியலில் ஓடிற்று.

திறமையும் ஆற்றலும் இயல்பாகிவிட்ட இளைஞர்கள் ஏ.வி. மெய்யப்பனால் எப்போதும் ஆதரிக்கப்பட்டனர். அவர்களில் வி.சி. குகநாதன் மிக முக்கியமானவர். செட்டியாரின் செல்லப்பிள்ளை எனலாம். அவர் படம் தொடங்கினார். ஏ.வி.எம். தன் பேனரையே கொடுத்து அவரைக் கைதூக்கி விட்டார். 'ஏ.வி.எம். - சித்ரமாலா' கம்பைன்ஸ் 'சுடரும் சூறாவளியும்' தயாராகியது. ஜெமினி கணேசன், முத்துராமன், ஜெயா, நிர்மலா ஆகியோரோடு சந்திர மோகன் என்கிற புதுமுகம் அறிமுகமானார். டைரக்ஷன் புட்டண்ணா கனகல். கன்னட சினிமாவின் புதுமை இயக்குநர். சந்திரமோகனுக்கு டப்பிங் தேவைப்பட்டது. உதவி டைரக்டர் லட்சுமி நாராயணன் கமலிடம் வந்தார்.

'அவருக்கு யார் வாய்சும் சரியா ஒத்துவரல. நீ பேசு. படம் ஆகஸ்டு ரிலீஸ்னு நாள் குறிச்சாச்சு. ஆயிரம் ரூபா கிடைக்கும்'.

கமல் 'சுடரும் சூறாவளியும்' படத்தில் நடனம் சொல்லித் தரப் போயிருந்தார்.

'களத்தூர் கண்ணாம்மா'வில் தொடங்கிய பந்தம் பெரியவரின் வார்த்தையை மீற முடியவில்லை. ஒரு படத்தில் தோற்றம் மட்டுமே தெரியும். இதில் குரல் மாத்திரமே கேட்கும். ச்சீ என்னடா பொழைப்பு இது என்றெல்லாம் மனதுக்குள் அலுப்பு தட்டியது. ஆனாலும் அவை எல்லாமே சினிமாவுக்கான பயிற்சி என்பதால் ஒப்புக் கொண்டார்.

அன்னை வேளாங்கண்ணிக்கு மூன்று நாள் முன்னதாக சுடரும் சூறாவளியும் வெளியானது. கமலின் டப்பிங் குரல் படம் ரிலீஸான தியேட்டர்களில் கேட்டது. ஆயிரம் ரூபாய்க்குப் பதிலாக ஐநூறு கொடுத்து கணக்கு தீர்த்தார்கள். கமலுக்கு ஏமாற்றம். அன்றைய தேதியில் ஐநூறு ரூபாய்க்கு இரண்டு பவுன் கிடைக்கும். அம்மாவுக்கு வளையல் வாங்கத் தீர்மானித்தார்.

'ஏன்டா நான் தொட்டதுதான் விளங்கலையேயோ' அம்மா மனசு ஒடிகிற போதெல்லாம் கமலிடம் வேதனையாகக் கேட்பார். அவருக்கு ஒருநாள்போல் மறுதினம் உடம்பு இராது. இதய நோயாளி. மகனுக்கு எந்த வாசலும் திறக்காத வருத்தம்.

'நீயும் கிடைச்சது ஒண்ணுவிடாம எல்லாத்துலயும் முட்டி மோதற. சாரு அண்ணாவும் ஜெமினியைப் பார்க்கற போதெல்லாம் உனக்காக வெக்கத்த விட்டே கேக்கறான். மறுபடியும் பாலசந்தரைப் போய்ப் பாரேன். ஏதாவது நல்லது நடக்கும்.

கமல் புன்முறுவல் பூத்தார். சினிமாவில் ஒரு சங்கடம் உண்டு. தொடர்ந்து ஒருவர் ஓஹோ என்று இருந்தாலும் அவரை நேரில் பார்ப்பது கஷ்டம். அடிமேல் அடி என்றாலும் அகப்பட மாட்டார்கள். பாலசந்தருக்கு அது சறுக்கலான நேரம். அவரது லட்சியப்படைப்பான 'புன்னகை'யைப் பார்க்க மக்கள் கூடவில்லை. இதில் ஒரு புது முகம் எப்படி அவரை வற்புறுத்தி வாய்ப்புப் பெற முடியும். அம்மாவுக்கு உலகம் தெரியாது.

1972 பொங்கலுக்கு கே. பாலசந்தரின் 'கண்ணா நலமா' வெளியாகி படுதோல்வி அடைந்தது. மார்ச் 12-ம் தேதி கே. பாலசந்தர் கடும் மாரடைப்பு காரணமாக மருத்துவமனையில் அனுமதிக்கப்பட்டார். 'உயிர் பிழைக்கிறதே கஷ்டம்னு பேசிக்கிறாங்க அண்ணே!'

•

சக்தியும் கமலும் பைனான்சியர்களைத் தேடிச் சுற்றினார்கள். சதா சர்வ காலமும் இணைபிரியாமல் வலம் வந்தனர். ஞானஒளி, நல்ல நேரம்

இரண்டு பட போஸ்டர்களும் தவறாமல் சாணி அடித்துக் காணப் பட்டது.

'அண்ணே கராத்தே சொல்லித் தர மாஸ்டர் யாராவது தெரியுமா உங்களுக்கு?'

'கராத்தே'வா அது எதுக்கு கமல் உனக்கு?'

'என் கையிலே ஒண்ணும் கிடையாது. எம்ப்டி பாக்கெட்டுன்னு எனக்குத் தெரியும். எதிராளிக்குத் தெரியாதே. அகால நேரத்துல வீடு திரும்பறோம். சில நேரம் நம்ம படத்துக்கான பணம், கேஷா கூட கிடைக்கலாம். தற்காப்புக் கலைதானே! கத்துண்டா தப்பில்லயே'.

'வேறென்னலாம் தெரிஞ்சுக்க ஆசைப்படறே. நான் தனித்தனியா வாத்தியாரைத் தேடி அலைய வேணாம். ஆளுங்க மாட்டும்போது உன்னை அவங்க முன்னால நிறுத்திடறேன்'

'சக்தி அண்ணே... வேணாம். கிண்டல் பண்ணாதீங்க. நீங்க பார்த் துண்டே இருங்க. சினிமா அகராதியில எம் பேரை எந்த மூலையிலாவது பளிச்சுன்னு போடற மாதிரி பண்ணிடுவேன்.' கமல் குரலில் ரோஷம் மேலோங்கி இருந்தது.

'என்னடா டென்ஷன் ஆயிட்டே, அன்னிக்கு பிரெஞ்சு டீச்சர் யாராவது தெரியுமான்னு கேட்டே. அதனால சொன்னேன்.'

'பிரெஞ்சு படிக்கறது மட்டுமில்ல. பிரெஞ்சுல பெரிய சினிமா டைரக்டர் கிட்ட ஆறு மாசம் ஒரு வருஷம்னு டிரெயினிங் போகணும்.'

தேடிச்சென்ற பைனான்சியர் அலுவலகத்தில் பெரிய பூட்டு தொங்கிக் கொண்டிருந்தது.

## 7. எட்டரை மணி முத்தங்கள்!

பிழைத்தது மறுபிறவி என்றார்கள். கே. பாலசந்தர் பூரண குணமானார். இந்திய சுதந்தர வெள்ளி விழா. 1972 ஆகஸ்டில் 'வெள்ளி விழா' படத்தைத் திரையிட்டார். தரமான இயக்கமென்று பத்திரிகைகள் உரத்துச் சொல்லின.

கலாகேந்திராவில் அடுத்த படத்தை ஆரம்பித்தார்கள். அரங்கேற்றம். 'ஜெமினி அண்ணாச்சி ஒரு பையனைப் பத்தி அடிக்கடி சொல்லிட்டிருப்பார். களத்தூர் கண்ணம்மால நடிச்சவன். டேன்ஸ் தெரிஞ்சவன்னு. அவனை 'லலிதாவுக்கு' தம்பி வேஷத்துலப் போடலாம். பொருத்தமா இருக்கும். சிவகுமார் கால்ஷீட் வாங்கியாச்சா. அவர் மட்டும்தான் டேட்ஸை மாத்தாத ஒரே ஆள்.'

கே. பாலசந்தரின் குரல் உத்தரவுகளாக வெளிவந்தது. கமலுக்குத் தகவல் போனது.

'அம்மா கலாகேந்திராலருந்து டைரக்டர் சொல்லி அனுப்பிச்சி இருக்கார்.'

கமல் வார்த்தைகளில் பரவசம். பிரான்ஸ் போய் டைரக்ஷன் தெரிந்து கொள்வதற்கு முன்பு கே.பி.யிடம் அரிச்சுவடியிலிருந்து படிக்கலாம்.

'பெருமாளே! குழந்தைக்கு இனியாவது நல்ல காலம் பொறக்க அனுக்ரஹம் பண்ணு!'

•

கால்கள் அனிச்சையாக சைக்கிள் பெடல்களை மிதித்துக் கொண்டிருந்தன. உள்ளுக்குள் சிவாஜியை இயக்குவதாக நீண்ட நாள் கனவு ஓடிக் கொண்டிருந்தது, சைக்கிளைவிட வேகமாக. சிக்னலில் பிரேக் போட்டு நின்றார் கமல். கழுத்தில் வியர்வை கசகசத்தது. பெரிய

டைரக்டரைப் பார்க்கப் போகிறோம் என்கிற படபடப்பு. ஆர்வம். இரண்டு மிதிகளில் கலாகேந்திரா வந்துவிட்டது.

'தியாகுன்னு ஒரு கேரக்டர். படத்துல ஹீரோனுக்கு தம்பி ரோல். உனக்கு கரெக்டா வரும். என்ன சரியா. கதைப்படி நீதான் ஹீரோ!' கே. பாலசந்தர் சொல்ல கமலின் இயக்குநர் கனவுகள் சற்றே பின்வாங்கின.

'சார் உங்கள்ட்ட அசிஸ்டென்டா சேரக் கூப்பிடறீங்கன்னு வந்தேன்.'

'நாங்க ஒரு நடிகனுக்காக ஆள் தேடறோம். ஜெமினி நீ நடிக்கறதுக் காகத்தானே அப்படி சிபாரிசு பண்ணார்.'

கமலின் முகம் தொங்கிவிட்டது. வெளியே எட்டிப் பார்த்தார். விதவித மான இளைஞர்கள் மர நிழல்களில். கைகளில் போட்டோ ஆல்பங் களோடு. கமல் 'நடிக்கறேன் சார்!'

ஜெமினி கணேசன், ஜெயந்தி, சவுகார் ஜானகி, மேஜர் சுந்தர்ராஜன், நாகேஷ், ராஜஸ்ரீ என்கிற வழக்கமான கலைஞர்கள் உடன் இல்லாமல் டைரக்டர் புதிதாகவே உணர்ந்தார். ஒளிப்பதிவாளர் பி.எஸ். லோக நாதனும் முதன் முதலில் கே.பி. யூனிட்டில் சேர்ந்திருந்த நேரம். கே. பாலசந்தர் ஹெட் மாஸ்டர். எஸ்.வி. சுப்பையா, எம்.என். ராஜம், சுந்தரி பாய் அனுபவ ஆசிரியர்கள். கமல் உள்பட 'அச்சச்சோ' சித்ரா வரை நியூ ஸ்டூடன்ஸ். அரங்கேற்றம் ஷூட்டிங்கா, ஆரம்பப்பள்ளியா என்று பிரித்துப் பார்க்க முடியவில்லை.

'டேய் இப்ப நீ ஒழுங்கா சொல்லு. தமிழ் உச்சரிப்பே உனக்குத் தெளிவாவல்லியே...'

'அது இல்ல, இது இல்ல. உலை இன்னும் எடுக்கல. சமையலும் அமையல. நிலை இன்னும் புரியல. இதை முதல்ல பிரமிளா வந்து உகிட்டே சொல்லுவா. நீ மத்த பசங்களுக்கு ரிபீட் பண்ணணும். எல்லோரும் தட்டைத் தூக்கிண்டு எழுந்து போகணும். ஒருத்தன் மட்டும் பசிக்கிறதுன்னு அழுவான். புரிஞ்சுதா. படத்துல ரொம்ப முக்கியமான ஸீன். கதையோட டர்னிங் பாயிண்டுக்கு இதுதான் வீடு. சரியா செய்ய லேன்னா என்னோட ரியாக்ஷன் எப்படியிருக்கும்னு எனக்கே தெரியாது.'

டைரக்டர் அடுத்து பிரமிளாவிடம் காட்சியை விளக்கச் சென்றார்.

கே.பி.யும் சினிமாவை டாக்கி என்றே புரிந்து செயல்பட்ட காலம். மகேந்திரன் வந்த பிறகே மூவியானது தமிழ் சினிமா. அதுவரை அதிக மான வசனங்கள் காதுகளை அறுத்தன. 'பெரிய கண்டத்திலே இருந்து மீண்டு வந்திருக்கார். என்ன கதைன்னு முழுசா தெரிஞ்சுக்க முடியல. படம் ரிலீஸானா பெரிசா ஏதோ பரபரப்பு வரப்போறதுன்னு படறது மனசுல. சிரமத்தைப் பார்க்காம ட்ரை பண்ணி ஆக்ட் பண்ணு.

டி.கே.எஸ்.ல நடிச்சுட்டு இந்த சின்ன டயலாக் கூட பேசலேன்னா எப்படி?' சுந்தரிபாய் காதில் கிசுகிசுத்தார். சுற்றிலும் பிரமிளா, ஜெயசித்ரா, ஜெயசுதா, சித்ரா என்று வெவ்வவே காட்டும் இளம் நடிகைகள்.

கமல் வசனம் சொல்லிப் பார்த்தபடி நடந்தார். புதிதாக ஒரு குரல் யூனிட்டையே அதிர வைத்தது. எல்லோரும் இரவு டிபனுக்காகக் காத்திருந்த நேரம். 'நியூஸ் தெரியுமா எம்.ஜி.ஆரை டி.எம்.கே.ல இருந்து விலக்கிட்டாங்களாம். ஒரே ஜனக்கூட்டம். புரொடக்ஷன் கார் மெயின் ரோட்ல போக முடியல. ஓட்டலல்லாம் மூடிட்டாங்க. 'மாலை முரசு' ஆறாவது எடிஷனும் வித்துத் தீர்ந்துடுச்சு'

'கணேசா ஓடிப் போய் ஈவ்னிங் பேப்பர் எது இருந்தாலும் வாங்கிண்டு வா.'

•

1973 பிப்ரவரி 9 ம் தேதி 'அரங்கேற்றம்' ரிலீஸானது. அன்றைய மதியமே இடைவேளையில் கிருஷ்ணவேணி தியேட்டரில் ஆளுக்கு ஆள் எகிறிக் குதித்தார்கள்.

'என்ன நெனச்சுண்டு இந்தப் படத்தை எடுத்திருக்கார் பாலசந்தர். பிராமணப் பொண்ணு வேசியாப் போறதா காமிச்சிருக்காராமே.'

'படத்தை முழுசாப் பார்த்துட்டு உங்க ஒபினியனை சொல்லுங்கோ மாமா.'

'பாலசந்தர் அய்யர். நன்னிலம் அக்ரஹாரம். அவரே நம்மளவாள அசிங்கப்படுத்துவாரா?'

'படத்தை எப்படிங்காணம் உட்கார்ந்து பாக்கறது. பிரமிளா முதுகுல நோட்டுக் கட்டால மூடி, ஊரு பூரா போஸ்டர் ஒட்டியிருக்காளே... அதுக்கு என்ன அர்த்தம்னு, நாலாவது படிக்கிற எம்புள்ளையாண்டான் கேக்கறான். பதில் சொல்லுமே!'

•

இளரத்தம் கொதித்தது. சினிமாவில் பண விஷயத்தில் ஏமாற்று வதைப்போல் மற்ற வணிகங்களில் செய்ய மாட்டார்கள். காரணம் படத் தயாரிப்பைத் தொழிலாக அரசாங்கம் அங்கீகரிக்கவில்லை.

கலாகேந்திரா படிகளில் கோபமாக ஏறினார் கமல். டைரக்டரிடம் பதற்றமாக முறையிட்டார். 'இருபத்தியஞ்சு நாள் இந்தப் படத்துக்காக நடிச்சு இருக்கேன். ஐநூறு ரூபாய்க்கு ஒரு செக் கொடுத்திருக்காங்க. இது வேண்டாம் எனக்கு. புரொடியூசர்கிட்டேயே திருப்பிக் கொடுத்துடப் போறேன்.'

கே.பி. கமலின் கோபத்தை ரசித்தார். அவருக்குத் தெரியும். இரண்டு நாள் டேன்ஸ்க்குப் போனால் கூட கமலால் அதை விட அதிகம் சம்பாதித்துவிட முடியும். முதன் முதலில் நடிக்கிற படத்தில், தயாரிப்பாளர் வழங்கிய காசோலையை மறுத்தால் அந்த நடிகன் 'அதோ கதி' ஆவான். பணமே கொடுக்காமல் ஓசியிலேயே நடிப்பவர்களையே புதுமுகங்களாகப் போடுவார்கள்.

கலாகேந்திராவுக்கென்று கண்ணியம் இருந்தது. தொடர்ந்து அவர்கள் கமலுக்கு வாய்ப்பு தரலாம் என்று எண்ணினார்கள். கமலின் தோள்களில் கையைப் போட்டு தள்ளிக் கொண்டு நடந்தார் கே.பி.

'பேசாம குடுத்ததை வாங்கிக்கடா. பெரிசு பண்ணாதே. இந்த ஐநூறு ரூபா உனக்கு ஒரு ஆரம்பம் அவ்வளவுதான். பெரிய எதிர்காலம் உனக்காகக் காத்துக்கிட்டிருக்கு.'

டைரக்டர் சமாதானமாகச் சொல்லியும் கமலுக்கு ஆதங்கம் சற்றும் குறையவே இல்லை. பாலசந்தர் வேறு வேலைக்குத் தாவினார்.

'அப்ப கிளம்பறேன் சார்.'

'அடிக்கடி வந்து போயிண்டிரு. காபி சாப்ட்டுப் போ.'

கமல் முகத்தில் லேசாக புன்னகை.

குமுதம் 'தொடரும்' போட்டு அரங்கேற்றத்துக்கு விமரிசனம் எழுதியது. 'இங்கே கண்ணீர் அரங்கேறுகிறது, கலை அரங்கேறுகிறது, கவிதை அரங்கேறுகிறது, கவர்ச்சியல்ல!' - துக்ளக், பட விளம்பர வாசகங்களையே தனது விமர்சனமாகக் கூறியது. சக சினிமா நண்பர்களே பாலசந்தரை விரோதியாக்கி வசை பாடினார்கள். கமலுக்கும் நல்ல விளம்பரம் கிடைத்தது. பாலசந்தர் துணிந்து நின்றார். அரங்கேற்றம் ஒரு வரலாறு ஆகிவிட்டது.

மலையாளப் படத்தில் ஒப்பந்தம் செய்ய வீடு தேடி வந்தார்கள். கமல் ஒப்புக்கொண்டார். சுமித்ரா கதாநாயகி. அவருக்கும் முதல் படம். 'அருது' இன்னொரு 'உணர்ச்சிகள்' ஆனது.

'இலவு காத்த கிளி' மணியன் ஆனந்த விகடனில் எழுதிய குறுநாவல். அதை அவரே நாடகமாகவும் ஆக்கித் தந்தார். சந்திரகாந்தா கதாநாயகி. படைத்தல், காத்தல், அழித்தல் இம்மூன்றும் சினிமாவில் எம்.ஜி.ஆரின் மிக இயல்பான குணங்கள். மணியனை அவருக்கு மிகவும் பிடித்திருந்தது. அவர் வீடு தேடிப் போனார். கிழக்கு நோக்கி அமர்ந்து தன் கையாலேயே 'உதயம் புரொடக்ஷன்ஸ்' என்று எழுதினார். அவரை படத் தயாரிப்பாளராக மாற்றினார்.

'இதய வீணை'யை கலைஞர் ஆரம்பித்து வைத்தார். பட ரிலீஸின்போது எம்.ஜி.ஆர். அ.தி.மு.க. தலைவர். மணியன் கே. பாலசந்தரிடம் வந்தார். அடுத்த படம் இலவு காத்த கிளி. நீங்கள் செய்தாலே சிறப்பாக வரும் என்றார்.

'சக எழுத்தாளர்களிடையே கருத்து வேறுபாடு எதற்கு?' - பாலசந்தர் தயங்கினார்.

'நாங்கள் தலையிடவில்லை. உங்கள் இஷ்டப்படி படத்தை எடுத்துக் கொடுங்கள்' - மணியன் ஒதுங்கி வழிவிட்டார்.

கலாகேந்திரா தவிர வெளி கம்பெனிகளுக்கு கே.பி. அதிகம் இயக்கிய தில்லை. உதயம் புரொடக்ஷனுக்காக சொல்லத்தான் நினைக்கிறேன் ஆரம்பித்தார். கதாநாயகனுக்கு சிவகுமார் பொருந்தி நடித்தார். 'அவள்' படம் ஸ்ரீகாந்த், சசிகுமார் இருவரையும் பிரபலமாக்கி விட்டது. அவர்கள் இருவரில் ஒருவரே 'சொல்லத்தான் நினைக்கிறேன்' பட வில்லன் என்று அடித்துப் பேசினார்கள் டிஸ்கஷனில்.

கே. பாலசந்தர் கமலைப் பற்றி எடுத்துக் கூறினார். 'டான்ஸ் தெரிஞ்ச பையன். யூத்தா, ப்ரஷ்ஷா இருக்கான். இவனைத் தவிர இன்னிக்கு மத்த நடிகருங்க எல்லோரும் புள்ளக்குட்டிக்காரங்க. நான் அவனை நடிக்க வைக்கிறேன்.'

அதே சமயத்தில் ஜெமினி கணேசன் தன் சொந்தப்பட பொறுப்பை (நான் அவன் இல்லை) பாலசந்தரிடம் கொடுத்திருந்தார். 'மந்தார மலரே மந்தார மலரே நீராடி களிக்குன்னே' கமல் சொல்லித்தர ஜெமினி கணே சனும் ஜெயபாரதியும் பாடி ஆடினார்கள். மைசூர் பிரிமியர் ஸ்டூடி யோவில் 'நான் அவனில்லை' ஷூட்டிங் நடைபெற்றது. தமிழ்நாட்டில் தொடர்ந்து ஸ்டூடியோக்களை மூடிவிட்டார்கள். தமிழக அரசு எடுத்த சில நடவடிக்கைகள் தமிழ் சினிமாவை முடக்கிவிட்டதாக திரையுலகம் கண்ணீர் மழை பொழிந்தது.

ஜெயபாரதி தவிர லட்சுமி, ஜெயசுதா, ராஜ சுலோசனா, எம்.என். ராஜம், எஸ். வரலட்சுமி, சுந்தரிபாய், காந்திமதி, லீலாவதி என்று நடிகைகளின் நீண்ட பட்டியல் நான் அவனில்லை படத்தில்.

முன்பே ஜெமினி கண்டிப்பாகக் கூறிவிட்டார். 'அண்ணாச்சி நான் தயாரிக்கிற படத்துல கமல் கண்டிப்பா இருந்தாகணும். நானே சான்ஸ் கொடுக்காட்டி வேறே எவன் கொடுப்பான்?'

'அது இல்ல அண்ணாச்சி 'சொல்லத்தான் நினைக்கிறேன்' கமலை நிச்சயம் ஒரு தூக்கு தூக்கி விட்டுடும். மறுபடியும் சின்ன வேஷம் கொடுத்து நடிக்க வைக்க சங்கடமா இருக்கு.'

கடைசியாக நான் அவன் இல்லையில் ஜெயபாரதிக்கு ஒரு தம்பியை சிருஷ்டி பண்ணினார். கமலை நடிக்க வைத்தார் கே.பி. அதிலும் வித்தியாசமாக இருக்கட்டும் என்று மலையாளம் கலந்த தமிழில் கமல் பேசுவதாகக் காட்டினார்.

கமல் மனத்துக்குள் வருத்தப்பட்டார். 'உணர்ச்சிகள்' பட ஹீரோ நான். தொடர்ந்து சின்னச் சின்ன தம்பி வேஷங்களிலேயே நடிக்கச் சொல் கிறார்களே... நம் திறமைக்கேற்ற கேரக்டர்களை கே. பாலசந்தரே தரவில்லை என்றால் யார் தருவார்கள்?

'அரங்கேற்றம்' ரிலீஸான சில நாள்களிலேயே டி.கே. ஷண்முகம் கால மாகிவிட்டார். கமலுக்கு அது வேறு கவலை. நம்மை நேசித்தவர்கள் வாழும் காலத்திலேயே எதுவும் சாதிக்க முடியவில்லையே என்று.

அண்ணாச்சிகள் அந்நாளில் நடித்த 'குமாஸ்தாவின் மகள்' நாடகத்தை ஏ.பி. நாகராஜன் படமாக எடுத்தார். டி.கே. பகவதி நடித்த 'மிராசு மணி' வேடத்தை கமலுக்குத் தந்தார். சிவகுமார் ஹீரோ. 'டேய் நீ நல்லா நடிக்கிற பையனாச்சே' என்று தட்டிக் கொடுத்து வேலை வாங்கினார் ஏ.பி.என். பெரிய டைரக்டர். கௌரவமாக நடத்துகிறாரே... கமல் அவரது அடுத்த படத்திலும் நடிக்க சம்மதித்தார்.

ஜெமினியில் 'சொல்லத்தான் நினைக்கிறேன்' முதல் நாள் ஷூட்டிங்.

'கமல் இங்கே வா. இதோ இன்னொரு நடிகன் வந்துட்டான்னு எல்லோரும் சொல்லணும். அந்த அளவுக்கு உன் திறமையைக் காட்டணும். பெரிய ரோல். உன்னை நம்பிக் கொடுத்துட்டேன். உனக்குத் தரவே கூடாதுன்னாங்க. போராடி சான்ஸ் வாங்கி இருக்கேன். எம் பேரைக் காப்பாத்து.'

ராகினி க்ரியேஷன்ஸ் கே. பாலசந்தரின் நாடக நிறுவனம். அவரது கடைசி நாடகமான நவக்கிரகம் வரை ஸ்ரீகாந்த் நடித்திருந்தார். பால சந்தரின் செல்லப்பிள்ளை என்று கொண்டாடினார்கள்.

சினிமாவில் இருவருக்குமே கருத்து வேறுபாடுகள் தோன்றியது. ஸ்ரீகாந்தை ஒழித்துக்கட்டவே பாலசந்தர் கமலை புதிய வில்லனாக உருவாக்குகிறார் என்று பரவலாகப் பேசினார்கள்.

கே. பாலசந்தர், ஸ்ரீகாந்த் இருவரும் அதை சட்டை செய்யவே இல்லை. அவர்களுக்குப் பேசவே நேரமில்லாமல் உழைத்துக் கொண்டிருந் தார்கள். கமல், சொல்லத்தான் நினைக்கிறேனில் தங்கப்பன் மாஸ்டர் சொல்லித் தந்தபடி ஆனார். 'கல்யாணம் கச்சேரி எல்லாமே வேடிக்கை நமக்கு' என்று தொடங்கும் பாடல் காட்சி ரசிகர்களை அதிகமாகக் கவர்ந்துவிட்டது.

1973-ம் ஆண்டின் ஆரம்பத்தில் அரங்கேற்றம், முடிவில் சொல்லத்தான் நினைக்கிறேன் இரண்டுமே கமலுக்கு புதிய பட வாய்ப்புகளைத் தமிழில் பெற்றுத் தரவில்லை.

கமல் மீண்டும் ஆடப்போனார். அவருடன் நடித்த ஜெயசுதா போன்ற வர்களுக்கே ஒன் டூ த்ரி சொல்லித் தர வேண்டிய சூழல். நடிகர்களோடு சேர்ந்து சாப்பிடாமல் டெக்னீஷியன்களோடே தட்டேந்தி உண்பார்.

'நீங்க சொன்ன மாதிரி ஒண்ணுமே நடக்கல. ஒரு புரொடியூசரும் என்னைத் தேடி வர மாட்டேங்கிறாங்க.' - தந்தையிடம் புலம்பினார் கமல்.

'நீ என்ன சிவாஜி கணேசனா, ஜெய்சங்கரா? எனக்குத் தெரிஞ்சு அவங்க ரெண்டு பேர் தவிர ஹீரோவா மத்தவங்க எல்லோரும் சினிமால போராடியே ஜெயிச்சு இருக்காங்க. சிவகுமார் இப்ப 1973ல ஹீரோவா நடிக்கிறார். எப்ப வந்தார் சினிமாவுல? நீ டி.கே.எஸ்.ல சேர்ந்தப்ப அறிமுகமானவர். நான் சொல்றதைக் கேளு. ஒரு மந்திரம் கத்துத் தரேன். திரும்பத் திரும்பச் சொல்லு.'

'அது சான்ஸ் வாங்கித் தருமா?'

கமல் தந்தையிடம் ஆவேசமாகக் கேட்டார். அப்பா அழுத்தம் திருத்த மாக அந்த வாசகத்தைக் கூறினார்.

'நான் தேய்ந்து அழிவேனேயன்றி துருப்பிடித்து அழிய மாட்டேன். இதைச் சொல்லிண்டே இரு. படம் வரலன்னாலும் பக்குவம் கிடைக்கும். உன் அம்மா கருத்துப்படி எதைச் செய்யறியோ அதைத் திருந்த செய். சிறந்த டான்ஸ் மாஸ்டர்னு பேர் வாங்கு முதல்ல'

'நான் மைசூர் கிளம்பறேன். நான் அவனில்லை ஷூட்டிங்'.

'ஜெமினி கணேசன் சொந்தப்படமா?'

'ஆமாம்.'

'அவர் உன்னைக் கைவிடவே மாட்டார். தொடர்ந்து சின்ன ரோலாவது வாங்கிக் கொடுப்பார். மறுக்காம செய். பாலசந்தர்கிட்ட நல்ல பேர் எடு. அடுத்த படத்துக்கும் கூப்பிடுவார்.

'ஆட்டம் சொல்லித் தரவா?'

'உன் வேலை அதுதானே. பெரிய நடிகனா ஆயிட்டியா. படிப்படியாத் தானே போகணும். இன்னொரு விஷயம்...' அப்பா தயங்கினார்.

'சொல்லுங்க சீக்கிரம்...'

'பீடி-சிகரெட், பொண்ணு, தண்ணி எதுலயும் ஈடுபட மாட்டேன்னு சத்தியம் செய்.'

'காந்தி கதையா மறுபடியும்'

'ஆமாம். வீணா கெட்டுப் போகாதே. இன்னும் ஒழுங்கா நடிக்கவே ஆரம்பிக்கல. உடம்பு முக்கியம்.'

'நான் ஏன் பிறந்தேன் ஷூட்டிங்லயே எம்.ஜி.ஆர் சொல்லி எக்சர்சைஸ் பண்ணத் தொடங்கினேன். அவர் எனக்கு வாத்தியார் இதுல. நீங்க சொன்னதுல ரெண்டு ஓகே. சிகரெட், தண்ணி 'கப்பு' - விட்டுடலாம். மூணாவது முடியும்னு படல. வரட்டுமா.'

'யூ டோன்ட் நோ' இது கமலின் பன்ச் டயலாக். ராகத்தோடு பெண்களிடம் சொல்லத்தான் நினைக்கிறேனில் பேசினார். போன் நம்பர் கொடுப்பார். அது கமலின் நிஜமான தொலைபேசி எண் என்று மார்கழி இரவுகளில் எட்டரை மணியிலிருந்து ரசிகைகள் மாறி மாறிப் பேசி அழைத்தனர். அது உதயம் புரொடக்ஷன்ஸ் போன் நம்பர். சில விஐபி விசிறிகளுக்கு கமலின் நிஜமான எண் தெரியும். அவர்களும் உரிமையுடன் கமலிடம் உறவாடினார்கள்.

'ரசிகைகள் எனக்கே புல்லரிக்க கன்னம் சிவக்க போனிலேயே முத்தமிட்டுப் பேசியது ஆசை மொழிகள்.'

## 8. லிஃப்ட்!

முன் எப்போதும் இல்லாத அளவு தமிழ் சினிமா தேங்கி விட்டது. அரசாங்கத்தைக் குற்றம் சாட்டி நிவாரணம் கேட்டு கலை உலகம் விண்ணப்பித்தது. அதே சமயத்தில் ஏராளமான புதுமுகங்கள் கோடம்பாக் கத்தில் பெருகினார்கள். விஜயாவும் ஜெயலலிதாவும் ஏறக்குறைய நடித்து ஓய்ந்து விட்டார்கள். லட்சுமியும் வாணிஸ்ரீயும் தமிழ் தெலுங்கு இரண்டிலும் பிசியோ பிசி. ஜெய்சங்கருக்கு வாரம் ஒரு படம் ரிலீஸாக வேண்டும். ஏராளமான புதிய கதாநாயகிகளுடன் இணைந்து நடித்தார். ஸ்ரீவித்யா, சுபா, ஜெயசித்ரா, ஜெயசுதா, பிரமிளா, பி.ஆர். வரலட்சுமி, லதா, ஒய். விஜயா, ஸ்ரீப்ரியா, ராதா, சலூஜா, பத்மப்ரியா, சுமித்ரா, ரோஜாரமணி என்று நிறைய பேர் வந்து விட்டார்கள். கமலுக்குத் திறமை காட்டும் பெரிய வாய்ப்புகள் அமையவில்லை. மலையாளத்தில் கன்யாகுமரி, விஷ்ணு விஜயம் படங்களில் ஒப்பந்தமானார். சொந்தக் குரலிலேயே மலையாளம் சம்சாரித்தார். அங்குள்ள டைரக்டர்கள் சேதுமாதவன், சங்கரன் நாயர் துணிந்து கமலை ஹீரோவாக நடிக்க வைத்தார்கள். அவர் கையில் கேமராவைக் கொடுத்து சங்கரன் நாயர் டைரக்ஷனிலும் களமிறக்கினார். கன்யாகுமரி ஒரு வாரம், விஷ்ணு விஜயம் பதிமூன்று நாள்களில் ஷூட் டிங் முடிந்தே விட்டது. கமலுக்கு சக்தி தவிர புதிய நண்பர்கள் கிடைத்தார்கள். அவர்களில் முக்கிய மானவர்கள் ஸ்ட்ண்ட் மாஸ்டர் கிருபா.

அவரிடமுள்ள மோட்டார் பைக்கில் ஏறி கமல் வாய்ப்பு கேட்டு அலைவார். அந்த பைக் கமலுக்கு ஓர் அடை யாளத்தைக் கொடுக்கிற அளவு கமலால் தொடர்ந்து பயன்படுத்தப்பட்டது. (பாலைவனச் சோலை படத் தயாரிப்பாளர்) வடிவேலு கமலுக்கு உடற்பயிற்சி

ஸ்டண்ட் என்று சொல்லித் தந்தார். புதிய சிந்தனை கொண்ட இளைஞர்கள் கமலை நாடி வரத் தொங்கினார்கள்.

தங்கப்பதக்கம், நான் அவனில்லை இரண்டும் ஒரு வார இடை வெளியில் ரிலீஸ் ஆனது. ஜெமினி கணேசனின் அற்புதமான நடிப் பாற்றல் கேட்பாரற்றுப் போனது. ஜெமினி மேடைதோறும் மக்கள் ரசனையை குறை கூறிப் பேசலானார்.

கமல் நடிப்பதை நிறுத்திவிட்டு முழு நேர டைக்டராகிவிடலாமா என்றுகூட யோசித்தார். 'உண்ர்ச்சிகள்' போட்டது போட்டபடி இருந்தது. சக்தி குடும்பஸ்தர் ஆனார்.

'எண்ணம் போல எல்லாம் நடக்கும்
எதுவும் தப்பாது இனிமேல் எதுவும் தப்பாது
இன்னும் என்ன என்ன வேணும்
கேளு என்னை இப்போது' - காதல் டூயட்டில்கூட கொள்கை.

பாசிடிவ் திங்கிங். வைக்க எம்.ஜி.ஆரால் மட்டுமே முடிந்தது. அ.தி.மு.க. கொடி ஏற்றும் நிகழ்ச்சி. டி.டி.கே. சாலை, கஸ்தூரி ரங்கன் சாலையில்! ஆங்காங்கே கட்சிக்காரர்கள் மைக் செட்டுகள், குட்டி மேடைகள் என்று ஆழ்வார்பேட்டை பரபரப்பாகக் காணப்பட்டது.

இராம. அரங்கண்ணலும் கே. பாலசந்தரும் அமைதியாக காரில் வந்து கொண்டிருந்தார்கள். 'அவள் ஒரு தொடர்கதை' படத்தை ஆரம்பித் திருந்தார்கள். அரங்கண்ணல் தயாரித்த நவக்கிரகம், கட்டிலா தொட்டிலா இரண்டும் படுதோல்வி. அவர் புதியவர்களைப் போட்டு படமெடுக்க முடிவு எடுத்தார். கே. பாலசந்தர் எம். எஸ். பெருமாளின் 'கதையை'ப் படமெடுக்கலாம் என்றார். ஏராளமான புது நடிகர்களைப் பார்த்து பரீட்சை செய்தும் திருப்தி வரவில்லை.

விகடகவி கேரக்டருக்கு அவர்கள் தேர்ந்தெடுத்து இருந்த நடிகர் ராஜேஷ். அந்த ரோலில் அவர் ஜெயிப்பது சந்தேகமாக இருந்தது. சிவாஜி கணேசன் போன்ற திறமையான நடிகர்கள் நடிக்க வேண்டிய வேடம். இளவயது குறும்பு கொப்பளிக்கும் முகமும் பல்வேறு குணசித்திர பாவங்களைக் காட்டும் ஆற்றலும் தேவைப்பட்டது. வெகு காலத்துக்குப் பின்பு முத்துராமனும் சிவகுமாரும் தொடர்ந்து ஹீரோக்களாக நடித்த நேரம். வேறு யாரைப் போடலாம்? அரங்கண்ணலும் பாலசந்தரும் தனித்தனியே சிந்தித்தனர். கார் கஸ்தூரி ரங்கன் சாலையில் போய்க் கொண்டிருந்தது. டிராபிக் ஜாம். கட்சி ஆள்களின் கைங்கர்யம்.

காரை வேகமாகக் கடந்து சென்றார் கமல். கே. பாலசந்தர், உற்றுப் பார்த்தார். 'அட இவன் சரியா இருப்பானே. இவன் செட்ல அடிக்காத லூட்டியா. அனந்துகிட்ட ஒப்படைச்சி ட்ரெயின் பண்ணா விகடகவி

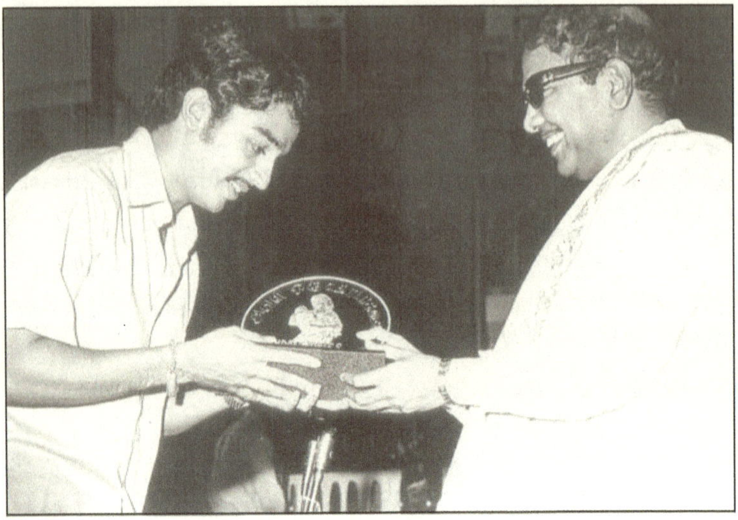

அவள் ஒரு தொடர்கதை பட வெற்றி விழா

ஆயிடுவானே' - கமலைத் தூக்கிப் போட்டுக் கொண்டு கார் வேகம் காட்டியது.

தமிழ் சினிமா அதுவரையிலோ அதற்குப் பிறகோ கூட வெளிப் படுத்தாத குணச்சித்திர வேடத்தில் கமல் வென்று காட்டினார்.

நல்ல உயரம். அதற்கேற்ற பருமன். நெற்றி நிறைய திருநீறு குங்குமம். கதர் வேட்டி சட்டை. துண்டு. நாக்கு சிவக்க தாம்பூலம். ஏ.பி. நாக ராஜன் பத்திரிகையாளர்களைச் சந்தித்தார்.

'ராஜ ராஜ சோழன் விஷயமா பம்பாய்க்குப் போனேன். அங்கே இந்தப் பொண்ணு - பேரு வாணி கணபதி. பரத நாட்டிய டான்சர். தமிழ்க் குடும்பம். என்னைச் சந்தித்து வாய்ப்பு கேட்டுது. சந்தர்ப்பம் வரட்டும் பார்க்கலாம்னு வழக்கம்போலச் சொல்லிவிட்டு வந்துட்டேன். இந்த வருஷம் பொறந்ததும் அம்மா, அப்பாவோட மெட்ராஸ் வந்துச்சு. என்னை மறுபடி பார்த்து சான்ஸ் கேட்டுது. இப்ப 'மேல்நாட்டு மருமகள்' படத்துல நடிக்கிறாங்க.'

முழுக்கை சட்டை. அதில் முதல் பொத்தான் சுதந்தரமாக இருந்தது. கீழே பெல்பாட்டத்தோடு வாணி கணபதி போஸ் கொடுத்த கலர் போட்டோ நிருபர்களுக்கு வழங்கப்பட்டது. வெளியே மழை கொட்ட ஆரம்பித்தது. ஏ.பி. என்னின் மவுபரீஸ் ரோடு ஆபிஸில் வாணி கண பதியின் அறிமுகம் மிகக் குளிர்ச்சியாகத் தொடங்கியது. பல நடிகை களோடு கமல் பற்றிய வதந்திகள் சர்ச்சைகளை ஏற்படுத்திய நேரம். கமல் வாணியைச் சரண் புகுந்தார்.

முக்தா சீனிவாசன் கமல் குடும்பத்துக்கு தூரத்து உறவினர். 'குட்டி' என்கிற பிரபலமான இந்தி படத்தை அவர் தமிழில் 'சினிமா பைத்தியம்' என்ற பெயரில் இயக்கினார். தயாரிப்பு ஏ.எல்.எஸ். புரொடக்‌ஷன்ஸ்.

அதில் ஹீரோ கமல். ஆனால் அவரது முறைப்பெண் ஜெயசித்ரா, ஜெய்சங்கரின் ரசிகை. சினிமா பைத்தியம் தெளிந்து கமலைக் கைபிடிப்பதே கதை. படத்துக்கு வசனம் எழுத வந்தார் ஏ.எஸ். பிரகாசம். அவர் கமலையும் ஜெயசித்ராவையும் ஜோடியாக நடிக்க வைத்து 'பட்டாம்பூச்சி' படத்தை டைரக்ட் செய்தார்.

உணர்ச்சிகளுக்கு முன்பே 'பட்டாம்பூச்சி' ரிலீஸ் ஆகிவிட்டது. 'தமிழ் நாட்டின் ரிஷி கபூர் என்று கமலை சொல்லலாமா' வாரப் பத்திரி கைகளில் ரசிகர்கள் கேட்க ஆரம்பித்தனர். விநியோகஸ்தர்களின் தலையீடு அதிகம் இருந்ததால் 'பட்டாம்பூச்சி' வெற்றிகரமாக திரை வானில் பறக்க முடியவில்லை. இவனை ஹீரோவா போட்டா படம் எப்படி ஓடும் என்றார்கள் கோலிவுட் பண்டிதர்கள். கமலோடு நடிக்கிற நாயகிகளோடு அவரை இணைத்து கிசுகிசுக்கள் வர ஆரம்பித்தன. குறிப்பாக கமல்-ஜெயசுதா பற்றிய சங்கதிகள் அதிகம் பரவின.

வாணியுடனான கமலின் பிடிப்பு தீவிரம் அடைந்தது. ஒருதலையாகவே கமலைக் காதலித்து வந்தார் இன்னொரு பிரபல நடிகை. பரமக்குடி நாள் களிலேயே அவரது குடும்பம் கமலின் பெற்றோர்களுக்கு நெருக்கமாக இருந்தது. கமலைவிட அவர் வயதில் மூத்தவர் என்று சில சப்பைக் காரணங்கள். நடிகையின் காதல் மனத்துக்குள்ளாகவே நிலைத்துவிட்டது. கமலோடு இன்னொரு புதுமுகமும் பிரியமாகி நெருக்கமாக வலம் வந்தார். அதையும் தாண்டி கமல் வாணிக்கு வலைவீசினார்.

கமல் தன் கலை வாழ்க்கையே ஆரம்பித்த ஏ.வி.எம் ஸ்டூடியோவிலேயே காதலி வாணியையும் முதன்முதலில் சந்தித்தார். மேல்நாட்டு மருமகள் ஷூட்டிங்கில் வாணி அவருக்கு தேவதையாகத் தோன்றினார்.

'நான் நிறையப் பெண்களைப் பார்த்திருக்கிறேன். மீட் பண்ணி இருக்கிறேன். பட், என்னை ரொம்ப மட்டம் தட்டக்கூடிய பெண் இவளா இருந்திருக்கணும். என்னுடைய அறுவை ஜோக்ஸ் பலிக்காத இடம் இது ஒண்ணுதான். So I Took More Inrerest in this girl.'

வாணியோடு பேசுவதையே வாடிக்கையாக்கிக் கொண்டார். 'ரொம்ப சுவாரசியமான கட்டமோ' என்று சிரித்தபடியே நகர்ந்தார் ஏ.பி.என். காதல் கிறுக்கு தலைக்கேறிவிட்டது. மும்பை வரவு என்பதில் கமலுக்கு நிஜமாகவே ஒரு மயக்கம். பரத நாட்டியம் ஆடுகிறவர் என்பது கூடுதல் பிளஸ். பூர்வீகம் கேரளம். மலையாளத்திலும் ஞான் நின்னே பிரேமிக் குன்னு என்றார்.

தனக்கு முன்பே வேறு யாராவது வாணியைப் பெண் கேட்டு விடுவார்களோ என்கிற பயம். ஒருவேளை வாணி தன்னைத் தட்டிக் கழித்து விடுவாரோ? உலகம் முழுதும் சுழன்று சுழன்று நர்த்தனம் புரிகிற கால்கள். ஆழ்வார்பேட்டை இளைஞனிடமா இளைப்பாறுதல் கேட்கும்? அச்சமும் தயக்கமும் வாட்டமும் கமலைக் கலங்கடித்தன.

எந்தவித லஜ்ஜையும் இன்றி அம்மாவிடம் தன் முடிவைச் சொன்னார்.

'வாணின்னு ஒரு பொண்ணு. என்னை மாதிரியே சபையில, ஆடறவ. பார்த்தவுடனே சட்டுன்னு புடிச்சிப் போச்சு. I want to marry her!'

அம்மாவுக்குக் கனவுகள் அதிகம் இருந்தன. நல்ல நடிகன் என்று நாலுபேர் சொல்ல ஆரம்பித்திருக்கிறார்கள். அதற்குள்ளாகவே சுப முகூர்த்தத்துக்கு நாள் பார் என்கிறானே. 'பைத்தியம் மாதிரிப் பேசாதேடா பத்தொன்பதுகூட முடியல. இப்ப என்ன மேரேஜ் வேண்டிகிடக்கு. நீ நிறையவே சாதிக்கணும்னு அப்பா விரும்பறார்.'

கமலின் காதுகளில் அம்மாவின் வார்த்தைகள் நுழையவில்லை. வாணியின் கணவன் என்கிற நினைப்பே கமலுக்கு இனித்தது. 'I decided to marry her.'

தாயார் பயந்து போனார். கமலுக்கு இருபத்தியாறு வயதுக்கு மேல் மணம் முடிப்பதே நல்லது என்று ஜாதகத்தைப் பார்த்து ஆருடம் சொல்லி இருந்தார்கள். ஜோதிட சிரோன்மணிகள் கருத்தை அலட்சியம் செய்யலாமா.

அவன் ஒரு தொடர்கதையில் நல்ல பெயர் எடுத்து இருக்கிறான். நாலு கம்பெனிகள் வீடு தேடி வருகிற நேரம். மார்க்கெட் போனால் திரும்பி வருமா. போட்டிகள் நிறைந்தது பட உலகம். கமல் மணமாலை சூட இப்போதைக்கு சம்மதிக்கவே கூடாது. முதலில் முன்னணி நடிகனாகட்டும். பிறகே மாப்பிள்ளை உத்யோகம், ஜானவாசம் எல்லாம்.

'சினிமால டூயட் பாடு. அது உன் புரொபெஷன். வாழ்க்கைல அவசரம் கூடாது. முதல்ல உங்க ரெண்டு பேரோட நேசமும் உண்மைதானான்னு உனக்கே புரியணும். அதுக்கு நாளாகும். நிஜமாவே உங்களுக்குள்ளே அன்பு மாறாமயே இருந்ததுன்னா அப்ப சொல்லு. பேசி முடிக்கிறேன்.'

'அதுவரைக்கும்?'

'உம்... இண்டர்வெல்னு நெனைச்சுக்கோ.'

## 9. நீ என்ன எம்.ஜி.ஆரா? சிவாஜியா?

அவள் ஒரு தொடர்கதை கமலின் சினிமா வாழ்வில் மிகப் பெரிய திருப்புமுனை. கமலுக்கு இனி எந்த வேடமும் கொடுக்கலாம் என்று பாலசந்தருக்கே நம்பிக்கை யூட்டியது. புதுப்புது படங்கள் ஒப்பந்தம் ஆயின.

கே. பாலசந்தர் உரிமையோடு கமலை எச்சரித்தார். ‘தேர்ந்தெடுத்து நடி. கண்ட வேடங்களில் வந்து போகாதே. உலக சினிமாவைப் பார். அனந்துவோடு பழகு. கலை அறிவை வளர்த்துக் கொள். இன்னொரு சிவாஜி இல்லையாடா நீ!'

ராஜ்கபூர் அவள் ஒரு தொடர்கதை வெற்றி விழாவில் கலந்து கொண்டார். கமல் பாலசந்தரின் ஆள் என்ற முத்திரை பலமாகக் குத்தப்பட்டது. அவருக்கு வேலை இருந்தாலும் இல்லையென்றாலும் கலாகேந்தி ராவுக்குப் போய் வந்தார். கமலுக்கு வாய்த்த மற்ற படங்களில் அவர் மேனி அழகை மட்டுமே காட்ட முயற்சித்தனர்.

'Girls Hero, Sex Symbolனு என்னைச் சொல்றாங்க. அது எனக்குப் பிடிக்கலை. பொம்பிளை ஜெயமாலினி மாதிரி ஆம்பிளை ஜெயமாலினியா நினைக்க ஆரம்பிச் சிட்டாங்களோன்னுகூட நினைச்சேன். இந்த இமேஜ் அட்டை மாதிரி என்னோட ஒட்டிட்டு இருக்கு. இது போய் நான் ஆக்டர்னு பேர் வாங்கணும்.'

டி.கே. ஷண்முகம்கூட கமலைக் கண்டித்தார். கமல் பரதம் பயின்றதில் அவருக்குக் கருத்து வேறுபாடு உண்டு. அவர் எதற்காகப் பயந்தாரோ அது கமல் வாழ்க் கையில் நடந்துவிட்டது. கமலின் நடை உடை பாவ னைகளில் நாட்டியம் கற்றதின் தாக்கம் பளிச்சிட்டது. கலாட்டா ரசிகர்கள் தியேட்டர்களில் பத்துக்கு முந்திய எண்ணைச் சொல்லி கமல் வரும் காட்சிகளில் கத்தினார்கள். கமலிடம் இல்லாதது ஆண்மையின்

மிடுக்கு என்று கேள்வி பதிலிலும், சினிமா விமரிசனங்களிலும் தமிழ் நாட்டின் முன்னணிப் பத்திரிகைகள் குறிப்பிட்டன.

கமல் இதை எதிர்பார்க்கவில்லை. ஒரு பக்கம் ப்ளே பாய் இமேஜ், இன்னொரு புறம் இப்படி. இரண்டும் ஒரே வசீகர நாயகனுக்கான அதிகபட்ச விமரிசனங்கள். கமல் தன் பாடி லேங்வேஜை மாற்றிக் கொள்ள முயன்றார். அது அவ்வளவு சுலபம் கிடையாது என்று பயிற்சிகளில் புரிந்தது. விடாமுயற்சியுடன் போராடினார்.

கமல்தான் ஹீரோ என்கிற முடிவோடு கலாகேந்திரா 'அபூர்வ ராகங்கள்' படத்தைத் தொடங்கியது. கே. பாலசந்தர், சாந்தோம் கல்பனா ஹவுசில் படம் பிடித்தார். ஸ்டூடியோ பக்கம் போகாமலேயே பங்களா வீடுகளிலேயே ஷூட்டிங் செய்யப்பட்ட முதல் படம் அபூர்வ ராகங்கள். கமலை தீவிரவாத முரட்டு இளைஞனாகக் காட்ட விரும்பினார். கமல் தலையில் விக். கைகளில் மிருதங்கம். ப்ளேபாய் இமேஜை திசை திருப்ப முயற்சி மேற்கொண்டார் டைரக்டர். ஸ்ரீ வித்யா நாயகி.

கமலின் வீட்டில் 'மிருதங்கம்' நாள்தோறும் ஆதி தாளம், கண்ட சாப்பு தாளம், திஸ்ர நடை, ஜம்ப தாளம், ஏக தாளம், திரிபுடை தாளம் எழுப்பியது. இசைப் பயிற்சி இடைவிடாமல் ஒரு வாரம் நடை பெற்றது. கமல் முழு வாசிப்புக்குத் தயாரானார். அப்போது ஸ்ரீவித்யா வுக்கு வேறு படங்களே கிடையாது. கமல் பெரிதும் மதித்த கதாநாயகி அவர். எனவே ஸ்ரீவித்யாவைத் தன்னோடு எல்லா படங்களிலும் ஜோடியாக நடிக்க வைக்க கமல் விரும்பினார். ஆனால் விநியோ கஸ்தர்கள் தொடர்ந்து ஜெயசித்ராவோடு அவரை ஜோடி சேர்ந்தனர். ஜெயசித்ரா நடிக்கிற படங்களே அதிகம் விலைபோன கால கட்டம்.

உணர்ச்சிகள் படத்துக்கு புதிய பங்குதாரர்கள் சேர்ந்தார்கள். முற்றிலும் புதுமுகங்கள் நடிக்கிற படமாக இருந்ததால் வாங்க மறுத்தனர் விநியோகஸ்தர்கள். கமல் ஸ்ரீவித்யாவிடம் உணர்ச்சிகளில் 'விலை மாது' வேடத்தில் நடிக்க முடியுமா என்று தயக்கத்துடன் கேட்டார். கமல் கேட்டு ஸ்ரீவித்யா மறுக்கவில்லை. நடித்தார்.

'இவன் பேரு சிவாஜிராவ் கெயிக்வாட். ஊரு பெங்களூர். மெட்ராஸ் ஃபிலிம் இன்ஸ்டிடியூட் ஸ்டூடன்ட். இவனுக்கு வேறே பேரு வைக்கணும்.'

கே. பாலசந்தர் கமலிடம் புதுமுக நடிகரை அறிமுகப்படுத்தினார். கலாகேந்திரா யூனிட்டில் கமல் கொண்டாடப்படுவதை அந்தப் புதுமுகம் தொடர்ந்து கவனித்தார். சென்னை கல்லூரி பெண்கள் பொது இடங்களில் அதிகம் உச்சரிக்கும் பெயர் 'கமல்' என்பதையும் அவர் அறிவார். இருவரும் கைகுலுக்கிக் கொண்டார்கள்.

'அடுத்த வருஷம் அபூர்வ ராகங்கள் படத்துக்காக அவார்டு வாங்கப் போறே' என்று கமலை வாழ்த்தினார் கே. பாலசந்தர்.

ஒவ்வொரு விடியலிலும் சிவகுமாரோடு சேர்ந்து நடித்துக் கொண்டிருந்தார் கமல். பணத்துக்காக. தேன் சிந்துதே வானம், பட்டிக் காட்டு ராஜா, மேல் நாட்டு மருமகள், தங்கத்திலே வைரம் எல்லா வற்றிலும் ஆடிப் பாடுகிற இரண்டாவது கதாநாயகன். சம்பளம் ஐயாயி ரத்திலிருந்து தொடங்கி ஏறிக்கொண்டே இருந்தது. அம்மாவுக்குப் பட்ட கடனை அடைக்க வேண்டிய கட்டாயம். தமிழோடு திரு வோணம், ராஸலீலா உள்ளிட்ட மலையாளப் படங்கள். ஒரு நாளைக்கு இருபது மணி நேரம் கடுமையாக உழைத்தார் கமல். ஓய்வே இல்லாமல் கொச்சின், மைசூர், சென்னை, எர்ணாகுளம் என்று பிஸி. விளைவு கடுமையான அல்சர். ரத்த வாந்தி.

'அனந்து, இவனைப் பாரு ரெஸ்ட் எடுக்கறதுக்குண்ணே நம்ம ஷூட்டிங்குக்கு வரான். ஏன்டா இப்படி ராத்திரி பகல் பார்க்காமப் பேயா அலையற. இப்ப உடம்புக்கு வந்துடுத்தே. என்ன செய்யப் போறே?'

கனிவும் கண்டிப்புமாக கே.பி.யின் குரல் ஒலித்தது. கமல் அடி வயிற்றைப் பிடித்துக் கொண்டு சிரிக்க முயன்றார். முடியவில்லை.

'என்னடா ரொம்ப வலிக்குதா? நாளைக்குப் பார்த்துக்கலாமா? இது நாகேஷோட காம்பினேஷன் ஸீன். இப்ப அவன் நடிக்கிற தமிழ்படம் குறைச்சல். முழுசா தெலுங்கு ஆர்ட்டிஸ்ட் ஆயிட்டான்.'

'வயித்து வலியைப் பொறுத்துக்கலாம் சார். மாத்திரை சாப்பிட்டா சரியாயிடும். உங்களைத் தவிர என்னை யாரும் இங்க ஒரு மனுஷனாக் கூட மதிக்க மாட்டேங்கிறாங்க. புதுசா எதையும் செய்யக்கூடா துன்றாங்க. அவங்க சொல்ற நடிப்புக்கும் நடைமுறைக்கும் எங்கேயோ இருக்கு. அதைத் தாங்கற மன வலு இல்ல எனக்கு.'

செட் அமைதியாகி விட்டது. கமலின் கண்களில் லேசாகக் கண்ணீரின் மினுமினுப்பு.

டைரக்டர் ஆறுதல் சொன்னார்.

'இது ப்யூர் பிஸினஸ். இன்னும் இருபது படம் கூட நீ முழுசா நடிக்கல. இப்ப உன் பேச்சு எடுபடாது. பேசாம அவங்ககிட்ட உன் உடம்ப மட்டும் கொடுத்துட்டு விலகிடு. பொம்மலாட்டக்காரன் ஆட்டுவிக்கிற மாதிரி ஏதோ செஞ்சுட்டுப் போகட்டும்.'

'அதைத்தான் நான் செய்யறேன் அனந்து சார். முன்னால ஒவ்வொரு ஸ்டூடியோவா போயி டான்ஸ் சொல்லித் தந்துட்டு வந்தேன். இப்ப

நானே ஆடிட்டு வரேன். அவ்வளவுதான் வித்தியாசம். நாட்டியம் தவிர, நடிப்பெல்லாம் எனக்கு வராதுன்னு ஒரு முடிவுக்கே வந்துட்டாங்க போல.'

'புலம்பறதை நிறுத்துடா கமல். அபூர்வ ராகங்கள் வரட்டும். அப்புறம் பாரு. நீ யாருன்னு உலகத்துக்கே தெரிஞ்சுடும். அடுத்த படம் உன்னை வெச்சு கலர்ல எடுக்கப் போறேன். அதுல உன்னை விட்டா நடிக்கறதுக்கு ஆளே கிடையாது.'

கே.பி. உற்சாகமூட்டினார். கல்பனா ஹவுஸ் மாடிக்குப் பிறை நிலா வந்திருந்தது. 'அனந்து, அந்தப் பையன் சிவாஜிக்கு பேரு வைக்கணும்னு பேசிண்டு இருந்தோமே... வர பவுர்ணமி அன்னிக்கு வெச்சிடலாமா?'

'என்ன பேர் சார்?' என்றார் ஸ்ரீ வித்யா.

'என் ரெண்டாவது பையன் பேரை பிரசன்னான்னு கமலுக்கு இந்தப் படத்துல வெச்சுருக்கேன். நாடகத்துலயும் எனக்கு ரெண்டு கற்பனைப் பசங்க- 'மேஜர் சந்திரகாந்துல.' மூத்தவன் 'ஸ்ரீகாந்த்.' அதை நம்ம ஸ்ரீதர் 'ராஜா'வுக்கு வெச்சுட்டார். அடுத்த பேரு ரஜினிகாந்த். புது சிவாஜிக்கு சூட்டறதுக்காகவே காத்திருக்கு.'

•

'என்ன பாலா. சின்ன துணுக்கு. மூணு லைன்தானே வருது. பெரிசா படம் போட்டு வராதா?'

கமல் ஏக்கம் வழிய ஆனந்த விகடன் நிருபரைக் கேட்பார். மணியனின் 'சொல்லத்தான் நினைக்கிறேன்' படத்தில் நடித்த நடிகர் என்பதாலேயே படம் வெளிவந்த பத்து நாள்களுக்குள்ளாகவே 23.12.73 இதழில் கமலின் முதல் பேட்டியை ஆனந்த விகடன் பெரிதாக வெளியிட்டது. அதற்குப் பிறகும் அவ்வப்போது பாலா கமலை சந்தித்து தொடர்ந்து அவரைப் பற்றிய செய்திகளை வெளியிட்டு வந்தார்.

கமலுக்கு திருப்தி இல்லை. பாலாவுக்கு கோபம் வந்தது. முகத்தில் அடித்தாற்போல் கேட்டு விட்டார். 'சட்டியில் இருக்கிறதுதானே அகப்பையில வரும். நீ என்ன எம்.ஜி.ஆரா? சிவாஜியா? ஏழெட்டுப் பக்கம் ஒதுக்க?'

கமல் முகத்தைத் துடைத்துக் கொண்டார்.

நிஜத்தில் கே. பாலசந்தரின் படங்கள் கடைசி குடிமகனைச் சென்று சேர்ந்ததில்லை. நகரங்களோடு ஓடிமுடியும். 'அவள் ஒரு தொடர்கதை' அந்த அற்புதத்தை நிகழ்த்தி இருந்தது. பட்டி தொட்டிகளிலும் வசூலில் சக்கைபோடு போட்டது. 'விகடகவி' கமல்போல் கிராமத்து சிறுவர்கள்

பள்ளி நாடகங்களில் விலங்குகளின் விசித்திர ஒலி எழுப்பினார்கள். அடுத்தது 'அபூர்வ ராகங்கள்.' கே. பாலசந்தருக்கு ஆத்ம திருப்தி அளித்த ஒரே படைப்பு. அதைப் பற்றிய கமலின் கமென்ட் இது.

'மிக அற்புதமான படம். என்னை முழு நடிகனாக பாலசந்தரே ஒப்புக் கொண்ட படம். என்னை மிகவும் சந்தோஷப்படுத்தியது. எனக்கு ஒரு நடிக அந்தஸ்தை ஏற்படுத்திய படம் அபூர்வ ராகங்கள்.'

•

கமல் வளர்ந்து கொண்டிருந்த நேரத்தில் ஜெமினி கணேசனுக்கு பேக் டு பெவிலியன் என்கிற நிலைமை. ஜெமினி சினிமாவில் நடிப்பது என் ஹாபி என்று மிக தைரியமாகச் சொல்லிய மனிதர். மார்க்கெட் போனது பற்றியெல்லாம் கவலைப்படுகிறவர் கிடையாது.

'விகடன்' பாலாவிடம் கமலின் முன்னேற்றம் பற்றி அவ்வப்போது விசாரிப்பது வழக்கம்.

'பரவாயில்ல. நான் நினைச்சதைவிடவும் கமல் ரெண்டு வருஷத்துல நல்லா முன்னுக்கு வந்துட்டான்' என்றார் பாலா. கூடவே கமலின் பழைய ஆதங்கத்தையும், அதற்காக அவரைக் கடிந்து கொண்டதையும் குறிப்பிட்டார்.

அரங்கேற்றம், அவள் ஒரு தொடர்கதை , அபூர்வ ராகங்கள் போன்ற 'அ' படங்களின் தொடர் வெற்றி, கே. பாலசந்தரின் திறமையைக் காட்டியதைவிட அவை அவரது ஆழ் மன வக்கிரங்களின் வெளிப்பாடு என்பதாக சில தயாரிப்பாளர்கள் டைரக்டர்கள் குற்றம் சாட்டினார்கள்.

கே. பாலசந்தர் இந்த சர்ச்சைகளுக்குப் பதில் சொல்வதைப் பகுதி நேர வேலையாக்கிக் கொண்டார். ஜெமினி பாலாவிடம் அதைப் பற்றிச் சொல்லி வருத்தப்பட்டார். 'ஏன்தான் பாவம் அவரை சதா வம்புக்கு இழுக்கறாங்க. அவர் மேலே இவ்வளவு கோபப்படறாங்க.'

கற்பகம் ஸ்டூடியோ. 'தசாவதாரம்' ஷூட்டிங். கே.எஸ். கோபால கிருஷ்ணனின் புராண சினிமா. ஜெமினிக்கு அர்ஜுனன் வேடம். திரவுபதி துயில் உரியப்படும் காட்சி. சும்மா கையைக் கட்டியபடி பார்த்துக் கொண்டு இருக்க வேண்டிய வேலை. மற்றதை கோபால கிருஷ்ணன் கவனித்துக் கொள்வார்.

ஜெமினி ரிலாக்ஸாகப் பேசிக் கொண்டிருந்தார். சட்டென்று 'பாலா எனக்கு ஒரு ஐடியா தோணுது. பேசாம நானும் யார்கூடவாவது சண்டை போடட்டுமா? இப்ப அதுதானே நம்ம நாட்ல ஃபேஷன்.'

'உம் போடுங்களேன்.'

'யார்கூடப் போடறது. எனக்கு விரோதிகளே கிடையாதே.'

'கமலோட போடுங்களேன். அவனுக்கும் பெரிய பப்ளிசிடி கிடைக்கும். ரொம்ப நாள் ஆசையும் நிறை வேறும். மன்னவன் வந்தானடி - இதயக்கனி ரெண்டுக்கும் நடுவுல அவன் ஹீரோவா நடிச்ச படம் முதன் முதலா நூறுநாள் ஓடுதே. சி.எம். டேட்ஸ் கொடுத்துட்டா கே. பாலசந்தர் ஃபங்ஷன் வெச்சிடுவார்.'

'ஆமாம் பாலுவுக்கு அது ஒரு ராசி. பூவா தலையாலருந்தே கருணாநிதி தலைமையிலதான் வெற்றி விழா கொண்டாடுவார் கே.பி.'

'கமலை எப்படி திட்டித் தீர்க்கணுமோ யோசிச்சு வையுங்கோ. நான் எடிட்டர்கிட்ட ஒரு பெர்மிஷன் வாங்கிக்கிறேன். அடுத்த இஷ்யூலயே ஆரம்பிச்சிடலாம்.'

இரண்டு வாரங்கள் எம்.ஜி.ஆர். - கருணாநிதியை மறந்துவிட்டு தமிழ் நாடு கமல் - ஜெமினியின் காகித அம்புகளை முச்சந்தியில் நிறுத்தியது.

'நான் அபூர்வ ராகங்களில் சொந்தமாகவே மிருதங்கம் வாசித்தேன். உமக்கு அந்தத் திறமை உண்டா?' என்று கமல் தொடைதட்ட, ஜெமினி அதற்கு 'நீ நடிகனாவதற்கு முன்பேயே 'கொஞ்சும் சலங்கையில்' நாதஸ்வரம் வாசித்தவன் நான்' என்ற ரோஷக்கொடி உயர்த்தினார்.

முக்தா சீனிவாசன் முதன் முதலில் கமலை சொந்தக் குரலில் பாட வைத்து 'அந்தரங்கம்' படத்தை இயக்கி வந்தார். முதல் போன் அவரிடமிருந்து வந்தது. 'என்ன ஜெமினி சார்! என் படம் ரிலீஸாகிற டயத்துல இப்படிப் பேரைக் கெடுத்துக் கொண்டுவிட்டானே நம்ம கமல்!'

கே. பாலசந்தர் கமலின் காதுகளைப் பிடித்துத் திருகவில்லையே தவிர, 'கொஞ்சமாவது நன்றி உணர்ச்சி இருந்தா இப்படி நடந்துண்டு இருப்பியா? நாலு வருஷம் விடாம பார்க்கறச்செல்லாம் கமல் கமல்னு உம் பேரை ஜெபம் பண்றாப்பல என்கிட்ட சொல்லிண்டு இருந்தார் ஜெமினி அண்ணாச்சி. அவர் சாபத்தை வாங்கிண்டியோல்லியோ. இனி நீ உருப்பட்டாப்பலத்தான். போ நன்னா இரு!' என்ற ஆவேசம் காட்டினார்.

கமலுக்கு சிரிப்பதா அழுவதா என்று புரியவில்லை.

தன்னிலை விளக்கம் கொடுத்தார். டைரக்டர் நம்ப மாட்டேன் என்றார். ஜெமினி கணேசனுக்கும் செமடோஸ்.

'ஏங்காணும் அண்ணாச்சி! ரொம்ப அழகு. அவனுக்குத்தான் அறிவில்லை! உமக்கும் இல்லேங்கிறது எனக்கு மட்டும்தான் தெரியும்னு நெனைச்சிட்டு இருந்தேன். நான் ஒரு சுத்தமான அறிவு கெட்டவன்னு நீரே ஒரு அட்வர்டைஸ்மென்ட் கொடுத்திண்டு இருக்கிறீரே.'

‘மன்னிக்கணும் பிரதர். இது ஒரு வேடிக்கைக்காக. நிஜமாவே எப்படி சார் கமலுக்கும் எனக்கும் சண்டையோ மனஸ்தாபமோ இருக்க முடியும். நான் கையிலெடுத்து வளர்த்த குழந்தையில்லையா அவன்.’

ஜெமினி நிஜமாகவே வழிந்தார். அற்ப விஷயம் விபரீதமாகி விட்டது.

‘ஆமாம். ரொம்ப முக்கியம். ரொம்ப அவசியம். நீங்க ரெண்டு அசடு களும் எழுதற இந்த அசிங்கக் கட்டுரை ரொம்பத் தேவை மக்களுக்கு. அபாரக் கற்பனை.’

கே.பி. சங்கடமாகி தன் தலையில அடித்துக் கொண் டார். மூன்றாவது வாரம் கற்பனை அமளி துமளிக்கு பதிலாக கமலும், நெற்றி நிறைய விபூதி பட்டையோடு ஜெமினியும் பலமாகச் சிரித்தபடி போஸ் கொடுத் திருந்தார்கள். ‘எங்களுக்குள் எந்தவிதமான தகராறும் இல்லை. விகடனின் வந்த எங்கள் சண்டை அத்தனையும் பொய்!’ - கீழே இருவரது கையெழுத்து.

கமலுக்குப் போதும் போதும் என்கிற அளவு பப்ளிசிடி கிடைத்த சந்தோஷம். ஆனாலும் ரொம்ப காலத்துக்கு கமலைச் சந்தித்த பெரிசுகள் ‘என்ன இருந்தாலும் நீ அப்படிப் பேசிருக்கப்படாது’ என்று அங்கலாய்ப்பைத் தொடரவே செய்தனர்.

# 10. மதனோற்சவம்!

**1975**-ம் ஆண்டில் தமிழ் சினிமாவில் நூறு நாள்கள் ஓட வேண்டிய படங்கள் யாவும் ஐம்பது நாள்களோடு சுருண்டன. மத்திய அரசு எமர்ஜென்சியை மனத்தில் கொண்டு சென்சார் கெடுபிடிகளை அதிகப்படுத்தியது. கவர்ச்சி நடனக் காட்சிகள், சண்டைக் காட்சிகள் வெட்டித் தள்ளப்பட்டன. கமல் பாடி நடித்து வெளி யான அந்தரங்கம், ஐம்பது நாள்கள் ஓடிய ஆறு படங்களில் ஒன்றாக இடம் பிடித்தது.

உணர்ச்சிகள் விற்பனையாகவில்லை. கேரள சினிமா தயாரிப்பாளர் ஒருவர், கமலின் மூலமாக அக்கதையை மலையாளத்தில் படமெடுக்க முன்வந்தார்.

'யோசிக்காதீங்க அண்ணே. ஒருவேளை அங்கே போய் உங்க ஸ்க்ரிப்ட் ஜெயிக்கலாம். நம்ம ஆளுங்க அப்ப வாச்சும் 'உணர்ச்சிகளை' ரிலீஸ் பண்ண முன் வரு வாங்க.' வருந்தியபடியே சக்தி கதையை விற்றார். கமலும் ஜெயசுதாவும் சேர்ந்து நடித்தார்கள். ராஸ லீலா சூப்பர் ஹிட். கமலின் முதல் சில்வர் ஜூபிலி படமும் கேரளாவுக்கே சொந்தம். சென்னையிலும் திரை யிட்டனர். நூறு நாள்கள் ஓடியது. செம்மீனுக்குப் பிறகு தமிழர்கள் வெகுவாக ரசித்த மலையாள சினிமா அது.

வெற்றிகரமாகவே 1976ஐத் தொடங்கினார் கமல். அவருக்கென்ற நட்சத்திர அந்தஸ்து உருவாகிவிட்டது. தனி மேக்-அப் மேன். சொந்தமாக கார் வேறு வாங்கி விட்டார். மன்மத லீலை ரிலீஸானது. திரையரங்கு களில் கமலின் மதனோற்சவத்தை இளைஞர்கள் கொண்டாடினர். மற்றவர்கள் திட்டிக் கொண்டே உள்ளுக்குள்ளேயே ரசித்தனர்.

தமிழ்ச் சமூகம் கமலின் முதுகில் நடிகை ஆலம் படுத் திருந்த நீண்ட பட போஸ்டரை கடுமையாக விமர்சித்தது. வழக்கம்போல் பாலசந்தரை வம்புக்கு இழுத்தனர்.

தொடர்ந்து மூன்று வாரங்கள் அபூர்வ ராகங்களை ஆஹா ஓஹோ வென்று பாராட்டியது ஆனந்த விகடன். மன்மத லீலையை 'சாக்கடை நாற்றம்' என்றது.

கமல் கூடுதலாகவே புகழ் பெற்றார். தமிழிலும் மலையாளத்திலும் தினம் ஒரு படம் புக் ஆனது. மன்மத லீலையைத் தெலுங்கில் இந்தியில் டப் செய் தார்கள். 'ராவ்'களின் ரசிகர்கள் கமலுக்கு மாறினர். ஆந்திரத் தயாரிப்பாளர் கள் பெட்டி நிறைய கற்றைக் கற்றையாக நோட்டை அடுக்கிக் கொண்டு ஆழ்வார்பேட்டைக்கு ஓடி வந்தார்கள். வட இந்தியாவிலிருந்து 'ஹிந்தி' கடிதங்கள் லிப்ஸ்டிக் வாசனையோடு கமலைச் சென்று சேர்ந்தன.

'மன்மத லீலை தெலுங்குல டப் பண்ணப்ப பிரமாதமா ஓடுச்சு. வெறும் செக்கிலே கையெழுத்து போட்டுக் கொடுத்து என்ன தொகை வேணும்னாலும் எழுதிக்குங்கன்னாங்க.'

புத்திசாலித்தனமாக உழைப்பதன் மூலமே எந்தத் துறையிலும் யாரும் நீடித்து நிற்க முடியும். கமல் அடக்கி வாசித்தார். தெலுங்கு பட அதிபர் களைப் போல் காசு மழையில் மூச்சுத் திணறச் செய்பவர்கள் யாரும் கிடையாது. ஆனால் தெலுங்கில் அறிமுகமாவதில் கமலுக்கு சின்ன தயக்கம் இருந்தது. ஏற்கெனவே அவர் ஹீரோவாக நடித்த முதல் தமிழ் படமான உணர்ச்சிகள், மலையாளச் சித்திரமான அருது இரண்டுமே 1976 ஆரம்பத்திலும் ரிலீஸாகவில்லை. தெலுங்கிலும் அப்படியாகி விடப் போகிறதே என்கிற கவலை கமலுக்கு.

ஆந்திராவில் கே. பாலசந்தர் டைரக்‌ஷனில் மட்டுமே ஹீரோ ஆவது என்று இருந்து விட்டார்.

தமிழ்நாட்டில் மீசை முளைத்தவர்கள் எல்லோருமே மன்மத லீலைக்கே மீண்டும் மீண்டும் சென்றனர். ஜெமினி கணேசன் ரசித்து ரசித்து கமலை உச்சி குளிர வைத்தார் மன்மத லீலை நடிப்புக்காக. கமலுக்கு ஓர் ஆசை. எம்.ஜி.ஆர். பார்த்திருப்பாரா என்று. எம்.ஜி. ஆரிடமே நேரடியாகக் கேட்டு விட்டார் கமல். 'ஸார், மன்மத லீலை படம் பார்த்தீங்களா?'

தமிழ்நாட்டில் முதன் முதலாக கவர்னர் ஆட்சி அமலில் இருந்தது. எம்.ஜி. ஆர் தன்னை நிரூபிக்க வேண்டிய சந்தர்ப்பத்தை காலம் அவரிடம் தந்து விட்டது. உழைக்கும் கரங்கள் எடிட்டிங். ஊருக்கு உழைப்பவன் ஷூட்டிங். நடுவே அ.தி.மு.க மீட்டிங். நிற்க நேரமில்லை. கமலின் கேள்வியை எம்.ஜி.ஆர். தள்ளிவிடவில்லை. வெகு காலமாகவே கமலை கவனித்து வருகிறவர். டி.கே.எஸ். நாடகத்தில் கமலின் நடிப் பைப் பாராட்டி தங்கச் சங்கிலி அணிவித்தவர். கமலின் வளர்ச்சியில் அவருக்கும் ஓர் ஈடுபாடு இருந்தது.

'நேரம் எங்கப்பா இருக்கு' என்றார், கறுப்புக் கண்ணாடிக்குள் கமலைத் துழாவியபடி.

'சார் நான் பண்ற நல்ல படம் வரும்போது சொல்றேன். தயவுசெய்து நீங்க பார்க்கணும் சார்' - கமல் யதார்த்தமாகக் கூறினார்.

'அப்போ கெட்ட படம்னு தெரிஞ்சுகிட்டே சில படம் நீ பண்றயோ?'

எம்.ஜி.ஆர். அப்படிக் கேட்டதும் கமல் திணறினார். அவர் நீலப்படங் களில் கூட நடிக்கிறவர் என்று மஞ்சள் பத்திரிகைகள் பச்சையாக எழுதிய நேரம். கமலைத் தட்டிக் கொடுத்த எம்.ஜி.ஆர். உபதேசம் செய்தார்.

'நான் தோல்விப் படங்கள் கொடுத்திருக்கிறேன். ஆனால் தெரிஞ்சு இது ஃபெயில் ஆகும்னு கொடுத்ததில்ல. லேட் ஆகியிருக்கலாம். தயாரிப் பாளரை நான் கஷ்டப்படுத்தி இருக்கலாம். செலவு வெச்சிருக்கலாம். ஆனால் That is only to give my best. அதுக்கப்புறம் படம் ஃபெயிலா வது ஆடியன்ஸ்கிட்டே இருக்கு. நாங்க நூறு படி ஏறி வந்து இருக்கோம். நீங்க திரும்பவும் ஒண்ணிலிருந்து ஆரம்பிக்காதீங்க. நூறுல ஆரம்பிச்சி மேலே போங்க.'

கமலை நிரந்தரமான கலைஞனாக்க கே. பாலசந்தர், அனந்து உள்பட ஒரு கூட்டமே வேலை செய்தது. கே. பாலசந்தரின் எல்லா படங் களிலும் கமல் மட்டுமே ஹீரோவாக வலம் வந்தார். தமிழில் யார் புதிய முயற்சிகளைத் தொடங்கினாலும் எல்டாம்ஸ் ரோடுக்கு ஓடினார்கள். ஏராளமான புது இளைஞர்கள். சினிமாவில் அதுவரை இருட்டறை களில் புழுங்கியவர்கள், பாரம்பரிய திரைக் கலைஞர்களின் வாரிசுகள் விரும்பி கமலிடம் வந்து கதை பேசினார்கள்.

மகேந்திரன், மணிரத்னம், மனோபாலா, ஜெயபாரதி, பாலகுமாரன், சுப்ரமண்ய ராஜு, மாலன் உள்பட எல்லோரும் மாலை வேளைகளில் கமலோடு தங்களது அடுத்தகட்ட வெற்றி குறித்து ஆலோசித்தனர்.

*ஈரமாகவே இருந்தன*
*கமலின் நிழற்படங்கள் எப்போதும்*
*ரசிகைகளின் ரவிக்கைக்குள்!* - என்று கவி பாடும் அளவுக்கு கமல் காதல் இளவரசன் ஆனார். எம். ஜி.ஆரும் சிவாஜியுமே போட்டி போட்டு மாறி மாறி முதலிடத்துக்கு வந்து கொண்டிருந்தார்கள். இளம் ஹீரோ வெல்லாம் அத்தனை எளிதில் வந்துவிட முடியாது என்ற நிலையே தொடர்ந்தது.

தங்கப் பதக்கத்துக்குப் பிறகு நாடகத்தை நிறுத்தி விட்டது சிவாஜி நாடக மன்றம். அதுவரையில் டைரக்டராக அதில் பணியாற்றியவர் எஸ்.ஏ. கண்ணன். சிவாஜி கணேசனின் பால்ய நண்பர். 1974-ல்

ஆனந்தஜோதி

சொல்லத்தான் நினைக்கிறேன் பார்த்தார். கமலின் நடிப்பு வெகுவாகக் கவர்ந்து விட்டது.

முதன் முதலில் தான் இயக்கி கூட்டாகத் தயாரிக்கும் படத்தில் கமலை நடிக்க வைக்க ஆசைப்பட்டார். சிவாஜியைப் போட்டாலே பைனான்ஸ் கிடைக்கும் என்றார்கள். வேறு வழியின்றி கணேசனிடம் போனார். 'தம்பி வேஷம் யாரு நடிக்கறது?' - சிங்கம் கர்ஜித்தது.

'புதுசா வந்துருக்கே பாலசந்தர் படத்துல கமல்னு...'

'அதெல்லாம் வேணாம். நீ சசிகுமாரைப் போடு. அவன் நம்ம ஆளு.'

கமல், வாணி, ஸ்ரீப்ரியா

அந்த நம்ம ஆளில் இருந்த அர்த்தம் கண்ணனுக்குப் புரிந்தது.

'இல்ல கணேசு. நான் நினைக்கிற காரெக்டருக்கு கமல் மாதிரி புது ஹீரோ பண்ணாத்தான் சரி வரும். நான் கமலையே போடுறேன்.'

கண்ணன் பிடிவாதம் பிடித்தார். பத்திரிகைகளில் சிவாஜி தம்பியாக கமல் நடிக்கிறார் என்று செய்தி வெளியிடச் செய்தார். சத்தியம் படம் ஆரம்பமானது. நல்ல விலைக்கும் போனது. கமலுக்கு இரண்டு ஜோடிகள் ஜெயசித்ரா, மஞ்சுளா. பிரமாதமாக வந்திருக்க வேண்டிய கமல் கேரக்டர் டம்மி ஆனது. சிவாஜி கால்ஷீட் கிடைக்கவில்லை.

ஏறக்குறைய இரண்டு ஆண்டுகள் தாமதமாக ரீலிஸ் ஆனது. 1976-ல் கண்ணனால் லாபம் பெற முடியவில்லை. கமல் நடித்த காட்சிகளில் கன்டினியூட்டி அபத்தமாக இருந்ததாக ரசிகர்கள் கடிதங்கள் எழுதினார்கள். கணேசனும் கமலும் இணைந்து நடித்த முதல் கலர் படம். இத்தனை அவஸ்தைகளுக்குப் பிறகும் இலங்கையில் சத்தியம் நூறு நாள்கள் ஓடியது. கண்ணனால் சிரிக்க முடியவில்லை.

# 11. Can I Kiss You?

கே. பாலசந்தரின் வாய்க்கு அவசியம் அஸ்கா போட வேண்டும். 1975 ம் ஆண்டின் சிறந்த தமிழ் நடிகர் கமல். படம் அபூர்வ ராகங்கள். பிலிம் ஃபேர் விருது மீண்டும் கமலுக்கு.

வாணியுடனான காதலும் நாளொரு நளினமும் பொழு தொரு பொலிவுமாக வளர்ந்தது.

'முதல் பரிசு Brute Perfume. அதற்குப் பின் ரெகுலரா கொலோன்கள் சட்டைகள் வாங்கி அனுப்புவேன். வெளி நாடுகளுக்குப் போகும் போதும் நிறைய வாங்கி வந்து தந்திருக்கிறேன். Elite of Madras என்று சொல்லக் கூடிய நண்பர்கள் மூலம். 'அவருக்கு ஒரு பார்சல் தரணும். எனக்காக ப்ளீஸ் எடுத்துண்டு போறீங் களா' என்பேன். கமல், அவர்கள் வீட்டுக்குப் போய் கிப்ட் (gift) பார்சல்களை வாங்கிக் கொள்வார்.'

தம்பியைப் பொறுப்பாகக் கவனித்துக் கொள்ளும் விதமாக சாருஹாசன் எல்டாம்ஸ் ரோடு வீட்டுக்கே குடிவந்து விட்டார். அதுவரையில் அவர் மதுரையில் புகழ் பெற்ற அட்வகேட்டாக இருந்தார். சந்திரஹாசன் அப்போது திருச்சியில் பணி ஆற்றினார். சென்னைக்கு வந்தால் மாரீஸ் ஹோட்டலில் தங்குவது வழக்கம்.

மதுரையில் O.C.B.M. பள்ளிக்கூடத்தில் படித்தவர் சுஹாசினி. தி.நகர். சாரதா வித்யாலயாவில் சேர்க்கப் பட்டார். அவருக்கு நந்தினி என்று ஓர் அக்கா. சுபாஷினி என்பது அவரது தங்கையின் பெயர்.

கமல் மட்டுமின்றி அவரது அண்ணா சாருஹாசனின் குடும்பமே வாணியிடம் ஒட்டிக் கொண்டது. மன்னி கோமளவல்லியின் பங்கு கமலின் வாழ்க்கையில் மகத்தானது. கமலின் தாய்க்கும் தாரத்துக்கும் மத்தியில் கமலைப் பெறாத பிள்ளையாக இதயத்தில் சுமந்தவர் சாருஹாசனின் மனைவி.

கமலின் அம்மாவுக்கு சர்க்கரை, இதயநோய். கமல் மனம் திறந்து பேசியது மன்னியுடன்தான்.

சென்னையில் கிடைக்காத சராஹ் சட்டைகள் மும்பையில் மேல்தட்டு மக்களிடையே பிரபலம். அந்த ஷர்ட் வகைகளில் CD என்று போட்டிருக்கும். கமலுக்கென அவற்றை அனுப்பிக் கொண்டே இருந்தார் வாணி. கமலுக்கும் 'சராஹ்' பிடித்துவிட்டது. சதா சர்வ காலம் வாணியின் சராஹ் சட்டைகள் கமலைத் தழுவிய படியே வலம் வந்தன. வாணி சென்னைக்கு வரும்போதெல்லாம் மன்னி கலாட்டா செய்தார்.

'இதோ பார். உன் ஷர்ட் தொங்குது. இதன் பேர் வாணி ஷர்ட். கவச குண்டலம் மாதிரி இதையே அவன் நாலு நாளாப் போட்டுண்டு இருக்கான். அது கிழியற வரைக்கும் விடமாட்டான் போலிருக்கு.'

1976ன் கோடைகாலம். பொன்னி, குற்றமும் சிட்சையும், சிவதாண்டவம், நீ என்டே லகரி என்று மலையாளத்திலும் இதயமலர், குமார விஜயம், அவர்கள், உயர்ந்தவர்கள் போன்ற தமிழ் படங்களிலும் மாறி மாறி நடித்துக் கொண்டு இருந்தார் கமல். இடையில் அவள் ஒரு தொடர்கதையின் வங்காள வடிவத்துக்காக கல்கத்தா போனார். இரண்டு நாள்களில் சென்னையில் பிலிம் ஃபேர் விருது நிகழ்ச்சி. கமல் - ஸ்ரீப்ரியா நடிக்க கே. பாலசந்தர் இயக்கும் நாடகம் ஒன்றும் அதில் இடம் பெறவிருந்தது. அதற்கான ஒத்திகை வேறு.

கல்கத்தாவில் மாலா சின்ஹாவுக்கு கமலை விடவே மனசு வரவில்லை. மிக மூத்த நடிகை. ஆனாலும் சவுகார் ஜானகி போல் இளமையாக வாழ நிறைய முயற்சிகள் மேற்கொண்டார். அதில் ஒரு பகுதியாக கமலை Can I kiss you? என்று மாலா சின்ஹா மரியாதை நிமித்தமாகக் கேட்டார்.

மறுக்க மனம் வரவில்லை கமலுக்கு. சரி என்றார். இச் என்ற சத்தத்தோடு அவர் நெற்றியில் மாலாவின் லிப்ஸ்டிக் வளர்பிறையாகி பதிந்தது.

சிமிக்குப் பிறகு அத்தனைப் புகழை நிர்வாணக் காட்சியில் நடித்து யாரும் பெற்றிருக்க மாட்டார்கள். சிமி கரேவால் சசிகபூர் ஜோடி இணைந்த 'சித்தார்த்தா' ஆங்கில படம் இந்தியாவையே புரட்டிப் போட்டது. மக்கள் எமர்ஜென்சி கொடுமைகளை சில மணி நேரம் மறக்க சிமி பெரிதும் உதவினார்.

ஃபிலிம்பேர் விழாவில் சிமி சிறப்பு விருந்தினர். சென்னையில் தமிழ் படங்களைத் தவிர சித்தார்த்தா, ஷோலே, ராஸ லீலா, சோட்டி சி பாத் போன்ற மற்ற மொழி சினிமாக்கள் ரசிகர்களைக் கவர்ந்தன.

கமலும் ஸ்ரீபிரியாவும் சேர்ந்தால் ரகளைக்குப் பஞ்சமே வராது. முப்பது முறைகளுக்கு மேல் பாரதீய வித்யாபவனில் ஒத்திகை பார்த்தும்

கே.பி.க்கு BP ஏறியதே மிச்சம். எப்படியோ ஒழிங்க என்று விட்டு விட்டார். அவர் தயாரித்த சிறு நாடகத்தின் டைட்டில் இது. Romance & Marriage - Cinema Sytle. கலாட்டாவுக்குக் கேட்க வேண்டுமா?

ஜூன் ஆறு. (6.6.1976) மாலை மணி ஆறு. ஜெமினி மாமா வாசலி லேயே நின்று கமலை வரவேற்றார். 'வாடா! வாடா! இதுக்காகத்தான் காத்துண்டு இருந்தேன். இத்தனை காலம்!'

சிறந்த நடிகருக்கான பிலிம்ஃபேர் பரிசை கமலுக்கு வழங்கியவர் சிமி. நாடகத்தில் நடித்தபோது கமலின் கால் சுளுக்கிக் கொண்டு விட்டது. அடி படாமல் அவருக்கு எப்போதும் அவார்டுகள் கிடையாது. வலியெல்லாம் சிமி கையிலிருந்து விருதைப் பார்க்கும்போது மறந்தே விட்டது. சிவாஜி கணேசன் முன்னிலையில் கமல் முதன் முதலில் தமிழுக்காக பிலிம்ஃபேர் பொம்மையைப் பெற்றார்.

பிலிம்ஃபேர் நிகழ்ச்சிகளின் போட்டோ பார்த்தார் வாணி. அவருக்குள் உற்சாகம்.கமல், வாணி அனுப்பியிருந்த சராஹ் CD சட்டையைப் பரிசு பெறும்போது அணிந்து இருந்தார். அந்தப் புகைப் படத்தை வாணி பத்திரப்படுத்திக் கொண்டார். இந்தியாவிலேயே அதிக முறை சிறந்த நடிகருக்கான பிலிம் ஃபேர் விருதுகளைப் பெற்றவர் திலீப்குமார். அவசியம் அதை முறியடிக்க வேண்டும். கமலுக்குள் கனவு.

●

எல்லா வகையான கதைகளையும் இயக்கிய ஒரே டைரக்டர் என்று எஸ்.பி. முத்துராமனை மட்டுமே கூற முடியும். அதுவரையில் யாருமே கையாளாத தொட அஞ்சிய ஆன்ட்டி சென்டிமென்ட் சப்ஜெக்டை எஸ்.பி.எம். இயக்கினார். ஒரு கைதியின் வாழ்க்கையில் நிஜமாக நடந்த சம்பவங்களை புஷ்பா தங்கதுரை நாவலாக எழுதினார். ஒரு ஊதாப்பூ கண் சிமிட்டுகிறது. மாற்றானுக்கு மனைவி ஆகிவிட்ட காதலியோடு ஒரு நாளாவது வாழத் துடிக்கும் மாஜி காதலனின் கதை.

'மல்லிகை' பதிப்பகம் சங்கரன் 'ஊதாப்பூ'வைப் படமெடுக்க முன்வந் தார். எஸ்.பி.எம். யூனிட் கமலை நம்பியது. கே. பாலசந்தர் துணை இன்றி கமலின் முதல் புதுமை முயற்சி. மக்கள் விரும்பிப் படம் பார்த் தார்கள். பத்திரிகைகள் புகழ்ந்து எழுதின. 'அவள் ஒரு தொடர் கதை'க்குப் பின்பு ஜெயசித்ராவை ஓரம் கட்டிவிட்டு சுஜாதாவிடம் அடைக்கலம் புகுந்தது கோலிவுட். சுஜாதாவின் படங்களில் இயல் பாகவே அந்த 'ஒரு'வும் ஒட்டிக்கொண்டது. 'ஊதாப்பூ' பிலிம்ஃபேர் விருது விழாவின்போது வெளியானது. அடுத்த ஆண்டு அவார்டுக்கு கமல் அஸ்திவாரம் போட்டார்.

வலம்புரி சோமநாதன் ஜெமினியை மீண்டும் தைரியமாக ஹீரோ ஆக்கினார். சுஜாதா ஜோடி. படம் லலிதா. வழக்கம்போல் கமலும் அதில் ஆடிப்பாடினார். ஜெமினி தனக்கு கிடைக்கிற வாய்ப்புகளைக் கமலோடு பகிர்ந்து கொண்டார். இதய மலர் படத்தை அவர் இயக்கும் சந்தர்ப்பத்தை 'மணியன்' கொடுத்தார். கமல் ஹீரோ. இந்த இரண்டு படங்களை விடவும் கமல் - ஜெயசித்ரா ஜோடி சேர்ந்த 'குமார விஜயம்' நன்றாகவே ஓடியது. ஜெயசித்ரா, வி.கே. ராமசாமி, மனோரமா போன்றோரோடு நடிப்பதை கமல் தட்டவே மாட்டார். செட் கலகலப்பாக இருக்கும். ஜெயசித்ரா சுறுசுறுப்பாக நடிக்கிற ஓரே ஹீரோயின் என்று சம்மதிப்பார்.

பாலசந்தரின் அடுத்த படம். கமலுக்கு ஜோடியாக ஒரு புதுமுகத்தைத் தேர்வு செய்ய மாதக் கணக்கில் மெனக்கெட்டார் கே.பி. ஏதோ கமலின் கல்யாணத்துக்குப் பெண் பார்க்கச் சொன்னதுபோல.

பாலசந்தர் 'அனுராகாலு' தெலுங்கு படத்தின் மூன்று ரீல்கள் ரஷ் பார்த்த பின்பு அதன் கதாநாயகியை ஓ.கே. செய்தார். வேறு எதிலும் நடிக்கக் கூடாது என்கிற கண்டிஷன் வழக்கம்போல். ஸ்ரீதேவி ஒப்பந்தமானார். படத்தின் பெயர் மூன்று முடிச்சு. கமல் ரோஜாரமணி மலையாளத்தில் சேர்ந்து நடித்த 'மற்றொரு சீதா'வின் தமிழ் ரீமேக். கமலின் வேடத்தைத் தமிழில் ரஜினிக்குத் தந்துவிட்டார். இடைவேளை வரை கமல் ஸ்ரீதேவியின் காதலன்.

மைசூரைக் கடந்து பதினைந்து மைல் தூரம். மூன்று முடிச்சு ஷூட்டிங். ஆலமரங்கள் அடர்ந்த பகுதி. மகள் கே.பி.யின் ஒரு படத்திலாவது நடித்தாலும் போதும் என்கிற நட்சத்திரக் கனவு ஸ்ரீதேவியின் அம்மாவுக்கு. ஸ்ரீதேவி தாயாரின் முந்தானையைப் பிடித்தபடி பயந்தவாறு நின்றார். எதிரே கமல். டைரக்டர் காதல் காட்சி எடுத்துக் கொண்டிருந்தார்.

'புதுப்பொண்ணு. கட்டிப்பிடித்து தோள் மீது கைபோட்டு சகஜமா நடி' என்றார் கமலிடம். கமல் நெருங்கி ஸ்ரீதேவியின் விரல்களைப் பற்றி உள்ளங்கையை லேசாக அழுத்தினார். ஸ்ரீதேவியின் முகத்தில் காதலோ நட்போ மலரவே இல்லை. வெட்கம் வந்துவிட்டது. உடல் நடுங்கியது.

'கட்' என்றார் கே.பி. எரிச்சலாக. காதல் வயப்படுவது எப்படி என்று கற்றுத் தந்தார். ஸ்ரீதேவி 'குழந்தை'யாகவே தோன்றினார்.

'ஏங்க பத்து நாள் டைம் கொடுத்திருக்கேன். லவ் ஸீன் வர மாதிரி எதுவும் படம் பார்க்கலியா?'

கே. பாலசந்தரை ரீ டேக்குகள் சலிப்படையச் செய்தன. ஸ்ரீதேவியின் நாற்காலியில் காமிக்ஸ் புத்தகங்கள் சிதறிக் கிடந்தன. கமல் அனந்

துவைப் பார்த்து சிரித்தார். 'புரொடக்ஷன்ல சொல்லி லாலி பாப், ஐஸ்க்ரீம் வாங்கிட்டு வரச் சொல்லுங்க. அப்படியே ஒரு தூளியை மரத்துல கட்டிடலாம். நிம்மதியா தூங்கட்டும்.'

அவுட்டோர் முடிந்தது. மூன்று முடிச்சு இடைவேளை வரை கமல் வீட்டிலேயே ஷூட்டிங் நடைபெற்றது. கமலின் சினிமா 'கனவு' அறையில் ரஜினி நடித்தார்.

'மூன்று முடிச்சு' 1976 தீபாவளியன்று ரிலீஸானது. அந்த ஒரே ராத்திரியில் 'ரஜினி' தமிழர்களின் இதயங்களில் கேட்காமல் கொள்ளாமல் புகுந்து விட்டார்.

'உண்மையைச் சொல்லணும்னா ரஜினியைப் பார்த்து நான் ஆச்சரியப்படறது உண்டு. எப்படி ஓவர் நைட்ல பெரிய ஸ்டார் ஆயிட்டாருன்னு. என்னால அப்படி எப்போதுமே பண்ண முடியல. நான் படிப்படியாகத்தான் வந்தேன். தடுக்கி விழுந்து எழுந்து கீழே உருண்டு போயிடுவேன் திடீர்னு.'

கமல் - ஸ்ரீதேவி ஜோடியை மக்களுக்குப் பிடித்துவிட்டது. அது வரையில் கமலுக்கு அமைந்ததெல்லாம் லவ் சப்ஜெக்ட்டுகளே. ஊதாப்பூவின் வெற்றிக்குப் பிறகு மணியனின் 'மோகம் முப்பது வருஷம்' படமானது. எஸ்.பி.எம். யூனிட் அதன் 'வெற்றி விழா'வைக் கனவு கண்டார்கள். முத்துராமன் கால்ஷீட் கிடைக்கவில்லை. அவர் நடிக்க வேண்டிய வேடத்தில் கமல் நடித்தார்.

தரமான படமென்று பத்திரிகைகள் உரத்துச் சொல்லியும் மோகம் முப்பது வருஷம் ஓடவில்லை.

## 12. அம்மா!

எஸ்.பி.எம். அடுத்த படம் 'ஆடு புலி ஆட்டம்' என்றார். அப்போது சென்னையில் ஓடிக் கொண்டிருந்த Fear over the cityயின் உல்டா. கமலின் முதல் ஆக்ஷன் படம். கமலுக்கேற்ற வில்லனாக ரஜினியை புக் செய்தனர்.

கே. பாலசந்தருக்குப் பிறகு இன்னொரு இயக்குநரும் கமலைப் பெரிதும் நம்பினார். அவர் டி.என். பாலு. 1966-ல் தமிழ் சினிமா முற்றிலும் பொழுதுபோக்கு அம்சங்களுக்கு மாறியது. அதிலிருந்து பாலுவின் பங்கு இல்லாத நூறு நாள் படங்கள் கிடையாது. எம்.ஜி.ஆர். - கருணாநிதி இருவருக்கும் விசுவாசமாக வெவ்வேறு காலங்களில் உழைத்தவர்.

கோஷிஷ் என்கிற இந்திப்படம் சஞ்சீவ் குமார்-ஜெயாபாதூரி நடிப்பில் நாடெங்கும் ஓஹோ என்று ஓடியது. அதை 'மவுனம் எனது தாய்மொழி' என்கிற பெயரில் ஏ.எல்.எஸ். புரொடக்ஷன்ஸ் படமாக்க முடிவு செய்தது. சிவாஜி ஹீரோ. செவிட்டு - ஊமைகள் காதலித்து கல்யாணம் செய்து, சுக துக்கங் களைப் பகிர்ந்து கொள்ளும் கதை.

மவுனம் எனது தாய்மொழி வளரவில்லை. பாலு அந்தக் கதையின் உரிமையை ஏ.எல்.எஸ். புரொடக் ஷன்ஸிலிருந்து பெற்றுக் கொண்டார். 'உயர்ந்தவர்கள்' என்ற பெயரில் டைரக்டு செய்ய தீர்மானித்தார். கமலின் நடிப்பு நாளுக்கு நாள் மெருகேறி வருவதைப் பத்திரிகைகளின் மூலம் கண்டுகொண்டார். புதிய பட அதிபரைத் தேடினார்.

டயர் கம்பெனி ஓனர் மெகரா 'உயர்ந்தவர்கள்' படத் தயாரிப்பாளர். பாலு கமலை ஊமை வேடத்தில் முதன் முதலில் நடிக்க வைக்க விரும்பினார். சிவாஜி கணேசனைப் போடுகிற அளவு பெரிய பட்ஜெட் படம்

வேண்டாம் என்று முடிவு செய்தார். கமல் தயங்கினார். பெரிய ரிஸ்க் என்று பட்டது. ஓரளவு மார்க்கெட் சூடு பிடித்திருக்கும் நேரம் சஞ்சீவ் குமாரின் இடத்தில் தன்னைக் கற்பனை செய்து கூடப் பார்க்க முடியவில்லை கமலுக்கு.

பாலு தைரியம் தந்தார். 'சுஜாதா ஹீரோயின். 'ஊதாப்பூ' ஓடுச்சே. இதுல நடிக்கறதுக்கு நிறைய ஸ்கோப் இருக்கு கமல். மறுக்காதே. பாடி லேங்வேஜ் வேறே இம்ப்ரூவ் ஆகும். மத்த ஆர்ட்டிஸ்ட் யாரும் பண்ண மாட்டாங்க. சஞ்சீவ் குமார், அவர் புள்ளை - டூயல் ரோல்ல நீயே நடிச்சிடு.'

'என்ன சார் நீங்க. ஊமை வேஷத்துல நடிக்கவே போதும்போதும்னு ஆயிடும். இதுல மகன் கேரக்டர் வேறயா? அப்பா புள்ளையா வர அளவுக்கு நான் இன்னும் வயசால கூட வளரல. வர ஐப்பசிக்கு இருபத்திஇரண்டு கம்ப்ளீட் ஆகும். என்ன விட்ருங்க சார். இல்லேன்னா 'பாபி' மாதிரி வேற ஏதாவது ரைட்ஸ் வாங்குங்க.'

கமலின் மகனாக மாஸ்டர் ஸ்ரீதர். மூன்று முடிச்சுக்குப் பிறகு கமல் இதிலேயும் பாதியில் செத்துப்போனார். கமலின் நடிப்பாற்றல் பாலு எதிர்பார்த்தபடியே பேசப்பட்டது. படம் 1977 பொங்கலுக்கு வெளி யாகியது. வசூலாகவில்லை. பாலு நொந்து போனார். தாழ்ந்தவர்கள் என்று அடுத்த படம் ஆரம்பிக்கப் போவதாக அறிவித்தார்.

'நம்மள நாமளே ஏன் தாழ்த்திக்கணும் பாலு சார். மொதல்ல டைட்டிலை மாத்துங்க. இதை மறந்துட்டு அடுத்த சப்ஜெக்டுக்கு போவோம்.'

கமல் சின்னப் பையன். உயர்ந்தவர்களில் சிறப்பாக நடித்ததே அவனுக் குரிய இமேஜை பாழ்பண்ணி விட்டது. ஆனாலும் தைரியமாக எதிர் நீச்சல் போடுகிறான். மனம் நெகிழ்ந்தார் பாலு.

'கமல் இப்ப சொல்றேன் கேட்டுக்கோ. யார் கூப்பிட்டாலும் இல் லேன்னாலும் வருஷத்துக்கு ஒரு படம் நான் தயாரிக்கிறேன் உன்னை வெச்சு. நீ நாளைக்கே சில்வர் ஜூபிலி படம் கொடுக்கலாம். அப்ப நீ என்ன ரேட் கேட்டாலும் நான் தந்துடறேன்.'

உயர்ந்தவர்களுக்குப் பிறகு எந்த ஹீரோவும் தமிழில் செவிட்டு ஊமையாக நடித்ததாக வரலாறு கிடையாது. உயர்ந்தவர்கள் தரமான படம். அதற்கு வரி விலக்கு தர வேண்டும் என்று ரசிகர்கள் எதிர்பார்த் தார்கள். அப்படியாவது ஓடாதா என்று ஏங்கினர். டி.என். பாலு கருணா நிதியின் தொண்டர். அதை அவர்கள் கவனிக்கவில்லை.

கமல் செய்வதறியாது திகைத்தார். நெருக்கமான தயாரிப்பாளர்கள் கூட அவரைக் கைவிட்டு விட்டார்கள். கலாகேந்திராவின் அவர்கள்,

ஆடுபுலி ஆட்டம் தவிர வேறு படங்கள் தமிழில் கிடையாது. இனி புதிதாக ஏலக்காய் எஸ்டேட் அதிபர்கள் படம் எடுத்தால்கூட வாய்ப்பு வருமா?

அவர்கள் ஷூட்டிங். ரஜனி தொடர்ந்து ரீடேக்குகள் வாங்கினார். (அப்போது பத்திரிகைகள் அவரை ரஜனி என்றே குறிப்பிட்டன.) ஏ.வி.எம். ஸ்டூடியோ கே. பாலசந்தரின் அதிகபட்ச கோபத்தை அன்று அனுபவித்தது.

'உனக்கு நடிப்பே வராது. உன்னால நான் தலையைப் பிச்சுக்கணும். இன்ஸ்டிடியூட்டுல நீ என்ன படிச்சிக் கிழிச்சியோ. இவனுக்காக நான் 'ராமநாதன்' கேரக்டரை மாத்த முடியாது. இது வசனம் நிறையவே இருக்குற கேரக்டர். இவனை அனுப்பிச்சிட்டு ஜெய்கணேஷைக் கொண்டு வாங்க.'

ரஜினி கண்ணீர் விடவில்லையே தவிர மானம் போய்விட்டது. பேசாமல் பெங்களூர் போய்விடலாம். கன்னட சினிமா கைவிடாது. கமல், ரஜினியை வெளியில் தள்ளிக் கொண்டு வந்தார். 'டைரக்டர் உங்களால முடியலைன்னா புக் பண்ணியிருக்கவே மாட்டார். ஜெய்கணேஷ் நல்ல தமிழ்ல வசனம் பேசுவார். கே.பி. சார் எதிர்பார்க்குற நடிப்பு உங்ககிட்டே மட்டுமே இருக்கு. நேத்து ராத்திரிகூட மிட்லண்ட்ல மூன்று முடிச்சு ஹவுஸ் ஃபுல். சென்னையைவிட மதுரையில் இன்னும் நல்லா ரசிக்கிறாங்களாம். மேலூர் குமரேசன், பழங்காநத்தம் முருகன்னு யாராவது உங்களுக்கு ரசிகர் மன்றம் ஆரம்பிச்சிருக்கலாம்.'

ரஜினியிடம் லேசாக புன்னகை எட்டிப் பார்த்தது. கமலின் கரங்களைப் பற்றிக் கொண்டார் ரஜினி.

'நீங்க எப்படியாவது உங்க வாய்ஸ்லயே வசனத்தைப் பேசினாப் போதும்னு பாலசந்தர் சார் நினைக்கிறார். அது எவ்வளவு பெரிய விஷயம் தெரியுமா! என்னை ஒரு பெரிய டைரக்டர் படம் பூராவும் டயலாக்கே கொடுக்காம மரம் மாதிரி நிக்க வெச்சிட்டார். இப்பக் கூட அந்தப் படம் ராம் தியேட்டர்ல ஓடிட்டு இருக்கு. அந்தப் பட போஸ்டரை பார்த்தாலே மனசு கஷ்டமாயிடும்.'

கமலின் குரலில் வேதனை படர்ந்தது.

'ஸாரி நான் டிஸ்டர்ப் பண்ணிட்டனா?'

'நோ. இன்னொரு முக்கியமான விஷயம். நீங்க ஒரு படத்துல சிகரெட்டைத் தூக்கிப்போட்டு புடிச்சா அது நியூ ஸ்டைல்னு ரசிகர்கள் கை தட்டுவாங்க. இப்ப 'அவர்கள்'ளயும் அதையே ஃபாலோ பண்றீங்க. ஜனங்க ரசிக்கணுமே.'

ரஜினி அவசரமாக மறுத்தார்.

'நீங்க வேணும்னாப் பாருங்க. பல வருஷங்களுக்கு என் நடிப்பு அவர்களால பேசப்படும். அதுக்கு இந்த ஸ்டைல் உதவும். ஃப்யூச்சர்ல நான் படத்துக்குப் படம் புதுசா ஏதும் பண்ணலேன்னா ஜனங்க கேள்வி கேப்பாங்க. ரஜினி உன் ஒரிஜினாலிடி எங்கேன்னு.'

அன்று முதல் கமல் 'ரஜினியை' நினைத்தும் தூக்கம் தொலைத்தார்.

•

'குடித்துக் கும்மாளமிடாமல் சினிமாவில் நேரத்தைப் பயனுள்ளதாகக் கழிக்கிறவர் கமல்' என்று கே. பாலசந்தர் பாராட்டுவார். கமலை மேலும் மெருகூட்ட பல புதிய சிந்தனைகளைப் படத்துக்குப் படம் கே.பி. அறிமுகப்படுத்தினார்.

அவர்களில் கமல் கையில் ஒரு பேசும் பொம்மையைக் கொடுத்தார். நிஜத்தில் கமல் அதைப் பின்னாலிருந்து இயக்கித் தன் குரலில் உரையாடுவார். பொம்மைக்காக உயிர் கொடுக்கும் கலையை வென்ட்ர லோகிஸம் (Ventriloquism) என்பார்கள். மெய்யப்பனின் மூத்த குமாரர் ஏ.வி.எம். முருகன் அதில் கைதேர்ந்தவர். பாலசந்தர் கமலை அவரிடம் அனுப்பிப் பயிற்சி பெற்று வரச் சொன்னார். கமல் ஒரே நாளில் அந்த வித்தையைக் கற்றுக்கொண்டு விட்டார்.

'இரு மனம் கொண்ட திருமண வாழ்வில்' பாடல் மூலம் வென்ட்ர லோகிஸம் புகழ்பெற்றது.

அனு, பரணி, ராமநாதன், ஜானி கதாபாத்திரங்கள் தமிழ் சினிமாவுக்கு இன்றும் புதிதாகவே உள்ளவை. அவர்களில் கமல் ஏற்றிருந்த 'ஜானி' வேடம் அவரை மிகவும் ஈர்த்தது. ரசனையோடு நடித்தார். நெற்றியில் விபூதி பட்டை, குங்குமம், வேட்டிச் சட்டை சுஜாதாவின் மீதான ஒரு தலைக் காதலை சொல்ல முடியாத தவிப்பு. சுஜாதாவுக்கு எப்படியாவது உதவ வேண்டும் என்கிற துடிப்பு ஆகியவற்றை க்ளைமாக்ஸ் வரையில் யதார்த்தமாகவும் அற்புதமாகவும் நடித்திருப்பார் கமல்.

அரங்கேற்றத்தில் தொடங்கிய பாலசந்தரின் மாறுபட்ட 'அ' வரிசைப் படங்களுக்கு ஒரு பிரேக் டவுன் 'அவர்களி'ல் விழுந்தது. 'அன்னக்கிளி' ஓஹோ என்று ஓடியது. சுஜாதா புகழின் உச்சியில் இருந்த நேரம். தாலியை கோயில் உண்டியலில் போட்டுவிட்டு காதலனை கைப் பிடிக்க இருந்த அனுவை 1977-ல் மகளிர் ஏற்றுக் கொள்ளவில்லை. அவர்கள் படுதோல்வி அடைந்தது. கலைஞர்களின் கடுமையான உழைப்பு வீணானது. 'அவர்களை' தன்னுடைய மிகப் பெரிய சாதனையாக கே. பாலசந்தர் எண்ணினார். அது அடி வாங்கியதும் மனம்

புழுங்கி விட்டார். குருவுக்கு சிஷ்யனும் சீடனுக்கு ஆசானும் தோள் கொடுத்து சோகத்தில் இருந்து மீண்டார்கள்.

'அந்த அருமையான படத்தோட தோல்வியை என்னாலே தாங்க முடியல. அந்த படத்தை நானே டைரக்ட் பண்ணி நானே ப்ரொடியூஸ் பண்ணின மாதிரி ரொம்பப் பெருமையோட இருந்தேன்.'

•

வாழ்க்கையில் வெல்ல முடியாத விஷயங்களும் இருக்கின்றன. பசியை ஜெயித்த பிறகு முளைக்கும் நோய்களைப் போல. கமலின் வாழ்விலும் கொஞ்சம் சிரித்தால் அதிகம் அழவேண்டி வந்தது. உயர்ந்தவர்கள், அவர்கள் என்று பிரமாதமாக நடித்தும் தொழிலில் அடி மேல் அடி.

இன்னொரு பக்கம் வீடும் நிம்மதியாக இல்லை. மன்னிக்கும் வேலைகள் அதிகமாகி விட்டன. கமல் அம்மாவைக் கவனித்துக் கொள் வதற்காக நர்ஸ் ஒருவரைக் கூடவே அமர்த்தியிருந்தார். அம்மா எப்போது வீட்டில் படுத்திருப்பார், எப்போது வெலிங்டன் ஆஸ்பிடலில் அனுமதிக்கப்படுவார் என்று விளங்காத சூழல்.

அம்மா தன் நாள்களை எண்ணிக் கொண்டு இருக்கிறார் என்று புரிந்தது. அம்மா தெம்பாக இருக்கும் நாள்களில் உடன் உட்கார்ந்து பேசிக் கொண்டு இருப்பார் கமல்.

'நீ என்னத்துக்குடா ஃபைட் பண்ற படத்துல புக் ஆனே?' அம்மா மூச்சு முட்டப் பேசினார்.

'எல்லாமே செய்யணும்மா. வெறுமனே நம்ம (கே.பி.) டைரக்டர் படத்துல மட்டும் நடிச்சாப் போதுமா?'

'அதுக்கு இல்லடா. எனக்கும் வர வர ஒண்ணும் முடியல. நீ அடிபட்டுண்டு வந்தா தாங்கிக்கிற சக்தி கிடையாது.'

ஆடு புலி ஆட்டம் ஆக்‌ஷனுக்காகவே எடுக்கிற படம். கமல் ஆர்வ மாகச் சண்டை போட்டுக் கொண்டிருந்தார். டூப்லாம் பக்கத்தில் வரவே கூடாது என்று உத்தரவே போட்டு விட்டார். அம்மாவுக்கு வருத்தம் தரக் கூடாது என்பதாலேயே சில நாள்கள் சொல்லாமல் கிளம்பி விடுவார். ஆனாலும் மனசு கிடந்து அடித்துக் கொள்கிற போது அம்மாவைத் தேடிப் போவார். மருந்துகளின் மயக்கத்தில் அம்மா கண்மூடிப் படுத் திருப்பார்.

கிழடு தட்டிப் போய் சுருங்கிக் கிடக்கும் அம்மாவின் கைச் சூட்டுக்கு ஆசைப்படும் இதயம். மெல்ல அருகே போய் கைகளை எடுத்துத் தன் கன்னத்தில் வைத்துக் கொள்வார். அம்மாவின் தாடைகளை லேசாக

வலிக்காத படிக்கு தடவிக் கொடுப்பார். அம்மா சட்டென்று விழித்துப் பார்ப்பார்.

'இன்னும் நீ கிளம்பலையாப்பா?'

'இதோ ஆச்சு புறப்படறேன்மா.'

1977 ன் கோடைகாலம். ஏசியை ஜாஸ்தி பண்ணிவிட்டு கமல் காரில் ஏறினார். எல்டாம்ஸ் ரோடு சிக்னலில் அம்மா மறந்து போகும். சினிமா ஞாபகத்தை ஆக்கிரமிக்கும். இன்றைக்கு ஷூட்டிங் செங்கல்பட்டு பக்கத்தில். வண்டலூரைக் கடந்து வலதுபுறத்தில் பல கிலோ மீட்டர் களை விழுங்கிய பின்பு கார் நின்றது. கமல் இறங்கினார்.

'இன்னிக்கு அந்த புல்லட் தெறிச்சு நான் பள்ளத்துல விழுற சீன்தானே சார்.' கேள்வியோடே களமிறங்கினார்.

'வாடா கமல் அம்மாவுக்கு எப்படியிருக்கு?' என்றார் கேமரா மேன் பாபு. கமலைப் பார்த்ததும் ரஜினி எழுந்து நின்று மரியாதை தந்தார். அவரும் கமலும் சேர்ந்து நடிக்கிற நாலாவது படப்பிடிப்பு.

நிஜத்தில் துப்பாக்கி குண்டு தெறிக்கும் என்பதே கமல் சொல்லித்தான் யூனிட்டுக்குத் தெரியும். அடுத்த கட்டமாக அதற்கான லொகேஷனையும் கமலே தேடினார். அம்மாவின் பயம் மனத்துக்குள் வந்து போனது.

கமல் 'பைக்'கை மிதித்தார். 'போகாதே கமல். டூப் பண்ணட்டும் விட்டுடு.' டைரக்டர் நிறுத்தினார்.

'ஒண்ணும் ஆகாது சார். நான் பார்த்துக்கறேன்.' மலை உச்சியை நோக்கி கமல் பறந்தார்.

உச்சி வெயில். ஷூட்டிங் பிரேக் இல்லாமல் தொடர்ந்தது. கமல் விபத்து ஏதும் நேராமல் பள்ளத்தில் விழுந்து காயங்களின்றி இறங்கி வந்தார். யூனிட் கை தட்டவில்லை. கமல் ஆச்சரியம் காட்டினார். வீட்டிலிருந்து ஆள் வந்திருந்தது. கமலின் கார் டிரைவர் திருநாவுக்கரசு. அவரது கேள்வி களுக்கு பதில் சொல்லாமல் ஸ்டீயரிங்கைப் பிடித்தபடி அழுதார்.

'என்ன இன்னிக்கும் அட்டாக்கா? ரொம்ப மோசமா இருக்கா?' கமல் காரில் ஏறினார்.

'இல்லை சார். அம்மா போயிட்டாங்க.' திருநாவின் அழுகை தொடர்ந்தது. கமலின் நெஞ்சை ஏதோ அழுத்தி அழுத்தி வெற்றிடத்தை வேகமாக உண்டாக்குவதைப் போல் பட்டது. உயிரற்ற பார்வையில் பேக்-அப் ஆகிக் கொண்டிருந்த யூனிட் தெரிந்தது. தனக்காகவே எரிந்து கொண்டிருந்த மெழுகின் திரியை எமனின் மூச்சுக் காற்று அணைத்து விட்டது.

'நான் வேணும்னா வண்டியை ஓட்டறனே...'

'இல்ல தம்பி நான் பார்த்துக்கறேன்.'

பரமக்குடிக்கு போன் போட்டு தகவல் சொல்லி இருந்தார்கள். அப்பா வரவேண்டும். பிரம்மாண்டமான பனிக்கட்டிகளின் மீது அம்மா கிடத் தப்பட்டார். கமல் பதறியடித்தபடி அதில் தென்பட்ட கூர்மையான துண்டுகளை அகற்றினார். அண்ணா நெருங்கி வந்து காதோடு சொன்னார். 'இனிமேல் வலிக்காதுடா.'

கோடம்பாக்கம் விரைந்து வந்து சினிமா துக்கம் விசாரித்தது. இறுதி ஊர்வலம் புறப்பட்டது. சக்தியைத் தேற்ற வேண்டிய நிலை கமலுக்கு. அம்மாவின் உடலை சக்தி தூக்கி வந்தால் என்ன? அவரும் எனக்கு அண்ணன்தானே. அம்மாவுக்கு 'சக்தி' மீது பிரியம் உண்டே.

ஆழ்வார்பேட்டையைக் கடந்து போய்க் கொண்டிருந்தது அம்மாவின் இறுதி யாத்திரை. 'சக்தி அண்ணன் எங்கே? அவரை அம்மாவைத் தூக்கச் சொல்' கமல் மெள்ள நடந்தபடியே மற்றவர்களின் காதில் கூறினார். தீச்சட்டி கையில் புகைந்தது.

'அதெல்லாம் ப்டாது. பிராமணாதான் சுமக்கணும்.' அப்படிச் சொல்லியவர்களிடமிருந்து அழுகிய பழ வாசனை. கமல் பிடிவாதம் பிடித்தார். சக்தி தன் அம்மாவுக்குத் தோள் கொடுக்க வேண்டும் என்று. சக்தி மட்டுமல்ல, கமலின் முக்கிய நண்பர்களும் அவர் தாயாரைச் சுமந்தபடி நடந்தனர்.

'சினிமால ஹீரோன்னா... ஆசாரம், அனுஷ்டானம் முக்கியம் இல்லையா. இத்தோட முடிஞ்சுடுமோ? இன்னும் காரியம், சிரார்த்தம், திதி, திவசம்னு எத்தனை இருக்கு? பித்ருக்களோட ஆசீர்வாதம் இல்லேன்னா குடிமுழுகிப் போகும் புரிஞ்சுக்கோங்கோ.'

நான்கு சவுண்டி பிராமணர்களும் சுடுகாடு வரையில் வார்த்தைகளால் கமலை எரித்தார்கள். கமல் தீச்சட்டியைக் கீழே வைத்ததுதான் தாமதம். அடுத்த நொடியில் சவுண்டியின் கழுத்து அவரது கரங்களில்.

'நீ பிராமணனாடா நாயே! சாராயம் குடிச்சிட்டு எங்க அம்மாவைத் தூக்க வந்தியே... த்தூ! சக்தி அண்ணன் முட்டைகூடச் சாப்பிட மாட்டார். இப்ப சொல்லு யார் உசத்தி. உண்மையான அந்தணர் நீயா? சக்தி அண்ணனா? அரைகுறையா சாஸ்திரத்தைப் படிச்சிப் புரிஞ்சிக்கிட்டு கெட்ட வார்த்தையிலயா திட்டிப்பேசிட்டு வரே...'

கமல் ரௌத்திரம் பழகினார். அமைதிப்படுத்தினார்கள்.

## 13. ஒரு ரீல் கோவணம்

அல்லி நகரம் சின்னசாமி. சிவாஜி கணேசனின் நடிப்பை டூரிங் டாக்கிஸ்களில் பார்த்துப் பார்த்துப் பைத்தியம் ஆனார். இன்னொரு கணேசனாகிவிடும் ஆசை. யானைக் கண் ஜெய்சங்கரெல்லாம் ஜேம்ஸ் பாண்டாக சக்கைப் போடு போடும்போது நமக்கென்ன குறைச்சல் என்று கோலிவுட்டுக்கு ஓடிவந்தார். புட்டண்ணா, கிருஷ்ணன் நாயர், ஏ. ஜெகன்னாதன் அவிநாசி மணி ஆகியோரிடம் உதவி இயக்குநர் உத்யோகம். அழகில் மன்மதனாக விளங்கிய சிவகுமாரும், சசிகுமாருமே முன்னேற முடியாதபோது என்னால் முடியுமா? சந்தேகம் வந்து விட்டது. கதை பண்ணத் தொடங்கினார்.

கே.ஆர்.ஜி., கே.ஆர். விஜயாவை நம்பி தனித்து தயாரிப்பாளர் ஆகிவிட்டார். அவிநாசிமணியை டைரக்டராக அறிமுகம் செய்தார். 'ஆயிரத்தில் ஒருத்தி' படம் உருவானது. கமலுக்கு அதில் முக்கிய வேடம். சின்னசாமி கமலோடு மனம் விட்டுப் பேசினார். உதவி டைரக்டர் என்கிற முறையில் அன்றைய தமிழ் சினிமாவின் பிற்போக்குத்தனத்தை விமர்சித்தார். கமலுக்கு அவரைப் பிடித்துப் போனது. என்னைப் போல் ஒருவன் இன்டஸ்ட்ரியில்! மனத்தில் ஏற்றிக்கொண்டார். சின்னசாமி, சினிமா வுக்கு வந்த பின்பு பாரதிராஜாவாக கம்பீரமாக பெயர் சூட்டிக் கொண்டார்.

'மயிலு' என்ற பெயரில் உள்ளத்தில் ஊறுகாய் போட்டு வைத்திருந்த கதையை கமலிடம் சொன்னார். 'உங்க கால்ஷீட் கிடைச்சா நானே டைரக்டு செஞ்சிடுவேன் சார்.'

கோடம்பாக்கத்தில் துணை இயக்குநர்களின் வழக்கமான பல்லவி. கமல் ஏற்கனவே நிறைய கேட்டிருந்தார். ஆனால் பாரதிராஜாவின் விஷயம் வேறு. அவர் கண்களில் தெரிந்த நம்பிக்கை இதயத்தில் நங்கூரம் பாய்ச்சியது.

'கண்டிப்பா செய்யலாம். முதல்ல நான் கொஞ்சம் வளர்ந்துக்கறேன். ஹீரோன்னு ஆன பிறகே நீங்களும் எம் பேரை சிபாரிசு பண்ண முடியும். நல்ல ப்ரெடியூசரா பாருங்க. உங்க கதையை கெடுக்காத ஆளா...'

கமல் யதார்த்தம் பேசினார். பாரதிராஜா புது கம்பெனிகளின் படிகளில் ஏறி இறங்க ஆரம்பித்தார். கருத்துச் சுதந்தரம் கொடுக்கிற பட அதிபர்களுக்கு எப்போதும் பஞ்சம்தான்.

ஐம்பது ஏக்கருக்கு அதிபதி. சொந்தமாக சினிமா தியேட்டர். தாகம் எடுத்தால் இளநீர் அருந்தவென்று இரண்டாயிரம் தென்னை மரங்கள். பட விநியோகம். தனது அத்தான், பொள்ளாச்சி ரத்னம் குருவாயூரப்பன் புரொடக்ஷன்ஸ் சார்பில் எடுத்த தலைப்பிரசவம் ஷூட்டிங். மேட்டுப் பாளையம் சொர்க்கபுரி ஆனது.

'இதோ பாரு லட்சுமி. அட பிரமிளா. இவருதான் முத்துராமனா. தலையில டோப்பா வெக்கிறாங்க. வழுக்கை மண்டயா அவருக்கு?'

ராஜ்கண்ணுவுக்கும் லட்சுமியிடம் பேச வேண்டும் போலிருந்தது. அவர் கோயம்புத்தூருக்கு கலெக்டரைச் சந்திக்கப் போனபோது, ராயல் டாக்கீஸில் பொன்னி மலையாளப் படம் பார்த்திருந்தார். அதில் கமலும் லட்சுமியும் பிரமாதமாக ஆடிப் பாடினார்கள்.

ராஜ்கண்ணுவின் தந்தை வாயில் மேல் துண்டைப் பொத்தி வைத்தபடி தேம்பித் தேம்பி அழுது கொண்டிருந்தார். 'என்ற மவன் நாலு காசு பணத்தோட என்னிக்கும் நல்லா இருக்கோணம். சினிமா எடுக்கப் போயி சின்னப்பா தேவர் தவிர, மத்தவன் அத்தினி பேரும் சீரழிஞ்சி போனாங்கல்லோ நம்ம ஜில்லாவுல.'

ஸ்ரீ அம்மன் கிரியேஷன்ஸ் அளிக்கும் எஸ்.ஏ. ராஜ்கண்ணுவின் 'பதினாறு வயதினிலே' என்று தாளில் எழுதியதை பாரதிராஜா வாசித்தார். அவருக்கு அந்த டைட்டில் பிடிக்கவில்லை. முதல் படம். டைரக்ஷன் வாய்ப்பு கிடைத்திருக்கிறதே என்றெல்லாம் பம்மவில்லை.

'என்ன முதலாளி! குறுநாவல் தலைப்பு மாதிரி இருக்குதே?' என்றார் பாரதிராஜா.

'உன் மொத்த கதையும் ரெண்டு வார்த்தையில வந்துடுச்சே. இனி மாத்தாதே.'

காசு போடுகிற தயாரிப்பாளர். படத்துக்குப் பெயர் வைக்க உரிமை கிடையாதா என்ன. நம் இஷ்டத்துக்குப் சினிமா எடுக்கிற சந்தோஷத்தைக் கொடுத்திருக்கிற மிராசு.

பாரதிராஜா, ராஜ்கண்ணுவோடு கமலைத் தேடி வந்தார். கதையைக் கேட்ட சாருஹாசனுக்கு பயம் வந்தது. 'நீங்க சிவகுமாருக்கு தூரத்துச்

சொந்தம். உங்க டைரக்டரோட சப்ஜெக்டை அவர் கேட்டிருக்காரா? இப்பவே பளிச்சுன்னு பேசிடலாம். ஜனங்க மூடு எப்படி இருக்கும்னு சொல்ல முடியாது.'

ராஜ்கண்ணு முகத்தில் அடித்த மாதிரி பதிலளித்தார். 'படம் ஓட லைன்னாலும் நான் கவலைப்பட மாட்டேன். விவசாயம் பார்க்கப் போயிடுவேன். புதுசா ஒரு முயற்சி. யதார்த்தமா நிஜமான நாட்டுப் புறத்துலயே சினிமா எடுக்கணும்னு டைரக்டர் ஆசைப்படறார். எனக்கும் நல்ல கதையைத் தயாரிச்சோம்னு ஒரு ஆத்ம திருப்தி உண்டாகும்.'

'சில நேரங்களில் சில மனிதர்கள்' வாங்கப்படாமலேயே பெட்டியில் கிடக்கிறது. ஏ. பீம்சிங் தயாரிப்பு, டைரக்ஷன். ஜெயகாந்தன் கதை. கிராமத்து மனிதர். புரியாமல் ஒற்றைக் காலில் நிற்கிறாரே.

'கமல் இப்ப நிறைய மலையாளப் படத்துக்கு கால்ஷீட் கொடுத் துட்டான். தமிழ்ல இத்தனை நாள் ஒத்தரும் வரல. நீங்க ஆறு மாசம் கழிச்சி வாங்க.'

சாருஹாசன் எழுந்து கொண்டார்.

பாரதிராஜா கொஞ்சம் தயங்கிவிட்டு 'கமல் சார் இந்த சப்ஜெக்டை செய்யறதா முன்னாலேயே எங்கிட்ட ஒத்துக்கிட்டார். ஆயிரத்தில் ஒருத்தி ஷூட்டிங்ல.'

'அப்ப கமல்கிட்டயே பேசிக்குங்க.'

கமலிடம் கோபித்தார் சாரு. 'என்னடா நீ சினிமாவை முழுசா தெரியாத ஆளுங்க படமெல்லாம் நடிச்சின்னா ஃபீல்டுலருந்து தொரத்தி விட்டுடு வாங்க. ஏற்கெனவே உங்கிட்ட வரவே பயப்படறாங்க தெரிஞ்ச ஆளுங்க. இப்படி ஆர்ட் பிலிம் எடுக்கறவங்ககிட்டேலாம் நீயா போயி ஏன் மாட்டிக்கறே?'

'அவரு நல்ல டெக்னீஷியன். இளையராஜாவோட ரூம் மேட்டா இருந்தவரு. Something is Better than Nothing இல்லியா?'

'Nothing is Better than Nonsense' - சாரு போய்விட்டார்.

மூவாயிரம் ரூபாய் கேட்டார். 'நாலு நாள் வேல. இது புது கம்பெனி. சின்ன பட்ஜெட். ரெண்டாயிரம் வாங்கிக்குங்க.'

'மேலே ஐநூறு கொடுங்க நடிக்கறேன்.' ரஜினி 'பதினாறு வயதினிலே'யில் பரட்டையான கதை இது.

மைசூர் சிவசமுத்திரம் நீர்வீழ்ச்சியைச் சுற்றியுள்ள கிராமத்தில் ஷூட்டிங். பாலசந்தரைப் போலவே பாரதிராஜாவும் ரோஜாரமணியை

நிராகரித்துவிட்டு ஸ்ரீதேவியிடம் கால்ஷீட் வாங்கினார். காரணம் மயிலின் மான் விழிகள்!

வழக்கம் போல் கமல் காலில் அடி. நொண்டியபடியே வந்தார்.

‘சப்பாணின்னு உங்க கேரக்டருக்கு பேரு வெச்சிருந்தேன். கரெக்டா வந்திருக்கிங்க. அப்படியே கன்டினியூ பண்ணிக்கலாமா?’

பாரதிராஜா ஆர்வமாகக் கேட்டார். கமலுக்கு ‘உணர்ச்சிகள்’ ஞாபகம் வந்தது. சப்பாணி கதாபாத்திரமோ, கதையோ அவருக்குப் புதிது அல்ல. ஏற்கெனவே அதே ராமநாதபுரம் பாஷை பேசி அப்பாவியாக முன்பே ‘சக்தி’ படத்தில் நடித்த வேடம். ஏன் பாடி லேங்வேஜில் கூட மாற்றம் கிடையாது. முதன் முதலில் ஹீரோ ஆன சந்தோஷத்தில் உருகி உருகி ஆசையாக நடித்தது. கால் ஊனம் மட்டுமே வித்தியாசம்.

கதைக்கு பாரதிராஜா உரிமை கொண்டாடினாலும், டேவிட் லீனின் படமான ரையான்ஸ் டாட்டரின் உள்ளடக்கம் அது. ‘உணர்ச்சிகள்’ ஓடியன் தியேட்டரில் ஓடாமல் போனதிலும் கமலுக்கு சின்ன லாபம் இருந்தது. மீண்டும் இம்ப்ரூவ்மென்ட் எழுதுகிற மாணவன் மாதிரி மறுபடியும் முழு வெற்றிக்காகக் கடுமையாக உழைத்தார்.

கமல் ‘அஞ்சப்பரி’லிருந்து நண்டு வராமல் சாப்பாட்டைத் தொடக்கூட மாட்டார் என்றெல்லாம் செய்திகள் பரவிய நேரம். ராஜ்கண்ணுவால் நட்சத்திர வசதிகளைச் செய்துதர முடியவில்லை. கமல் சமாளித்தார். எழுபது நாள்களில் மூன்று ஷெட்யூல்கள் முடிந்து விட்டது. க்ளை மாக்ஸ் மட்டுமே பாக்கி. கமல் கால்ஷீட் கிடைப்பது கடினமானது.

சாருஹாசன் பதினாறு வயதினிலே பட ஆல்பம் பார்த்து அதிர்ச்சிய டைந்தார். பாரதிராஜாவுக்கு அசாத்திய பொறுமை. சாருவின் வார்த்தை விளாசல்களுக்குக் கட்டுப்பட்டார்.

‘அவன்தான் புதுமை, புரட்சின்னு பேசறான். ஆங்கூர் படத்தை தலையில தூக்கி வெச்சுக்கிட்டு ஆடறான். அமர் அக்பர் ஆன்டனி யைக் கிழி கிழின்னு கிழிக்கிறான். பாலசந்தருக்கே வெறுப்பு வர மாதிரி பத்திரிகைல எழுதறான். ஷயாம் பெனகலும் ரேவும் கிரிஷ் கர்னாட்டும்தான் பெஸ்ட் ரைக்டர்ஸ்னு மைக் புடிச்சு பேசறான்னா நீங்களுமா? அவனைவிடப் பைத்தியமா இருப்பீங்க போலிருக்கே. கமலை கோவணத்தோட ஒரு ரீல் முழுக்க அலைய விட்டிருக்கீங்க. என் தம்பியோட காதல் இளவரசன்ற பட்டத்தையே காணாமப் பண்ணிடுவிங்க போல.’

பாரதிராஜா கஜினி முகமது ஆனார். கமல் மனது வைத்தால் கோடம் பாக்கத்தை ஒரு கை பார்த்துவிடலாம். கால்ஷீட். இல்லை என்று கமல்

நாள்களைக் கடத்தினார். இறுதியாக ராஜ்கண்ணுவையே கமலிடம் அனுப்பிவைத்தார் பாரதிராஜா.

கமல் தன் கவலைகளைத் தெரிவித்தார். 'கலர் ஃபிலிம் கிடைக்காத காலத்துல ரொம்ப கஷ்டப்பட்டு தைரியமா எடுத்திருக்கீங்க. டபுள் பாசிடிவ் பார்த்துட்டு அண்ணனுக்கும் பிடிச்சுப் போச்சு. இதுவரைக்கும் இப்படியொரு படம் எடுக்கிறதே வெளியில தெரியல. நீங்க பிரஸ்ஸ கூப்பிட்டுப் பேசுங்க. பாரதிராஜாவை அவங்க முன்னால பிரமாதமா ப்ரமோட் செய்யுங்க.'

'உங்க கால்ஷீட்?'

'அண்ணன்ட்ட சொல்லிட்டேன். கொடுத்துடுவாரு.'

கடைசியில் சாருவுக்கே வருத்தமாகிவிட்டது. 'என்னடா ரொம்ப நல்லா வந்திருக்கு. யாரும் வாங்க மாட்டேங்கிறாங்களே. மலையாள சினிமா பார்க்கிற மாதிரி இருக்குன்னு ரிஜெக்ட் பண்றாங்களாமே.'

'படம் விக்காமப் போனா புரொடியூசரே ஓன் ரிலீஸ் செய்யறேன்னு சொல்லிட்டாரு.'

'பரவாயில்லியே, நல்ல மனுஷனா இருக்காரே ராஜ்கண்ணு.'

கமல் சாருவை வெறித்துப் பார்த்தார். உற்சாகமில்லை. 'என்னடா டல்லடிக்கிறே. ஏதாவது பிரச்னையா?'

'இல்லேண்ணா. அம்மா இப்ப இருந்தாங்கன்னா அவங்களும் சப்பாணியைப் பார்த்துருக்கலாம். நான் சிறந்த கலைஞனா வரணும்னு கடைசிநொடிவரைக்கும் கனவு கண்டாங்க. அவங்க முதன் முதலா கேமரா ஸ்விட்ச் ஆன் செஞ்சதாலதான் இப்ப நான் ஆளாகியிருக்கேன்னு அவங்கள்ட்ட சொல்லணும்னு படறது.'

•

கமலைக் காணோம். பாலசந்தர் பரபரத்தார். நேரில் வந்து நின்றால் முத்தமிடலாம் போலிருந்தது. பதினாறு வயதினிலே பார்த்த பின்பு ஏற்பட்ட பரவசம் ஒருபுறம், அந்தக் கணம் கமல் அருகில் இல்லாத வருத்தம் இன்னொருபுறம். போனில்கூட சிக்க மாட்டேங்கிறானே மடையன். போகிற இடத்தைக்கூட அண்ணா - மன்னிக்குச் சொல்லாமல் ஓடி இருக்கிறான் என்றால் ஒருவேளை வாணி வந்திருப்பாளோ சென்னைக்கு. அவளிடம் தன் வெற்றியைப் பறைசாற்றுகிற வேகத்தில் சகலத்தையும் மறந்துவிட்டானோ? அறிவுகெட்ட முண்டம்! கோபமும் உண்டானது. சட்டென்று கமலுக்காக எதையாவது செய்ய வேண்டும் என்று நெஞ்சு கிடந்து அலைந்தது.

டர் என்று ஒரு தாளைப் பரபரப்பாகக் கிழித்தார். பெரிதாகப் பாராட்டுக் கடிதம் எழுத ஆசை. ஆனால் நேரம் போதாது. சுடச்சுட ஏதாவது செய்தால் மனத்திருப்தி உண்டாகும் போலிருந்தது.

'Rascal! What a Consummate artistry you have shown. Congratulations!'

'டேய் இங்கே வா. ஒரு சைக்கிள எடுத்துக்க. கமல் சார் எங்கே இருந்தாலும் உடனடியா அவர் கையில இந்த லெட்டரைக் கொண்டு கொடுத்துட்டு வரணும். பராக்கு பார்க்காம சீக்கிரம் போ.'

இதயம் லேசாகி இயல்பு நிலைக்கு வந்தது. 'ராஸ்கல்னு எழுதியிருக்க வேண்டாமோ. ரொம்பவும் உரிமை எடுத்துகிட்டதா நெனைப்பானோ. அட அவன் தப்பா நினைக்கலேன்னாலும் வேண்டாதத கத்துக் கொடுத்து குட்டிச் சுவராக்க சினிமால ஆளுங்க ரெடியா இருப் பாங்களே... என்னடா இது வம்பாப் போச்சு. இத்தனை அவசரப் பட்டதும் தப்போ.'

டைரக்டர் அன்றைய இரவைத் தூங்காமலே கழித்தார்.

'15.9.1977' தமிழ் சினிமாவின் மறுமலர்ச்சி தினம்.

# 14. காசி யாத்திரை!

**1976** மே. அக்னி நட்சத்திர கோடை. மிக அதிக பட்ச வெப்பநிலை 108 டிகிரி. அந்தப் புழுக்கமான இரவிலும் உற்சாகத்தோடு வானிலை அறிக்கை வாசித்தார்கள் சென்னை வானொலியில். பாலுமகேந்திரா, தயாரிப் பாளர் எம்.ஏ. ஜோசப், கமல் மூவரும் அசோக் நகர் லயன்ஸ் கிளப் விழாவிலிருந்து திரும்பிக் கொண்டிருந் தனர். பாலு சற்றே தயங்கியது போலிருந்தது.

'கொஞ்சம் பேசுவோமா. நேரம் இருக்குமா?'

மறுநாள் கிண்டி வனப்பகுதியில் காலை ஏழு மணிக் கெல்லாம் அவர்களுக்கு ஷூட்டிங் இருந்தது. பொன்னு- மலையாள கலர் படம். ரைடக்டர் தோப்பில் பாசி. வியர்வை ஒழுக ஒழுக லட்சுமியோடு டூயட் பாட வேண்டும். டச்-அப் பாய்களுக்கு கண்ணாடி பிடித்தே கை ஒடிந்து போகலாம். கமல்- லட்சுமியின் அறுவை ஜோக்குகளே யூனிட்டை காப்பாற்றும்.

பாலுவுக்கும் கமலுக்குமான நெருக்கம் அரும்பிய காலம். கமலை 'பொன்னி'க்கு முன்பே பாலு 'நர்த்த சாலா' மலையாள அவுட்டோரில் பார்த்து மனத்தைப் பறி கொடுத்திருந்தார். பாலுவின் கேமராவில் கமல் முதன் முதலாக 'மான்வேட்டை' ஆடிய படம் பொன்னி.

படப்பிடிப்பு நேரங்களில் அந்தரங்கப் பேச்சுக்கு இடம் கிடையாது.

'நான் சீக்கிரத்துலயே சினிமா டைரக்ட் பண்ணப் போறேன். நீங்க அதில் ஹீரோ! உங்களைத் தவிர வேறே யாரையும் அந்த கேரக்டர்ல நெனச்சுப் பார்க்க முடியாது. 'ஃபர்ஸ்ட் லவ்' பத்தின சப்ஜெக்ட் 1969-ல் ஃபிலிம் இன்ஸ்டிடியூட்ல படிக்கிறபோதே எனக் குள்ளே ஊறிப் போன கதை. 'கோகிலா'ன்னு டைட்டில்கூட வெச்சுட்டேன்.'

ஒகேனக்கல் பாறைகளின் இடுக்குகளில் ஜில்லென்ற சாரலில் உதய மான தோழமை. தொடர்ந்து வளர்ந்தது. பாலு பேசலாமா என்று கேட்டதும் கமல் உற்சாகமாக செவிசாய்த்தார். தமிழ் சினிமாவில் எடுத்து வைக்கும் ஒவ்வொரு அடியிலும் ஆயிரம் தடங்கல்கள். அவ மானங்கள். ஓர் இளைஞன் நட்போடும் - புரிதலோடும் முதன் முதலாக நடிக்க அணுகியது பிடித்தது.

•

விமானம் மேகங்களில் சஞ்சரித்தது. பஞ்சுப் பொதிகளுக்கு நடுவே பயணம். முகில் கூட்டங்கள் கண்ணாமூச்சி காட்டின. பாலு மகேந்திரா உலகின் உச்சியில் 'கோகிலா' கதையை கமலுக்குச் சொல்லியபடியே உடன் இருந்தார்.

வானூர்தி தரை இறங்கியது. கமல் 'கோகிலாவோடு' புறப்பட்டார். அவருக்கு ஒரே ஒரு விஷயம் மனத்தில் நெருடியது.

'நம்ம யாருக்குமே கன்னடம் தெரியாது. அப்புறம் எப்படி கோகிலாவ பழக்கமில்லாத மொழியில டைரக்ட் செய்வீங்க?'

பாலு மகேந்திரா அடித்துப் பேசினார். 'படம் எடுக்க பாஷை முக்கிய மில்ல கமல். சினிமா மட்டுமே என்னோட லேங்வேஜ். தமிழோ இங்கிலீஷோ கிடையாது.'

பாலு மகேந்திராவே கர்நாடகாவின் முதல் பயாஸ்கோப் தமிழன்.

1976-ல் கமலுக்கு ஹீரோவாக அபூர்வ ராகங்கள், மன்மதலீலை இரண்டு மட்டுமே கோலிவுட்டில் சொல்லிக் கொள்ளும்படி அமைந்தன. எனவே பாலு மகேந்திரா மூலம் தமிழில் பெரிய பிரேக் கிடைத்தால் நன்றாக இருக்குமே என்று நினைத்தார்.

பாலு, கோகிலாவை வேகமாக டைரக்ட் செய்தார். இருபத்தி நாலு நாள்கள். இருபத்தி ஆறு ஃபிலிம் ரோல்கள். கமலையே சொந்தக் குரலில் கன்னடம் பேசி நடிக்க வைத்தார். கதாநாயகிகள் ரோஜா ரமணி - தெலுங்கு. ஷோபா - மலையாளம். கோகிலாவை கன்னடத்தில் கறுப்பு வெள்ளையில் இயக்குவதில் பாலுவுக்கு ஏனோ ஒரு பிடிவாதம் இருந்தது.

'மோகன்' அதுவரையில் வங்கி ஊழியர். பாலு, அவரை கோகிலாவில் அறிமுகப்படுத்தினார். கன்னடம் சொல்லித்தர சகலருக்கும் உபயோக மாக இருந்தார் மோகன். பதினாறு வயதினிலே வெளியான சில வாரங்களில் 'கோகிலா' ரிலீஸானது.

கன்னட கோகிலா பாலுமகேந்திராவுக்கு கர்நாடக அரசின் விருது களைப் பெற்றுத் தந்தது. 1978-ல் சென்னையில் நடந்த உலகப்பட

விழாவில் பாராட்டுகளைக் குவித்தது. 1980 பங்குனி தொடங்கி ஐப்பசி வரையில் சென்னையில் லியோ, எமரால்ட் தியேட்டர்களில் இருபது வாரங்கள் நடைபெற்றது. தமிழ்நாட்டில் ஓடிய ஒரே கன்னட மொழிப் படமாக முப்பது ஆண்டுகளுக்கும் மேல் தனித்து நிற்கிறது.

•

அப்பா அத்தனைக்குக் கோபப்படுவார் என்று சாருஹாசன் எதிர்பார்க்க வில்லை. காதல் என்றதும் வீட்டுப் பெரியவர்கள் எதிர்ப்பது இயல்பு. நாளாகி விட்டால் அமைதி தோன்றும் என்று பொறுமையுடன் செயல்பட்டார்.

கமலைப் போலவே வாணியை சாருவுக்கும் பிடித்து விட்டது. கமல் நல்ல மனைவியை அடையப் போகிறான் என்று பூரித்தார். பெற்ற வர்களின் மீது வைத்த பிரியம், மரியாதை காரணமாக கமல் கல்யாணம் தள்ளிப் போனது. அவர்கள் சொன்னபடியே ஆண்டுகள் உருண் டோடியும் நேசம் மறக்கவில்லை நெஞ்சம்!

1978 கமல் கனவு கண்ட 'அந்தஸ்து' சினிமாவில் கிடைத்துவிட்டது. கோடம்பாக்கத்தில் நன்கு காலை ஊன்றி விட்டான். நல்ல தருணம். இப்போதும் அப்பா கமல் கல்யாணம் குறித்துப் பேச்செடுத்தால் தவிர்க்கப் பார்க்கிறார்.

'நீ மே அஞ்சாம் தேதி பாம்பேல முகூர்த்தம்னு சொல்றே. நான் வரமாட்டேன். உன் அம்மா இருந்து நடத்த முடியாத கல்யாணம். அவளுக்குக் கிடைக்காத சந்தோஷத்தை நான் மட்டும் அனுபவிக்க விரும்பல. அதனால நான் கலந்துக்கல.'

'அப்பா புரிஞ்சுக்குங்க. கமல் வாணியை லவ் பண்றதை அவரு பேரன்ட்ஸ் விரும்பல. அதை ஆதரிக்கிற சாருஹாசனோட, அவங்க அப்பாவுக்கு சண்ட. கோபப்பட்டு பேச்சு வார்த்தையே நின்னு போச்சுன்னு பத்திரிகைகள்ள கிசுகிசு எழுதறாங்க.'

'உன் தம்பி ஒழுங்கா நடந்துண்டானா. அதைச் சொல்லு. போன வருஷம் மார்ச் மாசம் என்ன காரியம் பண்ணினான். பெத்தவங்கள மதிக்கிற லட்சணமா அது?'

சாருஹாசனால் பதில் பேச முடியவில்லை.

பங்குனி உத்திரமோ, வேறு சுபமுகூர்த்த தினமோ, கமல் - வாணி மிக ரகசியமாக மோதிரம் மாற்றிக் கொண்டார்கள். வாணியின் நடன ஆசான் கல்யாண சுந்தரமும் அவரது மனைவியும் முன்னிலை வகித்தனர். பம்பாயில் வாணி வீட்டில் வைத்து நடைபெற்ற நிச்சய

தாம்பூலம். 'எல்லாம் நல்லபடியாக நடந்துமுடிந்தது' என்று கடைசியில் மன்னிக்கு மட்டும் கமல் போன் போட்டு கூறினார். அப்போதும் கமலின் தாயாருக்கு உடம்புக்கு முடியாமலே இருந்தது.

'என்ன பேச்சைக் காணோம்?'

'அவன் தாய்ப்பால் குடிக்கிற வயசுலேயே அவனை நடிகனா தயார் பண்ணீங்க. சினிமால நடிக்கிறவங்களுக்கு தொழில் ரீதியா வாழ்க்கையில சிலதை அனுபவிக்க முடியாது. உங்க புள்ள ப்ளேபாய் இமேஜ்லயே மார்க்கெட்டைப் புடிச்சான். கல்யாணம்ற நியூஸ் பரவுச்சுன்னா சான்ஸ் போயிடுமோன்னு பயந்தான். அதனால அவன் பகிரங்கப்படுத்த விரும்பல.'

'நீ ஆயிரம் சமாதானம் சொல்லுடா சாரு. எனக்கு என்னமோ உன் தம்பி இந்த பொம்மனாட்டி விஷயத்தில பிடிமானாமா இருக்க மாட்டான்னு தோன்றது.'

'பேப்பர்ல வர்றதையெல்லாம் நம்பாதீங்க. அவன் நல்ல குடும்பத்துலருந்து நமக்கேத்த மாதிரியே வாணியை செலக்ட் பண்ணியிருக்கான்னு நான் சந்தோஷப்படறேன். முன் பின் தெரியாத ஒருத்தியை அழைச்சிண்டு வந்து இவ என் வைஃப்னு அறிமுகம் பண்ணலயே.'

அப்பாவுக்குமே அந்த பயம் உண்டு. தென்னக மொழிகளிலெல்லாம் நடிக்கிறவன். தோளுக்கு மேல் வளர்ந்த பிள்ளை.

'சரி நீயே கூட இருந்து பொறுப்பா கல்யாணத்தை நடத்தி முடிச்சிடு.'

சாருஹாசனுக்கு திருப்தி உண்டானது.

'அப்பா பயப்படற மாதிரியே கமலும் ஏதாவது பண்ணிடறான்' - சாரு சலித்தபடியே மன்னியிடம் அந்த சினிமா இதழைக் கொடுத்தார்.

'திருமணம் என்ற பழைய சட்டத்தின் மீது அவ்வளவு நம்பிக்கை இல்லாதவன் நான். ஒரு பெண்ணின் நட்பும் உறவும் அவசியப்படும் போது மட்டும் கூடுவது நம் சமுதாயத்தைப் பொறுத்தவரை காட்டுமிராண்டித்தனமானது. நான் மணக்கப் போகும் பெண்ணுக்கும் எனக்கும் உள்ள உறவுக்கு அகராதியில் நட்பு, காதல் என்ற இரண்டு விளக்கங்களே காணப்பட்டன.

**'நட்புத் திருமணம்'** என்ற வழக்கமில்லாத வார்த்தையைவிட காதல் என்பது பத்திரிகைகாரர்களுக்கு வசதியாக இருந்தது. ஆகவே அந்தப் பழைய பெயர் பலகையையே நானும் கழுத்தில் கட்டிக் கொண்டு விட்டேன்.

மொத்தத்தில் இது என் சகஜீவிகளையும் என்னையும் சண்டை இல்லாமல் திருப்திப்படுத்தும் ஏற்பாடு. எனக்குப் பிடித்திருக்கிறது.'

கமலின் திருமண அறிவிப்பு கட்டுரை அது.

1978,மே மாதம் ஐந்தாம் தேதி. மும்பை ஸ்ரீலட்சுமி நாராயணர் கோயில். மோகனம் பாடியது நாதஸ்வரம். காலை ஏழரை மணிக்கெல்லாம் கமல் காசியாத்திரைக்கு ரெடி. பச்சை, சிகப்பு மிளிரும் பஞ்சக்கச்சம். பட்டுமேல் வேட்டி. இடது தோளில் காசி யாத்திரைக் கட்டு. கையில் ஜெய மங்கள ஸ்தோத்திரம். விசிறி மாப்பிள்ளைத் தோழன் 'அவர்கள்' ரவிக்குமார் குடைபிடித்து வந்தார்.

'ஊசி மேல் தபசிருந்து உத்தமனே வேண்டுமென்று ஓடி வந்து மாலை யிட்டாள் வாணி. கமலை மாலையிட்டாள். அழகிலே உசத்தியென்று அபிராமி வேண்டுமென்று கமல் ஆசையுடன் மாலையிட்டான் கமல் மாலையிட்டான்' நலுங்குப் பாட்டு. மாலை மாற்றுதல். ஊஞ்சல் என்று வைதீகச் சடங்குகள் தொடர்ந்தன.

இதற்குத்தான் ஆசைப்பட்டாய் கமல்ஹாசா!

சக கலைஞர்கள் கே. பால சந்தர், டி.என். பாலு, டி.ஆர். ராமண்ணா, டி. பிரகாஷ்ராவ், டி.கே. பகவதி, கே.எஸ். கோபாலகிருஷ்ணன், எஸ்.பி. முத்துராமன், ஜெமினி கணேசன், ரஜினிகாந்த், மஞ்சுளா.... வாழ்த் தினார்கள்! எஸ்.வி. சேகர் ஓடி ஓடி போட்டோ எடுத்துக் குவித்தார்.

மணி 8.10. அரக்கு வண்ண கூரைப் புடவை சலசலக்க நெற்றியில் ஸ்ரீசூர்ணம் பளபளக்க கண்களில் மின்னும் அழகின் சிரிப்புடன் வாணி வந்தார். மணமேடை புத்துயிர் பெற்றது. கமல் தாலி கட்டினார். மாலையில் பம்பாய் தாஜ் இண்டர்கான்டிநென்டல் ஹோட்டலில் திருமண வரவேற்பு. கமலும் வாணியும் எம்.ஜி.ஆர். கால்களில் விழுந்து வணங்கினார்கள். ஜரீனாவகாப், லதா, ஜெயசுதா, ஷீலா, ரேகா, உள்ளிட்ட கமலின் கதாநாயகிகளும் அமோல் பாலேகர், ஜெயா சக்கரவர்த்தி போன்ற ஹிந்திப் பட விஐபிகளும் சபையை நிறைத்தனர்.

எந்த அரங்கத்தில் என்ன நிகழ்ச்சி நடைபெற்றாலும் அவையை திசை திருப்புவது எம்.ஜி.ஆரின் விசேஷ குணம். அன்றும் அப்படி நடந்தது. கமலின் காதோடு ரகசியம் பேசினார். எம்.ஜி.ஆர். கூறியது என்ன என்று ஆளாளுக்கு கமலை நச்சரித்தார்கள்.

'உன் காதல் திருமணத்தை நான் மிகவும் பாராட்டுகிறேன். இத்தனை நாள் கட்டுடலோடு இருந்தது பெரிதல்ல. இனிமேல் தான் உடற் கட்டும் அழகும் குறையாமல் இருக்க வேண்டும். தினமும் உடற் பயிற்சி செய்து உடலை ஜாக்ரதையாகப் பாதுகாக்க வேண்டும்.'

அக்கறையோடு அறிவுரை வழங்கி இருந்தார் எம்.ஜி.ஆர்.

'பதினாறு வயதினிலே' படத்துக்காக சிறந்த நடிகராக கமலை தேர்வு செய்திருந்தது பிலிம்ஃபேர் பத்திரிகை. வாணியை 'சாந்தி முகூர்த்தத்துக்காக' அலங்கரித்தார்கள். பம்பாய் தூக்கத்துக்கு தயார் ஆனது. கமல் வாணியிடம் சென்றார்.

'ட்வன்டிபிஃப்த் ஃபிலிம் பேர் பங்ஷன். எம்.ஜி.ஆர். சீஃப் கெஸ்ட். ஷண்முகானந்தா ஹால் வரைக்கும் ஓடிப் போயிட்டு வந்துடறேன்.'

ரிசப்ஷனில் அணிந்திருந்த ப்ளூ சூட்டோடு கமல் காரில் ஏறினார்.

'ஃபர்ஸ்ட் நைட்ல பொண்டாட்டியை அம்போன்னு விட்டுட்டு அவார்டு வாங்க வந்த மொத நடிகன் நீதான்டா.'

மும்பை நண்பர்கள் ஹிந்தியிலும் ஆங்கிலத்திலும் கேலி பேச பாலிவுட் ரேகாவிடமிருந்து விருது பெற்றார் கமல்.

# 15. ரொமாண்டிக் இமேஜ்!

ரகசியங்கள் அற்றவராகத் தன்னைக் காட்டிக் கொள் வதில் கமல் சமர்த்து. கமல்- வாணி இல்லற வாழ்க் கையை பேட்டி எடுத்துப் போட முன்னணி நிருபர்கள் விரும்பினார்கள்.

'வாணியோட சேர்ந்து பேட்டி வேணாமே. மன்னிக் கணும் சார். பத்திரிகை விளம்பரத்துக்கு என் மனை வியைச் சேர்க்க நான் விரும்பவில்லை. அவள் பரதம் ஆடுவதால் தனியே வேண்டுமானால் போட்டோ எடுத் துக்குங்க. தொழிலையும் குடும்பத்தையும் இணைக்க எனக்கு விருப்பமே கிடையாது' என்று மறுத்ததாகச் செய்தி வந்தது.

கமல் - வாணி சாருஹாசனின் குடும்பத்தோடு ஏறக் குறைய இரண்டு ஆண்டுகள் சேர்ந்து வாழ்ந்தனர். ஆனால் கல்யாணமான ஒரே மாதத்துக்குள் கமல் - வாணி தாம்பத்யத்தில் பிறை அளவு குழப்பம் தோன்றியது.

'மாசக் கடைசியிலே பாம்பே போறேன் மன்னி. பாலே டேன்ஸ். வசந்த வல்லின்னு நாட்டிய நாடகம் - மேரேஜுக்கு முன்னாலயே சைன் பண்ணது.'

சமையலறையில் தாளிக்கும் ஓசைக்கிடையில் உரையாடல். 'மன்னி எனக்கு நீங்களே காரம் ஸ்வீட்லாம் செய்யக் கத்துக் கொடுத்துடுங்க. மைசூர் ரசம் பிரமாதமா செய்வேள்னு அவர் நிறைய சொல்லியிருக்கார்.'

'வேறென்ன சொல்லுவோன் என்னைப் பத்தி.'

மன்னி கேட்டார். வாணி கொஞ்சம் தயங்கினார். பின்பு கொஞ்சம் தைரியத்துடன் 'சாரு அண்ணா உள்பட பெரியவா எல்லோரும் உங்கள பாப்லின்னு கூப்பிடறா. சொந்த பேர்ல 'கோமளவல்லின்னு' சொன்னா மன்னிக்கு

ரொம்ப கோபம் வரும். நான் மன்னியை இரிடேட் பண்ணனும்னு தோனினா அப்பிடி அழைச்சு வெறுப்பேத்துவேன்னு...'

'கடங்காரன் வரட்டும் அவன். பேசிக்கிறேன்'

வாணிக்குப் புகுந்த வீடு மாதிரியே தோன்றவில்லை.

இரவு சாப்பாடானதும் வீடியோவில் தினமும் சார்லி சாப்ளின் படங்கள் ஓடும். குழந்தையாகி கை தட்டும், வாலிபனாக சீட்டி அடிக்கும் கணவனை வாணி அதிசயமாகப் பார்த்தார். உலகமே மறந்து போக அத்தனை ஆர்வமா! சினிமா பைத்தியமா!

'ஸ்ரீப்ரியாவுக்கு நீங்க படம் ரெகமன்ட் பண்ணி இருக்கிங்கன்னு பேசறாளே?'

'யார் சொன்னா?'

'உங்களுக்கு லன்ச் எடுத்துட்டு வந்தப்ப காதுல விழுந்தது.'

'அதெல்லாம் இல்லை. யாரோ உளர்றாங்க. ஒண்ணு புரிஞ்சுக்கோ வாணி. சினிமா முழுக்க முழுக்க வியாபாரம். முன்னால கமல், ரஜினின்னு பேசினா எழுதினா. இப்ப ரஜினி, கமல்னு சொல்றாங்க. எந்த குதிரை ஓடுதோ அது மேல ஏறிக்குவா. 1970-ல் ஸ்ரீதர் என்னை ஏத்துக்கல. இப்ப இளமை ஊஞ்சலாடுகிறது ரிலீஸாகி இருக்கு. படம் சென்னையைவிட பெங்களூர்ல பிரமாதமா ஓடுது.

கமல் - ஸ்ரீப்ரியா ஜோடியா நடிச்சா சக்ஸஸ் ஆகறதுன்னு ப்ரொடியூசர்களா அவங்கள புக் பண்றாங்க. அதுவும் அவள் அப்படித்தான்ல ஸ்ரீப்ரியாக்கு 'மஞ்சு'ன்னு லைப் டைம் கேரக்டர். அதை ப்ரியாவைத் தவிர வேறே யாராலும் அத்தனை ஜோரா செய்ய முடியாது.'

கமல் குரலில் லேசான கோபம். வாணி வீடியோவை நிறுத்தினார். மேலே என்ன பேசுவது என்று புரியவில்லை. சினிமா சமுத்திரத்தில் கமலை தொலைத்து விடுவோமோ? வாணி சமாதானம் செய்யும் விதமாக பேச்சில் தேனை வார்த்துக்கொண்டார்.

'உனக்கு யாராவது போட்டின்னா அது என்னோட ஆர்ட்டிஸ்ட் புரொபஷன் மட்டுமே. பொம்மனாட்டின்ற முறையில வாணிதான் எனக்கு ஃபர்ஸ்ட். ஆனால் சினிமாவுக்கு அடுத்தபடிதான் நீ.'

கமல் வாணியின் வாயை அடைத்தார்.

கணவன் மிகப் பிரபலமான இளைஞன். முதல் தர நடிகன் என்பதில் வாணிக்கு கர்வமே உண்டு. கமலோடு வெளியே போவதென்றால் இஷ்டமோ இஷ்டம். மலரும் மொட்டுகள் முதல் டை அடித்து ஓவர்

மேக் அப்பில் உருகும் சருகுகள் வரையில் எத்தனை பெண்கள் என் புருஷனை வைத்த கண் வாங்காமல் பார்க்கிறார்கள். 'வாணி கமல்' என்பதில் இருக்கிற பெருமையும் பூரிப்பும் வேறு எதிலும் கிடையாது.

'மன்த் என்ட்ல நான் பாம்பே போறேன். டேன்ஸ் டிராமா இருக்கு. உங்களுக்கு ஏதாவது அப்ஜெக்ஷன் உண்டா?'

வாணி தயங்கி 'அனுமதி' கேட்பதுபோல் குரல் தாழ்த்தினார்.

'என்ன இது புதுசா எங்கிட்டே பெர்மிஷன்லாம். உனக்கு உன் பரதம் பெரிசு. நான் சின்ன வயசிலருந்து மூவி கேமரா, ஏரி ப்ளெக்ஸ் சத்தத் தோடயே வளர்ந்துட்டேன். அதைப் பிரிஞ்சு இருக்க முடியாது.'

'இன்னொரு மேட்டர்.' வாணி ரகசியம்போல் இதழ் பிரித்தார். 'நான் கர்ப்பமா இருக்கிறேன்னு நிச்சயமா தோணுறது.'

கமல் அதிர்ந்து போய் பார்த்தார். 'டாக்டர் சொன்னாரா?'

'இல்லே நானா புரிஞ்சுண்டேன். சிம்டம்ஸ் தெரியறது. கர்ப்பம்னு உணர்ந்துட்டேன். பாம்பேல போய் உறுதிபடுத்திக்கலாம்னு இருக்கேன்.'

கமல் அறைக்கதவைத் திறந்தபடி வெளியே வந்தார். எதிர் சுவரில் போஸ்டர் ஒட்டிக் கொண்டு இருந்தார்கள்.

காமதேனுவில் நிழல் நிஜமாகிறது. கபாலியில் மன்மதலீலை. சன் தியேட்டரில் பதினாறு வயதினிலே. ஈராசில் மூன்று முடிச்சு. இளமை ஊஞ்சலாடுகிறது இரண்டாவது வாரம். கிருஷ்ணவேணியில் ஆடு புலி ஆட்டம்.

'சென்னையைச் சுத்தி இருபத்தியோரு தியேட்டர்ல கமல் படம் மட்டுமே ஓடுது. பேப்பர்ல இன்றைய சினிமால எண்ணுனேன்.'

'வாணி, என் நடிப்புத் தொழில்ல நான் இன்னும் உறுதியா காலை ஊனிக்கணும்னு நினைக்கிறேன். இப்போ இந்த கல்யாணம் என் எதிர்காலத்தை எப்படி பாதிக்கணும்னு எனக்குத் தெரியல. அதுவே தெரியாதபோது நான் அப்பா வேற ஆகிட்டா கேரியர் முழுதும் ரொம்ப பாதிக்குமே. என்னுடையது ரொமாண்டிக் இமேஜ்.'

வாணி வயிற்றைத் தடவிக் கொண்டார்.

'இன்னும் கல்யாணமாகி அதிக நாள் ஆகல. இந்த உலகம் பூராவும் உன்னோடேயே சுத்தணும். நீயும் நானும் வாழ்க்கையை நம்ம இளமையை நொடிக்கு நொடி அனுபவிக்கணும். குழந்தை அதுக்கு இடைஞ்சல்.'

கமல் ஒரு முடிவுக்கு வந்துவிட்டது போலிருந்தது.

‘அப்போ நீங்க என்ன சஜெஸ்ட் பண்றீங்க?’

‘இந்தக் குழந்தையை இப்போ பெத்துக்கலேன்னா வருத்தப்படுவியா?’

‘வருத்தப்படுவேன்னு சொல்ல மாட்டேன்.’

‘குழந்தை பெற நிறைய டயம் இருக்கு. வாய்ப்புகள் இருக்கு. அப்புறமா பெத்துக்கலாமே’

வாணியின் முகத்தில் அதிர்ச்சி அப்பட்டமாகத் தெரிந்தது.

‘மன்னி- சாரு அண்ணாட்ட காலைல இதைப் பத்தி பேசிட்டு ஒரு முடிவுக்கு வரலா....’

‘இது நம்ப குழந்தை. நம்ப வாழ்க்கை. நாம முடிவு எடுக்கறோம்.’

‘ஓகே.’

அபார்ஷனுக்காக இடம் தேடினார்கள். உள்ளூரில் செய்தால் கண்டு பிடித்து விட வாய்ப்பிருக்கிறது. வாணிக்கு பரதம் ஆடினால் சிசு தன்னாலேயே கலைந்து விடும் என்று பட்டது. ஆனால் அப்படி ஆகவில்லை.

தன் அம்மாவுக்குக் கூடச் சொல்லாமல் கிளம்பினார் வாணி. பம்பாயின் புறநகர் பகுதி. பாயீஸ் என்று அழைக்கப்படும் பாமர மக்களுக்களுக் கான மருத்துவமனை. தன்னை யாரும் எளிதில் கண்டுபிடிக்க முடியாத இடத்தில் கர்ப்பத்தைக் கலைத்துக் கொண்டார்.

‘கண்டிப்பாக நான் ஒன்று சொல்லியே ஆகணும். அவர் என்னைக் கட்டாயப்படுத்தவில்லை. அபார்ஷன் விஷயத்தில் நானும் அவரை புண்படுத்த விரும்பவில்லை.

# 16. மகேந்திரன்

*1976*ன் டிசம்பரில் சிவாஜி 'ரோஜாவின் ராஜா' படத்தில் காலேஜ் ஸ்டூடண்டாக நடித்து கண்டனத்துக்கு ஆளானார். மக்கள் ஒரு மாற்றத்திற்காகக் காத்திருந் தார்கள். அரசியலிலும் படவுலகிலும் 1977-ல் அது மூன்று மாத இடைவெளியில் ஜூன் 30லும் அண்ணா பிறந்த நாளிலும் அரங்கேறியது.

எம்.ஜி.ஆர். முதல்வரானதும் பதினாறு வயதினிலே ரிலீஸூம் துருப்பிடித்துக் கிடந்த கோலிவுட்டின் இரும் புத் தாழ்ப்பாளைத் தூர வீசி எறிந்தது. கோடம்பாக்கம் சகலருக்கும் ஆனது. டூரிங் டாக்கிஸில் பெட்டிக்கடை வைத்திருந்தவர்கள் பட அதிபர் ஆனார்கள். சினிமா டிக்கெட் கொடுத்தவர்கள் ஹீரோ ஆக முடிந்தது.

வரலாறு காணாத வெற்றி என்றால் என்ன என்பதை கமல் முதன் முதலாக அனுபவித்தார். தமிழ் சினி மாவின் திசை கமலின் எல்டாம்ஸ் ரோடு இல்லமாகி விட்டது. கமல் மாறுதல்களின் அடையாளமாகிப் போனார். ஆனால் சில ஊர்ஜிதமாகாத செய்திகளும், பதினாறு வயதினிலே பட விளம்பரங்களும் அவருக் குள் சின்ன மனவேதனையைத் தந்தது.

1977 செப்டம்பர் இறுதியில் படத்தின் இரண்டாவது வாரமே வெள்ளிக்கிழமை விளம்பரம் நாளிதழ்களில். 'இது எப்படி இருக்கு' என்கிற ரஜினியின் பன்ச் டயலாக்கோடு முழுப் பக்கம் வெளியானது.

'சிட்டில மட்டும்தாண்ணே உங்க படத்தைப் போட்டு பெரிசா விளம்பரம், பேனர் எல்லாம். சென்னையைத் தாண்டி மத்த ஊர் பூரா முழுக்க முழுக்க ரஜினியை மட்டுமே வெச்சு போஸ்டர் ஒட்டறாங்க. நீங்க இத்தினி கஷ்டப்பட்டு என்னாங்க பிரயோசனம். பேரை அவர் தட்டிக்கிட்டுப் போயிட்டாரு.'

பாரதிராஜா, கமல், ஸ்ரீதேவி, இளையராஜா, நிவாஸ் ஆகியோரின் முக்கிய மான பங்களிப்பைக் கடந்தும் ரஜினியின் விஸ்வரூப வெற்றி 'பரட்டையில்!' அதிசயமாக இருந்தது எல்லோருக்கும். முழு படத்திலும் ரஜினி நாலு நாள் நடித்திருந்தாலே அதிகம். கமல் தன் முடிவை மாற்றிக் கொண்டார். அதுவரை தமிழ் சினிமா காணாத புதிய கதைகளோடும் கதாபாத்திரங்களோடும் தன்னை மாறுபட்ட கலைஞனாகவே முழுக்க அர்ப்பணிக்க இருந்தவர் தி. ஜானகிராமனின் அம்மா வந்தாள், சுஜாதா வின் இருபத்தி நாலு ரூபாய் தீவு, ஜெயபாரதியின் இரண்டு பேர் வானத்தைப் பார்க்கிறார்கள் போன்ற யதார்த்த சினிமாக்களில் நடிக்க ஒப்புக் கொண்டவர் பின்பு பின்வாங்கி விட்டார்.

'ஜெயகாந்தன்களும் கே. பாலசந்தர்களும் என்ன செய்கிறார்கள்? ஏன் இன்னும் நித்திரையில் இருக்கிறார்கள்? சாதனைகளின் அசதி அவர் களுக்கு! அசோகமித்திரன் என்ன செய்கிறார்? தி. ஜானகிராமனுக்கு இன்னும் பசியே வரவில்லையா?'

பி.வி. கரந்தின் சோமனதுடி, தப்புலியு நீ தாத மகனே போன்ற கன்னட படங்களின் பாதிப்பில், கமல் தமிழ் சினிமா முன்னேறவில்லையே என்று கவலைக் குரல் எழுப்பினார் ஜூலை 1977-ல். அதே கமல் ஆகஸ்டு 1978-ல் கொடுத்த வாக்குமூலம். 'அய்யா! எங்கள் படங்களை விநியோகிக்கும் கலை சம்பந்தப்படாத வியாபாரிகள் ஒரு பக்கம். திரையின் எதிரே பரப்பியிருக்கும் மணலின் மேலே முறுக்கும் கலரும் சாப்பிட்டபடி கைதட்டி விசிலடித்துப் பார்க்கும் கூட்டம் மறுபக்கம். அதுவே அரசாங்கத்தை நிர்ணயிக்கிற கூட்டம். இந்த இரு சாராரையும் பகைத்துக் கொண்டு கமல்ஹாசனால் நல்ல படங்களில் மட்டுமல்ல, மொத்தத்தில் சினிமாவில் நடிக்கவே முடியாது.

ஆகவே வருடத்தில் ஐந்து, ஆறுமுறை அவர்களுக்கு முந்தானை விரித்துவிட்டு அதில் பெறும் வியாபார பலத்தில் உங்களுக்காக இரண்டு நல்ல படங்களில் நடிக்கிறேன்.'

'பாலு சினி ஆர்ட்ஸ்' சொந்த பேனரில் டி.என். பாலு தயாரிப்பாளர் ஆகிவிட்டார். கமலுக்கு ஹீரோவான பின்பு முதல் இரட்டை வேட படம். சட்டம் என் கையில் என்று பெயர் வைத்தார்கள். எம். ஜி. ஆரின் ஆட்சியில் மிகத் துணிச்சலான டைட்டில் அது.

எம்.ஜி.ஆர். முதல்வரான பின்பும் தன்னைப் பாதிக்கிற விஷயங்களை சினிமாவில் 'கவனித்து வந்தார்'. அவருக்காகச் சொல்லியிருந்த கதை களையோ, காட்சி அமைப்புகளையோ யாரேனும் பயன்படுத்துவதாகத் தெரிந்தால் தோட்டத்திலிருந்து போன் போகும். எம்.ஜி.ஆரே பேசுவார். விளக்கம் கேட்பார்.

பாலுவோ கலைஞரின் ஆள். கதையும் சட்டம் சம்பந்தப்பட்டது. சாருஹாசனை பெங்களூருக்கு அழைத்து கதை விவாதத்தில் கலந்து கொள்ளச் செய்தார். கமல் தனித்து நடிக்கிற முதல் முழு நீள கமர்ஷியல் கலர் படம். அது வெற்றி பெற்றே ஆக வேண்டும் என்று பாலு கட்சிக் கொடி கட்டிக் கொண்டு கடுமையாக வேலை செய்தார்.

கமலுக்குக் கொஞ்சம் தயக்கம் பயம் எல்லாம் இருந்தது. சட்டம் என் கையில் ஏற்கனவே ஜெய்சங்கர் நடித்து 'எடுப்பார் கை பிள்ளை' என்ற பெயரில் வசூலோடு நன்றாகவே ஓடியிருந்தது. கமலின் முதல் படத்தில் இருந்தே அந்த சங்கடம் உண்டு. பாலுவோடு உதவியாள ராகப் பணியாற்றியவர் தூயவன். பாலுவின் கதையை தன்னுடைய தாகச் சொல்லி முன்பே விற்று விட்டார். பாலு அதற்கெல்லாம் அஞ்ச வில்லை. 'அவருக்கு பாதி கதை மட்டுமே தெரியும். மீதியை நான் புதுசா எழுதிட்டேன். அதனாலதான் கமல் உனக்கு டூயல் ரோல்னு வெச்சுருக் கேன். ஒருத்தன் மெட்ராஸ் பாஷை பேசறவன் இன்னொருத்தன் ஃபாரின் ரிடர்ன். பயப்படாம செய். நான் பார்த்துக்கறேன்' என்றார்.

எம்.ஜி.ஆர் ஆட்சிக்கு வந்த பின்பு கோடம்பாக்கம் கருணாநிதியை தனிமைப்படுத்தி விட்டது. அவர் கையால் விருதுகள், கேடயங்கள், பரிசுகள் பெற்றவர்கள் பலரும் அவர் பெயர் சொல்லவே மறந்து விட்டார்கள். பாலு மிக தைரியமாக முதல் பாடலான கடைத் தேங் காயோ, தெருப் பிள்ளையாரோவில் 'நல்ல நல்ல தலைவர்கள் நாட்டில் பிறந்தார், ஏழை வீட்டில் பிறந்தார்' என்கிற சரணத்தில் கலைஞரின் படங்களை க்ளோஸ்-அப்பில் காட்டினார்.

1978-ம் ஆண்டில் பிப்ரவரி மாதம். அன்றைய நாளிதழ்களைப் பார்த்த வர்கள் திடுக்கிட்டார்கள். எம்.ஜி.ஆர்., சிவாஜி கணேசன் உள்படப் பலர் அதிர்ந்தனர். பிரான்ஸ் நாட்டு நடிகை கேத்ரினும் - கமலும் உதட்டோடு உதடு வைத்து முத்தம் கொடுக்கிற சட்டம் என் கையில் ஸ்டில். அதனோடு தமிழ் சினிமாவில் முத்தக் காட்சி என்கிற செய்தியும் கொட்டை எழுத்துகளில்.

'இத்தகைய காட்சிகள் இடம் பெறும் படங்களை எதிர்த்து நானே தலைமை தாங்கிப் போராட்டம் நடத்து வேன்' என்று அறிவித்தார் முதல்வர் எம். ஜி.ஆர்.

'நம் தமிழ்ப் படங்களில் முத்தக் காட்சியோ, நிர்வாணப் படக் காட்சியோ தேவையில்லை. எதுவும் இலை மறைவு, காய் மறைவாக இருந்தால்தான் நல்லது' என்று அறிக்கை விட்டார் சிவாஜி.

டி.என். பாலு ஏக குஷியில் மிதந்தார். அவர் எண்ணியது நடந்து விட்டது. கமலின் இமேஜுக்கும் முத்தத்துக்கும் பெரிய பரபரப்பு

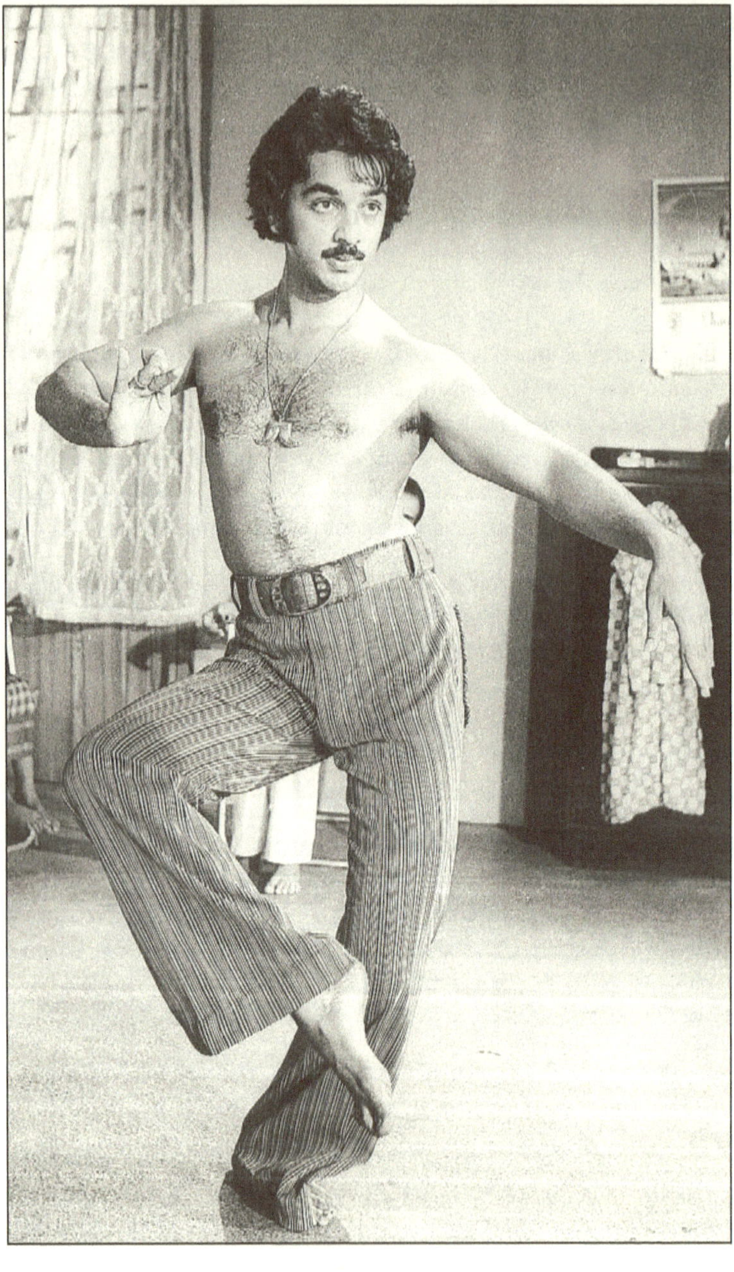

நிழல் நிஜமாகிறது

உண்டாகும். படத்துக்கு பெரிய விளம்பரம் கிடைக்கும் என்று எதிர் பார்த்தார். நிஜத்தில் அதுவரை சட்டம் என் கையில் படத்தில் அப்படி யொரு ஸ்டில் மட்டுமே எடுத்திருந்தனர்.

'என்னப்பா எந்தப் பத்திரிகையைத் திறந்தாலும் கமல்ஹாசன் முத்தம் - டி.என். பாலுன்ற பேச்சாவே இருக்கே!'

நிழல் நிஜமாகிறது ஷூட்டிங்கில் கே. பாலசந்தர், கமலைக் கலாய்த் தார். டைரக்டரின் கேள்வியைச் சற்றும் எதிர்பார்க்கவில்லை. கமலின் பதிலை மொத்த யூனிட்டுமே ஆவலோடு உற்றுக்கேட்டது.

'நான் ஒண்ணுமே பண்ணல சார். முத்தம் கொடுக்க சொன்னாங்க. குடுத்தேன். நான் நிரபராதி!' என்றார் கமல்.

எம்.ஜி.ஆர். எதிர்க்கிறார் என்றதும் கமல் ரொம்பவே பயந்துவிட்டார். 'முத்தக் காட்சியை மக்கள் ஏற்க மாட்டார்கள் என்று நமது முதல்வர் சொல்கிறார். அதை நான் கேள்வி இல்லாமல் ஏற்கத் தயார். எம்.ஜி. ஆரின் விவேகமுள்ள கருத்துக்களை நான் மதிக்கிறேன்' என்று தன் பங்குக்கு எழுதினார்.

க்ளைமாக்ஸில் காத்ரீன் சாகிற காட்சி. கமல் அவரை முத்தமிடுவதாகக் காட்டி அனுதாபத்தை ஏற்படுத்தினார் டி.என். பாலு.

நாமனூர் நடராஜன் அம்பலம் காசி விஸ்வநாதன். கமலின் ஆரம்ப கால நண்பர்களில் மிக முக்கியமானவர். அவரது அப்பா நடராஜனும் கமலின் தந்தையும் சுதந்தரப் போரில் ஆந்திரா ஜெயிலில் ஆறு மாதம் சிறை தண்டனை பெற்றவர்கள். பின்பு இரண்டே மாதங்களில் விடுதலை ஆனார்கள்.

அன்னை வேளாங்கண்ணி ஷூட்டிங்கில் அவர்கள் சந்தித்துக் கொண்டனர். அங்கு கிடைத்த பூர்வீக கதை அது. கர்ணனின் உதவியாளர் விஸ்வநாதன். உயர்ந்தவர்களில் ஒளிப்பதிவாளரானார். சட்டம் என் கையில் இரட்டை வேடக் காட்சிகளை ஒளிப்பதிவாளர் மதுவை வைத்துப் படமாக்க இருந்தார் பாலு. என். கே.வி.க்கு அது மூன்றாவது படம். ரிஸ்க் எடுக்க விரும்பவில்லை. ஆனால் மது பிசியாகி விட்டார்.

சொர்க்கம் மதுவிலே பாடல் காட்சிக்குப் பின்பு இரண்டு கமலும் சண்டை போட வேண்டும். விஸ்வநாதன் அதை எடுக்கக் கூடாது என்றார் பாலு. 'பணம் என்னுது. யார் நஷ்டம் அடையறது' என்று வாதிட்டார். 'கமல் உழைப்பு என்னோடது. விச்சுவே பண்ணட்டும். எப்ப முழுசா வேலை கத்துக்கறது' என்று சிபாரிசு செய்து 'உதை' வாங்கிக் கொண்டார். 'இணைந்த கைகள்' போன்ற பிரம்மாண்ட படங்களை இயக்க விச்சுவுக்கு அதுவே அடித்தளம்.

லூஸ் மோகன் நாலைந்து நாள்கள் கமலுக்கு செட்டி லேயே சென்னை செந்தமிழ் சொல்லித் தந்தார். படத்தில் சுருளிராஜன் அவருடன் சேர்ந்து காமெடியில் கலக்கினார். சிவாஜி, எம்.ஜி.ஆர். படங்களுக்கு இணையாக சட்டம் என் கையில் சென்னை தேவி பாரடைஸில் நூறு நாள்கள் ஓடியது.

உட்லண்ட்ஸ் ஹோட்டலில் நூறாவது நாள் விழா. தலைமை கலைஞர் மு. கருணாநிதி. டி.என். பாலு முதல் நாளே கைது செய்யப்பட்டார். அவர் மீது பெர்மிட் இன்றி மது அருந்தியதாக வழக்கு. ஜாமீனில் வெளியே வந்தார். பாலு விழாவைச் சிறப்பாக நடத்தினார். நிகழ்ச்சிகள் நடைபெறும் போதே அவர் ஜாமீனை ரத்து செய்து மீண்டும் கைது செய்ய உத்தரவானது. கலைஞர் பேசி முடிக்கிறபோது பாலு எஸ்கேப். ஏக தடபுடலாகவும் அரங்கு நிறைந்த பதற்றத்துடனும் நடை பெற்ற ஹீரோ கமலின் முதல் வெற்றி விழா அது.

•

'கமல் 'கோகிலா' பார்த்தேன் பெங்களூர்ல. எனக்கு அந்த கேமராமேன் பாலு, வேணும்.' ஓரளவு கும்பல் கலைந்த பிறகு மகேந்திரன் ஆர்வ மாகக் கேட்டார்.

அந்நாளில் அவரை தங்கப் பதக்கம் மகேந்திரன் என்பார்கள். நிஜத்தில் அவரது சினிமா ருசி வேறு. மாறுபட்ட தரமான யதார்த்தப் படங்களின் அபிமானி அவர். எம்.ஜி.ஆரின் கண்டுபிடிப்பு. அண்டை மாநிலங் களில் நல்ல படைப்புகளைப் பார்த்து ரசிப்பார். திரைப்படம் என்பது நடிகர்களுக்கானது அல்ல. அது இயக்குநர்களின் களம் என்கிற கருத்தை உடையவர். மனம் விட்டுப் பேச கனவுகளைச் சொல்ல எல்டாம்ஸ் ரோடு வீடு அவருக்கும் கூட ஒரு சங்கப் பலகை.

அனந்துவின் தலைமையில் அங்கு ஆரோக்யமான சினிமா பற்றி விடிய விடிய அலசினார்கள். மகேந்திரன் எம்.ஜி.ஆரின் காஞ்சித் தலைவன் தொடங்கி கமலின் மோகம் முப்பது வருஷம் வரையில் கோடம்பாக் கத்தில் அனுபவப் பாடம் படித்தவர். பிளஸ் டூ தேறி இருந்தார் என்று சொல்லலாம். பாலு மகேந்திராவோ திரைப்படக் கல்லூரியில் உலக சினிமாவைக் காணப் பெற்றவர். எட்டாத உயரம் மகேந்திரனுக்கு. அவரும் ஒரு ராஜ்கண்ணுவுக்காக காத்திருந்தார்.

ஆனந்தி ஃபிலிம்ஸ் அதிபர் வேணு செட்டியார், முக்தா சீனிவாசன் இயக்கத்தில் படம் தயாரித்தவர். முக்தா பிலிம்ஸின் நிறைகுடம் மகேந் திரனின் கதை. வேணு செட்டியார் மகேந்திரனைத் தேடி அவர் வீட்டுக்கே போனார். ஜெய்சங்கருக்கு அடுத்து ரஜினியை நாட்டுப் புறங்களில் விரும்புகிறார்கள். ரஜினிக்கேற்ற கதையாக மகேந்திரன் சொன்ன முள்ளும் மலரும் இருந்தது.

‘நீயே டைரக்ட் பண்றியா?’

வாசல் திறந்தது. உற்சாகமாகப் பதில் சொன்னார் மகேந்திரன். ‘பண்றேனே.’

ஏனோ காளியண்ணனும் மங்காவும் வள்ளியும் மகேந்திரன் மனத்தில் அன்றாடம் வாழ்ந்து கொண்டிருந்தார்கள். உமா சந்திரனின் பேனா மை சிந்தியதை முடிந்தவரை அப்படியே திரையில் காட்ட மகேந்திரன் விரும்பினார். படத்தில் ஆரம்பத்தில் கமலும் நடிப்பதாகவே இருந்தது. தேதிகள் ஒத்து வரவில்லை. சரத்பாபுவை ஒப்பந்தம் செய்தார்கள்.

‘இந்த தரம்தான் பெங்களூர் போய் படம் பார்த்துட்டு உருப்படியான யோசனையோட வந்திருக்கீங்க. வாங்க இப்படி. பாலு அற்புதமான டெக்னீஷியன். என் மூலமா தமிழுக்குக் கொண்டு வரணும்னு இருந் தேன். நான் செஞ்சா என்ன, நீங்க கூப்பிட்டா என்ன, நமக்கு நல்லது நடக்கணும். நீங்க நிம்மதியாப் போங்க. முள்ளும் மலரும் படத்துக்கு பாலு கண்டிப்பா கேமரா பண்ணுவாரு.’

கமல் சொல்லவும் மகேந்திரனுக்கு நினைக்கிறபடியே படத்தை எடுக்க முடியும் என்கிற நம்பிக்கை அரும்பு மலர்ந்தது.

‘என்னுடைய கிறுக்குத்தனமான ஆர்வத்தில் எப்பொழுதுமே கமலுக்கு ஒரு பரிதாபம் உண்டு. தான் இல்லாத ஒரு படத்துக்கு நல்ல ஒளிப்ப திவாளரை ஏற்பாடு செய்ய வேண்டும் என்ற தீவிரம் கமலுக்கு இருந்தது.’ - மகேந்திரன்.

‘அப்புறம் சொல்ல மறந்துட்டனே, ஷோபாவும் எங்கூட மலையாளம் கன்னடம்னு ஆக்ட் பண்ணி இப்ப நிழல் நிஜமாகிறதுலயும் நடிக் கிறாங்க. ‘வள்ளி’ கேரக்டருக்குப் பொருத்தமா இருப்பாங்க. இது என் படம் சார். முடிஞ்ச ஹெல்ப்பை அவசியம் செய்யறேன்’ - கமல் மகேந்திரனை மகிழ்ச்சியில் மூழ்கடித்தார்.

சிருங்கேரியில் ‘முள்ளும் மலரும்’ ஷூட்டிங் முழு மூச்சுடன் நடை பெற்றது. டைரக்டரும் ஒளிப்பதிவாளரும் சிறப்பாக வர வேண்டும் என்பதற்காக விட்டுக் கொடுத்து வேலை செய்தார்கள். சரத்பாபுவை தோழிகளோடு ஷோபா முதன் முதலில் சந்திக்கிற காட்சி மட்டுமே பாக்கி. ஏனோ அதை எடுக்காமல் யூனிட் சென்னை வந்துவிட்டது.

டபுள் பாசிடிவ் பார்த்தார் தயாரிப்பாளர். வாயிலும் வயிற்றிலும் அடித்துக்கொண்டார். அவர் எதிர்பார்த்த சினிமா அங்கே இல்லை. ஏதோ ஆர்ட் பிலிம் மாதிரி நத்தை வேகத்தில் காட்சிகள் நகர்ந்தன. கலர் படம் என்றால் ரோஸ் நிற முகங்களைப் பார்த்தே பழகி இருந்தது

அவருக்கு. அட்டைக் கறுப்பாக வேர்க்க விறுவிறுக்க கலைஞர்கள் தோன்றினர். அடி மனத்தில் எரிமலை வெடித்தது.

'டைரக்டரைக் கூப்பிடுய்யா...'

மகேந்திரன் கையைக் கட்டிக் கொண்டு நின்றார். 'என்னய்யா படம் பண்ணி கிழிச்சிருக்கே. வசனமும் இல்ல. ஒரு மண்ணும் இல்ல. என் பணம் இப்படியாப் பாழாப் போகணும்.'

வேணுசெட்டியார் கோபத்தை வாரி இறைத்தார். போட்ட முதல் தேறுமா என்கிற அச்சம்.

'ஒரே ஒரு சீன் மட்டும் எடுக்கணும். அதோட எல்லாம் முடிஞ்சுடும். இது நல்லா வந்திருக்கு. ரிகார்டிங்குக்கு அப்புறமாப் பாருங்க.'

'ஒரு நயா பைசா இனிமே எங்கிட்டே இருந்து பெயராது.' துண்டை உதறித் தோளில் போட்டுக்கொண்டு செட்டியார் போய் விட்டார்.

மகேந்திரன் மனம் உடைந்து போனார்.

மீண்டும் வேணு செட்டியார் மகேந்திரனைப் பார்க்கவே விரும்ப வில்லை. பலமுறை படியேறியும் அந்த ஒரு காட்சி இல்லாமலே பட ரிலீஸுக்கு ஏற்பாடுகள் நடந்தன. படத்தின் வெற்றி அந்த ஒரு ஸீனால்கூட பாதிக்கப்படலாம். மகேந்திரன் பட அதிபரை மீறி ஏதாவது செய்ய முடியுமா என்று யோசித்தார். கமலின் ஞாபகம் வந்தது.

'நான் வேணும்னா வேணுசெட்டியார்கிட்டே பேசிப் பாக்குறேன்' - கமல் தைரியம் தந்தார். 'ஆனந்தி பிலிம்ஸ்' அவர் வார்த்தைகளையும் காதில் வாங்கிக் கொள்ளவில்லை. 1978 ஆகஸ்ட் 15, ரிலீஸ் டேட் சொன்னார்கள்.

'நீங்க உத்தரவு கொடுத்தீங்கன்னா நான் வேணும்னா என் கை காச போட்டுப் படத்தை முடிச்சிடவா?' கமல் மன்றாடினார். படத்தின் வெற்றி என்பது தயாரிப்பாளரின் கல்லா கிடையாது. மகேந்திரன் என்கிற படைப்பாளியின் நாடித் துடிப்பு. முள்ளும் மலரும் ஓடியே தீர வேண்டும். கமல் வைராக்கியம் காட்டினார்.

'என்ன விட்டுடு கமல். நீ என்ன வேணா பண்ணிக்க' - செட்டியார் ஒதுங்கிக் கொண்டார்.

'நீங்க ஒண்ணும் பயப்படாதீங்க. நான் இருக்கேன்.' ஆறுதல் சொன்ன கமலிடமிருந்து பணக்கட்டைப் பெற்றுக் கொண்டார். தலைப்பிரசவம் அவருக்கு.

செகண்ட் சன்டே. சினிமாக்காரர்களின் ஓய்வு நாள். சத்யா ஸ்டூடியோவில் அன்றைக்கு இடம் ஒதுக்கிக் கொடுத்தார்கள். குப்பை

கொட்டும் பகுதி. கிராமியப் பின்னணிக்காகத் தூசி தட்டப்பட்டது. வெற்றியின் வாசனைக்காக எந்த நாற்றத்தையும் சகித்துக் கொள்ளலாம்.

விடுமுறை தினம். ஆதலால் டபுள் கால்ஷீட்டில் இரட்டைச் சம்பளத் தில் ஓவர் டைம் வொர்க்காக நிறையவே பணம் செலவானது. மதியம் தொடங்கி இரவு முடியும்போது முள்ளும் மலரும் முழுமை பெற்றது.

'இப்ப திருப்தியா?' கமல் கேட்டார். அவர் தோளில் சாய்ந்து சுகமாக அழத் தோன்றியது மகேந்திரனுக்கு.

'முள்ளும் மலரும் வெற்றி பெற்றதும் செட்டியார் என் மீது பொழிந்த அன்பு தனிக்கதை. அப்போதுகூட நான் நன்றியுடன் நினைத்துக் கொண்டது கமலைத்தான். அவர் மட்டும் தனது செலவில் அந்த ஒரு காட்சியை எடுத்துத் தராமல் இருந்திருந்தால் மகேந்திரன் என்ற ஒரு டைரக்டரே இல்லை.' - மகேந்திரன்.

## 17. சேட்டும் சிங்கமும்

பிரம்மாண்டமான கன்னித்தீவு - சிந்துபாத் போன்ற அரேபிய கதைகளில் நடிக்க கமலுக்கு அதிக ஆர்வம். பிரதாப் அப்போது பிரபலமாகவில்லை. அவரது அண்ணன், மலையாள ப்ரொடியூசர் ஹரி போத்தனின் 'அலாவுதினும் அற்புத விளக்கும்' - தமிழ், மலையாளம் இரண்டு மொழிகளிலும் தயாரானது. கமல், ரஜினி உள்பட ஃபுல் ஸ்டார் கேஸ்ட் மூவி. அது சாவித்திரி நடித்த கடைசி படமாக இருக்கலாம்.

டைரக்டர் ஐ.வி. சசி.

'குகை வாசல்ல காவல் காக்கற பூதம், நீங்க அங்கே என்டர் ஆனவுடனே சிங்கமா மாறுது. அது கூட பைட் பண்றீங்க' - காட்சியை விளக்கினார். கமல் அக்கறை யோடு காதுகளைக் கொடுத்தார். சிங்கம் பார்ப்பதற்கு அசிங்கமாகத் தோன்றிற்று. கமல் தொட்டார். சினிமா அரிமா. சீறாமல் நின்றது.

'நீங்க சும்மா அதுமேல கைய வைங்க. நான் டூப் போட்டு எடுத்துக்கறேன்.' கமல் மாதிரியே உடை அணிந்த ஸ்டன்ட் கலைஞர் 'குட்மார்னிங் சார்' என்றார்.

'கலர் படம். டூப் போட்டா தெரியும். காட்டிக் கொடுத் துடும். நானே பண்றேனே.' கமல் ஹரியிடமும் சசியிட மும் வீரம் பேசினார். கமலுக்கு Samsun and Delilah படத்தில் victor Mature, சிங்கத்துடன் மோதியது போல சாகஸம் செய்ய ஆசை.

தயாரிப்பாளரும் டைரக்டரும் அறிவுரை சொன்னார் கள். கமல் செம மூடில் இருந்தார். 'சிங்கத்தைச் சீண்டியே தீருவேன் சார்.' வேறு வழியின்றி சசி ஸ்டார்ட் சொன்னார். லைட்ஸ் ஆன். கமல் மீது வெளிச்சம் விழுந்தது. சிங்கம் உறுமிற்று கொஞ்சம். பிறகு உள்ளே போய்விட்டது. கமலுக்குள் பரவிக் கிடந்த கடைசி துளி பயமும் தொலைந்தது.

‘சிங்கம் முதுகுல குத்துங்க. கோபம் வரும். பிடரியைச் சிலிர்க்கும்.’ பயிற்சியாளர் போட்டுக் கொடுத்தார்.

அதுகாறும் தன்னை அவமானப்படுத்தியவர்களை எண்ணிக்கொண்டு கமல் குத்தியிருக்க வேண்டும். சிங்கம் சுயரூபம் காட்டியது. இடது காலைத் தூக்கி கமலை ஒரு தட்டு தட்டியது. பத்து அடி தள்ளிக் கிடந்தார் கமல்.

முகவாயில் சிறு கீறலோடு துணிந்து நின்றார். கமல் ஆக்‌ஷன் ஹீரோ என்று மிருகங்களும் உணர வேண்டும். ரஜினி ரசிகர்களும் தெரிந்து கொள்வது அவசியம். ஒரே ஷாட்டில் ரெண்டு சிக்ஸர். கட்டிப் புரண்டார். அவர் மீதும் சிங்க வாசனை. காலால் உதைத்து ஆண்மையை நிரூபித்தார். இரு முழங்கால்களிலும் குருதிப்புனல்! இரண்டு நாள்கள் இடைவிடாமல் சிங்கத்தைப் புரட்டிப் போட்டார்.

பரமக்குடி எங்கும் பரபரப்பாகப் பேசினார்கள். ‘டி.எஸ். எதுக்கு உங்க சன் இப்படி ரிஸ்க் எடுக்கிறாரு? ஒண்ணு கெடக்க ஒண்ணு ஆயிடுச் சின்னா? கல்யாணம் வேறே ஆகியிருக்கு. தனி ஆளு கிடையாது. நீங்க ஏதும் சொல்ல மாட்டீங்களா?’

அப்பா கமலைக் கண்டித்து கடிதம் அனுப்பினார். ‘உன்னைப் பற்றிய செய்திகளைப் பத்திரிகைகளில் படிக்கும்போது அதிர்ச்சி அடை கிறேன். சிங்கத்துடன் சண்டையிட்டது இளங்கன்று பயமறியாது என்பதுபோல் இருக்கிறது.’

•

தமிழ் சினிமா புத்துயிர் பெற்றது. புதுயுத்திகளோடு அதிகமான திரைப் படங்கள் தயாரிப்பில் இருந்தன. எம்.ஜி.ஆர். தனது ஆட்சியில் பட உலகுக்கு ஏராளமான சலுகைகளை வாரி வழங்கி இருந்தார். எமர் ஜென்சி கால கெடுபிடிகள் காணாமல் போய்விட்டன. முழு சுதந்தரத் தோடு இயங்கியது கோலிவுட். முன் எப்போதும் இல்லாத அளவு பதினோரு படங்கள் 1978 தீபாவளிக்கு வெளியாகியது.

அதில் கமல் மட்டும் நான்கு. சிகப்பு ரோஜாக்கள், அவள் அப்படித் தான், மனிதரில் இத்தனை நிறங்களா? கௌரவ வேடத்தில் தப்புத் தாளங்கள். ஆனந்த விகடன் பதினோரு படங்களுக்கும் ஒரே இதழில் விமரிசனம் செய்தது.

இரண்டு மண்வாசனை படங்களின் பொன்விழா டைரக்டர் பாரதிராஜா. அவரது முதல் சிட்டி சப்ஜெக்ட் ஆக ரஜினிகாந்த், சிவகுமார் இருவரில் ஒருவர் நடிக்க இருந்த படம் சிகப்பு ரோஜாக்கள். ரஜினி கால்ஷீட் பிஸி. சிவகுமார் தனக்கு அந்த வேடம் பொருந்தாது என்று மறுத்துவிட்டார்.

கமல் முதன்முதலாக ரௌத்திரமும் ரொமான்ஸுமாக சிகப்பு ரோஜாக்கள் 'திலீப்'பை வெளிப்படுத்தினார். பாரதிராஜாவுக்கு க்ரைம் கைவருமா என்றெல்லாம் யோசிக்கவே இல்லை. விதவிதமான சூட்களில் படம் முழுவதும் நடித்த கமலுக்கு அந்த படத்தில் இருந்து காஸ்ட்யூம் டிசைனர் ஆகப் பணியாற்றினார் வாணி. ஒரு சின்ன பிளாஷ்பேக் பார்க்கலாம்.

வாணி - கமல் இருவரும் நீ இன்றி நான் இல்லை என்று காதலித்த சமயம். இளமை ஊஞ்சலாடுகிறது ஷூட்டிங் நேரத்தில் வாணி, கமல் வீட்டுக்கு வந்திருந்தார். 'என்னடி மீனாட்சி' பாடலுக்காக Elvis Presley ஸ்டைலில் கமல் உடை தைக்கச் சொல்லியிருந்தார். அதில் தனக்குத் தெரிந்த ஐடியாக் களை கமலின் காஸ்ட்யூமரிடம் வாணி கூறினார். பிறகு படங்களில் அவரது காஸ்ட்யூம்களின் குறைபாடுகளைப் பட்டியலிட்டார்.

'நடிக்கறது மட்டுமே என் வேலை. அதுக்குத்தான் சம்பளம் கொடுக் கறாங்க. ஸ்டன்ட், காஸ்ட்யூம், மியூசிக், செட், கேமரான்னு சினி மான்னா ஆயிரம் விஷயம் இருக்கும். அது ஒவ்வொண்ணுத்துலயும் நான் ஏன் மூக்கை நுழைக்கணும்?' - அலட்டிக் கொள்ளாமல் கமல் பதில் சொன்னார்.

'என்ன நீங்க? உங்களுக்கு நல்ல பெர்சனாலிடி இருக்கு. என்னோட அழகு பையன் அதை ஏன் இன்னும் டெவலப் பண்ணக் கூடாது? இன்னொரு தரம் பெரிய கட்டம் போட்ட பேன்ட் போட்டுக்கிட்டு நடிச்சீங்கன்னா அவ்வளவு தான்.'

'நமக்குள்ள நிச்சய தாம்பூலம் ஆகியிருக்குங்கற தைரியம்.'

'ஆமாம், அரை பொண்டாட்டி ஆயிட்டேன். இனி உங்களுக்கு நான்தான் காஸ்ட்யூம் டிசைனர்.'

எதிர்பார்ப்புகளுக்கு உள்ளாகும் படங்கள் ஏமாற்றிவிடுவதே வழக்கம். ஆனால் ரசிகர்களுக்கு முழு திருப்தி அளித்த, 25 வாரம் ஓடிய முதல் திகில் படமாக சிகப்பு ரோஜாக்கள் அமைந்தது. கமல் முதன் முதலில் இளைய ராஜா இசையில் ஜானகியோடு டூயட் வேறு பாடியிருந்தார். நடிப்பில் கமல் எங்கோ போய்க் கொண்டிருக்கிறார் என்றார்கள் விமர்சகர்கள்.

•

ருத்ரையாவுக்கு சேலம் ஆத்தூர். பரம்பரையாக விவசாயக் குடும்பம். சினிமாவா கிலோ என்ன விலை என்று கேட்கிற சுற்றம். விளை யாட்டாக அடையார் திரைப்பட கல்லூரிக்கு டைரக்ஷன் கோர்ஸுக்கு விண்ணப்பித்தார். சத்யஜித் ரே, மிருணாள் சென், இங்கமர் பெர்மன், கொடார்ட் படங்கள் ருத்ரையாவை டைரக்டராக்கின. அனந்து

அறிமுகம் ஆனார். அவள் அப்படித்தான் உருவானது. கமல், ரஜினி, இளையராஜா மூவரைத் தவிர வேறு கோலிவுட் மனிதர்களின் நட்பு கிடைக்கவில்லை அவருக்கு.

கமல், தனக்கு ஆதர்சமாக இருந்த அனந்துவுக்கு 'அவள் அப்படித்தானை' சமர்ப்பணம் செய்தார். ருத்ரையா நினைத்தபடி அவரது முதல் படம் அமையவில்லை. முக்கி முக்கி எமரால்டில் ஐம்பது நாள்களும் காமதேனுவில் இரண்டே வாரங்களோடும் ஓடி முடிந்தது. அடுத்து கிராமத்து அத்தியாயம், பிறகு கமல் - சரிதா நடிக்க 'யாரோ பார்க்கிறார்கள்' என்கிற வித்தியாசமான படத்தை உருவாக்கத் திட்டமிட்டார்.

படாத பாடுபட்டு ஆறு ஆண்டுகளுக்கு மேலாக சக்தி உருவாக்கிய படம் உணர்ச்சிகள். 1976 ஜூன் கடைசி வாரம் ரிலீஸானது. அதே நேரம் உணர்ச்சிகளின் மலையாள ரீமேக்கான ராஸலீலா சென்னையில் நியூ எல்பின்ஸ்டன் தியேட்டரில் நூறாவது நாள் கொண்டாடியது.

'உணர்ச்சிகள்' தோல்வி சக்தியை ஒன்றரை ஆண்டுகள் முடக்கிப் போட்டது. அவரது அடுத்த படவாய்ப்பையும் கமலே கவனித்துக் கொண்டார். 'மனிதரில் இத்தனை நிறங்களா?' கமல் - ஸ்ரீதேவி இருவரும் நடித்திருந்தும் ஜோடி சேராத ஒரே படம். சக்தி பிரமாதமாக படம் வளர்ந்து வருவதாக நம்பினார்.

தயாரிப்பாளர் வி.டி.எஸ். சுந்தரத்துக்கு உடனடியாக காசு பார்க்கும் ஆசை. 1978 தீபாவளிக்கே படத்தை ரிலீஸ் செய்துவிட தீர்மானித்தார்.

'நாலும் ஒரே நாள்ள வர வேணாம் சக்தி அண்ணே. அதுல எது ஓடலன்னாலும் எனக்கு மார்க்கெட் அடிபடும். படம் வேறே நல்லா வந்துருக்குன்னு சொல்றீங்க. நான் வேணும்னா உடனடியா நவம்பர் லேயே கால்ஷீட் கொடுக்குறேன். ஒழுங்கா முடிச்ச 79 பொங்கலுக்கு ரிலீஸ் பண்ணிடலாம்.'

கமலின் வார்த்தைகளை பட அதிபர் சட்டை செய்யவில்லை. கமல் - ஸ்ரீதேவி காம்பினேஷன் வெற்றிக்கான பார்முலா. அதுவே போதும் என்று சக்தியிடம் கூறிவிட்டார். சக்தி ஒப்பேற்றினார். டைரக்டராக சக்தியும் ஹீரோவாக கமலும் படத்தில் தோற்றுப் போனார்கள். பட அதிபர் சூட்டோடு சூடாக 'கல்லா' நிரப்பிக் கொண்டார்.

பிறகு கமல் சக்திக்கு 'வாய்ப்பூட்டு' என்ற பெயரில் புதிய வாய்ப்பை வழங்கினார். வாய்ப்பூட்டு திறக்கவே இல்லை. கமலின் நட்பை மூலதனமாக்கிக் கொள்ளும் வல்லமை சக்திக்கு இல்லாமல் போனது.

சக்திக்குக் கிடைக்காத அனுபவங்கள் கமல் மூலம் பாலசந்தருக்கு அமைந்தது. கமல் வளர்ந்த பின்பும் குட்டி போட்ட பூனையாக கே.பி.

யூனிட்டையே சுற்றிச் சுற்றி வந்தார். கமல், தன் படத்தில் தலை காட்டவில்லையென்றால் அது தோல்வியடைந்துவிடுமோ என்று கூட சென்டிமென்டாக டைரக்டர் பயந்ததும் உண்டு.

அரங்கேற்றத்துக்குப் பிறகு மீண்டும் ஒரு விலை மாதுவின் அனுப வங்களை 'தப்புத் தாளங்கள்' படத்தில் கே. பாலசந்தர் இயக்கினார். ரஜினி ஹீரோ. 'இந்தப் படத்துல நான் இருக்கேனா' கே.பி.யை சந்தித்து கமல் ஏக்கமாகக் கேட்டார். அதுவரை அப்படிப் பெரிதாக ஏதும் பாலு சிந்திக்கவில்லை. தெரியல என்றார்.

'அது எப்படி? போன வருஷம் நான் இல்லாம பட்டிணப் பிரவேசம் எடுத்தீங்க. அவுட்டோர் போனதால எனக்கு அதுல சான்ஸ் மிஸ் ஆச்சு. இப்ப இதுலயும் என்னை வேணாம்றிங்களா. நான் கஸ்டமர் மாதிரியாவது வரேன்.'

கே. பாலசந்தருக்கு அதே யோசனை இருந்தது. தேவைப்பட்டால் படமாக்கலாம் என்று விட்டுவிட்டார். கமலே உரிமை எடுத்துக் கொண்டு கேட்ட தினுசில் உடனே சம்மதித்தார்.

'கமல் நீ சேட் வேஷம் போட்டுக்கிட்டு வா. கொஞ்சம் காமெடியும் வேணும். படம் பூரா சீரியஸாப் போகுது. ஜனங்க உன் சீன்ல கொஞ்சம் ரிலாக்ஸ் ஆவாங்க.'

'நான் பார்த்துக்கறேன் சார்.' வாய்ப்பு கிடைத்த மகிழ்ச்சியில் கமல் நீண்ட முன் பல்லோடு புதிய முகத்தோடு தப்புத் தாளங்களில் தோன்றினார். டைரக்டர் எதிர்பார்த்த ரிசல்ட் கிடைத்துவிட்டது. தப்புத் தாளங்களில் கமலுக்கும் சேர்த்தே கைதட்டினார்கள் ரஜினி ரசிகர்கள்.

# 18. குட் பை!

கமலும் வாணியும் திருமணத்துக்குப் பின்பு முதன் முதலில் நினைத்தாலே இனிக்கும் அவுட்டோரில் கலந்து கொண்டார்கள். 1978 ஜூன் 5 முதல் ஜூன் 30-ம் தேதி வரையில் சிங்கப்பூரில் ஷூட்டிங் நடைபெற்றது. அதே படப்பிடிப்பில் கமலும் ரஜினியும் சேர்ந்து எடுத்த முடிவு தமிழ் சினிமாவை கடும் அதிர்ச்சிக்கு உள்ளாக்கியது.

கமல் - ரஜினி இணைந்து நடித்து இருந்தால் போதும். யாரும் குபேரனாகிவிட முடியும். தமிழ்நாட்டில் லட்சங்களை முதலீடு செய்து படம் தயாரித்தவர்கள் மனக் கணக்கு போட்டார்கள். கமல் - ரஜினி காம்பினேஷனில் ஒவ்வொரு வெள்ளிக்கிழமையிலும் பட பூஜை விளம்பரங்கள் - தினத்தந்தியில்.

நடிக்கிறபோது போன ஸீன் என்ன, அடுத்த காட்சி எப்படி வரும் என்று இரண்டையும் துருவித் துருவிக் கேட்டு தெரிந்துகொள்வார் ரஜினி. அதற்குப் பிறகே ஒரு ஷாட்டில் நடிக்கப் போவார்.

அப்படிப்பட்டவர் சினிமாவில் தன் எதிர்காலம் குறித்து சிந்திக்கத் தொடங்கினார். எப்போதுமே 'என் வழி தனி வழி' என்பதில் ரஜினி உறுதியானவர். ஒரு சாதாரண காட்சியில் கூடத் தன்னுடைய கற்பனையைக் கலக்காமல் கமல் நடித்தது கிடையாது. எதிலும் ஒரு தனித்துவம் காண்பது அவரது பிறவி இயல்பு.

சேர்ந்து நடிப்பதில் அவர்களுக்குள் சங்கடங்கள் தோன்றின. கமலும் ரஜினியும் கூடிய மட்டும் நண்பர்களாகவே இருக்க விரும்பினார்கள். கமர்ஷியல் ஹீரோவாகி விட்ட ரஜினியை வெல்ல வேண்டும் என்று கமல் திட்டம் தீட்டவில்லை. ரஜினியைத் தன் கலை ஓட்டத்தின் சக பயணியாகவே மதித்தார்.

ரஜினி, ஒரு போட்டியாளராக கூடவே விரட்டி வருவது நிஜத்தில் கமலுக்கு ஆரோக்யமான யுத்த களத்தை உண்டாக்கித் தந்தது.

ரஜினி இல்லாமலும் வெற்றிகளைப் பெற முடியும் என்று கமல் உணரத் தொடங்கினார். அதன் முன்னோட்டம் சட்டம் என் கையில். தமிழ் நாட்டுப் பள்ளிக் கூடங்களில் மாணவர்கள் 'டேய், முத்து ரஜினி ஆளுடா. மச்சான் இவன் கமலு. மாப்ள நம்ம பரட்ட இல்லைன்னா உன்சப்பாணி கோவிந்தா தெரியுமா? புவனா ஒரு கேள்விக்குறி பார்த்த இல்ல. சிவகுமாரையே ஓரம் கட்டிட்டாரு எங்க தலைவரு' என்றெல்லாம் பேசி கைகலப்பில் இறங்குவது அன்றாட நிகழ்வுகளாக இருந்தன.

ஐந்தே ஆண்டுகளில் ஐநூறு ரூபாயிலிருந்து படத்துக்கு ஒரு லட்சம் சம்பாதிக்கிற அளவு கமல் முன்னேறி விட்டார். கமலிடம் கால்ஷீட் கேட்டு அலுத்துப் போனார் கலைஞானம். ரஜினிக்கு ஐம்பதாயிரம் சம்பளம் கொடுத்து முதன் முதலில் தனி ஹீரோவாக 'பைரவி' படத்துக்கு ஒப்பந்தம் செய்துவிட்டார். கலைஞானம் கதை, வசனம் எழுதிய ஆறு புஷ்பங்கள் படத்தில் விஜயகுமாருக்குப் பத்தாயிரம். ரஜினிக்கு ஏழாயிரம் தந்தனர்.

தன்னை தமிழ்நாட்டில் ஒரு நடிகனாக ஏற்பார்களா என்கிற நிலை மாறி கதாநாயகனாகவே கொண்டாடப்படுகிற போது எதற்காக கமலுடன் இனி சேர்ந்து நடிக்க வேண்டும்? பைரவியைத் தொடர்ந்து சிங்கிள் ஹீரோ வாகவே நடித்தால் போதும். ரஜினி திட்டவட்டமான முடிவில் இருந்தார். அதை கமலிடம் சிங்கப்பூரில் வைத்துச் சொல்லியும் விட்டார்.

ரஜினி என்ன கேட்டாலும் தருவதற்கு 1978லேயே பட அதிபர்கள் போட்டி போட்டார்கள். ரஜினியின் அசுர வளர்ச்சிக்கும் கமலே காரணம்.

'உண்மையாகச் சொன்னால் என்னுடைய இன்ஸ்பிரேஷன் நீங்கள்தான். உங்கள மாதிரி ஒரு ஆக்டர் என்னுடைய ஆரம்ப காலத்தில் இல்லாமல் இருந்தால் இந்த அளவுக்கு நான் நிச்சயமாக முன்னுக்கு வந்திருக்க மாட்டேன்.' - ரஜினி.

ரஜினியின் பேச்சு கமலைக் கலவரப்படுத்தியது.

'என்ன சொல்றீங்க ரஜினி? போனவாரம்கூட பஞ்சு சார் படத்துல சேர்ந்து நடிக்கிறோம்னு அட்வான்ஸ் வாங்கி இருக்கோமே. இந்த மாதிரி இன்னும் நிறைய கமிட்மென்ட்ஸ் இருக்கு. நம்மள கேக்காமலேகூட விளம்பரப்படுத்தி முன்னாடியே காசும் வாங்கிடறாங்க.'

'காயத்திரி, ப்ரியா, இதெல்லாம்கூட பஞ்சு சார் சம்பந்தப்பட்ட படம்தான். அதுலெல்லாம் நீங்க இல்ல. பஞ்சு சார் எனக்கு காட் ஃபாதர் மாதிரி. அவரை நான் பாத்துக்கறேன்.'

ரஜினி அநாவசியமாகப் பேச மாட்டார். சொல்லிவிட்டால் அதிலேயே பிடிவாதமாக நிற்பார். கமலுக்குச் சிறிது காலத்துக்குப் பின்பு யதார்த்தம் புரிந்தது.

'இரண்டு பேரும் சேர்ந்து நடிக்க வேண்டாம் என்றுகூட ஒருநாள் சொன்னார். நான் அதை நினைத்துக் குழம்பிப் போனேன். ஆனால் இன்னொரு நண்பரிடம் எனக்கும் கமலுக்கும் தனித்தனியாகப் பெரிய எதிர்காலம் இருக்கிறது. அதனால்தான் அட்வான்ஸாக சொல்லி வைத்தேன் என்றார். இப்போது உண்மையிலேயே அவர் தனிக்காட்டு ராஜாதான். நானும் சகலகலா வல்லவன்தான்.'

ஜெய்சங்கரின் மூலம் வெற்றிகரமான கதை வசனகர்த்தா, பட அதிபர் அந்தஸ்துக்கு உயர்ந்தவர் பஞ்சு அருணா சலம். கமலிடம் 'என்னப்பா இப்படிப் பண்ணிட்டீங்களே? எஸ்.பி. முத்துராமன் அசிஸ்டென்ட் ஜி.என். ரங்கராஜன். அவரை முதன்முதலா டைரக்டரா அறிமுகப் படுத்துற படம். நீங்க ரெண்டு பேருமே நடிச்சா நல்லாருக்கும்னு பார்த் தேன். இன்னொரு தரம் ரஜினியைக் கேளுங்க. என் படம் நீங்க சேர்ந்து நடிக்கிற கடைசி ப்ராஜெக்டா இருக்கட்டும். என்ன சொல்றீங்க?'

'அவர் உங்க மேலே அதிகமான மரியாதையும் பிரியமும் வெச் சிருக்காரு. ஆனா இந்த விஷயத்துல ஒரு முடிவு எடுத்துட்டேன். மாத்திக்க முடியாதுன்னு....' - கமல் தயங்கித் தயங்கிச் சொன்னார். வானம்பாடியில் நடிக்கிற காலத்திலிருந்தே பஞ்சு பழக்கமானவர். கண்ணதாசனின் சகோதரர், கவிஞர். எல்லாவற்றுக்கும்மேல் இளைய ராஜாவை அறிமுகப்படுத்தியவர் என்கிற கௌரவம் பெற்றவர்.

'அப்ப என்ன செய்யலாம்? நான் வேறே ரங்கராஜன்கிட்டே வேலையை ஆரம்பின்னு சொல்லிட்டேன். பாவம். மொத படமே நின்னு போச் சுன்னா அவர் மூஞ்ச என்னால பார்க்க முடியாது. இருபது வருஷமா பின்னாலயே இருந்துட்டாரு.'

கமல் பட அதிபரின் பிரச்னையைத் தன்னுடைய தாக்கிக் கொண்டு கவலைப்பட்டார்.

'ஒண்ணு வேணா செய்யலாம்னே. ரெண்டு பேருக்கும் மார்க்கெட் இருக்கு. தனித்தனியா பூஜை போட்டாலும் டிஸ்டிரிபியூட்டர்ஸ் பொட்டியோட ரொக்கத்தைக் கொட்டிடுவாங்க. நான் ஒண்ணுல நடிக்கிறேன். ரஜினியை வெச்சு வேறே சப்ஜெக்ட் ஆரம்பிங்க. இதுல குழம்பறதுக்கு என்ன இருக்கு?'

கமலின் புத்திசாலித்தனம் தமிழ் சினிமாவுக்குப் பயன்பட்டது. பஞ்சு அப்படியே செய்தார். ரஜினி ரங்கராஜன் டைரக்ஷனில் நடிக்க

மாட்டேன் என்றார். தன் படத்தை எஸ்.பி. முத்துராமனே இயக்க வேண்டும் என்று நிபந்தனை விதித்தார். மறுபடியும் ரங்கராஜனின் எதிர்காலம் சினிமா பரமபத பாம்பின் வாயில் விழுந்தது.

கமல் உடனடியாக ஏணியாகி ரங்கராஜனுக்கு உதவினார். 'என் படத்தை புது டைரக்டரே, என் அண்ணனே செய்யட்டும்.' அந்த ஆர்வத்துக்குக் காரணம் உண்டு. கமல், களத்தூர் கண்ணம்மாவில் நடிக்கிறபோது, ஏ.வி.எம். எடிட்டிங் அறையில் அவரது பால்ய சிநேகிதராக இருந்தவர் இருபது வயது ரங்கராஜன்.

'வாங்க சார்' என்று ஹீரோ கமலை வரவேற்றார் ரங்கராஜன். 'என்ன கிண்டலா? எப்பவும் போல 'வாடா போடா'ன்னு கூப்பிட்டாதான் படத்தை முடிச்சிக் கொடுப்பேன்.'

ரங்கராஜன் புகழ்பெற வேண்டும் என்கிற ஏக்கம் கமலுக்கு எப்போதும் இருந்தது. கமலுக்காக மிக பழைய படத்தைப் பார்த்து வைத்திருந்தார் ரங்கராஜன். எஸ். பாலசந்தர் நடித்து இயக்கிய 'இது நிஜமா!'

'அவசரத்துக்குப் புது சப்ஜெக்ட் திங்க் பண்ண நேரமில்ல கமல். அண்ணன்- தம்பி டூயல் ரோல்.'

கமல் கதையை முழுவதுமாகக் கேட்டார். பிடித்துப் போனது. அண்ணன் கமலை எப்படி வித்தியாசப்படுத்துவது என்று யோசித்தார். 'தப்புத் தாளங்கள் சேட்' மனத்துக்குள் பள்ளிகொண்டார். அவரைக் கூடுதலாக மெருகேற்றினால் என்ன?

கல்யாண ராமனை 'பல்' கொண்டு செதுக்கினார் கமல். டென்டல் டாக்டர் ராகவாச்சாரியின் வழிகாட்டுதலில் எடுப்பான பல் செட்டை வாயில் பொருத்திக் கொண்டார். நீண்ட நேரம் அப்படி நடித்தால் வலியில் உயிர் போகும். கமல் விடாமல் இருநூறு நிமிடங்களுக்கு மேலும் அவ்வாறு நடித்திருக்கிறார். வழக்கம்போல் வந்து விட்டார்கள் கோலிவுட் பண்டிதர்கள்.

'என்ன பஞ்சு சார். கமல் - ஸ்ரீதேவி காம்பினேஷன்னா ரொமென்டிக் லுக் எதிர்பாப்பாங்க. நீங்க அவரு முகத்த அகோரமா ஆக்கி வெச்சுருக்கீங்க. எதுக்கு ரிஸ்க் எடுக்கறீங்க?'

'என்ன உங்க அபிப்ராயம் கமல்?' பஞ்சு கேட்டார். அவருக்கு புது கெட்-அப்பில் பரம திருப்தி. கமல் தன் மனத்தில் விதைத்திருந்த கல்யாண ராமனை நடித்துக் காட்டினார். அவரது கலை வாழ்வில் முதன்முதலில் அவரே சிருஷ்டித்த கதாபாத்திரம். பஞ்சுவுக்கு டபுள் ஓகே. அவரது படங்களில் எப்போதுமே இரட்டை அர்த்த காமெடி பரவி இருக்கும். அதனாலேயே அவர் வெற்றி பெற்றார் என்பார்கள்

சிலர். கல்யாண ராமனில் குழந்தைகளும் ரசிக்கும்படி கமல் பல புது மேனரிசங்களைச் செய்தார்.

ஒரே கால்ஷீட் தேதிகள் என்பதால் கல்யாணராமனும், ஆறிலிருந்து அறுபது வரையும் ஏவிஎம்மில் அடுத்தடுத்த ப்ளோர்களில் படமாயின. கல்யாண ராமனில் நகைச்சுவைக்காக மனோரமா, தேங்காய் சீனிவாசன், வி.கே.ஆர். போன்ற நட்சத்திரங்கள். வில்லன் மேஜர் சுந்தர் ராஜன் என்று செட் ரகளையாக இருந்தது.

ரஜினி பட யூனிட்டில் அவரைத் தவிர வேறு யாரும் ஸ்டார் கிடையாது. ஆனால் டைரக்டர் எஸ்.பி. முத்துராமன் - ரஜினி என்பதால் அதை பெரிய பட்ஜெட் என்றார்கள்.

கல்யாணராமன் மிகக் குறைந்த செலவில் தயாரிக்கப்பட்டது. இரட்டை வேட மாஸ்க் ஷாட்டுகளில் கமல் நிறையவே உற்சாகம் காட்டினார். வழக்கம்போல் வேறொரு ஷூட்டிங்கில் காலை உடைத்துக்கொண்டு ஊட்டி அவுட்டோரில் சிரமப்பட்டு நடித்தார்.

ஜூலை 6, 1979-ல் வெளியானது கல்யாணராமன். கமலின் நடிப்புக்கு அவர் கன்னத்தைக் கிள்ளுவதா, முகத்தை வருடி திருஷ்டி எடுப்பதா கழுத்துக்கு ரோஜாப்பூ மாலை போடுவதா, கல்யாணராமன் கமல் ஹாசன் வாழ்க என்று கோஷம் எழுப்புவதா - என்றெல்லாம் பத்திக்குப் பத்தி பாராட்டி எழுதியது ஆனந்த விகடன்.

பத்திரிகைகளின் தேன் மழை விமர்சனங்களைக் கடந்து கமல் மெய்சிலிர்த்தது. பிரபல ஹீரோவின் பாராட்டில்.

‘Gem of a man சிவாஜி. வசிஷ்டர் வாயால பிரம்ம ரிஷின்னு பெயர் வாங்கினேன். சிவாஜி கல்யாண ராமன் படம் பார்த்துட்டுச் சொன்னார். ‘முதல் கேரக்டர் யார் வேண்டுமானாலும் போடலாம். ஆனால் அந்த பல் கேரக்டர் இருக்கே வேறே ஒருத்தனாலும் இவ்வளவு நல்லா பண்ண முடியாது.’

குறிப்பிட்ட ஒருவர் மீது மட்டுமே அளவுக்கு அதிகமாகக் காட்டப்படும் பிரியம் வம்பையே விலைக்கு வாங்க வைக்கிறது. கமல் அப்படியொரு விவகாரத்தில் சிக்கி அவதிப்பட்டார்.

1979-ல் முந்தைய வசூல் சாதனைகளை முறியடித்து இருநூறு நாள்களுக்கு மேல் ஓடியது திரிசூலம். சிவாஜி கணேசனின் இரட்டை சதம். கமல், ரஜினி வந்த பின்னும் நடிகர் திலகத்தை அசைக்க முடியவில்லை. தமிழக அரசுக்கு மட்டும் அரை கோடி ரூபாய்க்கு மேல் தமாஷா வரி திரிசூலம் படத்தின் மூலம் கிடைத்தது. மொத்த லாபம் ஒன்றரை கோடி.

திரிசூலத்துக்குப் பிறகு வெள்ளி விழா கொண்டாடிய படம் கல்யாண ராமன்.* கமல் இன்பத்தின் எல்லைக்கே சென்றுவிட்டார். வார இதழ் ஒன்றில் தன் அந்தரங்கம், தொழில், உள்பட நிஜமான அனுபவங்களை அப்பட்டமாக எழுதி வந்தார்.

'கமல்ஹாசன் தன் திறமையை ப்ரூவ் பண்ணினதால இன்னிக்கு வந்துருக்கான்.'

'It was only because of K. Balachander, I came back.'

'கமல்ஹாசன் வந்து பல் தேய்த்தார்னு எவ்வளவு நாள்தான் எழுத முடியும். கமல்ஹாசன் இவள் கூடப் படுத்தார்னு எழுதறதிலேதானே விக்கறது. நான் வந்து பெரிய உத்தமசீலன் கிடையாது. நானும் கொனஷ்டைகள் எல்லாம் பண்ணி இருக்கேன். அதுல பாதியைத்தான் எழுதி இருக்காங்க. நான் பண்ணின குறும்புகள்ள பாதி வரவே இல்ல.'

'இந்த வருஷம்தான் இவனும் ஒரு கலைஞன்னு ரெஸ்பெக்ட் கொடுத்துப் பேசறாங்க. 1979-ம் வருஷ கமலால்தான் கதை கேட்க முடிகிறது. என்ன கதை, கேரக்டர் எப்படின்னு தெரிஞ்சுட்டு ஒத்துக்கறேன்.'

படவுலகம் கமலின் தொடர் கட்டுரைகளைக் கண்டு கொதித்துப் போனது. கே. பாலசந்தரிடம் பலர் புகார் கூறினார்கள். ஸ்ரீதர் வெளிப்படையாகவே அதே பத்திரிகையில் கமலைக் கண்டித்தார்.

'தன்னுடைய டேலன்டைப் பயன்படுத்த பாலசந்தரைத் தவிர வேறு யாருக்கும் வக்கில்லை என்று கமல்ஹாசன் சொல்லி இருப்பதைப் பார்த்தேன். நான் கமலை வைத்து ஒரு படம் எடுத்து முடித்து இருக்கிறேன். இரண்டாவது படம் எடுத்துக் கொண்டு இருக்கிறேன். என் திறமையில் அவருக்குச் சந்தேகம் வந்து இருக்கலாம். ஆனால் இன்னும் திறமையான டைரக்டர்களிடம் பணியாற்றப் போகிறார். எல்லோரிடமும் வேலை செய்ததற்குப் பிறகு இந்த கமென்ட் அவர் கொடுத்திருந்தால் நன்றாயிருக்கும்.'

கடைசியில் கமல், பத்மாசூரன்போல் வரம் கொடுத்த சிவன் தலையிலேயே கைவைத்து விட்டார். வாணிக்கும் அவருக்குமான காதல் அனுபவம். கல்யாணத்துக்கு முந்தைய காத்திருத்தல் அவற்றில் கவரப்பட்டே கே. பாலசந்தரின் மரோ சரித்ரா கதையே வந்திருக்கும் என்று எழுதினார்.

---

★ உண்மையில் கல்யாண ராமனைவிட ரஜினியின் ஆறிலிருந்து அறுபது வரையே அதிகமாக லாபம் சம்பாதித்துக் கொடுத்தது என்கிறார் பஞ்சு. உபயம் : ஜெயா டிவியின் திரும்பிப் பார்க்கிறேன்.

கல்யாண ராமன் வெள்ளி விழாக் கொண்டாட்டம் குளிர்காலத்தில் நடந்தது. ஆனால் கே. பாலசந்தரின் உரையில் அனல். ‘கமல் வீட்டு தோட்டத்திலிருந்து மரோ சரித்ரா கதையை நான் பொறுக்கிக்கொண்டு வரவில்லை’ என்பதுபோல் பேசினார்.

கமலை கவிழ்க்கக் காத்திருந்தவர்கள் நிமிர்ந்து உட்கார்ந்தனர். கமல் மேடையில் மௌனம் சாதித்தார். அடுத்த வாரமே ‘இத்தோடு நிறுத்திக் கொள்கிறேன்’ என்று தன் சுயபுராணத்துக்கு அவரே முற்றுப் புள்ளி வைத்துக் கொண்டார்.

## 19. வறுமையின் நிறம் கமல்!

கமலுக்கு திருஷ்டியில் நம்பிக்கை கிடையாது. ஆனால் அம்மாவுக்கு இருந்தது. அவர்கள் வாழ்ந்த வரையில் கமலுக்கு அடிபட்டபோதெல்லாம் 'கண் திருஷ்டி உனக்கு' என்று வருந்துவார். ஒரு பழைய துடைப் பத்தைக் கொளுத்திச் சுற்றிப் போடுவார்.

கல்யாண ராமனுக்குப் பிறகு கமலின் சினிமா வாழ்க் கையில் தொடர்ந்து சரிவுகள். வெற்றியைவிட்டு வெகு தூரம் விலகிப் போயிருந்தார். சினிமாவில் நன்றி என்பது கெட்ட வார்த்தை. நண்பர்களுக்காகவும் கண்ணியமிக்க மேதைகளுக்காகவும் உதவி செய்யப் போனால் தோல்விகள் தொடர்கதை ஆகிவிடும். மார்க் கெட்டில் இருக்கிற ஹீரோவிடம் முன் அனுமதி வாங் காமல்கூட விளம்பரம் கொடுத்து விடுவார்கள். எம்.எஸ்.வி.யின் மகன் கோபியும் அப்படி நடந்து கொண்டார். கமல் நடிக்கமாட்டேன் என்றார். எம்.எஸ். வி.யே நேரில் வந்தார். 'எனக்காக நடிச்சுக் கொடு கமல்' என்றபோது கமலால் தலையாட்ட மட்டுமே முடிந்தது.

மங்கலகரமாகப் பெயர் வைத்தார்கள். எம்.ஜி.ஆரின் டைரக்டரான கே. சங்கர் 'மங்கள வாத்தியம்' படத்தை இயக்கினார். கமலுக்கு திக்கு வாய் வேஷம். 'வண்டின்னா வண்டி இது வாத்தியாரு வண்டி' என்று எம்.ஜி.ஆர். புகழ் வேறு. தியேட்டர்கள் வெறிச்சோடின.

அடுத்தது 1979 தீபாவளிக்கு மகேந்திரனின் உதிரிப் பூக்களும் கே.எஸ்.ஜியின் அடுக்கு மல்லியும் வெவ் வேறு துருவங்களில் வெற்றிகரமாகப் பேசப்பட்டது. கமலின் நீலமலர்கள் வாசமின்றிப் போனது - வசூலில்.

வெளிநாடுகளில் படமாக்கப்பட்ட முதல் கன்னடப் படம் 'சிங்கப்பூரு நல்லி ராஜகுள்ளா.' விஷ்ணு வர்த்தன் ஹீரோ. சி.வி. ராஜேந்திரன் டைரக்டர். ப்ரியா படத்தைத் தயாரித்தவர் பஞ்சுவின் தம்பி கே.என்.

லக்ஷ்மணன். அடுத்து அவர் உல்லாசப் பறவைகள் தொடங்கினார். கமல் கதாநாயகன். சி.வி. ராஜேந்திரன் கன்னடத்தில் சிறப்பாக வெளி நாடுகளைக் காண்பித்தார். பஞ்சு அவரையே உல்லாசப் பறவைகளை டைரக்ட் செய்யச் சொன்னார். 'ஜெர்மனியின் செந்தேன் மலரே! பாடலை பாரீஸில் முதல் நாள் ஷூட்டிங்கிலேயே படமாக்கினார்கள்.

கமல், சி.வி. ராஜேந்திரனிடம் தெளிவாகவே கூறிவிட்டார். 'சப்ஜெக்ட் சுமார்தான். பரவாயில்ல, எடுத்துத் தள்ளுங்க.'

சி.வி. ஆர். பெல்ஜியம், ஹாலந்து, ஜெர்மனி, பிரான்ஸ், அமெரிக்கா ஆகிய நாடுகளில் ஒரே மாதத்தில் படத்தை முடித்துவிட்டார். தமிழ், தெலுங்கு இரு மொழிகளிலும் பாடல் காட்சிகளைப் பார்த்தார் கமல். இளையராஜாவின் இசைக்காகவே ஓடும் என்று தோன்றியது. படத்தின் தெலுங்கு ரைட்ஸை வாங்கிக் கொண்டார்.

ப்ரியாவின் வெற்றியைப்போல் லாபம் சம்பாதிக்கலாம் என்று ஓடோடிப் போய் வாங்கினர் விநியோகஸ்தர்கள். கமலின் ஃபாரின் படம் என்று ஆர்வமாகப் பார்த்தார்கள் ரசிகர்கள். எல்லோரும் ஏமாந்தனர்.

'பஞ்சு அண்ணனும் நானும் சேர்ந்து பறக்கவிட்ட படம். ஆக்டிங்கா? அதை நாங்கள் பெரிதாகப் பண்ணவில்லை.' - உல்லாசப் பறவைகள் பற்றி கமல் கூறியது.

●

ரஜினி, உடல்நிலை சரியில்லாதபோது மறுத்த வாய்ப்பு 'குரு.' தர்மேந்திரா நடித்த ஜுக்னு ஹிந்தி சினிமாவின் ரிமேக். தெலுங்கிலும் தமிழிலும் கமல் நடிக்க தயாரானது.

கமல், 'ஹாசன் பிரதர்ஸ்' என்கிற சொந்த கம்பெனியை ஆரம்பித்தார். குரு படத்துக்கு வசனமும் ஹாசன் பிரதர்ஸ். டைரக்ஷன் ஐ.வி. சசி. கமலின் தோல்விகளைத் தடுத்து நிறுத்தியது 'குரு'. ஓரளவு கமலுக்கு தெம்பு கொடுத்தது.

எம்.ஜி.ஆர். அரசு, கல்யாணராமன் படத்தில் கமலையும் ஆறிலிருந்து அறுபது வரை ரஜினியையும் சிறந்த நடிகர்களாகத் தேர்ந்தெடுக்கும் என்று பஞ்சு உள்பட தமிழ்நாடே எதிர்பார்த்தது. ஆனால் அவன் அவள் அது படத்தில் சிவகுமாருக்கு விருது கொடுத்த தமிழக அரசாங்கம் சிவகுமாரையும் சேர்த்து ஆச்சரியமூட்டியது.

●

கமல் அபூர்வராகங்கள் படத்துக்குப் பின்பே ஓர் ஆளானார். மன்மத லீலை தெலுங்கு டப்பிங்கும் இரு நிலவுகளின் மூலமான தெலுங்கு

படமும் விசாகப்பட்டினத்தில் அவருக்கு ரசிகர் மன்றம் தோன்ற காரண மாக இருந்தன. கமலிடம் அவர்கள் அனுமதியெல்லாம் பெறவில்லை.

தமிழ்நாட்டில் கமல் ரசிகர் மன்றம் உருவாக வேண்டும் என்று ஏராள மானோர் கமலை அணுகினார்கள். விசிலடிச்சான் குஞ்சுகளால் நிம்மதி கெடுவதையோ, அதற்காகத் தன் சம்பாத்தியம் வீணாவதையோ கமல் விரும்பவே இல்லை. பதினாறு வயதினிலே வெற்றிக்குப் பிறகு அவர் ஸ்டார் ஆகிவிட்டார். எப்போதும்போல் ஜெமினி மாமாவிடம் விவா தித்தார். ஜெமினி, 'ரசிகர் மன்றம் பற்றிய உன் எண்ணம் என்ன? நீ அதை முதலில் சொல்' என்றார் கமலிடம்.

'சங்கங்களின் சங்காத்தம் ரசிகர்களுக்கும் வேண்டாம், எனக்கும் வேண்டாம் என்று நினைக்கிறேன்.'

மனித தெய்வங்களே என்று தன் விசிறிகளை அழைப்பது ஜெமினியின் இயல்பு. அவர் கமலுக்கு கோலிவுட் கீதை சொன்னார். 'மக்கள் ஆதரவு இருந்ததாலேயே எம்.ஜி.ஆரால் ஐந்து ஆண்டுகளுக்குள் சி.எம். ஆக முடிந்தது. உன் திறமைக்கு காலமும் பக்க பலமாக இருக்கிறது. மார்க்கெட்டில் தொடர்ந்து நீடிக்க ரசிகன் அவசியம். காற்றுள்ள போதே தூற்றிக் கொள்.'

கமலுக்கு சேவை முகாம்களாகத் தன் தொண்டர்கள் உழைக்க வேண்டும் என்கிற அவா. 'நற்பணி இயக்கம்' என்ற புதிய பெயரைத் தன் அமைப்புக்கு வைத்தார். 'குரு'வின் வெற்றியை அவர்கள் முதன் முதலில் கொண்டாடினார்கள்.

பல சந்தர்ப்பங்களிலும் நிறைய பேர் போட்டுக் கொடுத்தும் கே. பாலசந்தர் கமல் மீதான தன் அபிப்ராயத்தை மாற்றிக் கொள்ளவே இல்லை. வறுமையின் நிறம் சிவப்பு, ஆகலி ராஜ்யம் என்று தமிழிலும் தெலுங்கிலும் கமலின் நடிப்பாற்றலை வெளிப்படுத்தும் படத்தை இயக்கினார்.

1980 தீபாவளி. இளையராஜாவின் இசையில் அவரது நூறாவது படமான 'மூடு பனி'க்கு தமிழ்நாடே தவமிருந்தது. டைரக்ஷன் பாலுமகேந்திரா. கே. பாலசந்தரின் வறுமையின் நிறம் சிவப்பு, முக்தா பிலிம்ஸ் பொல்லாதவன், சிவாஜி நடிப்பில் விஸ்வரூபம் என்று எம்.எஸ்.வி. இசையில் பெரிய படங்கள். பாரதிராஜாவின் நிழல்களும் போட்டியில். கமலுக்கு பயம் வந்துவிட்டது. குரு தவிர எதுவுமே ஓடாத கவலை.

தீபாவளி அன்று காலையிலேயே டைரக்டரிடம் வாழ்த்து பெறக் காத்திருந்தார் கமல். 1979 மார்ச்சில் ரஜினிக்கு உடல்நிலை சரியில்லை. ரஜினி மார்க்கெட் கோவிந்தா என்று பேசாத குரலோ, எழுதாத

விரலோ கோடம்பாக்கத்தில் இல்லை. ஆனால் ரஜினி தன் பட டைட்டிலைப் போலவே 'தர்ம யுத்தம்' தொடங்கினார். தொடர்ந்து நான் வாழ வைப்பேன், ஆறிலிருந்து அறுபது வரை, அன்னை ஓர் ஆலயம், பில்லா, அன்புக்கு நான் அடிமை, காளி என்று வெற்றி மேல் வெற்றி பெற்றார். வறுமையின் நிறம் சிவப்பு ஓடுவதன் மூலமே கமல் தன் மார்க்கெட்டைத் தக்க வைத்துக்கொள்ள இயலும். வறுமையின் நிறம் சிவப்பு போலவே பாரதிராஜாவின் நிழல்களும் வேலையில்லாத் திண்டாட்டம் பற்றிய கதை. அதுவரையில் தோல்வியே அறியாத பொன் விழா இயக்குநர்.

'ஒரே சப்ஜெக்டு உள்ள ரெண்டு படமும் தீபாவளிக்கு வந்துருக்கு. நம்ம ப்ராஜெக்ட் எப்படி போகும்னு நெனச்சா பயமா இருக்கு சார்.'

அதுவரையில் பதினைந்து தீபாவளிகளைப் பார்த்தவர் கே.பி. வெற்றியையும் தோல்வியையும் மாறி மாறி அனுபவித்திருக்கிறார். கமலின் பயம் தேவையற்றது என்று எண்ணினார். சிறந்த கலைஞர் களைத் தோல்விகளால்கூட தோற்கடிக்க முடியாது. அவர்கள் மீண்டும் உயிர்த்தெழுவது நிச்சயம். பாலசந்தரும் 1970 தீபாவளியன்று அப்படிப் பிழைத்தவரே. பத்தாம் பசலி, எதிரொலி, நவக்கிரகம் என்று ஹாட்ரிக் பல்டிகள். டைரக்ட் செய்ய வேண்டாமே என வருஷக்கணக்கில் தள்ளி வைத்த காவியத் தலைவி காப்பாற்றியது.

'நம்மளோடது ஜெயிக்கும்னு நம்பு. பாரதியோட ஸ்டைல் வேறே. என்னோடது உனக்கே தெரியும். தைரியமா இரு. நல்ல ரிசல்ட் வரும்.'

தேவியில் பொல்லாதவனுக்கு ரிசர்வ் செய்திருந்தவர்கள் தேவி பாரடைஸில் கமல் படத்துக்கு ஓடினார்கள். 'பாலசந்தர் படம்தாம்பா டாப்பு. மத்ததுலாம் சுமாரு.' கமல் நிமிர்ந்து நின்றார்.

●

'சுஹாசினியின் முதல் படத்துல அவரது பெர்ஃபாமன்ஸ் அவ்வளவு திருப்தியாக இல்லே. இதைச் சொன்னபோது வீட்டில் சூடான பேச் செல்லாம்கூட நடந்திருக்கிறது. 'மிகப் பிரமாதம்னு பாராட்டாக்கூட சாதாரணமாகவாவது இருக்கில்ல' என்று சுஹாசினியே கேட்பாள்.'

1980 டிசம்பரில் வெளியானது நெஞ்சத்தைக் கிள்ளாதே. சென்னையில் ஒரு வருடம் ஓடியது.

சித்தப்பாவின் சிநேகிதர்களின் வட்டத்தில் சுஹாசினிக்கும் இயல்பான ஒட்டுதல். 'இவளுக்கும் சிக்கன் சாப்பிடக் கத்துக் கொடுத்திட்டிங்களா' என்று மன்னி புலம்பும் அளவு. சுஹாசினிக்கு சாரதா வித்யாலயாவில் படிப்பு முடிந்து விட்டது.

மகளிருக்கான பங்களிப்பு திரை உலகில் வேஷம் கட்டுவது மட்டுமே. கமல் துணிந்து களமிறங்கினார்.

'பெண்களின் ஆதிக்கம் வரணும்கறதுக்காகவே என் அண்ணன் மகள் ஹாசினி போட்டாகிராஃபி படிக்கணும்னு நெனச்சேன்.'

சென்னை திரைப்படக் கல்லூரியில் சுஹாசினி ஒளிப்பதிவில் தேறினார். அசோக் குமாரின் உதவியாளராக 'ஜானியில்' சேர 'உதிரிப்பூக்கள்' ஷூட்டிங் உதவியது. அப்பா வேடத்தில் சாரு நடிப்பதை வேடிக்கை பார்க்கச் சென்றார். அங்கு கிடைத்த வாய்ப்பு. மகேந்திரன் ஹாசினிக்கு ஸ்கூல் யூனிபார்மிலேயே அறிமுகமானவர்.

கே.ஆர்.ஜி. மகேந்திரனை தேவி பிலிம்ஸுக்கு சிபாரிசு செய்தார். இருபத்தி ஆறு நாள்களில் தயாரானது அழியாத கோலங்கள். அதே அளவு வாரக்கணக்கிலும் ஓடியது. அடுத்து மகேந்திரனிடமும் வெற்றியையே விலையாகக் கேட்பார்கள்.

எதேச்சையாக கேமரா வியூ பைண்டரில் ஸ்ரீதேவிக்கு பதிலாக சுஹா சினியைக் கண்டார் மகேந்திரன். அவர் மனத்தில் மையமிட்ட நெஞ் சத்தைக் கிள்ளாதே 'விஜி' ஹாசினியாக அகப்பட்டார்.

பெங்களூர் கப்பன் பார்க் - 'பருவமே புதிய பாடல் பாடு' சுஹாசினி ஜாகிங் செய்தபடியே மோகனுடன் நடமாடும் நந்தவனமாக. ட்ரெயில ருக்கே அத்தனை ஆரவாரம். விசில் சத்தம். தேவி காம்ப்ளெக்ஸில் எல்லா தியேட்டர்களிலும்!

# 20. அந்தி மழை

பள்ளி மைதானம். சினிமா விஜபிக்களை எதிர் பார்த்துக் காத்திருந்தது. மாணவர்களை விடவும் ஆசிரியர்களிடம் அதிகம் பரபரப்பு.

'கமல் எங்க இருக்கார்?', 'இளையராஜாவும் வந்துட்டாரா?' - மாணவர்களிடையே சலசலப்பு.

அங்கே வழக்கமான கமலைக் காணோம். இளையராஜா கமலிடம் ஏதோ சைகை செய்தார். பையன்களின் ஆரவாரம் காற்றை விரட்டிக் கொண்டிருந்தது.

மரங்கள் அடர்ந்த சோலைக்குள் ஸ்கூல் காம்பவுண்ட். வெயில் தெரியாமல் இருந்தது. ராஜா கூப்பிட்டவுடன் கமல் மர நிழலில் ஒதுங்கினார். அவரது கண்களில் கண்ணீர். இளையராஜாவுக்குக் கன்னங்களில் உப்பு கறை.

'இதுக்கு முன்னாலே இங்கேலாம் வந்தது கிடையாது. பசங்கள பார்த்தவுடனே தாங்க முடியல எனக்கு.'

'நீங்க எப்படி பண்ணப் போறீங்க கமல்? சும்மா ஒரு விசிட்லயே மனசு ஒடிஞ்சு போகுதே. படம் பூராவும் குருடனா வரணும்னா அதுக்கு நிறைய தைரியம் தேவை' - ராஜாவின் குரல் உடைந்திருந்தது.

'வாங்க அவங்க தேடப் போறாங்க. போவோம்' - கமல் அழவும் முடியாமல், அடக்கவும் முடியாமல் திணறினார்.

'ப்ளைன்ட் ஸ்டூடன்ட்ஸால எப்படி கமல் நம்மளோட ப்ரஸன்ஸை உணர முடியும்.'

ஒருவரைப் பார்த்து மற்றவர் புலம்பினார். அவர்களின் துக்கம் அதிகரித்தது. மாறி மாறி தோள் அணைத்துக் கதறினார்கள் ஓவென்று.

ஹாசன் பிரதர்ஸ் முதல் தயாரிப்பு. பார்வையிழந்தார் பள்ளியில் படப் பிடிப்பு நடைபெற இருந்தது. கமலும் சிங்கிதம் சீனிவாச ராவும் அங்கு அது குறித்து விவாதித்தனர். பள்ளி மேலிடம் பெருமையோடு அவர்கள் ஷூட்டிங் நடத்த அனுமதி அளித்தது.

சீனிவாச ராவ் போலவே அற்புதமான சினிமாவைச் சிருஷ்டிக்கும் கனவுகளோட சகலரும் பட உலகில் நுழைகிறார்கள். ராஜாஜியின் கதை திக்கற்ற பார்வதி. அதை என். எஃப். டி.சி. உதவியோடு இயக்கினார் சிங்கிதம். கோலிவுட்டில் தயாரான முதல் ஆர்ட் பிலிம். தெளிவாகச் சொன்னால் முழுமையான அப்பட்டம் நிரம்பிய கலைச் சித்திரம். லட்சுமிக்கு தேசிய விருதைத் தவிர, நிறையவே பேரும் புகழும் கிடைக்கக் காரணமாக இருந்தது திக்கற்ற பார்வதி.

தர்மபுரியில் ராஜாஜி பிறந்த ஊர் தொரப்பள்ளி அங்கு மேக்-அப் இல்லாமல் யதார்த்தம் வழிய குடிகாரனாக நடித்தார் ஸ்ரீகாந்த். சிறந்த மாநில மொழிக்கான படைப்பாக 1973-ல் மத்திய அரசு பரிசளித்தது. அந்த விருதைப் பெற்று சீனிவாசராவ் திரும்பும்போதே அவார்டு பணத்தை அப்படியே லபக்கிக் கொண்டது என். எஃப். டி.சி.

'நிஜம் சோறு போடுவதில்லை' என்று உணர்ந்தார் சீனிவாச ராவ். கமர் ஷியலுக்கு மாறினார். கமலோடும் பாலுமகேந்திராவோடும் இணைந்து 'இரு நிலவுகளை' திரைவானில் பளிச்சிட வைத்தார்.

கமலுக்கு பதினாறு வயதினிலே வரையில் சேஷாத்திரி என்பவர் கால்ஷீட் பார்த்தார். தம்பி பிஸி ஆகிவிடவே சாருஹாசன் கூடுதல் பொறுப்பை ஏற்றுக்கொண்டார். கமல் சம்பந்தப்பட்ட கோலிவுட் சமாசாரங்கள் 'சாரு'வின் சம்மதம் இன்றி 1981-ல் நடைபெற்றது கிடையாது.

கமல் ஊனமுற்ற வேடங்களில் (உயர்ந்தவர்களில் செவிட்டு- ஊமை, பதினாறு வயதினிலே சப்பாணி, நிறக்குடம் (மலையாளம், பாகப் பிரிவினை ரீமேக்) வெளுத்துக் கட்டுவது வாடிக்கையானது. சொந்த மாக சினிமா எடுக்க முடிவானதும் கமலும் தன் ராசியான 'கேரக்டரை' செய்யவே ஆசைப்பட்டார். பார்வையற்ற வாலிபன் கதாபாத்திரம்.

'பலவிதமான உடல் ஊனமுள்ள பாத்திரங்கள்ள நடிக்கறதுக்கு அது கொடுக்குற ஸ்கோப்பும் காரணம். உடல் ஊனத்தைக் கண்டு நான் அதிகமாக உணர்வுபூர்வமாக பாதிக்கப்படறதாகவும் இருக்கலாம்.'

'ரகு'வுக்கு கண் தெரியாது என்று கண்டுபிடிப்பதே அத்தனைக் கஷ்டமான காரியம். கமல் ஆக்டிவாக அவனைப் படைத்திருந்தார்.

எல்டாம்ஸ் ரோடு. கமலின் வீடு. இளையராஜாவின் ஆர்மோனியம் ராகங்களைக் கௌரவப்படுத்திக் கொண்டு இருந்தது. கமலைத் தவிர எல்லோரும் வாசலையோ கடிகாரத்தையோ பார்த்தார்கள்.

ராஜ பார்வை

'இன்னிக்கு எத்தனை இடத்துல எழுதறதா இருக்காரோ?'

'முன்ன மாதிரி உடம்பு முடியல.' 'குறைச்சிக்கிட்டார் பாட்டை.' 'எம்.ஜி.ஆர். வேறே நல்லா கவனிக்கிறாரு.'

கமலின் யோசனையே வேறு. படத்துக்குப் பொருத்தமான டைட்டில் கிடைத்தபாடில்லை. கண்ணதாசனிடம் கேட்டால் என்ன? பீம்சிங் படங்களுக்கு 'ப' வரிசையிலேயே பெயர் வைத்தவர். பிதாமகர்.

வந்துட்டாரு... வந்துட்டாரு... எழுந்து நின்றார்கள். அரசவைக் கவிஞனுக்கு மரியாதை.

'தம்பி கமல்! ஓன் ப்ரொடக்ஷன் ஆரம்பிச்சிட்டியா. பிரமாதமா வாப்பா. என்ன மாதிரி இருக்காதே.'

'அய்யா இன்னும் படத்துக்குப் பேரே வெக்கலை. நிறைய சிந்திச்சுப் பார்த்தேன். எதுவும் சிக்கல. உங்ககிட்டே கேட்கணும்னு' கமல் முடிக்கவில்லை.

'தம்பி, குருட்டுப் பையன் லவ் பண்றான். காதல்ல தோல்வி. அவ்வளவுதானே.'

'ஆமாம்யா வயலின்லாம்கூட வாசிப்பான். ரகு கெட்டிக்காரன்.'

'ராஜ பார்வை'ன்ற டைட்டில் புடிச்சிருக்கா?'

இனித்தது.

‘ஒரு அங்கம் கைகள் அறியாதது’ - தம்பி பாட்டு திருப்தியா உனக்கு. இந்த இடத்துல எல்லாம் வந்துடுச்சுன்னு நினைக்கிறேன். காதல், ஆசை, காமம், பெண்மை, வர்ணனை, தயக்கம், ஏக்கம். ராஜா நீ என்ன சொல்றே, ஓ.கே.யா?’

‘அழகே அழகு தேவதை!’ ஆர்மோனியம் உள் வாங்கியது. கட்டைகளின் வழியே ஞானம் கசிந்தது.

•

கமலிடம் தயங்கி, காலம் தாழ்த்திக் கைகோர்த்தவர்கள் சாருஹாசனோடு நொடிப்பொழுதில் இணக்கமாகி விடுவார்கள். மகேந்திரனும் அவர்களில் ஒருவர். சராசரி தந்தை - மகள் இருவரையும் திரையில் அறிமுக கலைஞர்களாக அடுத்தடுத்து அரிதாரம் சுமக்க வைத்தவர்.

கமலுக்கு அதில் சிக்கல் உண்டானது. ‘அண்ணா நீங்களும் நடிக்கப் போயிட்டா என்னை யாரு கவனிச்சிக்கறது. ஸோ இனிமே படம் ஒத்துக்காதீங்கோ’ - வெளிப்படையாகவே மூத்தவரிடம் முறையிட்டார்.

அதில் ஒப்புதலின்றி கமலை வெறுமனே பார்த்தார் சாருஹாசன்.

‘அதுக்கில்லண்ணா உனக்கு ஃபாதர் வேஷம் தவிர எதுவும் தரமாட்டாங்க. எல்லாம் ஒரே மாதிரியா இருக்கும். நான் ஹீரோ. நீங்க சின்ன ரோல்ல நடிச்சா சங்கடமா இருக்காதா எனக்கு?’

சாரு, தன் தந்தையிடம் தம்பியின் கருத்தைத் தெரியப்படுத்தினார். ராஜ பார்வை குடும்பப் படம். சுஹாசினிகூட அதில் அசிஸ்டென்ட் கேமரா வுமன். உதிரிப் பூக்களில் நடித்ததுக்கு சாருஹாசன் ஓர் அதிசயமான விளக்கம் கூறி இருந்தார்.

‘ஹாசன் பிரதர்ஸில் சொந்தமாக படம் தயாரிப்பதற்கு முன்னால் ப்ரொடக்‌ஷன், டைரக்‌ஷன், நிர்வாகம் போன்ற எல்லா துறைகளிலும் பயிற்சிபெற விரும்பினேன். அதற்காகவே நான் நடிக்க ஒப்புக் கொண்ட படம் உதிரிப் பூக்கள்.’

தம்பி, தான் நடிப்பதை விரும்பவில்லை என்றறிந்ததும் சாருஹாசன் கத்தி கலாட்டா செய்யவில்லை. அமைதியாக ஒரு வக்கீல் நோட்டீஸ் கமலுக்கு ரிஜிஸ்டர் போஸ்டில் வந்தது. ‘சாரு நடிப்பதற்குத் தடை விதிக்கக் கமலுக்கு அதிகாரம் கிடையாது’ என்பது மாதிரியான சட்ட நுணுக்க வாசகங்கள் அதில் இடம் பெற்றிருந்தன.

ராஜபார்வையில் சாருஹாசன் மட்டுமல்ல சந்திர ஹாசன், கமலின் அக்கா நளினியின் மகன் கவுதம் (ஜூனியர் ரகு) ஆகியோரும் நடித்தார்கள். தந்தைக்கு பரம திருப்தி.

•

மீண்டும் கோகிலா ஷூட்டிங். மைசூர் பிருந்தாவன் கார்டனுக்கு ஒளிப்பதிவாளர் என்.கே. விஸ்வநாதனும் கமலும் காரில் போய்க் கொண்டிருந்தார்கள். கமல் டேப் ரிகார்டரை ஆன் செய்தார்.

'அந்தி மழை பொழிகிறது ஒவ்வொரு துளியிலும் உன் முகம் தெரிகிறது.'

'எப்படியிருக்கு விச்சு? புடிச்சிருக்கா. மெட்ராஸ் வாங்க இன்ட்ரட்யூஸ் பண்றேன். புதுசா பேன்ட் போட்ட கவிஞர் ஒருத்தர் வந்திருக்கார். அவரு எழுதினது.' அதுவரையில் வேட்டிகளே பாடல் இயற்றின.

'திருத்தி எழுதிய தீர்ப்புகள்' வைரமுத்துவின் கவிதை நூல். அவர் வாழ்க்கையையே மாற்றி அமைத்தது. சிப்பி இருக்குது முத்து இருக்குது பாடல் ரேடியோ சிலோனில் எத்தனை ஹிட்டோ அதற்குக் குறை வில்லாமல் பொன்மாலைப் பொழுதும் முதலிடத்தில் இருந்தது.

அப்பாடல் உருவாகும்போதே உதவி இயக்குநர்கள் மூலம் அதை எழுதியவர் வைரமுத்து என்று அறிந்து கொண்டார். உடனடியாக அவருக்குத் தன் படங்களில் எழுத வாய்ப்பு ஏற்படுத்தித் தந்தார். அத்தோடு நிற்கவில்லை கே. பாலசந்தரிடமும் திருத்தி எழுதிய தீர்ப்பு களைக் கொடுத்து வாசிக்கச் சொன்னார். வைரமுத்துவுக்கு உங்கள் டைரக்‌ஷனில் எழுத சான்ஸ் கொடுங்கள் என்று வற்புறுத்தல் வேறு. இத்தனைக்கு கமல் கண்ணதாசனின் விசிறி.

பொன் மாலைப் பொழுதுக்குப் பிறகு வைரமுத்துவுக்கு தனி ஆசனம் கிடைக்க 'அந்தி மழை'யே காரணம். வளரும் ஹீரோக்கள் தொன்று தொட்டு கடைபிடிக்கும் விஷயம் இது. முடிந்த வரையில் மூத்த கலைஞர்களை, டெக்னீஷியன்களை வீட்டுக்கு வழியனுப்பி வைத்து விட்டு மறுவேலை பார்ப்பார்கள். கமலும் அதில் சளைத்தவர் அல்ல. அவர் மதிக்கும் வி.கே.ஆர். போன்று ஓரிருவர் தவிர, அவரது யூனிட்டில் இளையவர்களுக்கே அதிகம் வாய்ப்பு கிடைத்தது.

ராஜபார்வைக்குப் புதிய ஒளிப்பதிவாளர் பரூன் முகர்ஜியைப் பயன் படுத்திக் கொண்டார். இங்கே இருப்பவர்களெல்லாம் கேமரா மேன் களாகத் தெரியவில்லையா அவருக்கு என்று கண்டனம் எழுந்தது.

'நம்ம ஆளுங்க நாம சொல்றதை கேப்பாங்களா? அதனாலயே புதுசு புதுசா இறக்குமதி பண்றேன்' - கமல் நெருங்கிய நண்பர்களிடம் தெரிவித்த கருத்து இது.

கதாநாயகி மாதவி 'நான்சி'யாக தமிழுக்குப் புதுவரவு. மாதவியை அறிமு கப்படுத்தியதற்காக கமலுக்கு ஒரு பொக்கே தரலாம். அத்தனை அழகான நடிகை. ஸ்ரீதேவியை விட்டால் கமலுக்குப் பொருத்தமான இணை இல்லை என்கிற நிலையில், போட்டியாக வந்தார் மாதவி.

ராஜ பார்வையை பாமரர்களிடத்தும் கொண்டு செல்ல மெனக் கெட்டார் கமல். அதில் ஒரு புதுமையான கதாபாத்திரம் இருந்தது. மாதவியின் தாத்தா. யாரை அதற்குப் போடுவது என்று விடாமல் சிந்தித்தார். மாதவியின் தாத்தாவாக நடிக்க இந்திய சினிமாவின் நிஜ பாட்டனாரான எல்.வி. பிரசாத்தையே கமல் அழைத்துக் கொண்டு வந்துவிட்டார். 'மனோகரா'வின் மகா வெற்றிக்குப் பிறகு பிரசாத்தை பம்பாய் தத்து எடுத்துக் கொண்டது. ஏக் தூஜே கே லியே படத்தில் கமல் நடித்தபோது, பிரசாத் அவரை பிரமிக்க வைத்தார்.

பிரசாத் நடிகர். இயக்குநர். தயாரிப்பாளர். ஸ்டூடியோ அதிபர். பாலி வுட்டின் பாயும் புலியை கமல் எப்படி மடக்கினார் என்று வாயைப் பிளக்காதவர்களே 1981-ல் கிடையாது.

'கே. பாலசந்தர்கூட எங்கிட்டே ராஜபார்வை ஷூட்டிங் சமயத்தில, இவ்வளவு பெரியவரை எப்படி நடிக்க வெச்சேன்னு கேட்டாரு.'

ஏறக்குறைய ஒரு வெள்ளி விழா கால கட்டத்துக்குப் பிறகு கமல் பிர சாத்தை முக்கிய வேடத்தில் ராஜ பார்வையில் மறு அறிமுகப்படுத்தினார்.

'நான் அவரிடம் பல சமயம் என்னை விட்டுவிடுங்கள். நெர்வசாக இருக் கிறது என்றேன். அதெல்லாம் முடியாது. நீங்கள் நடித்தேயாக வேண்டு மென்று கமல் வற்புறுத்தினார். என்னை வலுக்கட்டாயமாக நடிக்க வைத்த கமலுக்கு நன்றி சொல்லக் கடமைப்பட்டிருக்கிறேன். இது அவரது துணிச்சலையும் தன்னம்பிக்கையையும் காட்டுகிறது.' - எல்.வி. பிரசாத்.

ராஜ பார்வையில் கமல் வயலின் கலைஞராகத் தோன்றினார். அவருக் காக நிஜமாக வாசித்தவர் வி.எஸ். நரசிம்மன். கே. பாலசந்தரின் 'அச்ச மில்லை அச்சமில்லை'யின் இசை அமைப்பாளர். படம் முழுவதும் பந்துவராளி ராகத்தையே வயலினில் இசைத்தார் நரசிம்மன்.

இன்னொரு சிறப்பும் ராஜ பார்வைக்கு உண்டு. 1981-ம் வருடம் உலக ஊனமுற்றோர் ஆண்டாகவும் கடைபிடிக்கப்பட்டது. பார்வையற்ற வாலிபனை கதாநாயகனாக வைத்து தமிழிலும் அமாவாஸ்ய சந்துருடு என்ற பெயரில் தெலுங்கிலும் கமல் இரண்டு படங்களைத் தயாரித்தார்.

இந்திய சினிமாவிலேயே 1980கள் வரை குருடர்கள் என்றால் கண் களைச் சிமிட்டிக் கொண்டே இருப்பார்கள். கமல் அப்படி பரிதாபத்துக் குரிய ஒரு ஜீவனைப் படைக்க விரும்பவில்லை. அதனால் தன் கண்களுக்கு விசேஷமான லென்ஸ் அணிந்து நடித்திருந்தார். பார்வை குறைபாட்டுக்காகப் பெரிதும் அலட்டிக் கொள்ளாத அழகான இளைஞன் என்று கேரக்டருக்கு மெருகேற்றினார். ஆனால் கமலையும்

கடந்து ராஜபார்வையில் பிரசாத்தின் கதாபாத்திரமும் நடிப்புமே மனத்தில் நின்றன. கமல் அதில் வெற்றியே பெற்றார்.

'நடிக்கிற சினிமாவின் அத்தனை ஃபிரேம்களிலும் தோன்றிவிட வேண்டும்' என்கிற ஆர்வம் சிவாஜி கணேசனுக்கு. மார்க்கெட்டில் இருந்த வரையில் அப்படியே நடித்தார். கமல் தவிர்க்கிற நல்ல சமாசாரம் அது.

•

கமல் 'ராஜபார்வை' படத்தின் மூலக்கதையை சந்தான பாரதியிடம் இருந்து வாங்கினார். பாரதியும் கமலும் மணி டுடோரியலில் படிப்பைத் தொடரச் சென்றவர்கள். பாரதியின் தந்தை எம். ஆர். சந்தானம் சிவாஜி கணேசனின் நெருங்கிய சிநேகிதர். 'கமலா பிக்சர்ஸ்' என்கிற பேனரில் படங்களைத் தயாரித்தவர். மணி டுடோரியலில் கமல், ஸ்ரீவெங்கடேச சுப்ரபாதம் பாடியே அநேகரைக் கவர்ந்தார். அவர்களில் பாரதி கமலின் தோழரானார். ஸ்ரீதரின் அசிஸ்டெண்டாக பாரதி இளமை ஊஞ்சலாடுகிறது படத்தில் பணியாற்றினார்.

'கமல் பெரிய ஹீரோவாயிட்டாரு வாசு. முன்ன மாதிரி பழகுவாரா? அப்ப வாடா, போடான்னுகூட பேசிக்குவோம்.' பாரதி சக உதவி டைரக்டரான பி. வாசுவிடம் மனம் திறந்தார். இளமை ஊஞ்சலாடுகிறது முதல்நாள் ஷூட்டிங்கில் முடிந்தவரையில் கமலிடம் கண்ணாமூச்சி ஆடினார் பாரதி.

கமல் பாரதியின் தோளில் கைபோட்டார். முகம் திருப்பி 'என்னப்பா காலையிலருந்தே கண்டுக்கவே மாட்டேங்கிற?'

யூனிட் கமலையும் பாரதியையும் பார்த்த பார்வையில் வியப்பே மேலிட்டது. பாரதி கமலின் கைகளைப் பற்றினார். 'மணி டுடோரியல்' ஸ்பரிசம் உணர்ந்தார். நேருக்கு நேர் கமலின் முகம் பார்க்கத் தயங்கியவராக 'இல்ல... எப்படிக் கூப்பிடறதுன்ற யோசனையிலேயே சும்மாவே இருந்துட்டேன்.'

பதிமூன்றே கால்ஷீட்டுகளில் இளமை ஊஞ்சலாடுகிறது தமிழ், தெலுங்கு இரண்டிலும் தயாரானது. அதற்குப் பின்பு கமலின் நிழலாகி விட்டார் சந்தான பாரதி.

சாருஹாசனே நேரில் சென்று சந்தான பாரதியை ராஜபார்வை தயாரிப்புக்காக அழைத்தார். கமலும் சிங்கிதமும் பலரிடமும் கதை கேட்டார்கள். கடைசியில் பாரதி சொன்ன அவுட்லைனே ஓ.கே. ஆனது.

•

பிலிம் நியூஸ் ஆனந்தனின் சேவைக்கு குருவாயூரில் கூட துலாபாரம் கிடையாது. யார் எக்கேடு கெட்டால் எனக்கென்ன என்று நினைக்கிற பட உலகத்தில் அவர் அதிசய மனிதர். புள்ளி விவரப் புலி! கமலைத் தேடி ஆனந்தன் வந்தார். 'இது உங்க நூறாவது படம். ரொம்ப சின்ன வயசுல செஞ்சுரி போட்டிருக்கீங்க.'

முழுதாக கமலுக்கு இருபத்தியேழு வயது கூட நிரம்பவில்லை. *10.4.1981*-ல் 'ராஜபார்வை' ரிலீஸாக இருந்தது. கமல் கண்களை விரித்துப் பரவசம் காட்டினார்.

'அம்பது தமிழ் படம் நடிச்சுருப்பேன். நீங்க நூறுன்னு எப்படி சொல்றீங்க?'

ஆனந்தன் அமைதியாகத் தன் கணக்கைக் காட்டினார். தமிழ், மலையாளம், கன்னடம், வங்காளம், தெலுங்கு என்று பட்டியலில் பலமொழிப் படங்கள். மொத்தமாகக் கூட்டினால் 'கமலின் சதம்' கம்பீரம் காட்டிற்று.

'பங்ஷன் பண்ணணும். எம். ஜி.ஆர். தலைமையில செஞ்சீங்கன்னா பிரமாதமா இருக்கும். சிவகுமார்கூட அவரில்லாம விழா நடத்துல. படத்தோட நூறாவது நாள் விழாவுக்கு சிவாஜியை சீஃப் கெஸ்ட்டா கூப்பிட்டாரு.'

திருவிழா வேண்டாம் என்று மறுக்கிற கலைஞன் உண்டா? கமலுக்கு என்னவோ போலிருந்தது. எம்.ஜி.ஆர்., சிவாஜி, ஜெமினி, ஜெய்சங்கர் போன்ற பெரிசுகள் சென்சுரி அடித்தபோதும் அடக்கியே வாசித்தனர். எதற்கு இத்தனை ஆர்ப்பாட்டம்? முதல்வர் தனக்கு இருக்கிற வேலையை விட்டு விட்டு வருவாரா? வழக்கம்போல் எம்.ஜி.ஆரின் தேதி தள்ளிப் போனது. வெளியூர் போய்விட்டார். ஏப்ரலிலேயே நடத்த முடியவில்லை.

கமலை லிட்டில் ஸ்டாராக அறிமுகப்படுத்திய ஏவி.எம். சரவணன், வளர்ந்த பின்பு டீன் ஏஜ் இளைஞனாகப் புகழ் பெற வைத்த இதயம் பேசுகிறது மணியன் இருவரும் இணைந்து பாராட்டு விழா நடத்தினார்கள். யாருக்குமே கிடைக்காத பெருமை.

•

*1981* மே. ஏ.வி.எம் ஸ்டூடியோவில் 'ராஜ பார்வை' கமலின் நூறாவது பட விழா. முதல்வர் எம்.ஜி.ஆர். தலைமை தாங்கி கமலை பாராட்டிப் பேசினார்.

'சிவாஜி கணேசன் ஒருவர் தவிர, இன்று உள்ள மற்ற நடிகர்களில் நடிப்பு, உடற்கட்டு, அழகு அனைத்திலும் கமல்தான் சிறந்தவர். இவ்வளவு வெற்றிகளுக்குப் பிறகும் அவர் அடக்கமாக இருக்கிறார்.

அதை நான் பாராட்டுகிறேன். சிலர் வெற்றி வந்ததும் காட்டாறு போல் அடங்காமல் நடந்து கொள்கிறார்கள். மக்களுடைய அனுதாபத்துடன் தான் கலை உலகில் வெற்றியடைய முடியும்.'

எல்.வி. பிரசாத், கண்ணதாசன், ஜெமினி கணேசன், சிவகுமார், ரஜினி காந்த், ஸ்ரீப்ரியா, மாதவி, சுஹாசினி கலந்து கொண்டனர். அன்றைக்கு மேடையில் அமரும் வாய்ப்பு கே. பாலசந்தருக்கு அமையாது போனது. அவர் உடல் நலம் சரியில்லை. நிகழ்ச்சிக்கு முன்பாக கமல் தன் குருநாதர் வீட்டுக்கு ஆசி பெற ஓடினார்.

'வாடா. கையைக் கொடுடா.' வலியிலும் பூரிப்பு பொங்கியது. கே. பாலசந்தருக்கு. உற்சாகமாக வரவேற்றார். கமலால் ரசிக்க முடிய வில்லை. இயக்குநரின் கால்களில் விழுந்து நமஸ்காரம் செய்தார். எழும்போது கண்ணீரை அடக்க முடியாமல் தேம்பினார்.

'நீங்க இல்லாம எனக்கெதுக்கு அங்கே பங்ஷன். முன்னாலேயே தெரிஞ் சுருந்தா தேதியை மாத்தி வெச்சிருப்பேன். இப்ப சி.எம்.ட்ட வேறே டேட்ஸ் கேட்க முடியாதே...'

'நான் வல்லேன்னா என்னடா. நீ எவ்வளவு பெரிய ஆளாயிட்ட. என்னையே சினிமாவுக்குக் கூட்டிண்டு வந்து எழுத வெச்சவர் எம். ஜி.ஆர். அவரே உன்னைப் பாராட்ட வராருன்னா... அதைவிட என்னடா பெருமை வேண்டியிருக்கு எனக்கு.'

கமல் சமாதானமாகவில்லை என்பதை அவர் முகமே காட்டிற்று. 'இந்தா உன்னைப் பாராட்டி ஒரு கடுதாசி எழுதியிருக்கேன். அதை நீ இங்கேயே என் கண் முன்னாலேயே வாய்விட்டுப் படிக்கறே. எனக்கும் கேட்கணும் போலிருக்கு.' கே.பி.யும் உணர்ச்சி வசப்பட்டார்.

கடிதம் ஏற்கனவே கண்ணீரில் நனைந்து ஈரமாக இருந்தது. சில நிமிட மௌனம்.

எனது இனிய கமல்,

எனது கமலுக்கு ஒரு மாபெரும் விழா எடுக்கும்பொழுது அதில் நான் பங்கு கொள்ள முடியாமல் போனது துர்பாக்கியம். நூறு உனக்குப் பெரிதல்ல. இன்னும் ஆயிரம் நூறுகள் போடப் போகிறாய். உனது சாதனைகள் அத்தனையும் எனக்கும் பெருமை தேடித்தரும் என்று எண்ணுகிறவன் நான். கமல் ஒரு தனி நபரல்ல. ஒரு ஐணண்ணுடிஞதணுடிணிண. வாழ்க உனது நாமம். வாழ்க உனது பெருமை.

வாழ்த்துகளுடன்
அன்பன்
கே. பாலசந்தர்.

•

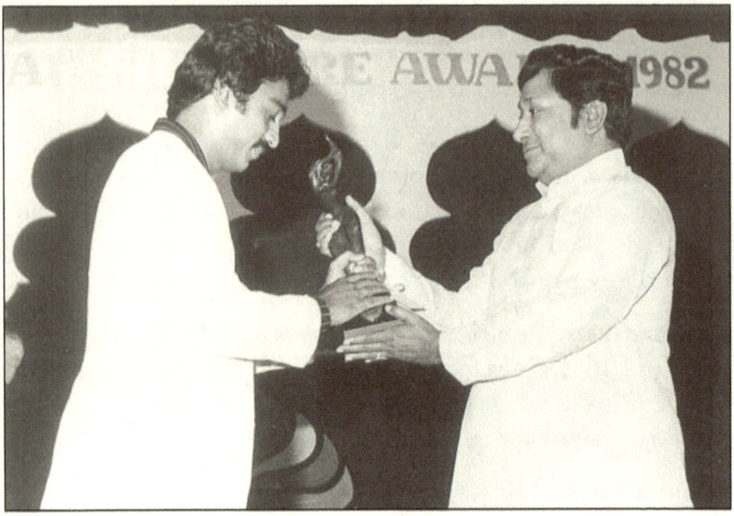


ஃபிலிம்பேர்

எந்த நடிகரும் எப்போதும் 'ராஜபார்வை' தயாரிக்க மாட்டார்கள். ஆர்வக்கோளாறு. அசாத்திய தன்னம்பிக்கை. இயல்பாகவே எண்ணியதை முடிக்கும் திடம். ஈடுபாடு. யாருமே படத்தை வாங்க முன் வரவில்லை. கமலே சொந்தமாக ரிலீஸ் செய்தார். பதினைந்து லட்சம் ரூபாய் நஷ்டம். சகலரும் ரெடிமேட் புன்னகையோடு கைகொடுத்து விட்டு காரில் ஏறினார்கள். ரஜினி மட்டும் முகத்தில் அடித்தாற்போல் போட்டு உடைத்தார்.

'படம் சரியில்லை கமல். டெக்னிகலா பெரிசா பண்ணி இருக்கீங்க. அதனால என்ன பிரயோஜனம்?'

கல்யாணராமன் மனத்தில் இடம்பிடித்த அளவு ராஜபார்வை ரகு இடம் பிடிக்கவில்லை. காதல் கதை இழுவையாகிவிட்டது என்று வெளிப் படையாக எழுதியது குமுதம். கமலின் தனித்தன்மை நடிப்பில் தூக்கலாக வெளிப்படவில்லை என்று அரசு பதில்கள் குற்றம் சாட்டியது.

குமுதமே படம் சரியில்லன்னு எழுதிட்டான். பேசாம அலங்கார் போய் தில்லுமுல்லு பார்க்கலாம். சிரிப்பாவது வரும். கமல், படத்துக்கு வரி விலக்கு கோரி விண்ணப்பித்தார். மிட்லண்டில் எழுபத்தி ஐந்து நாள்கள் ஓடியிருந்தது. எண்பதாவது நாளில் லியோவுக்கு மாற்றினார்கள். அன்று தொடங்கி வரி விலக்கு கிடைத்தது. அது ஊனமுற்றோர் ஆண்டு முடியும் வரை அமலில் இருந்தது.

தமிழக அரசு ராஜ பார்வை புதுமையான முயற்சி என்றோ கமலின் நடிப்புக்கோ விருது வழங்கி சிறப்பிக்கவில்லை. 1981-ல் அத்தனை சினிமா பரிசுகளும் அலைகள் ஓய்வதில்லை படத்துக்கே போனது.

ஃபிலிம்பேர் மட்டும் வழக்கம்போல் சிறந்த நடிகராக கமலை ராஜபார்வைக்காகத் தேர்வு செய்தது. கமல் சிந்திய வியர்வைக்குக் கிடைத்த ஒரே வெகுமதி.

## 21. ஏக் டேக்!

*1981*. கமல் - ரஜினி காட்டில் பெய்யெனப் பெய்யும் மழை. ஜெய்சங்கர் புத்திசாலித்தனமாக குணச்சித்திர வேடங்களுக்கு மாறிவிட்டார். சிவகுமாருக்கு சரியான வாய்ப்புகள் வரவில்லை. முத்துராமன் மார்க்கெட் அவுட். மகன் கார்த்திக்கின் அலைகள் ஓய்வ தில்லையை எண்ணி மகிழ்ந்தார். சிவாஜி எப்போதும் போல் சிகரத்தில்.

பாரதிராஜாவின் அறிமுகங்கள் தமிழ் சினிமாவை முழுக்க முழுக்க நிரப்பினார்கள். கே. பாக்யராஜின் கொடி பட்டொளி வீசிப் பறந்தது.

பிரசிடென்ட் ஓட்டலில் முடிவெட்டிக் கொள்ள வந்தார் ஓர் இளைஞர். சுமன். டிஸ்கஷனில் இருந்த ராமண்ணா கண்களில் பட்டார். அவரது 'நீச்சல் குளம்' பட ஹீரோ ஆனார். சுமன் கமலுக்குப் பிறகு மிக அதிக மான ரசிகைகளின் தூக்கத்தைக் கெடுத்தார். வேகமாக முன்னுக்கு வந்தார். ரஜினியின் தம்பியாக 'தீ'யில் பங்கேற்றார்.

1981 பிப்ரவரி 26. திருப்பதியில் அதிகாலையில் திரு மணம். 9 மணிக்கு ஏ.வி.எம்.மில் நெற்றிக்கண் ஷூட்டிங். ரஜினியின் ஷெட்யூல் தவறவில்லை. ஆனால் மீடியாவுக்கு ரஜினியின் கல்யாணத்தில் அவ மரியாதை ஏற்பட்டது.

'இது திருமண அழைப்பிதழ். நீங்கள் யாரும் மேரே ஜுக்கு வர வேண்டாம். கல்யாணம் என் சொந்த விஷயம். வரவேற்புக்கு வந்தால் போதும்.'

ரஜினி பத்திரிகையாளர்களை அழைத்த விதம் சல சலப்பை ஏற்படுத்தியது.

'மீறி வந்தால்...'

'உதைப்பேன்.'

அப்போதே ரஜினிக்கு எதிர்ப்பு தெரிவித்தனர். திருப்பதியில் நிருபர்கள் முகூர்த்த நேரத்திலும் போட்டோ எடுக்கப் போனார்கள். கலாட்டா கல்யாணமாக முடிந்தது.

●

ரஜினி - கமல் இருவரும் கே. பாலாஜியின் படங்களில் நடித்துக் கொண்டிருந்த நேரம். பாலாஜி, ரஜினிக்கு அவரது திருமணத்தை யொட்டி பார்ட்டி கொடுத்தார். 1981 மே மாத மத்தியில் நடைபெற்ற நிகழ்வு சூட்டைக் கிளப்பியது.

ஜெய்சங்கரும் கமலோடு சேர்ந்து முதல் முறையாக, சவால் படத்தில் பாலாஜி பேனரில் நடித்து வந்தார். நட்சத்திரங்களின் சங்கமத்தில் மது விருந்து கரைபுரண்டு ஓடுவது இயற்கை. கமல் ஏக் தூஜே கேலியே மூலம் உச்சாணிக் கொம்பில் இருந்தார். புகழ் மயக்கம் சகலருக்கும் இயல்பு. மகிழ்ச்சி உற்சவத்தில் தனி நபர் தாக்குதல் விமர்சனங்கள் தலைதூக்கின. அதைப் பற்றிய குட்டி கவரேஜ்.

'ஏழுமலையான் பெயர் கொண்ட தயாரிப்பாளரின் பார்ட்டியில் இரண்டு பெரிய நடிகர்கள் மோதிக் கொண்டதைப் பற்றி எல்லா

பத்திரிகைகளிலும் செய்தி வந்தது. அவற்றைப் படித்தால், அவர்களுக்குள் கடும் வாக்குவாதம் நடைபெற்றிருப்பதாக மட்டுமே தோன்றும்.

More than that ஸ்டைல்காரர் கமலாரின் சட்டைக் காலரைப் பிடித்தாராம். அதுவரை பொறுமையோடு இருந்த அவர், இதற்குமேல் இடம் கொடுக்கக் கூடாதென்று விட்டாராம் ஒரு குத்து. தடால் என்று விழுந்துவிட்டதாம் முரட்டுக்காளை.' *(குமுதம் லைட்ஸ் ஆன், 28.05.1981)*

பிறகு நடந்தவை கமலின் வார்த்தைகளில்.

'ஜெய்சங்கர் குறுக்கே புகுந்து விலக்கி இருவரையும் சமாதானம் செய்தார். அதனாலேயே ஜெய் சாரை எங்கள் இருவருக்கும் பிடிக்கும்.

இந்தச் சம்பவம் நடந்த மறுநாள் நான் வாகினி ஸ்டூடியோவில் இருந்தேன். என்னைப் பார்க்க ரஜினி வேகமாக வந்து கொண்டிருந்தார். வந்த வேகத்தைப் பார்த்தால் தகராறு செய்வதற்குத்தான் வருகிறார் போலிருக்கிறது என்று நினைத்தேன். சரி வரட்டும். வந்தால் இரண்டில் ஒன்று பார்த்துவிடவேண்டியதுதான் என்று யோசித்துக் கொண்டிருக்கும் போதே, அருகில் வந்த ரஜினி என் கையை அழுத்தமாகப் பிடித்தார்.

அடுத்த விளைவுக்கு நான் தயாரானபோது, 'ஸாரி... நேத்து நடந்ததை மறந்துடுங்க' என்றார். எனக்கு வெட்கமாகிவிட்டது. அவரது பெருந்தன்மை என்னைச் சுட்டது.

மறுநாள் ரஜினி தன்னோடு பேசிக் கொண்டிருந்தவர்களிடம் 'கமலிடம் மன்னிப்பு கேட்கப் போனபோது பகை உணர்ச்சியை மாற்ற மாட்டாரோ என்று நினைத்தேன். பெருந்தன்மையோடு நடந்து கொண்டார்' என்று கூறியிருக்கிறார். அதைக் கேள்விப்பட்டபோது நாம் முந்திக் கொள்ளாமல் போனோமே என்று என்னை நொந்து கொண்டேன்.'

•

'நான் பதினைந்து வயது வரை இந்திப்படமே பார்த்தது இல்லை. மொகலே ஆஸம்னு ஒரே ஒரு படம் பார்த்துருக்கேன். படோசன் படத்தை ப்ளேடை வெச்சு கிழிக்கத்தான் தியேட்டருக்குள்ளே போனேன். யாரோ ஒரு வடநாட்டுக்காரன் தமிழனைக் கேலி பண்றான்னு சொன்னாங்க. உள்ளே போனதும் துலுக்கன்தானே பாப்பானை கேலி பண்றான், விடுய்யான்னு பார்க்க ஆரம்பிச்சேன். பயங்கரமா ரசிச்சேன். ப்ளேடெல்லாம் ஒளிச்சு வெச்சேன். மஹமூத் அத்தனை அற்புதமா நடிச்சிருந்தார். அதுக்கப்புறம் என் எண்ணத்தை

மாத்திக்கிட்டேன். இனிமே தேசிய அளவு மட்டுமில்ல, உலகளாவிய பார்வை நமக்கு வரணும்.' - கமல்.

கே.பாலசந்தரின் அபூர்வ ராகங்கள் அவருக்கு சினிமா விஐபி களிடத்தில் மிகப் பெரிய கவுரவத்தைப் பெற்றுத் தந்தது. ஏவி.எம்., எல்.வி. பிரசாத் போன்றவர்கள் நேரிலும் தொலைபேசி வாயிலாகவும் பத்திரிகைகளிலும் பாராட்டினர். எல்.வி. பிரசாத் அப்போதே முடிவு செய்துவிட்டார். கே. பாலசந்தரின் டைரக்‌ஷனில் ஹிந்தியில் ஒரு படம் தயாரிக்க வேண்டுமென்று.

தெலுங்கில் கமல் நடிப்பில் மரோசரித்ராவின் வெற்றி (1978), கே. பாலசந்தரையே மலைக்க வைத்தது. சில தமிழ்ப் படங்களில் அவர் ஏற்கெனவே கையாண்ட காட்சி அமைப்புகளையே மரோசரித்ராவிலும் பயன்படுத்தி இருந்தார். அவற்றை ஹிந்திக்காரர்கள் சுட்டு விடுவார்களோ என்கிற பயம் அலைக்கழித்தது. அதைத் தவிர்க்க ஹிந்தியில் அவரே மரோசரித்ராவை டைரக்டு செய்வது என்று முடிவெடுத்தார். எல்.வி. பிரசாத் தயாரிப்பாளர் என்றதும் கே.பி.க்கு கொஞ்சம் சங்கடமாகவேபட்டது. தன் இஷ்டம்போல் எடுக்க இயலுமா?

பிரசாத் அனுபவசாலி. 'நீங்கள் ஏக் தூஜே கே லியே டைரக்டு செய்ய ஒத்துக்கொள்ளவில்லை என்றால் நான் அதைத் தயாரிக்கவே மாட்டேன். உங்களுக்குப் பரிபூரண சுதந்தரம் உண்டு. நான் தலையிடவே மாட்டேன்' என்று வாக்குறுதி அளித்தார்.

கமல் ராஜபார்வை தயாரிப்பில் மும்முரமாக ஈடுபட்ட நேரம். தென்னாட்டில் செஞ்சுரி அடித்துவிட்டு இந்தியில் அரிச்சுவடி படிக்கின்ற வாய்ப்பு. கே. பாலசந்தர் உடன் இருக்கும்போது என்ன யோசனை தேவைப்படுகிறது. கமல் உற்சாகமானார்.

எப்போதும்போல அவருக்கும் பிரசாத் புரொடக்‌ஷன் நிர்வாகிகளுக்கும் சின்னதாக கசமுசா. கே.பி.யிடம் 'வேறே ஆர்ட்டிஸ்ட்ட போடலாம் சார்.' என்றார்கள். டைரக்டருக்கு கமலை விட்டுக்கொடுக்க முடியாதே.

'மரோசரித்ராவை இந்தியில் ரீமேக் பண்றோம்னா கமல் இல்லாம எடுக்க மாட்டேன்' என்றார் திட்டவட்டமாக கே. பாலசந்தர். மன்மதலீலை இந்தியில் டப் செய்யப்பட்டு வடநாட்டில் நன்றாகவே வசூலானது. அப்போதே தர்மேந்திரா கமலை ஹிந்திக்கு வந்துவிடும்படி அழைத்தார்.

கமல் ஹிந்திப் படங்களில் எதிர்காலத்தில் நடிக்க வேண்டும் என்று அவரது தாயார் ஆசைப்பட்டார். தமிழே அவருக்குத் தகராறாக இருந்த காலம். நம்பிக்கையோடு மகனை ஹிந்தி டியூஷனுக்கு அனுப்பினார்.

பம்பாய்க்குப் போகிறோம் என்று தீர்மானம் ஆகிவிட்டது. கமல், சிவாஜியிடம் ஆசி பெறச் சென்றார்.

'ஆதர்ச முன்னோடி ஆரம்பத்திலிருந்தே சிவாஜி சார்தான். அதிலே ஒண்ணும் மாற்றமே கிடையாது. சிவாஜி சார்தான் எனக்குத் தெரிந்த ஜன்னல். அவர் ஒரு அபாரமான நடிகர். இயல்பா வந்த கலைஞன். நான் ரொம்ப ஜாக்கிரதையா அந்த நடிப்புத் திறமையை வளர்த் துண்டவன். இயல்பான நடிகன் இல்ல. சொல்லிக் கொடுத்தாதான் நடிக்க வரும்.'

கல்யாண ராமனுக்குப் பிறகே கணேசன், கமலை தொடர்ந்து கவனிக்க ஆரம்பித்தார். கமலை வாழ்த்தி வழி அனுப்பினார்.

'எல்.வி. பிரசாத் பெரிய மேதை. சினிமால போட்டி போட்டு நடிக்கிறோம். நாம ஜெயிச்சிடுவோம்னு முட்டாள் மாதிரி நம்பினேன். அது எவ்வளவு பெரிய தப்புன்னு பிரசாத்தான் புரிய வெச்சாரு. படம் எடுக்கறது நடிக்கிறவன் பேரைத் தட்டிட்டுப் போறதுக்கு இல்ல - பாபு. ஒவ்வொரு ஸீனும் சிறப்பா வரணும். உன் கேரக்டர் என்னவோ அதுக்கேத்த மாதிரி நடி. அப்பதான் காட்சி எடுபடும். நீ ஓவரா நடிச்சா கதையும் சீக்வன்ஸும் அடி வாங்கும். புரிஞ்சுதான்னு எனக்குக் கத்துக் கொடுத்தவரே பிரசாத்தான். நீ பிரசாத் மூலமா ஹிந்திக்குப் போறே. நானும் உன்னை மாதிரியே அவரோட ஹிந்தி மனோகராவால பம்பாயிலயும் பேசப்பட்டேன். அங்க பெரிய பெரிய ஜாம்பவான்ங்க இருக்காங்க. சும்மா நடிப்புல நம்மள முழுங்கி ஏப்பம் விடுவாங்க. நீ நாளுக்கு நாள் பிரமாதமான நடிகன்னு பேரை வாங்கு. தமிழன் யாருக்கும் சளைச்சவன் இல்லன்னு உன் முழுத் திறமையைக் காட்டு.'

ஒரு தமிழ் கதாநாயகன் முதன் முதலாக நேரடியாகவே ஹிந்திப் படத்தில் ஹீரோவாக அறிமுகமானது ஏக் தூஜே கே லியே படத்தில் தான். ஆந்திராவில் கமலின் அரங்கேற்றம் தூள் கிளப்ப வேண்டும் என்று கே.பி. மரோசரித்ராவில் ஒரு காட்சியை அக்கறையோடு எடுத் தார். கமல் பல்வேறு வட்டார தெலுங்கு மொழிகளை விதவிதமாகப் பேசும் இடம். படத்தின் ஹைலைட் ஸீன்களில் அதுவும் ஒன்றாகப் பாராட்டப்பட்டது. அதே நிகழ்வு இந்தியிலும் நடைபெற்றது.

பொதுவாகவே ஹிந்திக்காரர்கள் தென்னாட்டு அழகிகளை மட்டுமே ஏற்றுக்கொண்டனர். கமல் அங்கும் நிலைக்க வேண்டும் என்றால் நிறையவே உழைக்க வேண்டியதிருந்தது. ஹிந்தி வசனங்களோடு தமிழ் வசனங்களும் அதிகமாக இடம்பிடித்தன.

ஏக் தூஜே கே லியே ஷூட்டிங் தொடங்கிய மூன்றாவது தினம். கே.பி., சத்யன் கபூரை அழைத்தார். ஹிந்தி வட்டார பாஷைகளை எப்படி

உச்சரிப்பது என்று கமலுக்கு கற்றுத் தரச் சொன்னார். இருநூறு அடிக்கு நீளமான ஷாட். கமல் தவிர மற்றவர்கள் ஹிந்தி நடிகர்கள். ஒரே டேக்கில் கமல் ஸீனை ஓ.கே. செய்ய வேண்டும் என்பதே கே.பி.யின் விருப்பம்.

ஒரு மொழியை வாசித்து அறிவது வேறு. அனுபவித்துப் பேசுவது வேறு. தெலுங்காவது பரவாயில்லை. ஹிந்தி தமிழ்நாட்டின் எதிரி பாஷை. தொன்று தொட்டு நிலவிய திராவிட பிரசாரம், கமலுக்கு அதன்மேல் கசப்பையே வளர்த்திருந்தது. கமல் ஜெயிக்க வேண்டுமே என்று கே.பி.யின் யூனிட் கவலைப்பட்டது.

'அந்தந்த மண்ணுக்கேத்தபடி கமல் ஹிந்தி பேசிக் காட்டுகிற ஸீன். கமல் ஹிந்திக்குப் புதுசானாலும் மொத்த டயலாகையும் ஒரே ஷாட்ல வெச்சேன். மூன்று மணி நேர ரிகர்சல் கொடுத்தேன். கமலோட திறமை எனக்குத் தெரியும். தமிழன் இத்தனை விதமா ஹிந்தி பேசுவான்றதை வடநாட்டுக்காரங்க தெரிஞ்சுக்கணும்னு அதை அமைச்சேன். ஒரே டேக்ல பிரமாதமாப் பண்ணிட்டான்.' - கே.பி.

ஏக் தூஜே கே லியேவின் வருகையை பம்பாய் இதழ்கள் Invation of the South என்று குறிப்பிட்டன. கமலை தென்னக ஜான் டிராவோல்டாவின் வரவு என்றன. இந்திய தலைநகரில் ஏக் தூஜே கே லியேவின் வெளியீடு. தியேட்டர்களுக்கு கே.பி. யூனிட்டோடு கமலும் சென்றார். முதல் காட்சி. இடைவேளை விட்டிருந்தார்கள். மேடையில் கமல் தோன்றினார். 'வாசு தேகோ' என்று இளம்பெண்களும் வாலிபர்களும் கமலை மூச்சு முட்டச் செய்தார்கள்.

கே. பாலசந்தர் தன் கலை வாழ்க்கையின் அற்புத நிமிடங்களை தரிசித்தார். அவர் நீர் ஊற்றி வளர்த்த மாங்கன்று கனிந்து பழமாகி வாசம் பரப்பியது தேசமெங்கும். கமலுக்கு ஒரு 'ஹரிதாஸ்' என்று பேரும் புகழும் பெற்றுத் தந்தது. இந்தி சூப்பர் ஸ்டார்கள் உள்ளுக்குள் மிரண்டு போயிருந்தார்கள்.

## 22. முண்டாசு

செல்வநாயகம் என்கிற கிழ வேடத்துக்கு நான்கு மணி நேரத்துக்கும் மேலாகவே மேக்-அப் நடந்தது. திடுதிப் பென்று பார்த்தால் முத்துராமனா, கமல்ஹாசனா என்று கண்டுபிடிக்க முடியாது. வாயில் கூழாங்கற்களைப் போட்டுக் கொண்டும், வயிற்றில் தொப்பை தெரிய நாலு கிலோவுக்கும் அதிகமான பஞ்சை உள் சட்டைக்குள் சுமந்தும் கமல் நடமாடினார். அந்தக் கிழ கமலால் குனியக்கூட முடியாது. வெயில் ஏறினால் முகம் நோவு கொடுக்கும். கடல் மீன்கள் படப்பிடிப்பு.

கமல் மிகவும் பிரயத்தனங்களோடு நடிக்கிற படம். 'மீன்' என்ற பெயரில் மலையாளத்தில் வந்ததன் ரீமேக். வித்தியாசமான தோற்றம். குறைவான பேச்சு. மாறு பட்ட குரலில் உச்சரிப்பு. இளைஞர் - நடுத்தர வயது - முதியவர் என்று மூன்று கெட்-அப்கள். கே.ஏ. தங்க வேலு, நாகேஷ், தேங்காய் சீனிவாசன். மூன்று மகா காமெடியன்களும் கமலுடன் இணைந்து நடித்த முதல் படம் அது.

படப்பிடிப்பின்போது வந்த அந்த செய்தி கமலை செயலிழக்கச் செய்தது. கிழ மேக்-அப்போடு ராயப் பேட்டை ஆஸ்பிடலுக்கு விரைந்தார். அரிதாரத்தைக் கலைக்கவும் அவகாசம் இல்லை.

வாணி வந்து கொண்டிருந்த காரை லாரி மோதி விட்டது. கமல் வேகமாக நடந்தார்.

நர்ஸுகள் நோயாளிகளை எப்போதும்போல் கடுகடுப் பாக அதட்டி விரட்டினர். 'லாரி ஆக்சிடென்டுன்னு ஒரு பொண்ணை இப்ப சேர்த்தாங்களாம். எங்க இருப்பாங்க?'

'நீ யாரு அந்தம்மா அப்பனா. டாக்டருங்க பாக்குறாங்க இப்பதான். அப்பிடி ஓரமா நில்லு.'

கமல் காத்திருந்தார். நிழலைவிட நிஜம் எப்போதும் கொடுமையானது. சினிமாவில் இதே காட்சியைக் காட்டினால் கமல் ஓவர் ஆக்டிங் என்பார்கள். அத்தனை வேதனையோடும் ஏமாற்றத்தோடும் பரபரப் போடும் டாக்டர்கள் வெளியே வர காத்து நின்றார் கமல்.

உள்ளே நுழைந்து வாணியின் கரங்களைப் பற்றினார் கமல். நல்ல வேளை. காயங்கள் ஏதுமில்லை. அதிர்ச்சியில் மயங்கி இருக்கலாம். வாணி சட்டென்று உதறினார்.

'யாரு நீங்க? அடையாளம் தெரியாம என்னை வந்து தொடறீங்க?'

'என்னைத் தெரியல. நான்தான் உன் ஹஸ்பன்ட்.'

•

கமலுக்கு அடிக்கடி மனைவியைப் பிரிவது கஷ்டமாக இருந்தது. அவர் உள்ளூரில் ஷூட்டிங்கில் இருந்தபோதும், வாணி நடன நிகழ்ச்சி களுக்காக வெளியூர், வெளிநாடு பறந்து கொண்டிருந்தார். தன் மனைவி உலகம் சுற்றும் நாட்டியத் தாரகையாக இருந்ததில் கமலுக்குப் பெரு மைதான். வாணியை விரும்பியது ஏன் என்று வெளிப்படையாகவே கமல் கூறியிருந்தார்.

'எனக்கு பரத நாட்டியம் மிகவும் பிடிக்கும். உயரமான பெண்களையும் அகன்ற அழகிய கண்களையுடையவர்களையும், நல்ல படிப்பு, அழகிய தோற்றம் உடையவர்களையும் மிகவும் பிடிக்கும். நான் பழகிய ஒவ்வொரு பெண் நண்பர்களிடமும் இதில் ஏதாவது ஒரு தகுதி இருந்தது. அத்தனைத் தகுதிகளும் ஒரு சேரப் பெற்றிருப்பவர் என் மனைவி வாணி. இத்துடன் நல்ல உயர்ந்த குடும்பத்தையும் சேர்ந்தவர்.'

அந்த முறை வாணியின் டூர் இரண்டு வாரங்களுக்கு மேல் நீடித்தது. மனைவியைப் பிரிந்திருக்கும் வலியை வாணிக்குக் கடிதமாக எழுதினார். காதலைச் சொல்ல ஆங்கிலமே கமலுக்குக் கை கொடுத்தது.

Vani I Missed you very much

Dear vani, In your Absense There is a void in my life

They say an idle mind is devils workshop

well idling or not

This workshop is all yours

I missed you very much

I Love you - கமல்.

தான் வாணிக்கு எழுதும் மடல்களைப் படுக்கையில் பரப்பி வைப்பார் கமல். நினைவுகள் வாணியைச் சுற்றிச் சுழலும். அவர் அடிக்கடி முணுமுணுக்கிற பாடல். 'என்னடி முனியம்மா உன் கண்ணுல மையி, யார் வெச்ச மையி அது நான் வெச்ச மையி, நீ முன்னாலே போனா நான் பின்னாலே வாரேன்.'

பாடுகின்ற கற்பனையில் வாணி நிறைந்திருந்தார்.

•

'கடல் மீன்கள்' படத்தின் லன்ச் பிரேக்கில் வீடு திரும்பியிருந்தார். மதியம் சாப்பாடானதும் கால்மணி நேரம் ஓய்வெடுப்பது அவரது இயல்பு. மாடிக்குப் போய் படுத்துக்கொண்டார்.

மணி மூன்றை நெருங்கியது. 'கமல் கிளம்பலியா? டைம் ஆச்சே' - சாருஹாசன் தம்பியை எழுப்பினார்.

'அண்ணா எனக்கு முடியல. ஜுரம் மாதிரி இருக்கு. உடம்பெல்லாம் வலி. நான் வர முடியாதுன்னு போன் செஞ்சி சொல்லிடுங்க. ப்ளீஸ்'

மெத்தையை விட்டு எழாமலே கமல் பரிதாபமாகக் கெஞ்சினார். சாரு தம்பியின் நெற்றி. மார்பு, உள்ளங்கை எல்லாவற்றையும் தொட்டுப் பார்த்தார். காய்ச்சல் இருக்கிற மாதிரி தெரியவில்லை. மன்னியை அழைத்தார்.

'டாக்டருக்கு போன் போடேன். கமல் ஷூட்டிங்குக்கு மட்டம் போட்டுட்டான். ஃபீவராம்.'

'வாணி நாலு மணிக்கு வராடான்னு சொன்னேன். அவ வர்றச்சே வீட்லயே இருக்கணும்னு உங்கள்ட்டயே நடிக்கிறான். வேறே ஒண்ணுமில்ல. ஜுரம்லாம் பொய். வாணி வந்தா சரியாயிடும். இல்லேன்னா இவனே கூட கிளம்பி ஏர்போர்ட் போவான். கமலே ரீசிவ் பண்றச்ச அவளுக்கும் உச்சி குளிர்ந்துடும்.'

தம்பியின் தாம்பத்யத்தை அண்ணாவும் மன்னியும் ரசித்தார்கள்.

•

மற்ற யாருடைய நூற்றாண்டைவிடவும் பாரதி நூற்றாண்டு விழா தமிழ்நாட்டில் பிரமாதமாகக் கொண்டாடப்பட்டது. கமலை பாரதியாகப் பார்க்க வேண்டுமென்று கே. பாலசந்தருக்கு ஓர் ஆசை. தண்ணீர் தண்ணீரில் மும்முரமாக இருந்தார். தில்லு முல்லு ரிலீஸுக்கு ரெடியாக வேண்டும். 1981 தை முகூர்த்த நாள் பார்த்து கமலிடம் சொன்னார். பத்திரிகைகளில் பாரதி படம் தயாரிக்கப் போவதாக விளம்பரம்

கொடுத்தார். பாரதி குறித்த தகவல்களைத் தந்து உதவுமாறு கேட்டுக் கொண்டார்.

கே. பாலசந்தர் நீண்ட காலத்துக்குப் பின் 1981-ல் அதிகமான படங்களை இயக்கி வந்தார். சிவசங்கரியின் 47 நாட்கள், எங்க ஊரு கண்ணகி, ஹிந்தி, தெலுங்கு படங்களும் கைவசம் இருந்தன. வறுமையின் நிறம் சிவப்பு ஏற்படுத்திய வெற்றியின் விளைவு.

கமல் வீட்டின் மேக்-அப் ரூம். ஒப்பனையாளர் சுந்தர மூர்த்தி கமலை 'பாரதி'யாக மாற்றினார். மளமளவென்று ஸ்டில்கள் எடுத்தார்கள். டைரக்டருக்கு பரம திருப்தி. அனந்துவை அழைத்தார்.

'கெட்-அப் மட்டும் உதவாது. கமல் முழுசா பாரதியா மாறணும். பாரதியை அவனுக்குள்ள மொத்தமா இறக்கியாகணும்.'

கமலுக்குப் பெருமையாக இருந்தது. சிவாஜி வாழுகிற காலத்தில் பாரதியாக கமல். எண்ணிப் பார்க்கவே இனித்தது. 'குருவி தலையில் பனங்காய். கமலுக்கு பாரதி வேடம்' என்றன சில பத்திரிகைகள். கணே சனிடம் ஓடினார். கணேசனிடம நட்பு கொள்ளாமல் இளைய நடிகர்கள் விலகியே இருந்தார்கள். கமல் மட்டுமே ஏறக்குறைய அவர் நட்சத்திர அந்தஸ்துக்கு வந்ததிலிருந்து கணேசனின் ஒப்பற்ற கலைத்திறனை முப்பது ஆண்டுகளுக்கும் மேலாக உரக்கச் சொல்லி வந்திருக்கிறார்.

தேவர் மகனுக்கு முன்பே கணேசனும் கமலும், அப்பா பிள்ளையாக நடித்த படம் நாம் பிறந்த மண் (1977). அந்த சினிமாவே கமல் நடிக்க இருபது ஆண்டுகள் கழித்து இந்தியன் ஆனது. நாம் பிறந்த மண் பற்றிய கமலின் கமென்ட் இது.

'நடிகர் திலகம் சிவாஜி கணேசனுடன் நான் வாலிபனாகிய பிறகு நடித்த மகிழ்ச்சி இது. என் அறுபத்தொன்றாவது படம். அத்துடன் என் பேரன், பேத்திகளும் பின்னால் சொல்லிக் கொள்ளும். 'சிவாஜியுடன் எங்க தாத்தா அந்த நாளில் நடிச்சிருக்காரு.' இந்தப் பெருமையும் எனக்குக் கிடைக்குமே.'

ரஜினிகூட கடைசி கடைசியாக 'படையப்பா' ஷூட்டிங்கில் மட்டுமே சிவாஜியுடன் நெருங்கிப் பழகினேன் என்றார். ஆனால் கமல், கணேசனுடன் விரும்பிப் போய் ஒட்டிக் கொண்டார். ஆல் போல் தழைத்து அருகுபோல் வேரூன்றச் சொல்லி கணேசன் கமலை வாழ்த்தினார்.

'பாரதின்னா எஸ்.வி. சுப்பையாவ மிஞ்ச முடியாதும்பாங்க. நான்கூட ஒரே ஒரு பாட்டு ஸீன்ல பாரதியா வந்தேன். நீ படம் பூராவும் வரேன்னா ஆர்வத்தோட கவனமும் முக்கியம்.'

கமலும் அனந்துவும் பாரதி பற்றியே பேசினார்கள். 'டேய் கமல், பாரதிக்குப் பூசணி பிடிக்காது. தெரியுமோ ஆனா வத்தக் குழம்புன்னா ஒரு பிடி பிடிப்பார். அன்னிக்குன்னு பார்த்து 'சுந்தரவிலாஸ்' முதலாளி சுந்தரேஸ அய்யர், பூசணியிலேயே மொத்த அயிட்டமும் தயார் பண்ணிட்டார். பாரதி சாப்பிடாமலே எழுந்தார். அப்புறம் அவருக்காக மணத்தக்காளி வத்தக் குழம்பு செஞ்சு போட்டாங்களாம்.'

'பாரதி முதன்முதலா எப்ப, எங்கே முண்டாசு கட்ட ஆரம்பிச்சான் தெரியுமா?'

கமல் அக்கறையாகத் தேடினார். 'பாரதி 'அனுமன் காட்'ல காசியில வெச்சு முண்டாசு கட்ட ஆரம்பிச்சிருக்கான். ரொம்ப முக்கியம் இது. ஞாபகம் இல்லாம எட்டயபுரம் அரண்மனையிலேயே பாரதியை தலைப் பாகையோட காட்டிடப் போறோம்.'

'பாரதிக்கும் கோபம் வரும் அண்ணா. அப்ப அவர் அதைக் குறைக் கறதுக்காக ஜாதிக்காயை வாயிலே அடக்கி வெச்சுக்குவாராம். நான் நினைக்கிறேன்... பாரதி காலத்துல ஜாதிக்காய்க்கு டிமாண்ட் கண்டிப்பா இருந்திருக்கணும்.'

பாரதியின் பாடல்கள் கமலுக்கு மனப்பாடமாகிவிட்டன. ஆடி அமாவாசை, மஹாளய அமாவாசை என்று டைரக்டர் பூஜைக்கு நாள் தேடினார். அனந்து பதறியபடி ஓடி வந்தார். அவர் கூறிய தகவலில் கே. பாலசந்தரின் முகம் ஒளி இழந்தது.

'மகாகவி பாரதியாரின் வாழ்க்கையை தமிழக அரசே படமாகத் தயாரிக்கும். முதல்வர் அறிவிப்பு.'

பின்பு மீடியா ட்ரீம்ஸ் 'பாரதியை' தயாரித்தது (2000). சுஜாதா அதில் முக்கிய பங்குதாரர். கமலை பாரதியாக நடிக்க அணுகியதாகவும், கமல் ஐந்து கோடி சம்பளம் கேட்டதாகவும் தகவல்கள் கசிந்தன. நிஜம் பாரதிக்கே வெளிச்சம். கமல் முண்டாசு கட்ட, காலம் கனியவில்லை இன்னும்.

## 23. கண்ணே, கண்ணதாசனே!

தியேட்டரில் விளக்குகள் அணைந்தன. ஆல் இண்டியா ஸ்டாரை எதிர்பார்த்து ரசிகர்களின் பிகில் சத்தம்.

'நீ மறைந்து சில கோடைகாலங்கள் ஆகிவிட்ட போதிலும் எங்கள் கண்ணீரின் ஈரம் காயவில்லை. நீ கட்டத் தொடங்கி விட்டுச் சென்ற பாலத்தை மணல் சுமந்த அணில்களே கட்டி முடித்திருக்கின்றன.

இந்த நிறைகளுக்கு சொந்தக்காரன் நீ.

குறைகளின் பங்குதாரர்கள் நாங்கள்.

நீ பதியம் போட்ட தோட்டத்திலேயே

வளர்ந்தது இந்தப் பூவும்.'

சங்கர் லால் படத்தின் டைட்டில் கார்டில் டி. என். பாலுவுக்காக இரங்கல் கவிதை காட்டினார் கமல். வரிகளுக்குச் சொந்தக்காரர் வைரமுத்து.

1979-ல் ஆரம்பித்த படம் அது. சட்டம் என் கையில் வெற்றிக்குப் பின் மீண்டும் டி.என். பாலு, கமல் கூட்டணி. சுமார் ஆறு லட்சம் அள்ளிக் கொடுத்தார், சங்கர் லாலுக்காக. அவ்வளவு பெரிய தொகையை அதற்கு முன்பு தனி நபர் யாரும் பணமாகவே தந்ததாக கமலுக்கு ஞாபகம் இல்லை.

1979, மே 1. கலைவாணர் அரங்கில் தமிழக அரசு பரிசளிப்பு விழா. 'பதினாறு வயதினிலே படத்துக்காக சிறந்த நடிகர் கமல்!' - மைக்கில் அறிவித்தபோது என்ன ஆரவாரம். கைதட்டல், விசில். பாலுவுக்கு எம். ஜி. ஆரோடு அபிப்ராய வித்தியாசம் உண்டு. ஆனாலும் அவர் பெருந்தண்மையாக கமலைப் பாராட்டினார்.

'வாத்தியார் கைராசி உனக்குத் தெரியாது கமல். சி.எம். ஆக முத முதலா உனக்கு அவர் கையாலயே பெஸ்ட்

ஆர்ட்டிஸ்ட் அவார்டு கிடைச்சுருக்கு. நீ ரொம்ப கொடுத்து வெச்சவன். சினிமால சிவாஜி அவருக்கு எதிரி. ஆனா நான் முதல் படம், அதுவும் சிவாஜிய வெச்சு அஞ்சல் பெட்டி 520 டைரக்ட் பண்றேன்னு தெரிஞ்சதும் எனக்கு எவ்ளோ அட்வைஸ் பண்ணார் தெரியுமா. கணேசன்கிட்டே எப்படி எப்படி நடந்துக்கணும்னு பாடமே நடத்தினாரு. நல்லா நடிக்கிறவங்கள அவருக்கு ரொம்பவும் பிடிக்கும், உன்னை மாதிரி.'

பாலு, முதன்முதலில் கமலை அப்பா பிள்ளை கேரக்டரில் சங்கர்லாலில் நடிக்கச் சொன்னார். கமலுக்கு எடுபடுவோமா என்கிற அச்சம். பாலு ஊக்கம் கொடுத்தார். கமல், 'அப்பா' ஆக அநேக முதியோர்களைக் கவனித்து மிக அக்கறையாக கெட்-அப் மாற்றினார்.

1979, மே 15. ஊட்டியில் டி.என். பாலு மாரடைப்பால் இறந்தார். கமல் தலையில் மிகப் பெரிய இடி விழுந்திருந்தது. சங்கர் லாலின் கதி?

விடைக்காக கோலிவுட்டுடன் சேர்ந்து ரசிகர்களும் காத்திருந்தனர். கமல், என்.கே. விஸ்வநாதன் இருவரும் இணைந்து படத்தை முடிப்ப தாக ஏற்பாடு ஆனது. பாலுவுக்கு சினிமா மோகம் இருந்த அளவு மதுவிலும் நாட்டம் அதிகம். அதனாலேயே இரண்டு குடும்பங்களும் தலைவனை இழந்து கமலின் முகம் பார்த்தன.

பாலுவின் பைனான்சியர் ஸ்ரீசந்த். அவரிடம் சட்டம் என் கையில் பட நெகடிவ் உரிமை விற்கப்பட்டது. ஆளுக்கு ஒரு கார், சில லட்சங்கள் கொடுத்து செட்டில் செய்தார்கள். மீண்டும் புதிதாகவே சங்கர் லால் உருவாக ஆரம்பித்தது. ஸ்ரீசந்த் பொறுப்பில் முதன் முதலாக என்.கே. விஸ்வநாதனை சேர்த்துக் கொண்டு கமல் டைரக்ட் செய்தார். கமலின் 'இயக்கும் ஆசை'யை இறந்தபின்பும் பாலுவே நிறைவேற்றினார்.

கமல் ஹிந்தியில் நடித்துக்கொண்டே சங்கர் லாலையும் கவனித்தார். அதற்குள் இரண்டு ஆண்டுகளுக்குமேல் ஓடியே விட்டது. 1981 சுதந்தர தினம். சத்யம் தியேட்டர். 'சவால்' தந்த அட்டகாச வெற்றிக்குப் பிறகு 'சங்கர்லால்' ரிலீஸாகி இருந்தது. ஆர்வத்தோடு அமர்ந்தார்கள் ரசிகர்கள்.

'மச்சி அலங்கார்ல செம ரகளையாம். 'நெற்றிக்கண்'ல அப்பா ரஜினி தூள் கிளப்பிட்டாராம். சூப்பர் ஹிட்டுன்றானுங்க அவங்க ஆளுங்க.'

தயாரிப்பாளரும் ஹீரோவும் வளமாக வாழ்ந்து கொண்டிருக்கும் போதே பல்வேறு காரணங்களால் நிறைய படங்கள் பத்தாயிரம் அடியோடு நின்றுவிடும். தமிழ் சினிமா வரலாற்றிலேயே ஒரு புதிய பட அதிபரின் இரண்டாவது படைப்பு அவரது அகால மரணத்தால் குற்றுயி

ராகிப் போயும், கதாநாயகனால் காப்பாற்றப்பட்டு திரைக்கு வந்தது 'சங்கர் லாலில்' மட்டுமே சாத்தியமானது.

•

'ரீமேக் வேண்டாம். நேரடியாகவே படம் தயாரியுங்கள். நான் நடிக்கிறேன்' - கே. பாலாஜியிடம் தொடர்ந்து வற்புறுத்தினார் கமல். ஆனால் மொழி மாற்றப் படங்களே தன் வெற்றிக்கு வழி என்பதில் கே.பாலாஜி நிலைத்து நின்றார்.

1981-ல் கமல் நடித்து தமிழ்நாடெங்கும் நன்றாக ஓடி வசூல் குவித்த ஒரே படமாக 'சவால்' அமைந்தது. பாலாஜி மீண்டும் 'பிரேமாபிஷேகம்' படத்தின் தழுவலில் கமலை ஒப்பந்தம் செய்தார். எல்லோரும் நாகேஸ்வர ராவ் நடித்த ரோலில் கமலா என்றார்கள். சிவாஜியை நடிக்க வையுங்கள். ரிஸ்க் எடுக்காதீர்கள் என பயமுறுத்தினர். பாலாஜி கமலை நம்பினார். 'வாழ்வே மாயம்' ஆரம்பமானது. கமல் நிறையவே மாறுதல்களை ஸ்பாட்டில் வைத்துச் சொன்னார். பாலாஜியும் ஏற்றுக் கொண்டார்.

•

பாலு மகேந்திராவின் 'மூன்றாம் பிறை'யில் கமலுக்குத் தனி ஈடுபாடு. கமல் அழைத்த போதெல்லாம் பாலு அவரோடு சென்றார். அன்றைக்கு அவர்கள் இருவரும் ஆழ்வார்பேட்டை கவிதா ஓட்டலில் கண்ணதாசனைப் பார்க்கப் போனார்கள்.

கண்ணதாசன் குறித்து கமல் நிறைய தகவல்களை அறிந்தவர். பால பருவம் தொட்டு பழகியவர். சினிமா உலகம் பற்றி பேசிக் கொண்டார்கள். வெகுநாள்களாக தன் மனத்தில் மையம் கொண்டிருந்த ஆசையை திடீரென்று கமல் வெளியிட்டார்.

'படம் எடுக்கணும். சினிமா இல்ல. இது வேறே. ஒன் ஹவர் ஓடற மாதிரி புதுசா உங்கள வெச்சுத் தயாரிக்கணும்.'

கண்ணதாசன் அறை அதிர சிரித்தார். 'தெரியாமத்தான் கேக்குறேன். நீ ஆசைப்படற அளவு எங்கிட்டே என்ன இருக்கு. அதுவும் டாகுமெண்ட்ரில வர மாதிரி. அதுக்கு நான் பல நாள் பல மணி நேரம் செலவழிக்கணும்.'

'நீங்க எங்க காலத்துல வாழுற பெரிய சினிமா கவிஞர். தத்துவ ஞானி. அடுத்தடுத்த தலைமுறைகளுக்கும் நான் உங்களைப் பத்தி சொல்ல நினைக்கிறேன். உங்களோட ஆட்டோகிராப்பை விஷுவலா காட்டினா எப்படி இருக்கும். அதையே செய்யப்போறேன். வேறே பெருசா ஏதும் கிடையாது. கவிஞரை கமல் படம் புடிச்சுட்டு வந்துட்டான்.

கெட்டிக்காரன்னு பாலசந்தர் உள்பட நாலுபேர் சொன்னா அது எவ்வளவு பெரிய பெருமை.'

'தம்பி தப்பா எடுத்துக்காதே. உனக்கு அறுபது நிமிஷம் ஆவணம் பண்ணிக் கொடுக்க எனக்கு மாசக் கணக்குல நேரம் செலவாகும். சிறுகூடல் பட்டிலருந்து ஆரம்பிச்ச கதை. இப்ப அமெரிக்கா போறேன். அரசவைக் கவிஞர்ன்ற உத்யோகம் வேறே. மார்க்கெட் சூடு பிடிச்சிருக்கிற டயத்துல என் ஜோலிக்காக உன் வாய்ப்பையும் கோட்டை விட்டுடாதே.'

பாலு கமலுக்காகப் பேசினார். 'அய்யா நீங்க இதுக்குன்னு பிரத்யேகமா கஷ்டப்பட வேணாம். நான் கேமராவோட வந்துடறேன். நீங்க செய்ய றதைப் படம் புடிச்சிட்டு போயிடறோம். உங்களத் தேடி தமிழறிஞர்கள் வருவாங்க. மியூசிக் டைரக்டருங்க காத்திருப்பாங்க. நீங்க பாட் டெழுதற ஒரு காட்சி இருந்தாலும் போதும். ஏதாச்சும் முக்கிய மீட்டிங்ல சி.எம்.கூட இருக்குற மாதிரி, சிவாஜியோட பேசறாப்பல, இப்படி இதெல்லாம் சேர்த்தாலே முழுசா வந்துடும்.'

'இது என்னப்பா தர்ம சங்கடத்துல கொண்டு நிறுத்திட்டிங்களே. உங்க ஆசையை நான் தடுப்பானேன். அமெரிக்காலருந்து வந்ததும் உங்க வேலையை முடிச்சுக்குவோம்.'

கண்ணதாசன் சம்மதித்தார். தன் நீண்ட கால கனவு பலித்துவிடும் என்று கமலும் புறப்பட்டார். 1981 தீபாவளிக்குப் பத்து நாள்கள் முன்பு கண்ண தாசனின் உடல் மட்டும் விமானத்தில் திரும்பியது.

•

1980ன் தொழிலாளர்கள் தினம். ஒரு திரையுலக தேவதையின் கடைசி நாளாகவும் இருந்தது. ஷோபாவின் அகால மரணம் தமிழ் உலகத் தையே அதிர்ச்சிக்குள்ளாக்கியது. சித்தப்பா என்கிற உறவு ஷோபா - பாலுமகேந்திரா தம்பதிகளானதால் கொச்சைப்படுத்தப்பட்டதாகக் கூறியவர்களும் புலம்பவே செய்தார்கள்.

ஷோபாவின் தற்கொலைக்குப் பின்பு பாலு மகேந்திரா மீது போலி பாஸ் போர்ட் உள்ளிட்ட அநேக வழக்குகள். கைது. விசாரணை. போலீஸ் வாசனை. எல்லாவற்றுக்கும் பின்பும் இயக்குநராகவே வந்தார்.

ஷோபாவுக்கும் அவர் இதயத்துக்கும் உருவான பந்தத்தின் வெளிப் பாடே மூன்றாம் பிறை திரைக்கதை என்றார் கண்ணதாசனிடம். 'க்ளைமாக்ஸ் சொல்லு பாலு' - பரபரத்தார் கண்ணதாசன். ஏற்கெனவே முக்தா சீனிவாசனின் நினைவில் நின்றவள், கே.எஸ். கோபால கிருஷ்ணனின் உள்ளத்தில் குழந்தையடி போன்ற தமிழ் படங்களில் இடம்பெற்ற நிகழ்வுகள் மூன்றாம் பிறையிலும் அமைந்தன.

பாலுமகேந்திரா தன் கதையின் முடிவைச் சொன்னார். அரசவைக் கவிஞர் உடம்பு குலுங்கக் குலுங்க அழ ஆரம்பித்தார். அவர் கண்ணீர் விடுவதை யாராவது பார்த்தால் என்ன எண்ணுவார்களோ என்கிற பதற்றம் பாலுமகேந்திராவுக்கு. அவரைத் தோற்றவும் தோன்றாமல் பார்த்துக் கொண்டு நின்றார்.

ஐந்து பத்து நிமிடங்கள் ஓடின. தன் சோகத்திலிருந்து கவிஞர் மீண்டார். பாலுமகேந்திரா கேட்ட நிகழ்வுக்கு ஏற்ற பாடலை எழுதிக் கொடுத்தார். ‘கண்ணே கலைமானே’ கண்ணதாசனின் இதழ்கள் பாடிய இறுதித் தாலாட்டாகிவிட்டது.

கதை தயாரானவுடன் பாலுவின் மனத்தில் வந்து போனவர்கள் கமலும் ஸ்ரீதேவியும்.

‘மூன்றாம் பிறை படத்துக்கான கதாநாயகன் வேடத்தில் கமலைத் தவிர வேறு எவரையும் என்னால் கற்பனை செய்து கூட பார்க்க முடியவில்லை. ஸ்ரீதேவி தன்னால் முடியுமா என்று பயந்தார். நிச்சயம் உங்களால் இயலும் என்பதாலேயே தேடி வந்திருக்கிறேன் என்றேன்.' - பாலு மகேந்திரா.

இங்கு ஒரு விஷயம் சொல்லியே ஆக வேண்டும். சினிமாவில் காதல் ஜோடிகளாக நடிப்பவர்களைப் பற்றி ரசிகர்கள் மனம் போன போக்கு படி கற்பனை செய்வார்கள். ஆனால் நிஜம் வேறு. ஆரம்பத்தில் ஸ்ரீதேவியை ஒரு சக நடிகையாகவே கமல் நினைத்தார்.

‘ஸ்ரீதேவி புத்திசாலிப் பெண் கிடையாது. அம்மாவிடம் சோறு ஊட்டிக் கொள்கிற குழந்தையாகவே இருந்தார். மீண்டும் கோகிலாவிலிருந்து ஸ்ரீதேவின் விசிறியாகி விட்டேன்.' - கமல்.

•

‘இப்ப எதுக்கு பிளாஸ்டிக் குடத்தைக் கேக்கறீங்க?'

வாணிக்கு கமலின் செய்கை ஆச்சரியமாகப்பட்டது. அவசரத்துக்கு பிளாஸ்டிக் குடம் கிடைக்கவில்லை. கமல் குட்டி நாற்காலியை தலையில் தூக்கி வைத்துக் கொண்டார்.

நீண்ட அகன்ற கூடத்தில் தாயாரின் படத்துக்கு அருகே சென்றார். அங்கிருந்து வாணியை வலம் வந்தார்.

விஜி... என்ன பாரு விஜி. நான் தான் உன் சீனு வந்திருக்கேன். விஜி. உன் சீனு விஜி விஜி... ஆடறா ராமா ஆடறா ராமா. என்ன பாரு விஜி, உன் சீனு விஜி. விஜி... ‘பல்டி' அடித்தார். அழுது புரண்டார். சில நொடிகளில் வாணி அரண்டு விட்டார். இது என் கமலா. சத்தியமாக

இல்லை. வேறு யாரோ. பைத்தியம். பித்து பிடித்தவன். பிராந்து. லூசு. என் கமல் கண்ணீர் என்றால் கிலோ என்ன விலை என்பார். அழுகை பிடிக்காது அவருக்கு.

தலையில் நாற்காலியை வைத்துக் கொண்டு பரிதாபமாகி அழுது புலம்பி கேஸம் கலைந்து எங்கேயோ எதையோ தொலைத்ததைத் தேடும் அப்பாவியாக... கண்கள் சிவந்து உடல் துவண்டு எந்தப் படத்துக் காகவோ இந்த வேடம்.

வாணி சுவரோடு சுவராகி விட்டார். கமல் காணாமல் போய் திரும்பி வரும் வரையில் நிலைகொள்ளவே இல்லை.

'என்ன ரொம்ப பயந்துட்டியா. நல்லா இருக்கா? ஆடியன்சுக்குப் பிடிக்கும்னு நினைக்கறியா. மறுபடியும் பண்ணட்டுமா? ஏதாவது கரெக்‌ஷன் தேவைப்படுதா. எந்த இடம் சரியில்லை. சொல்லு வாணி, திருத்திக்கிறேன்.'

வாணி கண்கள் கலங்கி நின்றார்.

படம் முழுக்க ஸ்ரீதேவியின் ராஜ்ஜியம். கமலுக்கு ஸ்கோர் செய்ய கடைசி ஏழு நிமிஷங்கள்தான். அதற்காக அர்ப்பணிப்போடு மீண்டும் மீண்டும் ஹோம் ஒர்க் செய்தார். சீனுவாகி ஜெயிக்க வேண்டும் என்கிற வெறி.

ரஜினிகாந்த் போக்கிரி ராஜா, தனிக்காட்டு ராஜா என்று வசூல் செய்து கொண்டிருந்தார். அந்த இரு படங்களுக்கும் இடையே பிப்ரவரி 19, 1982-ல் மூன்றாம் பிறை வெளியானது.

கமல் பூரித்துப் போனார்.

'மிக மிக சந்தோஷமான படம். இதுபோல் சந்தோஷம் வெகு சில படங்களில் மட்டுமே உண்டு.'

1982 முழுவதும் மூன்றாம் பிறை முன்னூறு நாள்களைக் கடந்து ஓடியது. கமல் நடித்துத் தமிழில் மிக அதிக நாள்கள் - சென்னையில் வெற்றி விழா கொண்டாடிய ஒரே படம் மூன்றாம் பிறை.

1982-ன் சிறந்த நடிகருக்கான தேசிய விருது 'மூன்றாம் பிறை' கமலுக்கு அறிவிக்கப்பட்டது. சர்ச்சைகள் தலைதூக்கின. 'ஸ்ரீதேவியே கமலை விட சிறப்பாக நடித்து இருந்தார். அவருக்கே அவார்டு கொடுத் திருக்க வேண்டும்' என்றார்கள் கோடம்பாக்கத்தின் சான்றோர்.

கமல் அதற்குப் பொறுமையாகப் பதில் சொன்னார். 'எனக்குக் கொடுக் கப்பட்டது சிறந்த நடிகனுக்கான பரிசு. சிறந்த நடிகைக்கான விருது

ஷபானா ஆஸ்மிக்குக் கொடுக்கப்பட்டிருக்கிறது. அந்த இரு நடிகைகளின் நடிப்பை ஒப்பிட்டுப் பார்த்துக் கொள்ளுங்கள். விடை கிடைக்கும்.'

அப்படியும் ஊர்வாய் அடங்கவேயில்லை.

'தேசிய விருதுக்கும் ஜனங்களுக்கும் முன்பு சம்பந்தமே இல்லாம இருந்தது. மூன்றாம் பிறையில அது மாறியது. சில்வர் ஜூப்ளி கண்ட படம். அவார்டு வாங்கியது. பாலுமகேந்திரா, நான் எல்லாம் கண்ட கனவுல கொஞ்சம் கொஞ்சமா நனவாக ஆரம்பிச்சதாக நெனச்சோம்.' -கமல்.

'Oh my boy, you deserve Oscar' என்று பரமக்குடியிலிருந்து அப்பா தந்தி மூலம் கமலுக்கு ஊக்க மருந்து அனுப்பினார்.

'கமலுக்கு ப்ரசிடென்ட் அவார்டு பதினாறு வயதினிலே, அபூர்வ ராகங்களுக்கு முன்பே கிடைத்திருக்க வேண்டியது. கமல் மூலமாகவே அவருக்குக் கிடைத்த தேசிய விருது பற்றி தெரிய வந்தது. அது என்னை ஆச்சரியத்தில் ஆழ்த்தவில்லை. நிஜத்தில் கமல் அப்பாவைவிட அதிகமாகவே நான் சந்தோஷப்படறேன். கமல் Every inch an Artist. ஒரு முழுமையான நடிகர். தானாகவே உருவான சுயம்பு மூர்த்தி!' என்றெல்லாம் கொண்டாடினார் கே. பாலசந்தர். கடைசியில் ஒரு விண்ணப்பமும் வைத்தார்.

'டபிள் மீனிங் டயலாக் பாட்டு வரி ரெண்டும் இனிமே கிடையாது என்று சொல்லும் தைரியம் துணிச்சல் இனிமேலாவது கமலுக்கு வரட்டும்.'

'மகனுக்குத் தேசிய அவார்டு கெடச்சிருக்கு. ஆனா, உங்க முகத்துல அதுக்கான அடையாளத்தையே காணாமே?' நிருபர் கேள்விக்கு, 'சந்தோஷம் இருக்கத்தான் செய்யுது. அதுக்காக தலைகால் புரியாம ஆடச் சொல்றீங்களா?' என்று பதில் சொன்னார் கமலின் அப்பா.

பாலுமகேந்திரா கமலுக்குக் கிடைத்த விருதை நியாயப்படுத்திய பிறகே சர்ச்சைகள் அடங்கின. 'சற்று கூர்ந்து பார்க்கும்போது மூன்றாம் பிறை ப்ரேம் டு ப்ரேம் ஸ்ரீதேவி படம். அப்படியிருந்தும் கமல் அதில் மிகப் பொருத்தமாக ஈடு கொடுத்து நடித்தார். வேறு எந்த நடிகராக இருந்தாலும் ஸ்ரீதேவியின் நடிப்புக்கு முன் சிதறிப் போய் இருப்பார்கள்.

கமல் மிகுந்த லாகவத்துடன் மிகுந்த தன்னம்பிக்கையுடன் மிக அமைதியாக இயல்புத் தன்மையோடு அந்தக் கதாபாத்திரத்தின் தன்மையை முழுமையாகப் புரிந்து கொண்டு அதற்கேற்ப அந்தக் கதாபாத்திரத்தைச் சுமந்தவர் கடைசி காட்சியில் ஸ்ரீதேவியைப் பிரியும் கட்டத்தில் ரசிகர்களை வெகுவாகக் கவர்ந்தார்.'

குடியரசுத் தலைவர் ஜெயில்சிங் அவர்களால் பத்தாயிரம் ரூபாய் ரொக்கப் பரிசு, வெள்ளித்தாமரை ஆகியன தேசிய விருதாக கமலுக்கு வழங்கப்பட்டன. கமல் வேட்டி சட்டையில் அதைப் பெற்றுக் கொண்டார். மூன்றாம் பிறைக்காக சிறந்த ஒளிப்பதிவாளர் விருது பாலுமகேந்திராவுக்குக் கிடைத்தது.

## 24. சகலகலா மசாலா!

பதினாறு வயதினிலே, முள்ளும் மலரும், அவள் அப்படித்தான் - ஆரோக்கியமான சூழலில் தமிழ் சினிமாவில் இயக்குநர்களின் பொற்காலம். படத் தயாரிப்பை நிறுத்திவிட்ட ஏவிஎம், 1980ன் இறுதியில் முரட்டுக் காளையோடு மறுபிரவேசம் செய்தது. முழு நீள மசாலா படம். ரஜினிக்கு ரேட்டை உயர்த்தியது.

பாரதி ராஜா, மகேந்திரன், ருத்ரையா, கே.பாக்யராஜ், கே. விஜயன், துரை, ஜி.என். ரங்கராஜன், விசு, மணிவண்ணன், எஸ்.ஏ. சந்திரசேகரன், ராமநாராயணன், ராஜ்பரத், ஜெயபாரதி, சந்தானபாரதி, பி.வாசு, மனோபாலா, பாலசந்தர், ஸ்ரீதர், மாதவன், கே.எஸ்.ஜி., ராபர்ட் ராஜசேகரன், மௌலி என டைரக்டர்கள் தங்கள் கைவரிசையை முழு சுதந்தரத்தோடு காட்டிய நேரம்.

ஏவிஎம்மின் முரட்டுக்காளை அத்தனையையும் வீழ்த்தியது. அடுத்தது சிவப்பு மல்லி, போக்கிரி ராஜா, 1982-ல் சகலகலா வல்லவன். தமிழ்த் திரை உலகம் மீண்டும் பழைய சோறு தின்னத் தொடங்கி விட்டது.

1972 வரையில் மெய்யப்பனின் ஏவிஎம் நிறுவனம் வருடம் தவறாமல் தேசிய விருதுகளைக் குறி வைத்தது. மாற்று மொழிகளில் வெளியான தரமான குடும்பச் சித்திரங்களை தமிழில் கொண்டுவந்தது. ஏவிஎம்மின் வாரிசுகள் ரூட்டை மாற்றினர். மசாலா.

'கிளாஸிக் மூவியா? 1975க்குப் பிறகு அதெல்லாம் சாத்தியமில்லாத விஷயங்களாகி விட்டன. போட்டி அதிகரித்து பொழுதுபோக்கை டீவி, வீடியோ என்று வீட்டுக்கே கொண்டுவந்து கடைவிரிக்கும் சாதனங்கள் பெருகிவிட்டன. வியாபார ரீதியில் ஒரு நிச்சயமற்ற தன்மை நிலவுகிற சூழலில் ஸர்வைவலுக்கு முதலில் வழி தேடிக் கொண்டு இருக்கிறோம். சமூக நோக்கம்

இரண்டாம் பட்சம்தான். உண்மை நிலை இதுதான்.' - ஒரு நேர் காணலில் ஏவிஎம். சரவணன் கூறியவை.

1963-ல் வெளியாகி ஹிட் ஆன டி.ஆர். ராமண்ணாவின் பெரிய இடத்துப் பெண்தான், குமரன் சகோதரர்கள் தயாரிக்க, கமல் நடிக்க 'சகலகலா வல்லவன்' ஆனது.

முதலில் கமல் நிறையவே தயங்கினார். பல படைப்பாளிகள் கமல் அந்தப் படத்தில் நடிப்பதை விரும்பவில்லை. நண்பர்கள் என்கிற உரிமையோடும் வெளிப்படையாக கருத்து சொன்னார்கள். கமல் வேறு கோணத்தில் சிந்தித்தார்.

'சகலகலா வல்லவன்' என்று எவ்வளவு ஆசையாக டைட்டில் வைத் திருக்கிறார்கள். எம்.ஜி.ஆர். ஆட்சியில் அப்படி கமலுக்குப் பெயர் வைக்கவே நிறையவே துணிவு வேண்டும்.

மீண்டும் கோகிலா சென்னையில் எமரால்ட் தியேட்டரில் மட்டும் வெள்ளிவிழா கொண்டாடியிருந்தது. தினசரி நாலு காட்சிகளாக நானூறு பேர்களுக்கும் குறைவாக படம் பார்க்கும் சிறிய தியேட்டர் அது. எம்.ஜி.ஆர் பாஷையில் சொன்னால் வறுமைக் கோட்டுக்குக் கீழே வாழும் ஏழை மக்கள் அதுவரையில் கமல் படம் பார்த்ததேயில்லை. கமல் படங்கள் குக்கிராமங்களில் திரையிடப்பட்டது கிடையாது.

சகலகலா வல்லவனில் அதற்கான சாத்தியங்கள் இருந்தன. பழகிய இடம். வெற்றியைத் தவிர வேறு எதையும் நாடாத ஏவிஎம் சகோ தரர்கள். டைரக்டர் எஸ்.பி. முத்துராமன் ஒரு ஆல் ரவுண்டர். ஒட்டு மொத்த தமிழக மக்களும் பார்க்கிற முதல் கமல் படமாக சகலகலா வல்லவன் உருவானது. கமலுக்கு வேண்டியது கிடைத்து விட்டது.

12,750 அடிகளில் ஐந்து பைட் சீன்கள். ஆறு பாடல் காட்சிகள். நேத்து ராத்திரியம்மா, நிலா காயுதே - ஆபாசம் என்று தெரிந்தே கல்லாவுக் காகப் படமாக்கப்பட்டன. கமல் உற்சாகத்தோடு சண்டை போட்டார். 'இளமை இதோ இதோ' நடனமாடினார். சிலுக்கோடு ஒத்திகைகளில் மெனக்கெட்டார். 'வாத்தியார்' போலவே கம்பு சுழற்றினார். கண்ணாடி உடைத்தார். ரத்தம் சிந்தியபடி அவரே ஆஸ்பத்திரிக்கு ஓடி சிகிச்சை எடுத்துக் கொண்டார். எஸ்.பி.எம். யூனிட் பதறியபடி பின்னால் விரைந்தது. கமலின் 'முகமே' கொஞ்சம் தவறி இருந்தால் பாழாகி இருக்கும். எம்.ஜி.ஆர். அக்கறையாக நலம் விசாரித்தார்.

'ஏன் ரிஸ்க் எடுக்கறே? பேசாம டூப் போட்டு நடிக்க வேண்டியதுதானே. நீ படுத்துட்டா எத்தனை ப்ரொடியூசருக்கு கஷ்டம். நடிகனுக்கு மூஞ்சி முக்கியம். இனிமேலாவது கவனமா செய்.'

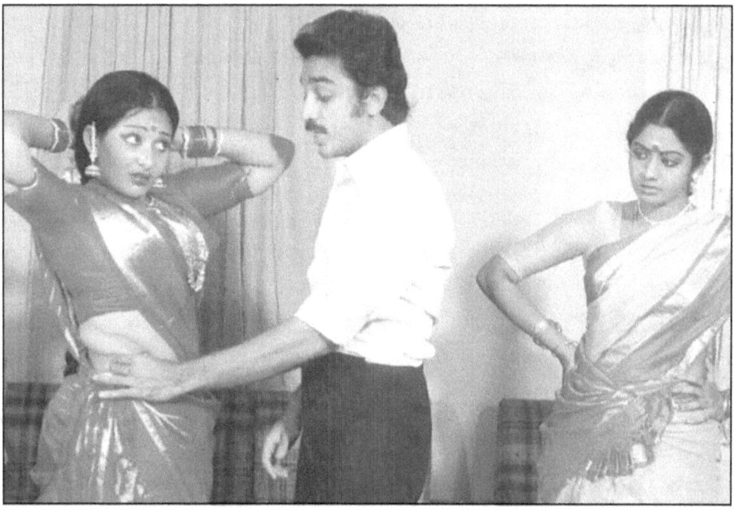

மீண்டும் கோகிலா

'பழைய சினிமா இல்ல இப்போ. ஜனங்க உஷாராவே பைட் ஸீன் பார்க்கிறாங்க. டைரக்டர் பேர் சொல்லி அவரு படம்தானேன்னு கேட்டுட்டு டிக்கெட் எடுக்கறாங்க இனி டூப்பெல்லாம் எடுபடும்னு தோணலை.'

கமலின் பதிலில் சர்ச்சையைக் கிளப்பினர் சிலர். எம்.ஜி.ஆருக்கும் அவருக்கும் சிண்டு முடியப் பார்த்தார்கள். எதுவும் நடக்கவில்லை.

ஆகஸ்டு *14, 1982*, அலங்கார் தியேட்டர் வாசல். சகலகலா வல்லவன் கேமரா மேன் பாபு உள்ளே நுழைந்தார். அவரைப் பார்த்ததும் கமல் கூட்டத்தில் முண்டியடித்துச் சொன்னார். 'பாபு சார். ஆல் கிளாஸ் ஆர்ட்டிஸ்ட் ஆயிட்டேன்.'

பதினோரு தியேட்டர்களில் இருபத்தைந்து வாரங்களைக் கடந்த முதல் கமல் படம் சகல கலா வல்லவன்.

•

*1981*-ல் கமலுக்கு சுக்ர திசை. அதே ஆண்டில் தீபாவளிக்கு வருவதாக இருந்தது டிக் டிக் டிக். மிக நீளமான படம் என்பதால் பாரதிராஜா ரிலீஸைத் தள்ளி வைத்தார். ரிஷூட் செய்தும், தேவையற்ற ஸீன்களைத் தூக்கிப் போட்டும் டிக் டிக் டிக் பத்து வாரங்களைத் தாண்டவில்லை. கமலின் பிறந்த நாள் பரிசு என்று ரசிகர்கள் பெருமை பேசினார்கள்.

டிக் டிக் டிக், சரிகா சிறுவேடத்தில் வந்துபோன ஒரே தமிழ் சினிமா. ஆரம்பத்தில் இந்தி சினிமாவில் 'சூரஜ்' என்ற பெயரில் குழந்தை நட்சத்

திரமாக ஏராளமான படங்களில் தோன்றினார் சரிகா. கமலை அவர் சந்திப்பதற்கு முன்பாகவே காதல் கிசுகிசுக்களால் பிரபலமானவர். கமலை, சரிகா முதல்பார்வை பார்த்த போது அவருக்கு ஓட்டுப் போடுகிற வயது. கமல் ஏக் தூஜே கே லியேவுக்குப் பிறகு மும்பையில் அடிக்கடி தங்கினார். சரிகாவுடனான தொடர்புகள் அதிகரித்தன.

'டிக் டிக் டிக்கின் போது ஆரம்பமானது ஹிந்தி ராஜ்திலக். இதில் நடித்தபோதுதான் சரிகாவைச் சந்தித்தேன். பேசினேன். பழகினேன். இதில் காதல் வரவில்லை. அடுத்து கரிஷ்மா என்ற டிக் டிக் டிக் கின் ஹிந்திப் பதிப்பில் நடித்தபோது காலில் அடிபட்டது. மருத்துவமனை தொலைவில் இருந்தது. அதனால் அதுவரை துணையாக சரிகா வந்தது நினைவிலிருக்கின்றது.'

கமலுக்கு ஹிந்தியில் முதல் படம் வெளியாவதற்கு முன்பே சில வாய்ப்புகள் வந்தன. நடிகை ரீனாராய், ராஜபார்வை ஷூட்டிங்கில் கமலைச் சந்தித்துத் தன் தயாரிப்பில் நடிக்க வற்புறுத்தினார். ராஜ்குமார் கோகிலியும் கமலுக்காகக் காத்திருந்தார். கமல் அந்த இரு கம்பெனி களிலும் நடிக்க ஒப்பந்தமானார், ஒரே ஒரு நிபந்தனையோடு. 'ஏக் தூஜே கேலியே ரிலீஸுக்குப் பிறகே உங்கள் படங்களில் நடிப்பேன்.'

கமலின் இரண்டாவது இந்திப் படம் ரீனாராயின் 'சனம் தேரி கஸம்.' ஆர்.டி.பர்மனின் இசைக்காகவே ஓடியது. சென்னையிலும் ஸ்டார் தியேட்டரில் நூறு நாள்கள் வெற்றி விழா கொண்டாடியது. கமல் நடித்த தமிழ் படங்கள் ஹிந்தி ரீமேக்குகளாகின. சட்டம் என் கையில், மூன்றாம் பிறை, வறுமையின் நிறம் சிவப்பு, அபூர்வ ராகங்கள் - ஹிந்தி பேசின. அவற்றில் யே தோ கமால் ஹோ கயா (சட்டம் என் கையில்) மட்டுமே வசூலில் ஜெயித்தது. மசாலா மன்னர் டி.ராமாராவ் அதை டைரக்ட் செய்திருந்தார்.

அபூர்வ ராகங்கள் ஏக் நய் பெஹலி என்ற பெயரில் தயாரானது. ஹேமமாலினி 'ஸ்ரீவித்யா' வேடம் ஏற்றிருந்தார். அந்தப் படத்தின் பட்ஜெட் அதிகமாகிவிட்டது. வாங்கினால் லாபம் கிடைக்காதென்று நீண்ட காலம் பெட்டியில் விநியோகஸ்தர்கள் முடக்கி வைத்தார்கள்.

தமிழைவிடச் சிறப்பாக உருவாக்கப்பட்டும் வறுமையின் நிறம் சிவப்பு ரீமேக், 'ஜிராசி ஜிந்தகி' படுதோல்வி அடைந்தது. கமலின் ஹிந்தி மார்க்கெட் தூள் தூளானது. அதைப் பற்றிய செய்திகள் கோலிவுட்டிலும் பரவியது. கமலுக்காக ஸ்ரீவித்யா வக்காலத்து வாங்கினார்.

ஏவிஎம்மில் 'நாம் இருவர்' ஷூட்டிங்கில் இருந்தார் ஸ்ரீவித்யா. ஸ்டார் அன்ட் ஸ்டைலை உடன் நடிப்பவர்களுக்கு எடுத்துக் காட்டி வெடித்தார்.

டிக் டிக் டிக்

‘என்ன அநியாயம் பாருங்க வி.கே.ஆர். சார்… கமலின் ஹிந்திப்பட வாழ்வு முடிஞ்சிட்டதா எழுதியிருக்காங்க. இந்த மாதிரி பாதகமான விமரிசனங்களையெல்லாம் கமல் கடந்து வந்துட்டார். ஒரு கலைஞ னோட வாழ்க்கையைப் பத்திரிகைகளால முடிச்சி வைக்க முடியாது.’

கே. பாலசந்தர் கமலின் தோல்விக்குக் காரணம் கற்பித்தார். ‘கமல் என்கிற ஒப்பற்ற கலைஞனை நான் தமிழ், தெலுங்கு படங்களில் பயன் படுத்திக் கொண்ட முறை முற்றிலும் மாறுதலானது. கமலை எந்த ஒரு குணச்சித்திரத்திலும் பார்ப்பதற்கு நமது ரசிகர்கள் தயார் செய்யப் பட்டிருந்தார்கள்.

ஆனால் ஏக் தூஜே கே லியேவின் சரித்திரம் படைத்த வெற்றிக்குப் பிறகு டான்சிங் ஹீரோ என்கிற பக்கத்தையே காட்டுகிற வகையில் அடுத் தடுத்து கமலை வைத்துப் படமெடுத்துவிட்ட காரணத்தினாலே அங்கே கமலுக்கு ஒரு இமேஜ் உருவாகிவிட்டது.

ஜிராசி ஜிந்தகியில் வரும் யதார்த்தமான குணச்சித்திரம் அவர்களுடைய எதிர்பார்ப்பிலிருந்து மாறுபட்டதாக அமைந்துவிடவே முழுவெற்றி பெறவில்லை. இல்லாவிட்டால் அதன் தமிழ், தெலுங்கு இரு படங்கள் மட்டும் எப்படி வெற்றி பெற்றிருக்க முடியும்?'

மூன்றாம் பிறை 'சத்மா' ஆனது. கமல் ரீமேக் படங் களில் நடித்து களைத்துப் போனார்.

'சத்மா படத்தைப் பார்த்தவர்கள் திடுக்கிட்டார்கள். சின்னப் பையன். இவன் திலீப் குமார் ராஜ்கபூர் மாதிரி தன்னை நினைத்துக் கொண்டு சீரியஸான படங்களைத் தருகிறானே என்று கோபப்பட்டனர்.'

தமிழில் கமலின் நேரடிப் போட்டியாளரான ரஜினி ஹிந்தியிலும் அறி முகமானார். விஜயகாந்துக்கு தமிழில் வாழ்வு கொடுத்த 'சட்டம் ஒரு இருட்டறை' ஹிந்தியில் ரஜினி நடிக்க அந்தா கானூன் ஆனது. பாலிவுட்டில் ரஜினிக்கு இயல்பாக ஒரு சங்கடம் ஏற்பட்டது. இங்கு சத்ருகன் சின்ஹாவை காபி அடித்தே அவர் ஸ்டைல் மன்னன் ஆனார் என்பார்கள். ஹிந்தியில் ஒரிஜினாலிடி காட்டாவிட்டால் சட்டை செய்ய மாட்டார்களே. ஆனால் ரஜினி கமலைக் காட்டிலும் பாலிவுட்டில் தாக்குப் பிடித்தார். அவருக்கு அங்கே ஆக்ஷன் ஹீரோ என்கிற புகழ், அங்கீகாரம் கிடைத்தது.

கங்குவா (தமிழில் மலையூர் மம்பட்டியான்), விஜயகாந்த் நடித்த 'வீட்டுக்கு ஒரு கண்ணகி'யின் ஹிந்தி ரீமேக் குகளில் சரிகாவும் ரஜினியும் சேர்ந்து நடித்தார்கள். ஸ்ரீதேவி ஹிம்மத்வாலா மூலம் கனவுக் கன்னி ஆனார்.

ஆனால் பாலிவுட்டில் கமல் சிங்கிள் ஹீரோ அந்தஸ்தை சீக்கிரமாகவே இழந்துவிட்டார். சஞ்சீவ் குமாருடன் யாத்கார், ரிஷி கபூருடன் சாகர், அமிதாப், ரஜினி கவுரவ வேடங்களில் தோன்ற 'கிரஃப்தார்' வெளியானது.

'கிரஃப்தார் ஷூட்டிங் முடிந்தபோது இனி ஹிந்தி வேண்டாம் என்று முடிவெடுக்க வைத்த படம். அந்த வகையில் கடைசியாக இருபத் தைந்து வாரம் கொடுத்துவிட்டு வந்தேன்.'

## 25. சார், லட்டு!

கமலுக்கும் சில சென்டிமென்டுகள் உண்டு. ஆரம்பத்தில் வாணியை அவர் சந்தித்த அதே ஏவிஎம்முக்குள் சரிகாவையும் முதன் முதலாக அழைத்து வந்தார். தூங்காதே தம்பி தூங்காதே ஷூட்டிங். பெரிய இடத்துப் பெண்ணுக்குப் பிறகு ஏவிஎம் அடுத்து குடியிருந்த கோயிலை நவீனப்படுத்தியது. கமல் ஹிந்திக்குப் போயிருந்த இடைவெளியில் பிரபு, கார்த்திக், மோகன் மூவரும் தமிழ் சினிமாவைக் கைப்பற்றிக் கொண்டார்கள். தூங்காதே தம்பி தூங்காதே, சூரக் கோட்டை சிங்கக்குட்டி இரண்டும் ஒரே சமயத்தில் தயாரிப்பில் இருந்தன.

சரிகாவைக் கண்டதும் எஸ்.பி.எம். யூனிட்டில் ஆச்சர்யம் காட்டினார்கள். திடீரென்று ஓர் இளம்நடிகையுடன் கமல் செட்டுக்கு வந்திருக்கிறாரே, நமக்கெல்லாம் அவரை அறிமுகப்படுத்துவாரா என்று ஆர்வம் தலை தூக்கியது. எட்டாவது ஃப்ளோர் எதிர்பார்ப்பில் இருக்க கமல் கிண்டல் அடித்தார். 'உங்க யாருக்கும் அவங்கள அறிமுகப்படுத்தமாட்டேன். அவங்க எனக்கு மட்டும் ஃப்ரண்டு.'

கமல் அப்போது வாணியோடு தனிக்குடித்தனம் செய்துவந்தார். ஜாயின்ட் ஃபேமிலியில் அவருக்குக் கிடைக்காத வசதிகளில் முக்கியமானது அசைவ உணவு. ஆழ்வார்பேட்டையில் ஸ்ரீராம் நகரில் வாடகை வீட்டில் வசித்தார்கள். எல்டாம்ஸ் ரோடு இல்லத்தில் இருந்தபோது வெளியேபோய் நான்-வெஜ் சாப்பிட்டு வருவார்கள்.

கமலுக்காக வாணி மாமிசம் சமைக்கக் கற்றுக் கொண்டார். செட்டிநாடு சமையல்காரர் ஒருவரையும் கமல் நியமித்தார். டிக் டிக் டிக் ஷூட்டிங் சமயத்தில் ஸ்ரீராம் நகர் வீட்டில் வாணி பரிமாற, சரிகாவுக்கு கமல்

விருந்து கொடுத்திருக்கிறார். கமலுக்கு தினசரி கவுச்சி பதார்த்தங்களைச் செய்வது வாணியின் அன்றாட அலுவலாகியது. உலகில் எந்த உணவு எங்கே ருசியாகக் கிடைக்கும் என்பதில் கமல் சூரர். அவருக்கு அதிலும் தேடல் உண்டு.

ஓட்டல் சாம்கோவில் கைமா - பரோட்டா, இடியாப்பம், ஆப்பம் - பாயா. வேலு மிலிடரி ஹோட்டல் பிரியாணி. அஞ்சப்பர் நண்டு பின்பு எல்லைகளைக் கடந்து எங்கோ சென்றது. மதிய உணவுக்குப் பிறகு எள் உருண்டை, பாதாம் முந்திரி வேர்க்கடலை பர்பி போன்ற ஸ்நாக்ஸ் வகைகளையும் கமல் விரும்பிச் சாப்பிடுவார்.

கமல் ஸ்டூடியோவில் சாப்பிடுவாரா, மதிய உணவுக்கு வீட்டுக்கு வருவாரா என்பதெல்லாம் அவர் மூடைப் பொருத்தது. பிரபு பக்கத்து செட்டில் நடித்தால் இருவரும் சேர்ந்து சாப்பிட்டு விடுவார்கள். அன்னை இல்லத்திலிருந்து கமலுக்கும் சேர்த்து வகை வகையான உணவுகள் டிபன் கேரியரில் வந்து இறங்கும். கமல் வாணிக்கு உடனடியாக செய்தி சொல்லுவார்.

'பிரபு வீட்டிலிருந்து இன்னிக்கு இறால் வடை, சுறா புட்டு, வான்கோழி பிரியாணிஎல்லாம் வருதாம். நீ அதைத் தவிர வேறு எதையாவது செஞ்சு சீக்கிரமா அனுப்பு.'

போனை வைக்கிறபோது வாணிக்குப் படபடப்பாக வரும். சிநேகிதிகளுக்கு தொலைபேசி எண்களைச் சுழற்றுவார். புதுப்புது ரெசிபிகளைக் கேட்டு வாங்கி நோட்டு புத்தகத்தில் குறித்துக் கொள்வார். மார்க்கெட்டில் வாங்கி வந்த நண்டுகள், கட்லெட் ஆகும். கணவருக்காக நடனத்தைக் கைவிட வேண்டியதாகிப் போனதைப் பற்றிக்கூட கவலைப்பட நேரமில்லை. வாணியின் விரல்கள் துண்டுச் சீட்டில் குறிப்பு எழுதி அனுப்பும். 'புதுசாக ஒரு அயிட்டம் முயற்சி பண்ணி இருக்கிறேன். இது நல்லா இல்லைன்னா ப்ளீஸ் தயவு செஞ்சு கஷ்டப்பட்டு தொண்டைக்குள் அடைக்காதீங்க. உங்களுக்குப் புடிக்கலன்னாலும் அவசியம் சொல்லிடுங்க.' ஆனால் கமல் சமர்த்து. வாணிக்கு உடனே பதில் சொல்லிவிடுவார். 'ரொம்ப நல்லா இருந்தது. I enjoyed it.'

திரைப்பட பரிசளிப்பு விழாக்களில் கமலும் வாணியும் ஜோடியாகக் கலந்து கொள்வார்கள். வாசனைத் திரவியங்களின் நறுமணங்களுக்கு நடுவே பிரபுவும் நன்றி கூறுவார். 'அன்னிக்கு நண்டு கட்லெட் அனுப்பி இருந்தீங்களே, எக்ஸலன்ட். அண்ணனுக்கு வைக்காமே நானே சாப்புட்டுட்டேன்.'

•

‘கமல் சார், உங்களை மாதிரியே ஒரு குட்டி கமல் எப்போ பொறப்பான்? உங்களுக்கு ஆசை இருக்கோ, இல்லியோ எங்களுக்குப் பார்க்கணும் போல தோணுது.’ - ஏதாவது ஒரு வெற்றிவிழாவில் தாய்க்குலத்தினர் உரிமையோடு கேட்பார்கள்.

ரஜினிக்கு அடுத்தடுத்து இரு பெண்கள் பிறந்தபோது அவரது ரசிகர்களால், கமல் மன்றத் தோழர்கள் சீண்டப்பட்டார்கள். கமலின் ஆண்மையையே சந்தேகிக்கும் தரக் குறைவான மொழி பயன்படுத்தப்பட்டது.

தனிக்குடித்தனம், கமல் - வாணிக்கிடையே அதிக உரசல்களைக் கொடுத்தது.

‘தாலியை நான் அடிக்கடி கழற்றி வைத்ததாகவும் அவர்தான் ஒவ்வொரு தடவையும் எடுத்துக் கொடுத்ததாகவும் சொன்னாராம்.’- வாணி.

அவர்களுக்கு இடையே சமையல், உணவு பரிமாறுதல் குறித்து மிகக் கடுமையான விவாதங்கள். சரிகாவுடனான நெருக்கம் வாணியுடனான இடைவெளியை மேலும் விஸ்தீரணப்படுத்தியது.

வாணி - சரிகா இருவருடனும் சேர்ந்து வாழவே கமல் ஆர்வம் காட்டினார். பல நிலைகளில் ஜெமினி கணேசனின் வாரிசாகவே கமலின் குடும்ப வாழ்வும் பொருந்தியது. ஜெமினியின் மனைவி பாப்ஜி போலவே வாணியும் கணவரைக் கண்டும் காணாமல் பொறுமையுள்ள குணவதியாக இல்லறம் நடத்துவார் என்று கனவு கண்டார். அதை அப்பட்டமாகக் கேட்கவும் செய்தார்.

‘1984-ல் ஒருநாள் மனைவி என்கிற அந்தஸ்துதான் உனக்குக் கிடைத்திருக்கிறதே. நான் அதை உனக்குக் கொடுத்திருக்கிறேனே வேறு என்ன வேண்டும் என்கிறாய்?’

‘எனக்கு வேண்டியது உங்கள் உள்ளத்தில் பங்கு. அந்த அன்பு, பிரியம் அதுதான் வேண்டும்.’

‘Do you want to own me? நான் உனக்கே சொந்தமாக இருக்க வேண்டும் என்கிறாயா? No it is not possible.’

வாணிக்குள் பெண்மை பூதமாகக் கிளம்பியது. ‘நான் என்ன எலக்ட்ரிக் கருவியா? நீங்கள் ஆன் செய்தால் ஆன் ஆகி, ஆஃப் செய்தால் ஆஃப் ஆகி விடுவதற்கு.’

•

கவிதாலயாவில் முதலில் கமல் நடித்தது அவரது 125வது படமான எனக்குள் ஒருவன். ஹிந்தியில் வெளியான கர்ஸ் (curz) படத்தின் ரீமேக். அதிலும் அவருக்கு இரட்டை வேடம். அதில் ஒன்று நேபாளி வேடம்.

கமல் அந்த மேக்-அப்புக்காக அத்தனை வலிகளைப் பொறுத்துக் கொண்டார். ஹிந்தி தழுவல் வேண்டாம் என்று கமல் எடுத்துச் சொல்லியும் யாரும் கேட்கவில்லை.

1984-ல் கமல் நடித்து வெளியான ஒரே தமிழ்ப்படம் அது. கமலின் இரு புருவங்களையும் இணைத்து ஒட்டினார் மேக்-அப்மேன். அது அதிக நேரம் தாங்காது. மீண்டும் இழுத்துச் சேர்க்க வேண்டும். அப்படிச் செய்யும்போது கண்களில் காட்சிகள் இரண்டிரண்டாகத் தோன்றும். கமல் நேபாளியாக நடித்த சீன்கள் டார்ஜிலிங்கில் படமாக்கப்பட்டன. பதினைந்து தினங்களில் ஒரே ஒருநாள் தவிர மற்ற நேரத்தில் பனிமூட்ட மாகவே இருந்தது. கமல் பயப்படாமல் அதிலேயே பயங்கர சண்டைக் காட்சிகளில் நடித்தார். ஃபைட் செய்யும்போது, 'பார்வை' தெளிவற்ற நிலையில் ரிஸ்க் அதிகம் ஆகிவிட்டது.

'நான் இந்த விளையாட்டுக்கு வரவில்லை' என்று வில்லன் சத்யராஜ் ஒதுங்கி ஓடினார். அவருக்காக டூப் போட்டார்கள். டார்ஜிலிங்கின் கராத்தே வீரர்களுக்கு கமலின் கஷ்டம் இன்னதென்று விளங்கவில்லை. தீவிர தாக்குதல் நடத்திவிட்டார்கள்.

க்ளைமாக்ஸ் விஞ்சில் நடைபெற்றது. 250 அடி உயரத்தில் இரு சிகரங் களில் வில்லனும் ஹீரோவும் மோத வேண்டும். கமலுக்கும் டூப் போட்டுக் கொள்ளலாம் என்றார் டைரக்டர் முத்தராமன். ஏற்கனவே அவ ருக்கு இரு இமைகளின் சந்திப்பால் முகமெங்கும் வலிக்குமே என்கிற பதற்றமும் கவலையும் கூடியது. கமல் அப் போதைக்கு சரி என்றார்.

ஸ்டன்ட் மாஸ்டர் சூப்பர் சுப்பராயன். குளோஸ் அப், லாங் ஷாட் என்று இரு காமெராக்கள் அசுர வேகத்தில் இயங்கின. அத்தனை மெனக்கெட வேண்டாம் என்று கமலே தனக்கான நபரை ஓரம்போகச் சொல்லி விட்டார். அவரே விஞ்சில் தொங்கியபடி சண்டை போட்டு வந்தார். எஸ்.பி. முத்துராமன் கேமரா வழியாகப் பார்த்தார். '250 அடி உயரத்துல இப்படி அனாயசமா தொங்கிட்டு வரானே. உயிரோட மதிப்பை எப்பத்தான் உணர்வானோ?'

வழக்கம்போல் 1984 தீபாவளிக்கும் ரஜினி - எஸ்.பி.எம். காம்பி னேஷனில் வெளியான நல்லவனுக்கு நல்லவன் வசூலித்தது. 'வைதேகி காத்திருந்தாள்' மூலமாக விஜயகாந்தும் வீறுகொண்டு எழுந் தார். பூர்வஜென்ம கதை தமிழில் எடுபடாது என்று மீண்டும் உணர்த் தியது எனக்குள் ஒருவன். வெறும் வலிகளோடு வலம் வந்தார் கமல்.

சகலகலா வல்லவனின் சரித்திர வெற்றிக்குப் பிறகு கமலை புக் செய்யப் போனார் பஞ்சு அருணாசலம். அவரிடம் சற்றே பயந்து பயந்து

ஒரு தொகையைச் சம்பளமாகக் கேட்டார் கமல். You deserve much more. உன்னோட தகுதிகள் நிறையவே வளர்ந்தாச்சு. பேமென்டும் கூடுதலாக வேணாமா என்று பஞ்சு அள்ளிக் கொடுத்தார்.

எஸ்.பி. முத்துராமன், கமல் மீண்டும் இணைய ஜப்பானில் கல்யாண ராமன் தொடங்கியது. சரிகா விவகாரத்தில் கமல் - வாணி இடையே சச்சரவுகள் இருந்தன. ஆனால் வழக்கம்போல் எல்லா அவுட்டோர் களுக்கும் வாணியே கமலுடன் சென்றார். காஸ்ட்யூம் டிசைனராகவும் வேலை செய்தார். ஜப்பானில் கல்யாண ராமன் அதற்கு ஃபுல் ஸ்டாப் வைத்தது.

நிஜத்தில் கமல், காதல் என்கிற பெயரில் நிறையவே தந்திரங்கள், தில்லு முல்லு பொய்களைக் கையாண்டே வாணியைக் கல்யாணம் செய்ய முடிந்தது என்கிறார்கள் மூத்த பத்திரிகையாளர்கள். 1978 மேயில் மண வாழ்க்கையில் இணைந்த வாணி - கமல் பிரிய, 1985 மே உதவியது.

'உண்மையில் அவருக்கு தாலியில், திருமணத்தில் நம்பிக்கை கிடையாது. நாம் இருவரும் மணந்துகொள்ளாமலே சேர்ந்து வாழலாமே என்றார்.

சமூகம் ஒப்புக்கொள்ளாத வாழ்க்கை வாழ எனக்கு விருப்பமில்லை. ஆகவே நான் சம்மதிக்கவில்லை. எப்படியாவது என்னை மனைவியாக அடைய வேண்டும் என்பதில் அவர் தீவிரமாக இருந்தார். வாணி இல்லாமல் நான் வாழ முடியாது. அவள் இல்லை என்றால் நான் தற்கொலை செய்து கொள்வேன் என்றுகூட என் அம்மாவிடம் கூறி இருக்கிறார்.'

ஜப்பானில் கல்யாணராமன் அவுட்டோருக்காக ஜப்பான் சென்றார்கள். அங்கிருந்து சிங்கப்பூர் வந்தனர். சிங்கப்பூரில் வாணிக்கு மிகக் கடுமை யான வயிற்று வலி. பெரிடோனிடிஸ் (Peridonidis).

வாணியை இந்தியாவுக்குத் திரும்ப அழைத்துச் செல்ல கமல் விரும் பினார். டாக்டர்கள் தடுத்தனர். உடனடியாக இங்கேயே ஆபரேஷன் செய்ய வேண்டும். இல்லாவிட்டால் உயிருக்கு ஆபத்து என்றார்கள்.

கமல் மருத்துவர்கள் வசம் வாணியை ஒப்படைத்துவிட்டு மீண்டும் ஜப்பானுக்குச் சென்றுவிட்டார்.

'அப்போதுதான் இப்படிப்பட்ட மனிதருக்காக நான் ஏங்கிக் கொண்டி ருப்பது தேவைதானா என்று எண்ண ஆரம்பித்தேன். மே பர்ஸ்ட் வீக் ஆபரேஷன் நடந்தது. மே 25-ம் தேதி இந்தியா திரும்பினேன். அவர் எனக்கு போன் பண்ணியாவது விசாரிப்பார் என்று எதிர்பார்த்தேன்.

அவர் திரும்பி வந்தாலும் மீண்டும் அன்பாக இருப்பாரா...?

யோசித்து யோசித்து கடைசியில் விவாகரத்துக் கேட்பது என்று முடிவு செய்தேன்.'

கமல் இரும்பு மனிதர். இந்த விவகாரமெல்லாம் அவரது கலைப் பயணத்துக்கு வேகத்தடையாகவில்லை. தனியாக சினிமா தயாரிக்க முடிவு செய்தார். எதுவுமே நடவாததுபோல் வாணியிடம் பேசினார். 'விக்ரம் படத்துக்கு எனக்கும் டிம்பிள் கபாடியாவுக்கும் காஸ்ட்யூம் டிசைன் பண்றியா?'

வாணி 'முடியாது' என்றார். அப்போதும் கமலை விட்டுத்தர அவருக்கு முடியவில்லை. 'நான் இப்போ இருக்குற நிலைமையில உங்களுக்காக காஸ்ட்யூம் டிஸைன் பண்ணா அது சரி வராது.'

கமல் 1985 ஆகஸ்டில் ஓர் அறிவிப்பை வெளியிட்டார். அன்றைக்கு அவர் வீட்டு பிளாட்பாரத்தில் 'சார் லட்டு.'

தெருவில் போனவர்களெல்லாம் வழக்கம்போல் கமலுக்கு ஏதாவது அரசு விருது கிடைத்திருக்கும் என்று வாங்கித் தின்றார்கள்.

'என்ன விசேஷம் ஸ்வீட் கொடுக்கறீங்க?'

'ஏம்பா நீ பேப்பர் பார்க்கல. இந்தா, இத்த மொதல்ல படி.'

'சரிகா கர்ப்பம். அவர் வயிற்றில் வளரும் குழந்தை என்னுடையது' - கமல் பேட்டி.

பம்பாய் பத்திரிகைகளில் வெளியான சரிகாவின் வாக்குமூலத்துக்கு கமல் ஆதாரபூர்வமாக இங்கு ஒப்புதல் கொடுத்திருந்தார். கோடம் பாக்கம் கமலின் அதிரடி ஸ்டேட்மென்டில் ஆடிப்போனது. கமல் ரசிகர்கள் கொண்டாட்டம் போட்டார்கள். பட்டாசு கொளுத்தினார்கள். 'தான் ஆண்மை உள்ளவர்தான் என்பதைக் கமல் எப்படி நிரூபித்துள்ளார் பார்த்தீர்களா?' என்று குமுதம் அரசு பதிலுக்குக் கேள்வி எழுதிப் போட்டார்கள்.

வாணி நொறுங்கிப் போனார். சாருஹாசன், மன்னி, சுஹாசினி எல்லோரும் வாணியையே ஆதரித்தார்கள். கமல் நடந்து கொள்வது அநியாயம், அநாகரிகம் என்று எடுத்துக் காட்டினர்.

முடிவாக கமல், நான் வேண்டுமா, வாணி வேண்டுமா சொல்லி விடுங்கள் என்றார். அப்போது சாரு தம்பியின் வார்த்தைகளை ஏற்றுக் கொள்வதாக இல்லை. ஒரு பெண்ணுக்காக கமல் தனக்குப் பெற்றோர் களாக வாழ்ந்தவர்களையே விட்டு விலகினார்.

28.1.1986-ல் ஷ்ருதி ராஜலட்சுமி பிறந்தார். அந்த பிப்ரவரியில் வாணியும் கமலும் சந்தித்தார்கள். விவாக ரத்து முடிவை கமலால் ஜீரணிக்க முடியவில்லை.

'விவாகரத்து கேட்பது மிகவும் அமெரிக்கன் ஸ்டைலாக இருக்கிறதே யோசித்துப் பார்த்தாயா என்றார். டைவர்ஸ் கேட்பது அமெரிக்கன் ஸ்டைல் என்றால் இரண்டு மனைவிகளுடன் வாழ்வது, பல காதலி களுடன் வாழ்வது மட்டும் இந்தியன் ஸ்டைலா? கணவனுக்கு மனை வியைப் பற்றி சிறிதும் கவலை இல்லை என்னும்போது அந்தத் திருமணத்துக்கு என்ன மரியாதை, என்ன அர்த்தம் என்று கேட்டேன்' - வாணி.

1986 மே 12-ம் தேதி சாருஹாசனின் மூத்த மகள் நந்தினிக்கு பெங் களூரில் திருமணம். கமலையும் அவரையும் சேர்ந்து பார்ப்பவர்கள் அண்ணன், தங்கையாகவே எண்ணுவார்கள். சில வயதுகளே அவர் களுக்குள் வித்தியாசம். கமலின் நினைவில் நந்தினி இல்லை. அந்த பால்ய கால தோழமை இல்லை. கருத்து வேறுபாடு என்கிற சுவர் விஸ் வரூபம் எடுத்தது. வாழ்த்துக் கடிதம் மட்டும் அனுப்பினார்.

சுஹாசினிக்கு அப்போது 'சிந்துபைரவி'க்காக தேசிய விருது கிடைத்தது. அதிலும் கமல் அக்கறை காட்டவில்லை. அவர் தன் புதிய குடும்பத்தில் கவனம் செலுத்தினார். சமூகம் வாணியை நோக்கி புருவம் உயர்த்தியது. குத்தும் கேள்விகள். வாணி, மன்னியின் தோள்களில் விழுந்து கதறினார்.

'நீங்க உங்க குழந்தையை அபார்ட் பண்ணாம இருந்திருந்தா கமல் இப்படிப் பண்ணியிருக்க மாட்டாரே...' - சுற்றம் கேட்டது. ஆழ்வார் பேட்டையில் அவல் மென்றார்கள். 'வாணிக்கும் தான் அழகின்னு ஒரு இது. மனசுக்குள்ள குழந்தை பெத்துண்டா அழகு போயிடும்னு நெனச் சாளோ என்னவோ?', 'மேக்-அப்ல மேற்கொண்டு ட்ரெயினிங் எடுக்க வாணி அமெரிக்கா போனதா சொல்றா. சிலர் என்ன பேசிக்கறா தெரியுமா? தனக்கு புத்திர பாக்கியம் உண்டா இல்லையான்னு தெரிஞ் சுக்கவே லாஸ் ஏஞ்சலஸ் போனாளாம். அங்கே பல டாக்டர்ட்ட கேட்டும் பலன் இல்லாம திரும்பிட்டாளாம்.'

விவாக ரத்து வழக்கு நீதிமன்றம் ஏறியது. டைவர்ஸ் கேஸ் என்றால் இத்தனை ஜீவனாம்சம் உண்டா என்று வாய் பிளந்தார்கள் பாமரர்கள். ஏறக்குறைய கமலின் வாழ்நாளின் முழு சம்பாத்தியமுமே நஷ்ட ஈடாக வாணியிடம் கொடுக்க வேண்டியதாகிவிட்டது.

கமல் 7-ம் எண்காரர். அவர் ஆரம்பத்தில் பயன்படுத்தியது ஒரு பியட் கார். அதன் நம்பர் டி.எம்.டிபிள்யூ 7. வெகுகாலம் அதை வேகமாக

ஓட்டி, விபத்துக்கும் அஞ்சாமல் நேசித்தார். விவாக ரத்து விஷயத்தில் பல லட்சங்களுடன் பியட்டும் வாணிக்குப் போய்விட்டது.

கமல் மீண்டும் பூஜ்யத்திலிருந்து தன் வாழ்க்கையைத் தொடங்கினார்.

'பலரை தன் சிநேகிதர்கள் என்று அவர் நினைக்க வைப்பதுண்டு. அவர்களால் காரியம் ஆகிவிட்டது என்றால் பிறகு அவர்கள் நண்பர்கள் அல்ல. யாரையும் கழற்றி விடுவதற்கு அவருக்கு நேரம் பிடிக்காது. அந்த லிஸ்டில் சொந்த மனைவியும் அடக்கம்!' - வாணி.

# 26. சாலக்குடி முத்தம்

'ராஜ்கமல் பிலிம்ஸ் இண்டர்நேஷனல்' கமலின் புதுப் பட கம்பெனி. இன்னொரு ராஜபார்வை எடுக்க கமல் விரும்பவில்லை.

சுஜாதாவும் கமலும் மன்மதலீலைக்குப் பிறகு சிநேகி தர்கள் ஆகியிருக்கலாம். ஏறக்குறைய பத்து ஆண்டு கால புரிதல். சுஜாதாவைத் தன் சினிமா தயாரிப்பில் பங்கேற்க கமல் கூப்பிட்டு அனுப்பினார்.

எல்டாம்ஸ் ரோடு வீட்டு மாடியில் 'விக்ரம்' உருவானது. கம்ப்யூட்டர், மிசைல் போன்ற விஞ்ஞான அதிசயங் களைப் பாமரர்களுக்கு கொண்டு செல்வதற்காக ஒரு கமர்ஷியல் படம். சும்மா பாய் போட்டு, தரையில் உட் கார்ந்தபடி விண்ணை அடைந்தார்கள். பின்வருவன சுஜா தாவின் வார்த்தைகளில் உருவான உரையாடல்.

'கமல் நீங்க ஏரோப்ளேன்லருந்து விழ முடியுமா?'

'விழுந்தா போச்சு.'

'அண்டர் வாட்டர் கடலுக்கடியில் புத்தம் புதுசா ஒரு கார் தொபால்னு விழணும்... முடியுமா?'

'ஒரு ராக்கெட். ஒரு கம்ப்யூட்டர். கமல், அனிமேஷன் முடியுமா?'

கமல் பொறுமை இழக்கத் தொடங்கினார்.

'இத பாருங்க எடுக்கறமோ, எடுக்கலையோ நீங்க பாட்டுக்கு உங்களுக்குத் தோன்றதை எல்லாம் சொல் லிக்கிட்டே வாங்க. எதெது முடியும் முடியாதுங்கறதை அப்புறம் யோசிக்கலாம். சொல்றதுக்கு செலவாகா தில்ல.'

கமலும் சுஜாதாவும் மூன்று மாத டிஸ்கஷனில் புதிய படத்தின் கதையை முடிவு செய் தார்கள். காக்கிச்

சட்டை (1985)ல் கலக்கியது. அதன் டைரக்டர் ராஜசேகரை கமல் அதிகம் நம்பினார். ஆனால் ராஜசேகருக்கு சுஜாதாவோடு அலைவரிசை ஒத்து வரவில்லை. அடிக்கடி, 'ஸார், நாம தமிழ்லதானே படம் எடுக்கறோம்' என்று கேட்டுக் கொண்டார்.

கமல் பணம் பற்றிக் கவலைப்படாமல் செலவழித்தார். வில்லன் சத்யராஜ். ஜோடிகளாக டிம்பிள் கபாடியா, லிசி, அம்பிகா. அம்ஜத் கானுக்கு இணையாக மனோரமா, துபாஷாக ஜனகராஜ் என நட்சத்திரக் குவியல். ராக்கெட் அக்னி புத்திரன் ஏ.வி.எம்.மில் எல்லோரையும் மிரளச் செய்தது.

'இவ்வளவு செலவழிக்கிறீங்களே எனக்கு லேசா ஜீரம் வர மாதிரி இருக்கு கமல்' - சுஜாதா பயந்து போயிருந்தார்.

கமல் விக்ரமில் டூயட் பாட முதலில் நதியாவைத் தேர்ந்தெடுத்தார். பூவே பூச்சுடவாவின் அமர்க்களமான வெற்றியில் நதியா வீட்டில் க்யூ நின்றதால் சரிப்பட்டு வரவில்லை. அவரது இமேஜ் 'வாணி' - 'சரிகா' விஷயத்தில் பாதிக்கப்பட்டு இருந்தது. காக்கிச்சட்டைக்குப் பிறகு தமிழில் வெளியான அத்தனை கமல் படங்களும் தோல்வி அடைந்த நேரம். கமல், அதை வேகமாகச் சரிசெய்ய நினைத்தார்.

விநியோகஸ்தர்களின் காசை அப்படியே படத்துக்காகச் செலவழித்தார் கமல். 'இத்தனை ரிச்சா பண்ணாத்தான் இந்தக் கதை எடுபடும். இல்லன்னா படுத்துடும். எனக்கு ஒரு ரூபா லாபம் போதும்.'

விக்ரம் தயாரிப்பில் இருந்தபோது நிறையவே பிரமிப்புகளை ஏற்படுத்தியது. அதை விரோதிகள் உல்டாவாக்கினார்கள். 'படம் புரியல. சும்மா ராக்கெட்டையே காட்றாங்க. கூடுவாஞ்சேரி தாண்டாது.'

கமலுக்கும் கே.பாலாஜிக்கும் 'மங்கம்மா சபதம்' படத்தில் கருத்து வேறுபாடுகள். பாலாஜி 'விடுதலை'யில், வில்லன் விஜயகுமாருக்கு விக்ரம் என்று வேண்டுமென்றே பெயர் சூட்டினார். கமலுக்குக் காயங்கள் இயல்பு. அவர் விநியோகஸ்தர்களைத் திருப்திப்படுத்த முயன்றார்.

இளையராஜா ஆபத்பாந்தவராக உதவினார். புதிதாக கமல் - ஜானகி இருவரும் விக்ரம் விக்ரம் என்று பாடினார்கள். சின்தசைசர் தாளம். டைட்டிலில் கமலின் நிழலாட்டம். புதுமையாக முயன்றார்கள். கடைசிவரையில் புரியவில்லை என்று கமலைக் கலைத்தார்கள்.

சுஜாதா, கோடம்பாக்கத்தினருக்குப் பொறுமையாக விளக்கினார். 'இது வெறும் அம்புலிமாமா கதைதான். ஒரு ராக்கெட் காணாமப் போறது. அதைப் போய் விக்ரம் மீட்டுக்கிட்டு வரான். விக்ரம்ல மசாலா

தூக்கலாவே இருக்கு. ஆனா இது தமிழ்ப் படம் பார்க்கிறதுபோல் இல்லையென்று பேச்சு வரும்.'

கமல் டைரக்டருக்கு தெலுங்கு டப்பிங் உரிமையைச் சம்பளமாகக் கொடுத்தார் என்றார்கள். தெலுங்கில் செம ஓட்டம் ஓடி கோடிகளில் சம்பாதித்தது.

தோல்வியால் ராஜ்கமல் பிலிம்ஸ் இண்டர்நேஷனல் பத்தொன்பது லட்ச ரூபாய் நஷ்டத்தில் தன் கணக்கைத் துவக்கியது.

●

கமல் சொன்ன சம்பவத்தைக் கேட்ட கே. பாலசந்தரின் முகத்தில் குற்ற உணர்வு அப்பட்டமாகத் தெரிந்தது. கமல் ஹிந்தியிலும், கே.பி. சிந்து பைரவியிலும் பிஸியாக இருந்த நேரம்.

கிரஃப்தார் ஷூட்டிங்குக்காக பெங்களூர் சிறைக்கு அமிதாப்புடன் சென்றபோது ஒரு தூக்கு தண்டனைக் கைதியின் கதை கேட்டு உடைந்து போனார் கமல்.

'மரோசரித்ரா பார்த்துட்டு காதலியோட தற்கொலை பண்ணிக்கறதா பிளான் பண்ணிருக்காங்க. சாகறதுக்கு முன்னாடி ரெண்டு பேரும் செக்ஸ்ல ஈடுபட்டிருக்காங்க. கடைசியா அவ கழுத்தை அறுத் துருக்கான். அவளும் அதேமாதிரி தன் லவ்வருக்குப் பண்ணியிருக்கா. பாவம், அந்தப் பையனோட கெட்ட நேரம். அவ செத்துட்டா. இவன் பொழைச்சுட்டான்.

பெண்ணைக் கடத்திட்டு வந்து பலாத்காரம் பன்னுனது, அப்புறம் கொலை செஞ்சதுன்னு கோர்ட்ல தீர்ப்பாகி அவனுக்கு மரண தண்டனை.'

கே. பாலசந்தர் இந்தியப் படவுலகில் மரோசரித்ராவுக்குப் பிறகு தன் கொடி பட்டொளி வீசிப் பறப்பதை ரசித்துக் கொண்டிருந்தார். ஆந்தி ராவில் 450 நாள்கள். சென்னையில் சபையரில் காலை பத்தரை மணி காட்சியாக 600 நாள்கள். பெங்களூரில் ஒரு வருடம் என்று மரோசரித்ரா வரலாறு படைத்தது. 1978-ல் கமலுக்கு கே. பாலசந்தர் அளித்த கல்யாணப் பரிசு அது. கமலின் திருமணம் முடிந்து இரண்டு வாரங்களில் வெளியானது. இந்தியில் சூப்பரோ சூப்பர். கே.பி.யின் சந்தோஷத்தில் அப்பாவி இளைஞனின் தூக்குக் கயிறு விழுந்தது.

டைரக்டர் கண்ணாடியைக் கழற்றினார். முகத்தை அழுந்தத் துடைத்துக் கொண்டார். கர்ச்சீப்பால் கண்ணாடியில் பரவிய ஈரத்தைச் சுத்தம் செய்தார்.

'கமல். கவிதாலயாவுக்கு நீ செய்யப்போற அடுத்த ப்ராஜெக்ட் அந்தக் கைதியோட பேதடிக் சப்ஜெக்ட். காதல்ல தற்கொலை கூடாதுன்னு அதுல சொல்லப் போறேன்.'

கே. பாலசந்தருக்கு மிகவும் பிடித்த அவரது படைப்பு புன்னகை. அதன் பாதிப்பிலிருந்து அவர் விடுபடவே இல்லை. தன் தவறுகளைத் திருத்திக் கொள்கிற புதிய படத்துக்கு புன்னகை மன்னன் என்று பெயரிட்டார். கமலுக்கு 'சேது' என்கிற கைதி வேடம். தவிர, 'சாப்ளின் செல்லப்பா' என்ற வித்தியாசமான காமெடி கேரக்டர். கே.பி., தற்கொலை குறித்த தன் கருத்துகளை 'சாப்ளின் செல்லப்பா மூலம் படத்தில் கூறினார்.

ஹீரோயினாக வாழ்ந்து முடிந்த ஸ்ரீவித்யா, புதிய நம்பிக்கை நட்சத்திரம் ரேவதி, தனி ஆவர்த்தனம் செய்ய இளையராஜா என புன்னகை மன்னன் உருவானது. ஏராளமான ருசிகர சம்பவங்கள் சாலக்குடியிலும் விஜயா கார்டனிலும் நடந்தன. தமிழ் சினிமாவில் முதல் சிங்களப் பெண் 'மாலினி' வேடம் ரேவதிக்கு. யாழ்ப்பாணத்தில் இன உணர்வு எரிமலைகள் வெடித்துக்கொண்டிருந்த நேரம்.

சாலக்குடி அருவி பொழிந்து தள்ளியது. பாலகுமாரன் உதவி இயக்குநர். கமலோடும் கே.பி.யோடும் ஒரே படத்தில் பணியாற்றுகிற பரவசம் அவர் முகத்தில். இரண்டு பெண்டாட்டிக்காரர். பிரபலமான எழுத்தாளர். ஆன்மிகவாதி. தனியார் கம்பெனி ஊழியர் என்பதை எல்லாம் பின்னுக்குத் தள்ளிவிட்டு கலை ஜோதியில் சங்கமித்து விட்டார். டைரக்ஷன் ஆசை யாரை விட்டது.

கமலின் நீண்ட கால நண்பர் என்கிற விசிட்டிங் கார்டு செல்லுபடியாகவில்லை. பாலகுமாரன் சினிமாவுக்குள் வருகிறேன் என்றதும் கமல் கறாராகச் சொல்லிவிட்டார். 'கமல்ஹாசன் கூப்ட்டான். சினிமாக்கு வந்தேன்னு தயவு செஞ்சு மனசுக்குள்ளகூட நினைக்க வேண்டாம். நான் அதைரியப்படுத்தல. இனி உங்க இஷ்டம்.'

கமலின் கோபத்தை நட்பாகவே அனுபவித்தார் பாலா. கே. பாலசந்தரிடம் வேலைக்குச் சேர்ந்து விட்டதை கண்கள் விரிய கமலிடம் சொன்னார். கமல் வாழ்த்தினார். 'வரட்டான்னு கேட்டப்ப கத்திட்டு இப்ப welcomeனு சொல்றானேன்னு கேக்கப் போறீங்க. வர வேண்டி தீர்மானம் பண்ண வேண்டியது நீங்க. வரட்டுமான்னு கேக்கறது அசிங்கம். முடிவு உங்களுதா இருக்கணும்னு கடுமையாப் பேசினேன்.

உங்களை வேலைக்கு எடுத்துக்கிட்டதே பெரிய விஷயம். எல்லா வேலையும் செய்யின்னு சொல்றதுக்கு முன்னாடி செய்யணும். நீங்க ரைட்டர். பெரிய நாவலிஸ்ட்டுன்னு பந்தா பண்ணிடாதீங்க.

இப்ப நிக்கறிங்களே பின் கைகட்டிக்கிட்டு. கால் அகட்டி... இது கூடத் தப்பு. இன்னும் பவ்யமா நிக்கணும். கொஞ்சம் சிலும்பலா பேசினீங்கன்னா கூப்பிட்டு மட்டம் தட்டுவாங்க.

நான் நிறைய அவமானப்பட்டிருக்கேன். அதை வாங்கி உள்ளே வெச்சுக்குங்க. எச்சத் துப்பினா தேங்க்யூன்னு சொல்லிட்டு வந்துருங்க.

கவிதாலயால மிஸ்டர் அனந்து தெரியும் இல்லையா? அவர்கிட்டே நெருங்கிப் பழகணும். ஏன்னா அனந்துவுக்குத் தெரிஞ்ச சினிமால நூத்துல ஒரு பங்குகூட உங்களுக்குத் தெரியாது. கையை அறுத்து டிங்சர் போட்ட மாதிரி எரியுதில்ல நான் பேசறது. கமல் மூர்க்கன். முரடன்னு நிறையப் பேர் நினைக்கிறாங்க. நீங்களும் நினைக்கலாம். நான் பேசறது நிஜம். நிஜம் இதமா இருக்காது பாலா.'

சாலக்குடி அருவியில் கமல் - ரேகா தற்கொலை காட்சி படமாகிக் கொண்டிருந்தது.

'ஓகே. கமல். ரிலாக்ஸ் பண்ணிக்க. இது ரொம்பவே எமோஷனல் சீன். பெங்களூர் ப்ரிசன்ல பார்த்தவனை ஞாபகப்படுத்திக்க. அந்த மூஞ்ச உம் முன்னால கொண்டு வந்துடு. அவர் சொன்னது மறக்கல இல்ல.'

கேமரா ஓடியது. ரெடி ஸ்டார்ட்.

ரேகா சினிமாவுக்கு வந்த புதுசு. கமலை மிரண்டபடியே பார்த்தார். வனாந்திரம். குளிர்ந்த காற்று. அதல பாதாளம் நோக்கி ஓடும் வெள்ளம். சகலத்தையும் மறந்த கமல், 'சேது' ஆனார். ரேகாவை இழுத்து அணைத்து இதழ்களில் தன் உதடுகளைப் பதித்தார். கண்களில் நீர்ப் பெருக்கு. ரேகாவுக்கோ எதிர்பாராத முத்தம் கிடைத்த அதிர்ச்சி. யூனிட் ஸ்தம்பித்து நின்றது. சில விநாடிகளில் சுதாரித்து கை தட்டியது.

'ஒண்ணு சொன்னா பத்து பண்றான்யா. ஒவ்வொண்ணுலயும் முந்தினது இல்லாம வெரைட்டி கொடுக்கிறான்' - கே.பி.யின் பாராட்டு. மனத்துக்குள் 'ராஸ்கல், புது பொண்ண கிஸ் பண்ணிட்டியேடா. அவ கோச்சுண்டு போனா யார்ரா பதில் சொல்றது?' என்று திட்டிக் கொண்டார்.

அடுத்த காட்சி மிகவும் சவாலானது. கமலை மரக் கிளையில் மாட்டி விட்டார்கள். டைரக்டர் தொங்கிக் கொண்டிருந்த கமலிடம் காட்சியை விளக்கினார்.

'உன் லவ்வரோட பேரைச் சொல்லக்கூடாது. நோ டயலாக். நீ கதறறே. கீழே பார்க்குற. அவ அடிபட்டு செத்துக் கிடக்கிறா. காதலியோட ரத்தம் ஆறா ஓடுது. உன் ஷர்ட் கிளையில சிக்கிடுச்சி. அய்யோ நாம பொழைச்சிட்டோமே... அவ கண் எதிரேயே போயிட்டாளேன்ற தவிப்பு. குற்ற

உணர்வு. அதிர்ச்சி. இந்த ஷாட் ஒரு மில்லியன் டாலர் ஷாட். நீ ப்ரூவ் பண்ணிக் காட்டணும் கமல்.'

'ரெடி சார்.'

'ஆக்ஷன்.'

கமல் சப்தஸ்வரங்களிலும் கதறினார். ஒவ்வொரு முறையும் பாவம் மாறி, ஆற்றாமையின் அவலத்தை, தோல்வியின் துயரத்தை, இழப்பின் வலியைப் பேரழுகையாக வெளிப்படுத்தினார்.

டைரக்டர் தன்னை மறந்த நிலையில் நின்றார். மீளவே முடியாத துன்பத்திலிருந்து விடுபட விரும்பாதவராக கண்களில் நீர் மறைக்க கடைசியாக 'கட்' என்றார்.

சாப்ளின் செல்லப்பா

யாரையெல்லாம் கமல் மதித்தாரோ, நேசித்தாரோ அவர்களைத் தன் திரை நிழலில் கொண்டு வந்து விடுவார். 'சாப்ளின்' செல்லப்பா கதாபாத்திரம், புன்னகை மன்னனுக்காக, இயக்குநரின் தலையீடு இன்றி, கமலே பாடுபட்டுச் செதுக்கியது.

கே.பாலசந்தர் வழக்கமான தனது காமெடி ட்ராக்கை ஓரம் கட்டினார். சாப்ளின் செல்லப்பாவுக்காகக் குழந்தைகளும் ரசிக்கும் வண்ணம் கே.பி.,பாட்டை எடுத்தார். 'மாமாவுக்கு கொடும்மா' பாடல் காட்சியில் கமல் நிறையவே ரிஸ்க் எடுத்து ஆடிப் பாடினார்.

'கயிறு வந்தாச்சா? கமல் அதைப் பிடிச்சிக்கிட்டு மாடியில இருந்து தலைகீழா சர்ன்னு கீழே வருவாரு. முப்பது அடி உயரம். ஜாக்ரதையா செய்யுங்க.'

டைரக்டர் பயந்தபடியே ஸ்டன்ட் ஆள்களிடம் பேசினார். கே.பி. சண்டைக் காட்சிகளை விரும்பாதவர்.

கமல் கயிற்றில் ஒத்திகை பார்க்கச் சென்றார். இரும்புக் கயிறு கமலை ஐந்து அடி தூரம் வரையில் அணைத்துக் கொண்டது. அப்புறம் காலை வாரி விட்டது. அறுந்த சங்கிலியோடு கமல் இருபத்து ஐந்து அடி உயரத்தில் இருந்து தலைகுப்புற விழுந்தார்.

ரத்தத்தைப் பார்த்ததும் டைரக்டர் மார்பைப் பிடித்துக் கொண்டார். இரண்டு மாதங்கள் சிகிச்சை. கமல் மீண்டு(ம்) ப்ரஷ்ஷாக வந்தார்.

கமல் நீச்சல் குளத்தில் காபி அருந்தினார். அவர் பருகிய காபி மறு படியும் டபராவில் இருப்பதாக புத்திசாலித்தனம் காட்டினார் டைரக்டர். எல்லாமே மாமாவுக்கு கொடும்மா கொடும்மா என்கிற பாடல் காட்சியில் நொடிப்பொழுதில் வந்து போயின.

சாப்ளின் செல்லப்பாவை இன்னும் புதிதாக ஏதும் செய்ய வைக்க வேண்டும் என்று யோசித்தார்கள். 'சார், நான் ஒரு ஸீன்ல குள்ளனா வரேனே...' டிபார்ட்மென்டல் ஸ்டோரில் சிரிக்க மறுக்கும் குழந்தையை கமல் மெனக்கெட்டு குஷிப்படுத்துவார். அதற்காகத் தன்னையே சுருக்கிக் கொண்டு தோற்றமளிப்பார்.

முழங்கால்களை மடித்துக் கட்டிக் கொண்டார். அதற்கேற்ப சின்ன பேண்ட், பூட்ஸ் அணிந்து நாற்காலியில் ஏறி சேஷ்டைகள் செய்து கொண்டிருப்பார். படத்தில் ஒரு நிமிடம் வரும் காட்சிக்காக முழுநாளும் ஷூட்டிங் நடந்தது. கமல் வலிகளை மறந்து வேடிக்கைகள் புரிந்தார்.

திருமண அறிவிப்போடு சினிமாவிலிருந்து விலகுவது நடிகைகளின் பொதுவான கலாசாரம். ரேவதியும் நடிகையாகவே நடந்து கொண்டார். புன்னகை மன்னனில் சிங்களத்துச் சின்னக் குயிலே பாடல் காட்சியே அவர் கல்யாணத்துக்கு முன்பு கலந்து கொண்ட கடைசி படப்பிடிப்பு. விஜயா கார்டனில் ஆகஸ்டு 31, 1986-ல் கே.பாலசந்தர், கமல் - பூங்கொத்து கொடுத்து வழியனுப்பி வைத்தார்கள்.

1986-ம் ஆண்டு ரஜினிக்கும் அடி சறுக்கியது. படிக்காதவனுக்குப் பின்பு மாவீரன் வரையில் எதுவுமே ஓடவில்லை. விஜயகாந்த், சத்யராஜ், பிரபு மூவரும் 1986 தீபாவளிக்கு தலா இரண்டு படங்களில் நடித்தார்கள்.

கமலின் புன்னகை மன்னனுக்கு வெற்றி விழா எடுத்தார் கே. பாலசந்தர். 'கமல் இப்போது பெரிய உயரத்துக்குப் போய் விட்டார். நான் அவரை அண்ணாந்துதான் பார்க்கிறேன்' என்றார் ஆசான், மேடையில்.

'குழந்தை வளர்ந்துவிட்டால் அப்பாவானாலும் அண்ணாந்துதான் பார்க்கணும்' - கமல் குறும்பாகப் பேசி கைத்தட்டல் வாங்கினார்.

'சாப்ளின் செல்லப்பா வேறு யாராலும்கிட்ட நெருங்க முடியாத நடிப்பு. மறக்க முடியாத படம் என்றாலும் முழுமையான படம் ஆகாது' என்று குமுதம் விமரிசனம் செய்தது.

ஒரு நிமிடமே திரையில் தோன்றிய அந்தக் குள்ளனைப் பெரிதுபடுத்த கமல் யோசிக்க ஆரம்பித்தார்.

## 27. ‘இது நான் பண்ணியிருக்க வேண்டியது’

கிண்டி பொறியியல் கல்லூரி. பிரம்மாண்ட சிவப்பு கட்டடங்களில் ‘நாயகன்’ ஷூட்டிங். அதுவரையில் அந்த வளாகத்தில் நாலாயிரம் பேர் திரண்டு படப் பிடிப்புக்காக வந்தது கிடையாது. எல்லோரும் நடிக்கக் கூடியவர்கள்.

வேலு நாயக்கருக்கு தண்டனை கொடுத்து விடுவார் களோ என்கிற பதற்றம் வளாகமெங்கும். க்ளைமாக் ஸைச் சரியாக எடுத்தாக வேண்டும் என்கிற வெறி மணிரத்னம் முகத்தில். முக்தா பிலிம்ஸ் தயாரிப்பு. அவர்களுக்குத் தாமதமாகவே தெரிந்தது அகலக் கால் வைத்து விட்டோம் என்று.

‘ப்ரொட்யூசருக்கே தெரியாம ஒரு நல்ல படம் எடுத்துட்டோம்’ - கமல்.

ஒல்லி மீசை கமல் அங்கே வயோதிக உருவத்தில். மர நிழலில் அமர்ந்திருந்தார். ஆழ்ந்த சிந்தனை. பால குமாரன் வார்த்தைகளுக்கு எப்படி பாவம் காட்டுவது. ஒட்டுமொத்த படமும் அந்த ஒரே வரியில் முடிந்து விட்டது.

‘நீங்க நல்லவரா? கெட்டவரா?’

சிவாஜிக்கேகூட கிடைக்காத லட்டு மாதிரியான ரோல். புன்னகை மன்னனுக்குப் பிறகே கமலின் தொழிலில் பூரிப்பு தொடர்ந்தது. சொந்த வாழ்விலும் சினிமா விலும் வீசிய சூறாவளியின் சுவடு நீங்கியது. ‘கடமை கண்ணியம் கட்டுப்பாடு’ ஏராளமான லட்சங்களை வசூலித்துக் கொண்டிருந்தது. நாயகனும் பெரிய வெற்றி பெற வேண்டும். நாயகன் நின்றால் மட்டுமே கமல் அடுத்த கட்டம் நகர முடியும்.

கலீல் ஜிப்ரானின் கவிதைகள் வாசிக்க வாசிக்க புதுப்புது அர்த்தங்களை உணர்த்தியது. ஜெனரேட்டர்

சத்தத்தில் படிக்க சிரமமாகப்படவில்லை. ராசி அழகப்பன் அங்கு வந்தார். இரு தினங்களில் மாதம் முடிந்துவிடும் அபாயம். மய்யம் முதல் தேதியன்று குறிப்பிட்டபடி வந்தாக வேண்டும். கமலின் கண்டிப்பான உத்தரவு. ரசிகர்களைத் தன் உயரத்துக்கு அழைத்து வரும் கமலின் எழுத்து முயற்சி தொடங்கியிருந்தது. சரிகாவே கூடத் தன் பங்குக்கு நிருபராக வி.ஐ.பி.க்களிடம் பேட்டி கண்டார். கமல் ஆரம்பித்திருந்த 'மய்யம்' அழகப்பனின் பொறுப்பில் நடந்தது.

ஆனால் மய்யம் ரசிகர்களுக்கு அந்நியமாகவே தோன்றியது. இலக்கிய கர்த்தாக்களுக்கு கமல், தன் தாயார் பெயரில் விருது வழங்கி கௌரவித்து வந்தார். வல்லிக்கண்ணன் உள்பட அநேகர் பெற்றுள்ளனர். ஓர் இலக்கிய விழாவில் ஜெயகாந்தன் கால்மேல் கால்போட்டு தன் சுபாவப்படி உட்கார்ந்திருந்தார். ஜெயகாந்தனின் சிறு கதைகளைப் படித்தறியாத பாமரர்கள், கமல் எதிரே அவர் அப்படி அமர்ந்தது கண்டு கொதித்து விட்டனர். ஊளையிட்டார்கள். கூச்சல் குழப்பம். கமலுக்கு ஜேகேயின் வணங்கா முடி இயல்பு அத்துப்படி. அவர் தன் மக்கள் சார்பில் வருந்தினார்.

மய்யத்துக்காக அந்த ஷூட்டிங் ஸ்பாட்டிலேயே கட்டுரை எழுதிக் கொடுத்தார் கமல்.

'ராத்திரி லேட் ஆனாலும் ப்ரூஃப் கொண்டுவந்து காட்டுங்க. நான் நீங்க வர்ற வரையில தூங்கமாட்டேன். ராசி, இப்ப ஞாபகமா சாப்ட்டுட்டுப் போங்க.'

பேர் சொல்லும் பிள்ளை ரிலீஸாகி இருந்தது. எஸ்.பி. முத்துராமனின் யூனிட்டுக்காக கமல் நடித்த படம். வசூல் டல்லடித்தது. படிக்காத மேதையை தெற்கத்தி பாஷை பேசி கமல் நடித்தபோதும் எடுபடவில்லை.

முன்பே 'வசந்த மாளிகை' உயர்ந்த உள்ளம் ஆனது. அதுவும் சரிவையே தந்தது. எம்.ஜி.ஆர் படங்களை ரீமேக் செய்தால் ஓஹோவென்று ஓடுகிறது. தூங்காதே தம்பி தூங்காதே - மதுரை ரசிகர்களால் முக்கால் வருடத்துக்கு ஓடியது. சிவாஜி சினிமா அவர் நடித்தால் மட்டுமே வெற்றி பெறுமா?

சரிகாவோடு ஆம்ஸ்டர்டாம் நகரில் உலா வந்தபோது விளையாட்டாக, மீசையை மழித்தார். 'ரொம்ப நல்லா இருக்கு. இந்த முகத்தை நான் பார்த்ததே இல்லையே...' என்று சரிகா சொன்னபோது அப்பீல் ஏது. அதை பத்திரமாக கேமராவில் அடைத்துக் கொண்டார் சரிகா.

நிழற்படங்களாகவே கமல் தன் புதிய வதனத்தை சிங்கிதம் ஸ்ரீனிவாச ராவிடமும் மணிரத்னத்திடமும் காட்டினார். சிங்கிதம் அதை முழுதாக

'புஷ்பக்' (பேசும் படம்) தயாரிப்புக்குப் பயன்படுத்திக் கொண்டார். நாயக்கருக்காக ஒல்லி மீசையை வைத்துக் கொண்டார்.

கேமரா மேன் ஸ்ரீராம், ஜனகராஜ் இருவரும் பார்த்துக் கொண்டிருக்க கமல் 'வேலு நாயக்கராக' அவரே மேக்-அப் செய்து கொண்டார். மக்கள் அடையாளம் காண்கிறார்களா என்று அறிய ஸ்ரீராமுடன் தேனாம்பேட்டையை வலம் வந்தார்.

கமலின் ஆழ்வார்பேட்டை பசங்க லிஸ்டில் மணியும் தவறாமல் அட்டென்டென்ஸ் கொடுப்பார். புகழ்பெற்ற வீனஸ் ஸ்டூடியோ அதிபர் ரத்னம் அய்யரின் இளைய திலகம். முழுப்பெயர் சுப்ரமணியம். சுப்பு என்றே அழைப்பார் கமல். பாரதிராஜா விடம் கதை கொடுத்து காத் திருந்தவர்களில் மணிக்கும் பங்குண்டு. தேவர் பிலிம்ஸ் மாரா, வீணை எஸ்.பாலசந்தரின் மகன் ராமன் ஆகியோர் துணையோடு பெங்களூ ருக்கு பஸ் ஏறினார் - அந்த எம்.பி.ஏ. பட்டதாரி.

கன்னடத்தில் முதல் படம் பல்லவி அனுபல்லவி. லட்சுமி கதாநாயகி. அடுத்து மலையாளத்தில் உணரு. தமிழில் பகல் நிலவு, இதயக்கோயில், மௌனராகம். தொடர் வெற்றிகள் மணிரத்னத்தை கவனிக்க வைத் திருந்தது.

பகல் நிலவில் சத்யராஜ் நடித்த 'பெரியவர்' வேடத்தை கூடுதலாக அழகுபடுத்தினார். வேலு நாயக்கர் உருவானார். கமலும் மணியும் மிகப்பெரிய வெற்றியை எதிர்பார்த்தார்கள்.

'ஏன் ஒரு படம் ஓடுகிறது? என்னென்ன விஷயங்கள் அதில் சேர்க்க வேண்டும் என்று நாங்கள் எல்லோரும் உட்கார்ந்து ஆராய்ச்சி செய்து திட்டமிட்டுத்தான் இந்தப் படத்தை எடுத்தேன்' - மணிரத்னம்.

மணியையும் கடந்து மிக போல்டாக ஒரு ஸ்டேட்மென்ட் விட்டார் கமல். நாயகன் ரிலீஸுக்கு முன்பே. 'தமிழ் சினிமாவின் யாத்திரையில் இது ஒரு மைல்கல்.'

1987 தீபாவளிக்கு முந்திய தினங்கள். திரை உலகம், நாயகன் பிரிமியர் ஷோ பார்த்தது. சிவாஜி கணேசன். ரஜினிகாந்த். மனோரமா. ஆளுமை நிறைந்தவர்களின் அணிவகுப்பு. கமல், கணேசனின் வார்த்தைகளுக் காகக் கதவோடு கதவாகக் காத்திருந்தார்.

கே. பாலசந்தரும் அனந்துவும் நிலவைக் காட்டி சோறு ஊட்டுவதுபோல் சிவாஜியைக் குறிவைத்தே கமலை மெருகேற்றினார்கள். கமல், சிவாஜி கணேசனின் தொண்டரடிப்பொடியாழ்வார் ஆக அவர்களே மூலம்.

'மற்றவர்களைவிட சிவாஜியை நன்கு அறிந்தவன், தெரிந்தவன் நானாகத்தான் இருக்க முடியும். அவர் ஓர் அற்புதமான இனிப்புப்

பண்டம். அதைத் திகட்டாத அளவுக்கு அவ்வப்போது எடுத்துத் தின்பேன்.'

பிரிமியர் ஷோ முடிந்தது.

'நாயகன் படம் பார்த்துவிட்டு வெளியே வந்தவர் என்னை அப்படியே கட்டி அணைச்சுக்கிட்டார். என் காதருகே மெல்லிய குரலில் 'ரொம்பப் பெருமையா இருக்குப்பா' என்றார். வசிஷ்டர் வாயால் பிரம்மரிஷி பட்டம் கிடைத்த சந்தோஷம்.

'இது நான் பண்ணியிருக்க வேண்டிய கேரக்டர். புரியுதா?' என்றார். நான் அவரது காலில் விழுந்து வணங்கினேன்.

'ஓ புரிஞ்சிடுச்சா!' என்றவர், ஒரு சிரிப்பு சிரித்தபடி சென்றார். அவரது வாயால் இப்படி ஒரு பாராட்டா! கண்களில் கண்ணீர் முட்டியது. பாத்ரூமுக்குள் ஓடிப்போய் அப்படி அழுதேன்.

வெளியே ஒரே கூட்டம். சிவாஜி சார் போனதும் நான் அழுததை வைத்து என்னை அவர் திட்டிவிட்டார் என்பது அவர்களின் நினைப்பு. 'சார், அவர் சொன்னதை மனசுல வைச்சுக்காதீங்க' என்று ஆறுதல் கூற, 'போங்கடா, அவர் என்ன சொன்னார் என்பது எனக்குத்தானே தெரியும்' என்ற சந்தோஷத்தில் மிதந்தேன்.'

ரஜினியும் மனோரமாவும் நாயகன் பார்த்துவிட்டு நிலைகொள்ளாமல் ஓடிவிட்டார்கள். ரஜினியால் இரவு படுக்க முடியவில்லை. கமலோடு பேசாமல் சரிப்பட்டு வராது என்று உணர்ந்தார். எதிர்முனையில் கமல்.

'என்ன ரஜினி இந்த நேரத்துல?'

'நான் வேலுநாயக்கரோட பேசணும்' - வார்த்தைகள் காணாமல்போய் நா தழுதழுத்தது ரஜினிக்கு.

மனோரமாவால் அதுகூட இயலாமல் திக் பிரமை பிடித்துவிட்டது. இரண்டு நாள்கள் கழித்து கமலே தொடர்பு கொண்டார். 'அம்மா நீங்க நினைக்கறது புரியுது. உங்க மௌனத்தையே எனக்குக் கிடைச்ச பாராட்டா எடுத்துக்கறேன்.'

எம்.ஜி.ஆரும் ப்ரீமியர் பார்த்திருந்தால் நன்றாக இருந்திருக்கும். கமலுக்கு ஏக்கம். முதல்வர் சிகிச்சைக்காக அமெரிக்கா சென்று விட்டார்.

நாயகனை குமுதம் கொண்டாடியது.

'தூக்கிச் சாப்பிட்டு விடுகிறார் கமல். தனது பழைய சாதனைகளை. என்ன விநோதமான அலறல், மயில் மாதிரி. எத்தனை முயன்றாலும்

கமலின் நடிப்பைப் பற்றி இதைவிட அதிகமாகச் சொல்லிவிட முடியாது.

கமல் you are Just Great.'

கமல், நிழல்கள் ரவி இறக்கும் ஸீனில் நடித்தபோதும் கலகலப்பாகவே காணப்பட்டார். அவர் மனத்துக்குள் எப்படியெப்படி அழ வேண்டும் என்று ஒத்திகை ஓடியிருக்கலாம். ஆனால் பத்திரிகையாளர் சலனிடம் சிரித்துப் பேசியபடி இயல்பாக இருப்பதாகவே காட்டிக் கொண்டார்.

அந்த ஷாட்டை பாசமலர் க்ளைமாக்ஸ் போல் மயான அமைதியோடு எடுத்தார் மணி. யூனிட் மொத்தமும் நிழலான சோகத்துக்கு முன்பே தயார் ஆகிவிட்டது. போர்வை நீக்கி மகன் முகம் பார்த்து புதியதாகக் கதறினார் கமல். சில நொடிகளில் சலனுடன் சகஜமாகி விட்டார்.

ஆனால் நாயகனை 'மனிதன்' வசூலில் முந்தினான். மனிதன் வெள்ளி விழா கொண்டாடியது. நாயகனுக்கும் நாள் குறித்தார்கள். கமலுக்கு அதிர்ஷ்டம் இல்லை. அன்றைய தினம் நாயகன் தயாரிப்பாளர் முக்தா வி. ராமசாமி காலமாகி விட்டார்.

1987 நவம்பர் முதல் வாரம் எம்.ஜி.ஆர். சென்னை திரும்பினார். நடிகர் ராஜேஷின் தங்கை திருமண வரவேற்பு. எம்.ஜி.ஆர். ஒரு மணி நேரம் கச்சேரி கேட்டார். கமல் மேடையேறி 'தென் பாண்டிச் சீமையிலே' பாடினார். இறங்கி வந்தவரை தன் பக்கத்தில் உட்கார வைத்துக் கொண்டார். அன்போடு பேசினார்.

டிசம்பர் 5, 1987. வள்ளுவர் கோட்டம். 'ஜல்லிக்கட்டு' பட வெற்றி விழா. சிவாஜிகணேசன், சத்யராஜ், ராதா போன்ற முக்கியஸ் தர்களுக்கு எம்.ஜி.ஆர். கேடயம் வழங்கினார். அந்த அவையில் கமலும் இருந்தார். எம்.ஜி.ஆருக்குப் பின் வரிசையாக ஷீல்டு கொடுக்க வேண்டியது அவர் பொறுப்பாகி விட்டது.

1987ன் அந்த கிறிஸ்துமஸ் தினத்தில் கமல் அமெரிக்காவில் இருந்தார். அங்கு நாயகன் திரையிடப்பட்டது. தமிழகம் நிஜ நாயகனை இழந்து அழுது கொண்டிருந்தது.

•

1972-ல் மார்லன் பிராண்டோ - அல்பாசினோ போன்ற ஹாலிவுட் சிகரங்களின் நடிப்பில் வெளியான படம் காட் ஃபாதர். அது மரியோ பூஸோவின் எழுத்தோவியம். காட் ஃபாதர் அல் பாசினோ நடித்த Scarface கலந்து உருவானது நாயகன்.

இறந்த மகன் சூர்யாவின் முகத்தில் மூடியிருக்கும் துணியை எடுத்து விட்டு வேலு நாயக்கர் அலறுவதும், கமல் அல்பாசினோவுக்கு டப்பிங்

கொடுத்த காட்சியே என்றார்கள் ஆங்கில சினிமா ரசிகர்கள். கமலுக்கும் மணிரத்னத்துக்கும் சுய சிந்தனைகள் கிடையாதா என்று கிண்டலடித் தனர்.

கமல் உண்மை பேசினார்.

'மரியோ பீஸோவை தமிழ்லே கொண்டு வரணும்ங்கற கனவு. யூ கேன் சீ லாட் ஆஃப் கப்போலா இன் தட் ஃபிலிம். ஆனா ரொம்ப இந்தியனா இருக்க அசாத்திய முயற்சியோட பண்ணினோம். நாயகனின் வெற்றி ஆழ்வார்பேட்டை பையன்கள் எல்லோருடைய கனவும் நனவான மாதிரி.'

நாயகனுக்காக கமலுக்கு மீண்டும் தேசிய விருது வழங்கியது மத்திய அரசு. நாயகன் ஆஸ்கார் பரிசுக்கும் சிபாரிசு செய்யப்பட்டது. அவர் செய்ய விரும்பியதில் ஐம்பது சதவிகிதத்தையே நாயகனில் நடித்ததாக கமல் தாமதமாக உணர்ந்தார். ஆஸ்கருக்கும் மேலான அவார்டுகளை அடைவதே தன் கனவு என்றார். கர்ல் லூயிஸ் அளவுக்கு உயரவே அபூர்வ ராகங்களிலிருந்து உழைப்பதாகப் பெருமைபட்டுக் கொண்டார்.

இறை நம்பிக்கையைத் துறந்தவர் கமல். நாயகனுக்காக சிறந்த நடிகராகத் தேர்வு செய்யப்பட்ட மகிழ்ச்சியில் அவர் அடித்த கமெண்ட். 'நான் என்னைக் கடவுள் நடிப்புக் கலைக்கு அளித்தப் பரிசாகக் கருதுகிறேன்.'

வேலு நாயக்கர்

1988-ல் கமலோடு நிறையவே தமிழ் கலைஞர்கள் தேசிய விருது பெற்றிருந்தனர். கமல் அதற்காக விழா எடுத்தார். ஆனால் விழாவுக்குத் தலைமையை அறிவிக்கவில்லை. கலைஞர், சிவாஜி கணேசன், எம்.ஜி. ஆரின் மனைவி வி.என். ஜானகி பங்கேற்ற ஒரே சினிமா நிகழ்வு அது. 1988-ல் தேசிய விருது பெற்றவர்கள் வேதம் புதிது - பாரதிராஜா, வீடு - பாலுமகேந்திரா, அர்ச்சனா. நாயகனில் சிறந்த ஒளிப்பதிவாளர் பி.சி. ஸ்ரீராம் மற்றும் ஆர்ட் டைரக்டர் தோட்டாதரணி. ஒரே ஒரு கிராமத்திலே படத்துக்கும் பரிசு கிடைத்தது. கவிஞர் வாலியின் நாடகம் அது.

தமிழ்நாட்டில் முதல்வர் சட்டசபை எதுவும் கிடையாது. கவர்னர் ஆட்சியே நடைபெற்றது. எலியட்ஸ் பீச்சில் நடந்த கமலின் கூட்டத்தில் கலைஞர் பேசியது.

'மதுரை மாவட்டத்தில் எங்கு எனது பொதுக் கூட்டம் நடந்தாலும் ஒரு மூலையில் நின்று கேட்பது பரமக்குடி டி. சீனிவாசன் அவர்களின் பழக்கம். சட்டம் என் கையில் வெற்றிக்குப் பிறகு இப்போது நானும் கமலும் இப்பாராட்டு விழாவில் இணைந்திருக்கிறோம்.'

டைம் பத்திரிகையால் உலகின் சிறந்த நூறு திரைப் படங்களில் ஒன்றாக நாயகன் தேர்ந்தெடுக்கப்பட்டது (2005). ஏறக்குறைய எண்பது ஆண்டு கால தமிழ் சினிமா வரலாற்றில் கிடைத்த அபூர்வப் பரிசு அது.

## 28. அப்பு!

கமலுக்குச் செலவிடுவதிலும் ஒரு ருசி. 1986-ல் விக்ரம். 1987-ல் கடமை கண்ணியம் கட்டுப்பாடு. 1988-ல் சத்யா. 1989-ல் அபூர்வ சகோதரர்கள்.

ராஜ்கமல் பிலிம்ஸ் இண்டர்நேஷனல் தொடர்ந்து பரபரப்பாக இருந்தது. எம்.ஜி.ஆருக்குப் பிறகு ஒழுங்காக சண்டை போடத் தெரிந்த ஒரே நடிகர் கமல். ஆனாலும் மக்கள் அவரை ஆக்ஷன் ஹீரோவாகக் கொண்டாடவில்லை. ஃபைட்டுன்னா ரஜினி, விஜயகாந்த், அர்ஜுன் என்று விரல் விட்டு எண்ணினார்கள்.

சத்யா - கமல் ஏராளமான அடிதடி காட்சிகளில் நடித்த படம். சுரேஷ் கிருஷ்ணாவை டைரக்டராக அறிமுகப் படுத்தினார். லதா மங்கேஷ்கரை வளையோசை கலகலக்க சிந்து பைரவி ராகத்தில் பாட வைத்தார். அர்ஜுன் என்ற ஹிந்தி சினிமாவின் ரீமேக். கமல், தாடி வளர்த்து, முடியை ஒட்ட வெட்டி கெட்-அப் மாறினார்.

'மிகவும் ரசித்து நடித்தேன்' என்றார். இருந்தும் ஓடவில்லை.

தோல்வியை தூக்கி எறிந்து விட்டு அப்புவுக்கு உயிர் கொடுத்தார்.

உயரக் குறைவு கமலை ஓட ஓட விரட்டியிருக்கிறது. அதன் வலிகளைச் சொல்ல அப்பு உதவினான்.

'எனக்குக் குள்ளமா இருக்கிறவங்க நிறைய பேரைத் தெரியும். நானே குள்ளம்தானே. அதனால குள்ளமா இருக்கிறவர்களுடைய மனோ நிலையைப் புரிஞ்சுக்க முடியும்.'

பொய்க்கால் குதிரை ஆடும் கலைஞனாகவோ, கழைக் கூத்தாடியாகவோ நடிக்க கமல் பயிற்சி எடுத்துக்

கொண்டார். உயரமான கட்டைகளைக் கால்களில் கட்டிக் கொண்டு ப்ராக்டிஸ் செய்து வந்தார். புன்னகை மன்னனில் 'குள்ள' கமலுக்கு கிடைத்த வரவேற்பில் அப்புவை முதலில் களம் இறக்கினார். சிறுவர், சிறுமியர்கள் அப்புவைப் பார்த்து குஷியாகச் சிரிக்கட்டும்.

ருத்ரவீணா - கே. பாலசந்தருக்கும் இளையராஜா வுக்கும் தேசிய விருது களைப் பெற்றுத் தந்த தெலுங்கு சினிமா. சீரஞ்சீவி ஹீரோ. தோல்விப் படம். ஆனாலும் கமலை வைத்து கே.பி. பிடிவாதமாக அதைத் தமிழில் எடுத்துக் கொண்டு இருந்தார். உன்னால் முடியும் தம்பி.

கே.பி.யின் ஷூட்டிங் என்பது கமலுக்கு வசதியாகப் போனது. ராசி. அழகப்பனைத் தன் ஏசி காரில் குளிரில் நடுங்க வைத்தபடி ஒன்-லைன் எழுதி முடித்தார். அபூர்வ சகோதரர்கள் முதலில் எடுத்தது சரி வரவில்லை. பதிமூன்று நாள்கள் ஆரம்பகட்ட படப்பிடிப்பும், ஆறு லட்ச ரூபாயும் விரயமானது. கமல் அடுத்தது என்ன என்று யோசித்தார்.

'ஏழை ஜனங்க வியர்வை சிந்தி சம்பாதிச்ச காசு. கமல் நல்லா படம் எடுத்துருப்பான்ற நம்பிக்கைல வருவாங்க. அவங்க திருப்தியாப் போகணும். அதுக்கு என்ன விலை வேணும்னாலும் கொடுக்கலாம். நல்ல கவிதை எழுதணும்னா எத்தனையோ பேப்பர் கிழியும். அதை யாராவது கணக்கு வெச்சிப்பாங்களா.'

கமல் பலரையும் கலந்து ஆலோசித்தார். பஞ்சு அருணாசலம் புதிதாக ஒரு ட்ரிட்மென்ட் சொன்னார். **1969-1980**களில் வெளியான ஹிந்திப் படங்களின் கதை வடிவம். கமல் அதையே ஏற்றுக் கொண்டார். பழிக் குப்பழி வாங்குகிற கதைகளை கமலைவிட காட்டமாக விமர்சித் தவர்கள் யாருமே கிடையாது. அதுவே வசூலுக்கும் கேளிக்கைக்கும் உத்தரவாதம் என்கிற நிலையில் கமல் தலையாட்டினார்.

மௌலியை **1965**லிருந்தே நாடக நடிகராக, சினிமா டைரக்டராக கமலுக்கு நல்ல பழக்கம் உண்டு. அபூர்வ சகோதரர்களுக்கு வசனம் எழுத மௌலியையே கமல் முதலில் கேட்டார்.

'என் படத்தில் ஒரு கேரக்டராவது செய்யுங்களேன்' - கமலின் வேண்டு கோளைத் தட்ட முடியவில்லை மௌலிக்கு. சர்க்கஸ் காட்சிகளைப் படமாக்க கமல் ஷூட்டிங்கை கொச்சினில் வைத்துக் கொண்டார். சர்க்கஸ் முதலாளியாக மௌலி.

ஏன்டா ஒத்துக் கொண்டோம் என்றாகி விட்டது மௌலிக்கு. கண் எதிரே கமல் அப்புவாக மாற குருதி சிந்திய கோரத்தைப் பார்த்து அதிர்ந்து போனார். ஸ்ரீவித்யா, மனோரமா, நாகேஷ், ஜனகராஜ் உள்பட ஏராளமான நட்சத்திரங்கள் கமலின் ரத்த வாடை உணர்ந்து கலங்கினர்.

ஜெமினி சர்க்கஸ் கூடாரம். புலியை அடக்கி அழைத்துச் செல்லும் அன்பான அப்புவாக கமல். அவர் நடித்த நேரம் விடியற்காலைப் பொழுதாகவே இருந்தது. புலி பசுவாக உறக்கம் கலையாமல் இருக்கும் வேளை. இரண்டு கேமராக்கள் அப்புவையும், முரட்டுப் புலியையும் குளோஸ்-அப் காட்சிகளில் பதிவு செய்தன. பத்து பயில்வான்கள் புலியின் பின்னங்கால்களைப் பிடித்துக் கொண்டு வேடிக்கை பார்த்தார்கள்.

கமலிடம் சண்டை போடாத குறை. மலையாளத் தமிழில் கொட்டித் தீர்த்தார் உரிமையாளர்.

'என்னா நெனச்சுட்டு புலிகூட க்ளோசப்ல நடிக்கிறீங்க. வல்லிய காட்டு மிருகம். கமல் பெரிய நடிகர்னு அதுக்குத் தெரியுமா? புலியோட கண்ணுல கரெக்டா நீங்க பட்டிருந்தா இந்நேரம் உங்க உயிர் போயிருக்கும். பின்னங்காலைப் பிடிச்சிக்கிட்டு மட்டும் நின்னா போதுமா? முன்னங்காலால ஓங்கி அறைஞ்சிருந்தா எங்க போய் விழுவீங்க தெரியுமா? ஜாக்கிரதை. வேணாம்.'

80களில் க்ரேசி தீவ்ஸ் இன் பாலவாக்கம், மேரேஜ் மேட் இன் சலூன் நாடகங்களைப் பார்க்காத சென்னைத் தமிழர்களை விரல்விட்டு எண்ணி விடலாம். மோகனோடு கிரேஸியும் ஒட்டிக் கொண்டது. மேடைகளில் எஸ்.வி.சேகருக்கு நட்சத்திர அந்தஸ்தை உருவாக்கிய எழுத்துக்குச் சொந்தக்காரர். அவரது மேரேஜ் மேட் இன் சலூன் 'பொய்க்கால் குதிரை'யானது. கே. பாலசந்தரின் டைரக்‌ஷனில் வாலியின் புதுக் கவிதைத் தலைப்பு.

பொய்க்கால் குதிரை ஓடவில்லை. மோகன், கொஞ்ச காலம் ஆனந்த விகடனிலும் பணியாற்றினார். சினிமா கனவுகளோடு மாலையில் நாடகங்கள் போட்டார்.

மோகன், மந்தைவெளி தேவநாதன் தெருவில் அலைந்து கொண்டிருந்தார். தோளில் இஸ்திரிக்குக் கொடுக்க துணிகள். கொடுத்துவிட்டுத் திரும்பும்போது, பக்கத்திலிருக்கும் கிறித்துவர்களின் கல்லறைத் தோட்டத்தில் ஷூட்டிங் நடப்பதை அறிந்தார். சத்யா. கமல் ஷூட்டிங்.

மோகன் கல்லறையை நோக்கி விரைந்தார். சந்தித்துப் பேச முடியுமா, முடியாதா என்று உள்ளுக்குள் தயக்கம். சினிமாவின் கருவறை கமலின் வடிவத்தில் அழைத்தது. மோகனால் நம்ப முடியவில்லை. என்னைத் தான் கூப்பிடுகிறாரா?

'அட உங்களதான் நீங்க வாங்க உள்ளே.'

'வீடு இங்கேயா?'

'சுடுகாட்ல இல்லிங்க. பக்கத்து தெரு.' மோகனின் குறும்பை கமல் புன்னகையோடு ஏற்றுக்கொண்டார்.

'சொல்லி அனுப்பறேன். ஆபீஸுக்கு வந்துடுங்க.' கிரேஸிக்கு கல்லறைத் தோட்டத்தில் சினிமா கதவு திறந்தது.

'மௌலிக்குப் பதிலா கிரேஸியை எழுத வைக்கலாம்னு இருக்கேன்.' அனந்து உற்சாகமாகிக் கைகொடுத்தார். கமலிடம் வேலை பார்ப்பதில் உள்ள கஷ்டங்கள் மோகனுக்குப் பழகத் தொடங்கின. கமலை நம்பி டி.வி.எஸ்.ஸில் செய்த இன்ஜினியர் உத்யோகத்தை ராஜினாமா செய்தாகிவிட்டது.

வெற்றிலை சீவல் கிரேஸியின் கவச குண்டலம். கமல் எதிரே வாயைக் குதப்பி அவ்வப்போது துப்பிவிட்டு வருவது சங்கடமாக இருந்தது. பல சமயங்களில் உப்பிய கன்னங்களோடு நடமாடுவார்.

கமலின் படங்களில் கதைக்காக கதாபாத்திரங்கள் கிடையாது. கதாபாத்திரங்களுக்காகவே திரைக்கதை நகரும். மோகனுக்கு கற்பூரமூளை. எம்.டெக். வாசித்தவர். தனது முதல் வசனத்திலேயே அப்புவை ஒரு தூக்கு தூக்கிவிட்டார்.

'தம்மாத்துண்டு பய நீ. என்னை மிரட்டறியா' - டெல்லி கணேஷின் மிரட்டலுக்கு அப்புவின் பதிலாக, 'திருக்குறள் கூட இரண்டு அடிதான். அதுக்காக அதைக் குறைச்சு மதிப்பிட முடியுமா?'

கமலுக்கு மகிழ்ச்சி. அபூர்வ சகோதரர்களில் ஒவ்வொரு பிரேமிலும் கமல் தீவிர அக்கறை காட்டினார். ரூபினியை மணக்கப் போவதாக எண்ணி ரிஜிஸ்ட்ரார் ஆபிஸுக்கு டாக்சியில் போகும் காட்சி. டிரைவர் மீட்டருக்கு மேலே போட்டுக் கொடுங்க என்பார்.

அப்பு சொல்வான், 'நானே மீட்டருக்கு கீழேதானய்யா.'

டேக் ஓகே என்றார் டைரக்டர் சிங்கிதம் சீனிவாச ராவ். ரூபிணிக்கு அப்போது நல்ல மார்க்கெட். ஷூட்டிங் முடிந்ததும் கிளம்பிவிட்டார். கமலுக்கு ஏதோ குறை தோன்றியது. எடுத்ததைப் போட்டுப் பார்த்தார். அவர் எண்ணியது சரி. டாக்சியை விட்டு தள்ளிச்சென்று அப்பு 'நானே மீட்டருக்கு கீழேதானய்யா' என்று பேசியது தெரிந்தது.

வெறும் காமெடி டயலாக்காக கமல் அதைப் பார்க்கவில்லை. அப்புவின் குணச்சித்திரத்தை, வலியை இயல்பாகச் சொல்கிற வரி. அதைச் சரியாகப் பதிவு செய்தாக வேண்டும்.

ரூபிணியிடம் மேலும் தேதிகளைக் கேட்டார். மறுபடியும் கவனமாக டாக்சியின் மீட்டர் பக்கத்திலேயே நின்றார். வசனம் சற்று கலகலப்பாகச் சொன்னார். இன்னொருமுறை அந்த சில நொடி காட்சியை ஒழுங்காக எடுத்த பிறகே கமலுக்குத் திருப்தி.

திரையில் அவர் மட்டுமே 'நிற்க' வேண்டும் என்று கமல் சிந்திப்பது கிடையாது. எல்லா நடிகர்களும் ஒழுங்காக வெளிப்படுவதிலேயே படம் ஜெயிக்கும் என்பது கமலின் நம்பிக்கை.

நாயகனில் பெட்ரோல் ஊற்றி 'தீக்குளித்துச் சாகும் கிழவி வேடமாவது எனக்குத் தந்திருக்கக் கூடாதா' ஏக்கத்தோடு மனோரமா கேட்டது கமலுக்கு மறக்கவில்லை. ஒரு சிறந்த படத்தில் நாம் இடம்பெற முடியாமல் போய் விட்டதே என்கிற ஆதங்கம் சினிமாவில் சகலருக்கும் இயல்பு. தண்ணீர் தண்ணீர் வெற்றி விழாவிலும் கமல் அதை வெளிப்படுத்தினார். 'தண்ணீர் தண்ணீரில் ஊர்க்காரர்களில் ஓர் ஆளாகவாவது கம்பெடுத்து க்ளைமாக்சில் ஓடி வந்திருப்பேனே நான்' என்றார் கமல் மேடையில் வருத்தமாக.

வீனஸ் ஸ்டூடியோ பரபரப்பாக இருந்தது. அபூர்வ சகோதரர்களில் மனோரமாவுக்கு கமலின் வளர்ப்புத் தாய் வேடம். (அதே சமயத்தில் உன்னால் முடியும் தம்பியில் கமலின் அண்ணியாக நடித்துக் கொண்டிருந்தார்.)

விசில் சத்தம் கேட்டவுடன் ஒன் டூ த்ரி. கமல் புலியாகிப் புன்னகைத்தார். கறுப்பும் மஞ்சளுமாக வண்ணக் கோடுகள் பளபளத்தன. சுந்தரம் மாஸ்டர் நடனக் கலைஞர்களை வேலை வாங்குவதில் மும்முரமாக இருந்தார். மனோரமா மீண்டும் ஒருமுறை கண்ணாடி தேடினார். பாடல் காட்சியில் அவர் உண்டா இல்லையா குழப்பம் நிலவியது. யாரைக் கேட்பதென்று தெரியவில்லை. மனோரமா அனுபவசாலி. நாற்பது ஆண்டுகளில் (1958-1988) அடக்கியே வாசித்து விட்டார்.

இருந்தாலும் அண்ணாத்தே பாடலில் கமலோடு ஆட மனோரமாவுக்கு ஆசை. வெளிக்காட்டவில்லை. சுந்தரம் மாஸ்டரும் கமலும் ஏதோ பேசிக் கொள்வதாகத் தெரிந்தது. மனோரமா அழைக்கப்பட்டார்.

'அம்மா, கமல் சார் ஸ்டெப் வைப்பார். நீங்க இந்தப் படிக்கட்டுல உட்கார்ந்து அதைப் பார்த்து ரசிக்கணும். இது உங்களுக்கான மூவ்மெண்ட்.'

கமல் சட்டென்று அதை மறுத்தார். 'மாஸ்டர் ஏன் எதுக்கு அப்படிச் சொல்றீங்க. அம்மா சும்மா பார்க்கிற மாதிரி எடுத்தா நல்லாயிருக்காது. எங்கூட அவங்களும் ஆடட்டும்.'

அப்பு, ராஜா

மனோரமாவிடம் திரும்பி 'அம்மா, ஆடுவீங்க இல்ல.'

'அவங்களுக்கும் எனக்கு எப்படிச் சொல்லித் தருவீங்களோ அதையே கத்துக் கொடுங்க.'

மாஸ்டர் ஒதுங்கிக் கொள்ள மனோரமா முந்தானையை இடுப்பில் சொருகினார்.

போலீஸ் ஸ்டேஷனில் கொலைக்குற்றம் சாட்டி கமலை விசாரிக்கும் காட்சி. மனோரமா பதற வேண்டும். கமல் ஒரு ரிதத்தோடு மனோரமாவின் தாய்ப்பாசத்தை காமெடியாக செய்து காட்டினார். ஆயிரம் படங்களில் பங்கேற்ற அபூர்வ நடிகையாக கின்னஸ் ரிகார்டுகளில் மனோரமா இடம் பெற்ற நேரம். அந்தத் தகவலும் கமல் மூலமே தெரியும்.

'அம்மா இப்ப நீங்க 'அய்யய்யோ அய்யோ அய்யய்யய்யோ...' இதையேத் திரும்பத் திரும்ப இந்த வாசப்படியிலேயே நின்னு சொல்லிட்டு ஓடியாரணும்.'

கமல், அபூர்வ சகோதரர்களை ஹிந்தியில் 'அப்புராஜா' என்ற பெயரில் வெளியிட்டார். அங்கு அம்மா வேடம் ஏற்றவரால் அய்யய்யோ பாணியில் உணர்ச்சியோடு வசனம் பேச முடியாமல் போனது. கமல் மனோரமாவையே அழைத்து ஹிந்திக்கும் டப்பிங் கொடுக்கச் செய்தார்.

பள்ளம் வெட்டி, கமல் அதில் இறங்கி அப்புவாக நடித்தார். முட்டிகளைக் கட்டிக்கொண்டு ரத்தம் கசிய நடமாடினார். இடுப்புக்கு மேல் குட்டி பேண்ட், பூட்ஸ் அணிந்து கொண்டார். வாய்க்கு வந்தபடி சகலரும் பேசினார்கள். கமல் இன்று வரையில் அப்பு ரகசியத்தைக் காக்கிறார்.

கருணாநிதி மேடை ஏறியபோது பலத்த கைதட்டல். 'முதல்வராக மட்டுமே வள்ளுவர் கோட்டத்துக்குள் நுழைவேன்' கலைஞரின் சபதம் வெற்றிபெற ஒரு தலைமுறையானது. அபூர்வ சகோதரர்கள் வெள்ளி விழா. 1989-ல் முதல் அமைச்சராக அவர் பங்கேற்ற முதல் சினிமா உற்சவம்.

கமல், சிவாஜி கணேசன், ஏ.நாகேஸ்வரராவ், ராஜ்குமார், மது உள்ளிட்ட தென்னக ஜாம்பவான்களைக் கௌரவித்தார். செவன்த் சேனல் நாராயணன் உதவியோடு அத்தனை விஐபிகளின் மேன்மையைப் பற்றியும் குறும்படம் தயாரிக்கப்பட்டது. ஒவ்வொருவரும் பேச எழ திரையில் அவர்களின் சாதனைகள் முரசு கொட்டியது. அதற்கு முன்பு கலை உலகம் அப்படியொரு நிகழ்வைக் கண்டதில்லை.

கமலின் நடிப்பாற்றலில் கணேசனுக்கு மிகுந்த மரியாதை வந்து விட்டது. சிவாஜி புரொடக்ஷன்ஸ் அதுவரை வெளி ஹீரோக்களை வைத்துத் தயாரிப்பில் ஈடுபட்டது கிடையாது. முதன் முறையாக கமல் நடிக்க அதீத நம்பிக்கையோடு 'வெற்றி விழா' என்றே டைட்டில் வைத்துப் படம் எடுத்துக் கொண்டிருந்தார்கள். அப்பா சிவாஜிக்கே கூட முதலீடு செய்யாத அளவு ராம்குமார் நிறையவே கமலுக்காக வாரி இறைத்தார்.

கணேசன் பேச எழுந்தார். அமர்ந்திருந்த கமல் சிவாஜிக்குப் பின்னால் போய்விட்டார். சினிமா 'அப்பா' நிற்கும்போது மகன் உட்காருதல் பண்பாடு கிடையாது.

கணேசனும் நிறையவே பாராட்டினார். முடிக்கும்போது மேடையை ஒருமுறை பார்த்தார். என்.டி. ராமாராவ் தவிர மற்ற அவரது சகாக்கள் எல்லோரும் இருந்தனர். என்.டி.ராமராவ் கடைசி வரையில் கமலைத் தன் போட்டி நடிகராகவே நினைத்தவர். மரோசரித்ராவின் வெற்றிக்குப் பிறகு அவருக்கு கமல் மீது ஒரு பயம் வந்து விட்டது.

ராஜபார்வை விழாவில் எம்.ஜி.ஆரோடு சேர்ந்து நீங்களும் கமலை கவுரவியுங்கள் என்று இதயம் பேசுகிறது மணியன் மன்றாடினார். நான்

ஏன் அவரைப் புகழ்ந்து பேச வேண்டும். உங்கள் எம்.ஜி.ஆர்., சி.எம். ஆகிவிட்டார். நான் இன்னும் ஆந்திராவில் பிரபலமாகவே மேக்-அப் போடுகிறேன் என்றார். ராமாராவின் பேச்சில் தெரிந்த நியாயத்துக்காக மணியன் அவரை மேலும் வற்புறுத்தவில்லை.

கணேசனுக்கு எந்தத் தடையும் கிடையாது. இதயம் திறந்து சொன்னார். 'நடிப்பில் எங்கள் அனைவரையும் கமல் மிஞ்சி விட்டார்.'

வலிக்க வலிக்க கை தட்டினார்கள் மக்கள். கமல், கணேசனை மறுத்துத் தலை அசைத்தார் 'இல்லை' என்பதாக. அவர் கண்களில் ஈரம்.

அப்போதும் கமல் காலரைத் தூக்கிவிட்டுக் கொள்ளவே இல்லை. அப்புவை ஏதாவது ஒரு காட்சியில் நீச்சல் அடிப்பதுபோல் காட்டி இருந்தால் படம் இன்னும் பிரமாதமாக இருந்திருக்குமே என்று குறைபட்டுக் கொண்டார்.

'அப்பு'வாகவே கமல் கலைஞரிடமிருந்து கேடயம் பரிசு பெற்றார். உலகிலேயே குள்ளனாக நடித்த ஒரே நடிகன் என்கிற மன நிறைவு அவர் முகத்தில்.

## 29. நாற்காலி

தாய்ப்பாசம் அதிகம் பாலகுமாரனுக்கும் கமலுக்கும். அம்மாவின் நிழலில் வளர்கிற மகனின் கதையாக குணாவைத் தொடங்கினார்கள். ஆன்டி சென்டிமெண்ட் தமிழ் சினிமாவில் அலர்ஜி. ஹீரோவின் தாயார்களை தெய்வமாகவே காட்டிக் கண்கள் நனையச் செய்வார்கள். எம்.ஜி.ஆர். தொடங்கி வைத்த கலாசாரம்.

குணாவில் கமல் வித்தியாசமான அன்னையைக் காட்டினார். விபசார விடுதி நடத்தும் தாய். அவ் வேடத்தில் எஸ்.வரலட்சுமி. தென்னக சினிமாவின் மிக மூத்த நடிகை. அற்புதமாகப் பாடவும் செய்வார். குணாவில் பாடியும் இருந்தார். அவர் இடம் பெற்ற கடைசிப் படமாக குணா அமைந்தது.

'இது எங்க அப்பா கொடுத்த மூஞ்சி. எனக்கு வேணாம். அசிங்கம்' கமல் சுற்றிச் சுற்றி ஓர் அறைக்குள்ளேயே நடந்து குணாவின் கேரக்டரை வெளிப்படுத்தும் காட்சி மொத்தம் இருநூறு அடி. ஒரே டேக்கில் படமாக்கப் பட்டது. அதுவரையோ அதற்குப் பிறகோ விலை மாதர் வீட்டில் வளர்வதாக எந்த நாயகனும் கற்பனைகூட செய்ததில்லை. கமலின் துணிச்சலான முயற்சி. முகத்தை வேறு கறுப்பாக ஆக்கிக் கொண்டார்.

'ஏன் கமல். நீயே உனக்கு கரி பூசிக்கறே' - ஆர். எம். வீரப்பன்கூட வருந்தினார்.

தோற்றப் பொலிவைக் குறைக்கும் மேக்-அப்புக்காக கொடைக்கானல் குளிரில் மூன்று மணிக்கெல்லாம் தயாராகி விடுவார். விடிகிற வேளையில் யூனிட்டைப் பதறச் செய்ய வேண்டுமே.

குணா வில்லன் இல்லை. மூளை வளர்ச்சி குறைச் சலான புத்திசாலி. ஆனால் அவன் ஹீரோயினைக் கடத்த வேண்டும். கதாபாத்திரத்தில் ஏதாவது புதுமை

செய்ய யோசித்தனர். குணாவை பக்திமானாகக் காட்டலாம் என்றார் பாலகுமாரன். கமலுக்கு அதில் விருப்பமில்லை. பாலகுமாரன் பொறுமையாக விளக்கினார்.

'தமிழ்ல அபிராமி அந்தாதி நூறு பாட்டும் முக்கியம். குணா அவன் சந்திக்கிற பெண்ணை அபிராமியாவே பார்க்கறான். அவ மேலே வேறே எந்தத் தீட்டும் பட்டுடக் கூடாதுன்றதுக்காகவே அவளைக் கொண்டு குகையில அடைச்சுடறான்.'

கமலுக்கு பாலா சொன்ன 'நாட்' பிடித்துவிட்டது. குகை ஐடியாவும் புதிதாகத் தோன்றியது.

ஆரம்பத்திலிருந்தே ஆர்ட் பிலிம் எனப்படும் யதார்த்த சினிமாவிலேயே கமல் ஆர்வம் காட்டினார். 'சிவாஜி எதுக்கு அநாவசியமா இவ்வளவு மேக் அப் போட்டுக்கறார்' என்றுகூட கமல் நினைத்ததுண்டு. இளமை ஊஞ்சலாடுகிறது படத்தில் கமலின் தோற்றத்தைப் பார்த்த சிவாஜி, கோபித்துக் கொண்டார்.

'என்னடா நீ, இப்படி அசிங்கமாவா தாடி வெச்சுக்குவ. நடிச்சா மட்டும் போதாதுடா. மேக் அப்லயும் கவனம் செலுத்தணும். அவன்தான் நடிகன். போ, இனிமேலாவது ஒழுங்கான கெட்-அப்ல வா.'

கமல், வெட்கப்பட்டு தலைகுனிந்தார். சிவாஜி கணேசனின் ஆளுமை சற்றே புரிய ஆரம்பித்தது. நூற்றி முப்பத்தாறு சொச்சம் படங்களில் எம்.ஜி.ஆர். நடித்து இருந்தாலும் படகோட்டி, ஆயிரத்தில் ஒருவன், அடிமைப்பெண் உள்ளிட்ட சில சினிமாக்கள் தவிர, மற்ற படங்களின் புகைப்படங்களை வைத்து எது எந்தப் படம் என்று இனம் காண முடியாது. சிவாஜி கணேசனை நினைத்த மாத்திரத்தில் பாசமலர், தங்கப் பதக்கம், கவுரவம், வியட்நாம் வீடு, தெய்வமகன், தில்லானா மோகனாம்பாள் என்று பலவற்றில் எளிதாக இனம் கண்டு கொள்ளலாம்.

கமல் தன் பட ஆல்பத்தை எடுத்துப் பார்த்தார். சில தவிர, மற்றவற்றில் பெரிய வித்தியாசம் எதுவும் இல்லை. சிவாஜி சொன்ன வார்த்தைகளுக்கான முழு அர்த்தம் விளங்கியது. அதிலிருந்து கணேசன் வழியில் கமலும் கெட்-அப்புக்காக மெனக்கெட ஆரம்பித்தார்.

சிபி மலையில் மலையாளத்தில் பெரிய இயக்குநர். அவரது டைரக்ஷனில் நடிக்க கமலுக்கு ஆசை. குணாவை ஒப்படைத்தார். அலைவரிசை ஒத்துவரவில்லை. தன்னைச் சுதந்திரமாக இயங்க விடாமல் கமல் குறுக்கீடு செய்கிறார் என்று புகார் செய்த சிபி மலையில், குணாவிலிருந்து விலகிக் கொண்டார். குணா முதல் பெரியாரின் எழுத்து

சீர்திருத்தத்தை கமல் தன் படத் தலைப்புகளில் கமல் பயன்படுத்த ஆரம்பித்தார். அவருக்கு மட்டுமே உள்ள பெருமை அது. (குணா)

கமலுக்குத் தேவை டைரக்டர் என்கிற பெயரில் சினிமா தெரிந்த சுறுசுறுப்பான மேஸ்திரி. சந்தான பாரதி கமலின் அரும்பு மீசை கால தோழர். குணாவுக்கு ஆபத்பாந்தவரானார்.

கமல் மகளுக்கு முதல் முடி எடுத்தபோது தாய்மாமனாகத் தன் மடி கொடுத்தவர் சந்தான பாரதி. சரிகாவின் தமிழ்ச் சகோதரர். கமலின் சுக துக்கங்கள் அனைத்தும் சந்தான பாரதியிடம் மட்டுமே பகிர்ந்து கொள்ளப்படும். குணா, சந்தானபாரதி இயக்கிய முதல் முழுநீள கமல் படம். மற்றபடி கமலின் தயாரிப்புகளில் பாரதிக்கு கதை இலாகா நிரந்தரம்.

கொடைக்கானலில் கமல் குணாவுக்கான குகையைக் கண்டார். குகைக்கு அருகேயே சர்ச்சும் கட்டினார்கள். ரிஸ்க்கான ஷூட்டிங்தான். இருட்டுவதற்கு முன்பாக ஆறுமணிக்கெல்லாம் பேக்-அப் சொல்லி விடுவார் பாரதி.

புதிய கதாநாயகிக்காக பல பெண்களைப் பார்த்தனர். கடைசியில் மும்பையிலிருந்து வந்த ரோஷிணி பொருந்தினார். அபிராமி அபிராமி என்று கமல் தொழவும், அவர் லட்டு தரவும். அந்த ஒரே படத்தோடு ரோஷினி நடிப்பை மறந்து விட்டார்.

•

எழுத்தாளர் ம.வே. சிவகுமார் - பேங்க் ஆஃப் பரோடாவில் முன்னாள் ஊழியர். ஆபிஸ் நாடகங்களில் நடித்தவர். சிவாஜியின் ரசிகர், வெறியர். சினிமா அவரது கனவு. 'நாயகன்' என்கிற அவருடைய சிறு கதையை கமல் வாசிக்க நேர்ந்தது. சந்தித்தார்கள். சிவகுமாரை குணா வில் பணியாற்ற இயலுமா என்றார் கமல். பாலகுமாரனுக்கு உதவியாள ராகப் பிரதி எடுக்க மறுத்துவிட்டார் ம.வே.சி. 'சரி அடுத்த ப்ராஜெக்ட்ல கூப்பிடறேன்'.

குணா 1991 தீபாவளி ரிலீஸ். ரஜினி - மணிரத்னம் - இளையராஜா கூட்டணியில் தளபதி பிரம்மாண்டமாக தயாராகி இருந்தது. அதற்கு தான் பலத்த எதிர்பார்ப்பு. கமல் நம்பிக்கையோடு ப்ரிமியர் ஷோ நடத்தினார். தேவி ஸ்ரீதேவி ப்ரிவியூ தியேட்டரில் சிவாஜி கணேசன் பார்க்க ஏற்பாடு செய்தார்.

கமலுக்கு ம.வே. சிவகுமாரின் ஞாபகம் வந்தது. அழைப்பை விடுத் தார். அடித்துப் பிடித்து தியேட்டருக்கு ஓடிவந்தார் ம.வே.சி. கனவுகூட கண்டது கிடையாது. கணேசனோடு சேர்ந்து படம் பார்ப்போம் என்று.

தியேட்டருக்குள் சிவாஜி, ராம்குமார், சத்யராஜ், கமல், மற்றும் ம.வே.சி. - ஐவர் மட்டுமே.

'குணா' மூன்று மணி நேரம் ஓடி முடிகிற வரையில் நின்ற திருக் கோலத்திலேயே கமல். அடப்பாவி மனுஷா. கால் வலிக்காதா உனக்கு. படம் முடிந்தது. 'உங்க கால்பட்டு சாப விமோசனம் பெறக் காத்திருக் கும் ஆண் அகலிகை' - ம.வே.சிவகுமாரை சிவாஜிக்கு கமல் அறிமுகப் படுத்தினார்.

குணா போன்ற சோதனைகளை கமல் தன் சொந்த காசில் தயாரிப்ப தில்லை. பாவம், அவரது கம்பெனி மேனஜர் டி.என்.எஸ் (டி.என்.சுப்ர மணியம்) என்று கேலி பேசியது கோலிவுட். 'குணா கோவிந் தாவாமே!'

தயாரிப்பாளர் டி.என்.எஸ் வேறுவிதமாக பதிலளித்தார். 'குணா படத்தில் நான் கொஞ்சமும் எதிர்பார்க்காமல் என்னையே தயாரிப்பாள ராக்கினார். எனக்கு லாபம் தந்த படம். நூறு நாள்கள் ஓடி வெற்றி பெற்றது. தனக்குப் பிடித்த படங்களைக் குறிப்பிடும்போது கமல் மறக்காமல் குணாவையும் கூறுவார்.'

1991-ம் ஆண்டில் கமல் நடித்த ஒரே படம் குணா. அந்த வருடத்துக்கான சிறந்த நடிகர் பரிசு சின்னதம்பி பிரபுவுக்குப் போய்விட்டது. வழக்கம் போல் ஃபிலிம்பேர் விருது குணாவுக்காக கமலிடம் வந்து சேர்ந்தது.

அப்பு அளவு குணா வசூலில் ஓஹோ கிடையாது. ஆனாலும் செல்வ ராகவனும் தனுஷும் புகழ்பெற்ற 'காதல் கொண்டேன்' உருவாக 'குணா'வே உயிர் சக்தி.

•

பரமக்குடியில் லீவைஸ் ஜீன்ஸ் அணிய ஆரம்பித்து விட்டார்கள். சும்மா சிங்காரவேலன் மாதிரியான சினிமாக்களில் நடித்தால் மட்டும் போதாது என்று தோன்றியது. கமல் 'பதினாறு வயதினிலே'க்குப் பிறகு தமிழில் நாட்டுப்புறப் படங்களில் நடிக்கவில்லை.

கிராமத்துக் கதை பற்றி சிந்தித்தார் கமல். பங்காளிச் சண்டை பற்றி செய்யலாம் என தோன்றியது. கதை எல்லாம் சரியாக முடிவு செய்யாம லேயே பொள்ளாச்சி கிளம்பினார்கள். தேவர் மகன்.

தமிழில் அப்போது பிரபலமாகாத மீனா ஒப்பந்தம் செய்யப்பட்டிருந் தார். பொள்ளாச்சியில் அரிதாரம் பூசிக்கொண்டு காத்திருந்தார். நாள்கள் தான் ஓடின, ஷூட்டிங் ஆரம்பிக்கப்படவில்லை. ஏவிஎம்மில் ரஜினி யோடு அடுத்த படம் புக் ஆகியிருந்தது. தெலுங்கில் மீனாவின்

மார்க்கெட் சூடு பிடித்திருந்தது. ஆந்திராவிலிருந்து இடைவிடாத தொலைபேசி அழைப்புகள். கால்ஷீட் இடித்தது. மீனா ஹைதராபாத் புறப்பட்டு விட்டார்.

கதையை ஒழுங்கு செய்துகொண்டு வந்து விடலாம். சென்னைக்குக் கிளம்பியது யூனிட். கதைக்கு கைகொடுக்க கலைஞானம் வந்தார். ‘ஒரு கோயில் ரெண்டு பூட்டு’ என்கிற முடிச்சைக் கூறியிருந்தார். கமலுக்கும் அது பிடித்துவிட்டது. கங்கை அமரனும் கமலும் இணைந்து அதிவீர பாண்டியன் என்கிற படத்தை உருவாக்க ஏற்பாடுகள் நடந்தன. கங்கை அமரனின் ப்ராஜெக்ட் காலதாமதமாகி விட்டது. அதிவீர பாண்டியனில் அமர் சொன்ன சம்பவங்களும் தேவர் மகனில் காணப்பட்டதாக சர்ச்சைகள் தோன்றின.

ஏற்கெனவே காட்ஃபாதரைச் சுட்டு, நாயகன் பெற்ற வெற்றிக்குப் பிறகும் சுடப்படாமல் நிறைய விஷயங்கள் அதில் மிச்சமிருந்தன. குறிப் பாக அப்பா - பிள்ளை உறவு. அதை தேவர் மகனில் அப்படியே முன் பகுதியில் கமல் கையாண்டு விட்டார் என்று ஆங்கிலப் பட விசிறிகள் குற்றம் சாட்டினர்.

ஊடகங்களின் கணிப்புப்படி தேவர் மகன் தனிப்பட்ட ஒருவருடைய கதை கிடையாது. ஆனால் கமல் தன் நேர்காணல்களில் கூறியவை.

‘தேவர் மகனுடைய வெற்றிக்கு அதோட மண் வாசனையும் காரணம். சின்னச் சின்ன விஷயங்கள் இருக்கும். அப்பா, பிள்ளையோட பேசற விதம் - இதெல்லாம் வேரூன்றிப் போன விஷயம். யார் யார் எந்தத் தொனியிலே, உச்சரிப்பிலே பேசணும்னு எல்லாம் எனக்குத் தெரியும். நான்தான் முடிவு பண்ணேன் அந்தப் படத்துக்கு. ஒரு நிர்பந்தத்தில் ஏழரை நாள்களில் இதன் கதையை எழுதினேன். வசனமும் எழுதினேன். நான் வசனம் எழுதித் தர அதை எனது குழுவினர் பிரதி யெடுத்துத் திருப்பித்தர, மின்னல் வேக செயல்பாடுகள்.’

மீனா வர மாட்டார் என்று முடிவானது. அவரது ‘பஞ்சவர்ணம்’ வேடத்தில் வேறு யாரை நடிக்க வைப்பது. இயக்குநராக ஒப்பந்த மாகியிருந்த பரதனிடம் பொறுப்பை விட்டு விட்டார் கமல்.

பரதனும் கமலும் 1976களிலேயே நண்பர்கள். கமல், தோப்பில் பாசியின் டைரக்‌ஷனில் பொன்னி படத்தில் நடித்தபோதே தெரியும். பரதனுக்கு ரேவதியின் நினைவு வந்தது. அவரது காற்றத்தே கிளிக்கூடு - மலையாளப் படத்தின் கதாநாயகி. ரேவதிக்கு கிழக்கு வாசல் - மறு பிரவேசம். பரதனின் அழைப்பு வந்ததும், ஓடோடிப் போனார் பொள்ளாச்சிக்கு.

கமலின் தந்தை பெரியசாமி தேவர் கேரக்டரில் சிவாஜி கணேசனை நடிக்க வைப்பதில் சிக்கல்கள் ஏற்பட்டன. கிழக்கு வாசல், அக்னி நட்சத்திரம் என்று விஜயகுமார் எஸ்.வி. ரங்காராவ் ரேஞ்சுக்கு கம்பீரமும் உருக்கமும் காட்டிப் 'புதிதாக' நின்றார். அவருக்கும் அதிக ஆதரவு இருந்தது டிஸ்கஷனில். எஸ்.எஸ். ராஜேந்திரன் மதுரை மண்ணின் மைந்தர். அவரும் பரிசீலிக்கப்பட்டார். கமல், சிவாஜியை நாடிச் சென்றார். அவரது மேக்-அப் பாக்ஸில் தூசி படிந்திருந்தது. உடல்நிலை ஒத்துழைக்காத காரணத்தினால் விலகிப் போயிருந்தார்.

'பொள்ளாச்சி வரைக்கும் அப்பாவால வர முடியும்னு தோணலை. ரெஸ்ட்ல இருக்கார். டாக்டர்ஸ் அட்வைஸ்படி விசிட்டர்ஸ்கூட குறைச்சிட்டேன். ஃபேன்ஸூம் வர வேணாம்னு சொல்லியாச்சு' - ராம் குமார் நிலைமையைச் சுட்டிக் காட்டினார். கமலுக்கு கதையைக்கூறி கணேசனை சம்மதிக்க வைத்துவிட முடியும் என்று தோன்றியது.

கமல் தேடி வந்ததில் சிவாஜிக்கு மகிழ்ச்சி. 'சிவாஜி என்கிற சிங்கத் துக்கு எல்லோரும் தயிர் சாதமே வைத்து சாகடித்து விட்டார்கள்.' கமல், கணேசனைப் பற்றி நினைக்கிற போதும் பேசுகிற சந்தர்ப்பங் களிலும் நண்பர்களிடம் பகிர்ந்து கொள்கிற கருத்து அது. கமல், அவர் கொண்டு சென்றிருந்த மதுரை ஸ்ரீ முனியாண்டி விலாஸ் பிரியாணி யைப் பரிமாறினார். கணேசன் கவனமாகக் கேட்டார்.

'அடடா... அப்படியா கதை. ஃபஸ்ட் ஆஃப்ல விட்டுட்டு, நீ செகண்ட் ஆஃப்ல ஸ்கோர் அடிக்கப் பார்க்குறியா? கெட்டிக்காரன்டா நீ!' - செல்லமாக கமலைத் தட்டிக் கொடுத்தார் சிவாஜி.

'ராமு இந்த ஒரு படம் பண்ணிடுவோம். நீயும் கூட வா. என்ன கமல் ஒரு பத்து நாள் போதுமில்ல.'

பொள்ளாச்சியில் தேவர் மகன் ஷூட்டிங், திருவிழாபோல் நடை பெற்றது. ம.வே. சிவகுமார் தேவர்மகனுக்கு உதவி இயக்குநர். சிவாஜி யைக் கண்டு யூனிட் திகைத்தது. 'சிவாஜி இத்தனை சிரமப்படறாரே.'

முதல் காட்சி பஞ்சாயத்தில் நாசர், கணேசனை அவமானப்படுத்துகிற கட்டம். கணேசன் மனம் உடைந்து கமலிடம் கோபமாகப் பேசிக் கொண்டே வேகமாக நடக்க வேண்டிய ஷாட்.

என்னமோ இதும்பாங்களே... எனக்கும் அப்படியொரு வேலை கொடு என்கிறாற்போல் வசனம் பேசி உரலில் மாவாட்டுவது மாதிரி பாவனை காட்டி... ஒரே டேக்.

டைரக்டர் ஆக்ஷன் என்றதும் பெரியசாமி தேவர் பிரசன்னமாகி விட்டார். நடிப்பு அகராதியின் அனைத்துப் பக்கங்களும் தெரிந்தன.

ம.வே. சிவகுமார் கண்கள் கலங்க நின்றார். சகலரும் வாயடைத்துப் போனார்கள்.

'எதுக்குடா அழுவுறே. முதலாளி பொள்ளாச்சில இவ்ளோ பேருக்கு சோறு போடறானேன்னு அழுவறியாடா.' நடிகர் திலகத்தை அடையாளப்படுத்தும் நிஜமான நக்கல்.

'டேய் கமலா (கமல்ஹாசனை சிவாஜி அழைக்கும் விதம்) நான் பண்ணுனா ஓவர் ஆக்டிங் அப்படிம்பீங்க. நாலஞ்சி விதமா செஞ்சிக் காட்டறேன். எது வேணுமோ எடுத்துக்க.'

நாற்காலி தேடினார்கள். பெரியசாமி தேவர் அமரும் சிம்மாசனம் கிடைக்க அல்லோலகல்லோலப்பட்டது சிங்காநல்லூர். ஏறக்குறைய முக்கால் மணி நேர பரபரப்பு. பிறகே கணேசன் உட்கார்ந்தார். அவரைப் போன்ற கம்பீரமானதொரு இருக்கையில்.

மொத்தம் ஏழு நாள்கள். கணேசன் பெரியசாமி தேவராக உலவினார்.

'நடிகர் திலகம் சிவாஜியிடம் இப்படி நடிப்பு வேண்டும் என்று கேட் பதற்குத் தயங்கினேன். நான் நடுநடுவே புகுந்து அவருக்கு உதவிகள் செய்தேன். அது ஒரு சுகமான அனுபவம்.'

கமலுக்கு இனிமையாகத் தோன்றிய விஷயங்களில் டைரக்டருக்கு உடன்பாடு உண்டா என்று தெரியாமல் போனது. இருவருக்கும் மோதல் என்கிற தகவல்கள் பரவின.

'பரதன் என் நண்பர். தேவர் மகனில் நான் அவருக்கு உதவினேன் என்பது உண்மை. பரதன் இயக்கினார். நானும் கொஞ்சம் செய்தேன். முதலில் இயக்குநர்கள் என்னிடம் ஆலோசனை கேட்பார்கள். சொல் வேன். பின் என்னையே ரகசியமாக செய்து தரச் சொல்வார்கள். அதையும் செய்வேன். எப்படியோ அது வெளியே லீக் ஆகிவிடும். உடனே டைரக்டருக்கும் கமலுக்கும் தகராறு. கமலே டைரக்ட் பண்ணுகிறார் என்று செய்தி வந்து விடும். இதுதான் நடக்கிறது.'

பரதனை விடவும் மிக முக்கியமான ஒருவர் தேவர் மகனை தன் நெஞ்சில் சுமந்தார் நீண்ட காலம். அவர் சங்கிலி முருகன். படத்தின் முதுகெலும்பாகச் செயல்பட்டவர். தெற்கத்தி மறவர்களின் சுயரூ பத்தை நாசருக்கு வெளிக்காட்டியவர். முருகன் கற்றுத் தராவிட்டால் 'மாயன்' கிடையாது.

கமல் தேர் இழுக்கவும் சங்கிலியாக இருந்தவர் முருகனே. ஒளிப் பதிவாளர் ஸ்ரீராம் சொன்னது: 'தேவர் மகன் படத்தில் ஒரு கோவில் தேர் வரும். அது கடைசியில் குண்டு வைத்து தகர்க்கப்படும். அந்தத் தேர்

அமைப்பதை கமல் வேள்விபோலச் செய்தார். அது சம்பந்தமான பலவற்றையும் சங்கிலி முருகனைக் கேட்டு அறிந்தார். அவரைக் கூடவே வைத்துக் கொண்டு தேர் நடைமுறைகளை அதன்படியே படமாக்கினார்.'

ரசிகர்கள் கமலை நம்மவர் என்று அழைத்தார்கள். முதலில் தேவர் மகனுக்கும் அப்படியே டைட்டில் வைத்து விட்டார் கமல். கதை சொல்ல இளையராஜாவிடம் போனார்.

'படத்துக்கு என்ன பேரு கமல்?'

'நிறையவே யோசிச்சோம். ஃபேன்ஸ் நம்மவர்னு என்னைக் கூப்பிடறாங்க. அதையே வெச்சிடணும்னு ஆசைப்படறாங்க. 'தேவர் மகன்னு' கூட ஒண்ணு மனசுல இருக்கு.'

'நல்ல ஆளுங்கய்யா நீங்க. தேவர் மகன்ற பேரை வெச்சிக்கிட்டு வேற டைட்டில் எதுக்காக யோசிக்கறீங்க.'

படத்தில் இளையராஜாவும் அதிக ஆர்வம் காட்டினார். இஞ்சி இடுப்பழகா - கமலுக்கு மிகவும் பிடித்த பாடல். அதை எப்படிப் பாடி நடிக்க வேண்டும் என்று பரதன் விளக்கினார். ரேவதிக்கு எஸ்.ஜானகி எழுப்பிய சத்தம் உதடுகளில் பொருந்தவில்லை. கமலும் சேர்ந்து பாடிய டூயட். கமலே கடைசியில் ரேவதிக்குக் கற்றுக் கொடுத்தார்.

ஏறத்தாழ இரண்டரை கோடியில் உருவானது தேவர் மகன். கணேசனை டப்பிங்கில் கட்டிப் போட்டது. குறிப்பாக கமல் அரியணை ஏறும் காட்சி.

'டேய் படுவா! எனக்கப்புறம் அந்த 'சேர்ல' உட்காரணும்னுதானே அப்படியொரு 'சோபா'வைக் கொண்டு வந்தியா.'

கமல் உற்சாகமாகவே பதில் சொன்னார்.

'ஆமாம். இந்த நாக்காலில உட்கார ஆசைப்படறேன். அதுலே ஏதும் தப்பே கிடையாது. ஏன்னா இது ஒண்ணுதான் நிரந்தரம். மத்ததெல்லாம் அஞ்சு வருஷம் மட்டுமே உதவற சீட்.'

'நல்லா பேசக் கத்துக்கிட்டிங்க அப்பு!'

தமிழ் உலகம் நடிப்பில் கணேசனின் வாரிசாக கமலை மதித்தது. அந்த உணர்வின் வெளிப்பாடே தேவர் மகனின் வெற்றியாக நிமிர்ந்து நின்றது. கமல் எதிர்பார்த்ததும் அதுவே.

'சிவாஜி சாருக்கும் எனக்கும் ஒரு உணர்வுபூர்வமான உறவு இருக்கறதா ஆடியன்ஸ் நினைக்கிற மாதிரி இருக்கு. அவருடைய சேர்ல நான் உக்காரும்போது ஆடியன்ஸ் கை தட்டுவாங்க. அது கை தட்ட வேண்டிய ஸீன் இல்ல. வேறே பல அர்த்தங்களைக் கொண்டது.'

கமலுக்குப் பட்டம் சூட்டுவதை கணேசன் அங்கீகரிக்கவே இல்லை என்பதே நிஜம்.

'வாரிசு என்று சொல்ல முடியாது. வித்தியாசமாக மேக்-அப் போட்டுக் கொண்டு அதன் மூலம் ரசிகர்களை ஈர்க்கும் நடிப்பைத் தருவது என்று எடுத்துக் கொண்டால் கமல் நன்றாகச் செய்கிறார். இதை அவருக்கு வேண்டாதவர்கள்கூட மறுக்க முடியாது. நடிகர் திலகத்துக்கு அடுத்து கிடுத்து எல்லாம் கிடையாது. அந்தக் காலத்தில் அவர். இந்தக் காலத்தில் இவர் என்று வைத்துக் கொள்ள வேண்டியதுதான்.' -சிவாஜி.

பராசக்தி வெளியான அதே தேதியிலேயே நாற்பது ஆண்டுகள் கழித்து தேவர் மகனும் ரிலீஸானது. இரண்டுமே தீபாவளி படங்கள் *(17.10.1952 - 17.10.1992)* 'தேவர் மகனோடு கணேசன் நடிப்பைப் பூர்த்தி செய்து விட்டிருக்கலாம்' - அவரது ரசிகர்கள் உள்பட கலையுலக சகாக்கள்கூட அப்படி எண்ணியது உண்டு.

தேவர் மகனில் காஸ்ட்யூம் டிஸைனராக சரிகா. போற்றிப் பாடடி பெண்ணே பாடல் மூலம் கமலின் குட்டிப்பெண் ஷ்ருதியும் கோடம் பாக்கத்தில் கால் பதித்தாள். தேவர் மகன் - சிறந்த தமிழ் படம், முதல் முறையாக சிவாஜி கணேசனுக்கு சிறந்த நடிகர் சிறப்புப் பரிசு, உள்ளிட்ட ஐந்து அவார்டுகளை மத்திய அரசிடமிருந்து பெற்றது. விருது கமிட்டியில் பாலுமகேந்திராவின் பங்களிப்பும் இருந்தது.

தேசிய விருதுகள் அறிவிக்கப்பட்ட சமயத்திலேயே தேவர் மகன் வெள்ளி விழாவும் நடைபெற்றது. தேனாம்பேட்டை காங்கிரஸ் மைதானம். இளையராஜாவுக்கு திலீப் குமார் பரிசளித்தார். அந்த கால கட்டத்தில் இளையராஜா கலந்துகொண்ட ஒரே திரைப்பட வெற்றி விழா தேவர் மகன் மட்டுமே. கமல் பட்டு வேட்டி சட்டையில்.

'தேவர் மகன் வெள்ளி விழாவில் எங்கள் நடிப்புலகின் முதல்வர் நடிகர் திலகம் கலந்து கொள்வது தேவர் மகனில் அவர் பெரியத் தேவராக நடித்ததால் மட்டுமல்ல. நான் பெறும் வெற்றிகளை என்றுமே வாழ்த் தும் பெரிய தேவர் அவர். அவரது மூத்த மகன் நான் என்பதால்!

நடிகர் திலகத்துக்குப் பிறகு நான் மதிக்கும் இந்திய நடிகர் திலீப் குமார். அவர் இங்கிருப்பது முக்கியமாக எனக்குப் பெருமை. தேவர் மகன், மூன்றாம்பிறை, நாயகன் மாதிரியான படங்களை எடுக்க வேண்டும் என்று ஒரு தலைமுறைக்கே உத்வேகம் தந்த துரோணர் ஷ்யாம் பெனகல். இவர்கள் அனைவரும் இங்கு வந்திருப்பது தேவர் மகனின் பெயரை தமிழ்த் திரைஉலக சரித்திரத்தில் இன்னும் ஆழவே பதிக்கும்.'

வழக்கம்போல் ஆஸ்கருக்கும் தேவர் மகன் சிபாரிசு செய்யப்பட்டது. இந்தியன் பனோராமாவில் படம் பார்த்த மிருணாள்சென், பாசு

சட்டர்ஜி, சலாம் பாம்பே டைரக்டர் மீரா நாயர் போன்றோர் கமலை மீண்டும் ஹிந்திக்கு அழைத்தார்கள்.

தேவர் மகனில் கமலுக்கு அதிருப்தியாக முடிந்த விஷயம் சிவாஜி கணேசன் டெல்லி சென்று நேரில் ஜுரி விருது பெற ஆர்வம் காட்டாததே.

# 30. சோனாகாச்சி

தவறான முடிவுகள் யாரை வேண்டுமானாலும் அதல பாதாளத்துக்குத் தள்ளி விட்டுவிடும். கமலின் நட்பு வட்டத்தில் முக்கியமானவரான ஜி.என். ரங்கராஜன், ராணீத் தேனீ என்ற படத்தை எடுத்திருந்தார். வியாபார மாகவில்லை. வீடு, வாசல், சொத்துகள் எல்லா வற்றையும் பறிகொடுக்கும் நிலையில் இருந்தார்.

கரையெல்லாம் செண்பகப்பூ - டைரக்டராக ரங்க ராஜனுக்குப் பெரிய தோல்வி (1981). சுஜாதாவுக்கும் பேரதிர்ச்சி, இனிமேல் சினிமாவுக்குக் கதை கொடுக்க வேண்டாம் என்று முடிவு செய்யுமளவுக்கு.

ராணித் தேனீயில் கமல் கௌரவ வேடத்தில் நடித்தால் பெட்டி எடுப்பார்கள் என்று தெரிந்தது. துணி துவைப்ப வராக, ஆனால் குடிகாரராக காமெடி செய்ய முடிவெடுத் தார். மூன்று நாள்கள் கால்ஷீட். ஒய்.ஜி. மகேந்திரன், வனிதா, கமல் மூவரும் இணைந்து மூவாயிரம் அடியில் சிரிக்க வைத்தார்கள். ராணித்தேனீ ரிலீஸானது (1982). வசூலில் திருப்தி இல்லை ரங்கராஜனுக்கு. கமல் சம்பளம் வாங்க மறுத்துவிட்டார்.

ரங்கராஜனுக்கு 1986-ல் அனுபவ ஹீரோ சிவகுமாரின் கால்ஷீட் கிடைத்தது. அவருடன் முதல் மரியாதை ரஞ்சினி சேர, 'சார் ஐ லவ் யூ' படம் எடுத்தார். 1991-ல் ரிலீஸானது. அப்போது சிவகுமார் சரத்குமாரின் அப்பாவாக நடித்துக் கொண்டிருந்தார்.

ரங்கராஜனின் நிலைமை படுமோசமாகிவிட்டது. ஐந்து வருடங்கள் படாதபாடு பட்டார். மீண்டும் கமல் முன்பு எப்படிப் போய் நிற்பது என்கிற தயக்கம். கமல், ரங்க ராஜனுக்காக ஒரு படத்தில் கௌரவ நடிகராகப் பங்கு பெறத் தயாராகவே இருந்தார். ரங்கராஜன் கமலுக்கு நன்றி தெரிவிக்கும் விதத்தில் படத்தின் தலைப்பை வைத்தார் - 'மகராசன்.'

'உங்களுக்கு கமல் மனமார உதவுவது என்றால் முழு ஹீரோவாகவே நடித்துத் தரலாமே. ஏன் கெஸ்ட் ரோல்?' என்றார்கள் நிருபர்கள். கமலின் படங்கள் தனி ரகம். ஓடினால் நிறுத்தவே முடியாது. ஓடா விட்டால் ஐம்பதாவது நாள் போஸ்டர்களேகூட சிரமம். அப்போது ரங்கராஜன் தெளிவாகவே பதில் சொன்னார்.

'கமலை வெச்சி முழுக்க முழுக்க படம் எடுக்க, இப்ப இருக்குற அவரது ட்ரெண்டுபடி நிறைய இன்வெஸ்ட்மென்ட் வேணும். எக்கச்சக்கமா செலவு செய்யணும். அப்படியே ஹீரோவா போட்டு படமெடுத்தாலும் கமர்ஷியலா சக்ஸஸ் ஆகாமல் போயிடுச்சுன்னா அது இப்ப இருக்கிற என்னோட சூழ்நிலையை ரொம்பவும் பாதிக்கும். அதனால கமலை ப்ளஸ் பாயிண்டா வெச்சுக்கிட்டு, கமர்ஷியலா இந்தப் படத்த எடுக்கறேன்.'

மகாராசனில் டிஸ்கஷனில் கமலும் கலந்து கொண்டார். அதுவரையில் கமலோடு வேலை செய்யாதவர்களாக பங்கேற்றார்கள் - பானுப்ரியா, சந்திரசேகர் என்று.

தமிழ் சினிமாவில் எந்த ஹீரோவும் ஏற்கத் தயங்கும் கசாப்பு கடைக் காரன் வேடம். வள்ளிக்குப்பம் வடிவேலுவாக லுங்கி, கழுத்தில் தாயத்துக் கயிறு, ரோஸ் கலர் கட் பனியன், கருப்பும் ரோசும் கலந்த அகன்ற சட்டை, கைக்கெடிகாரம், உதட்டில் மெட்ராஸ் பாஷை.

இன்னொரு பக்கம் 'கலைஞன்' வளர்ந்து கொண்டிருந்தது. கலைஞன் படத்தில் மாமூலாக விபத்தில் சிக்கிக் கொண்டார். அந்த வலிக ளோடே 'மகராசனிலும்' ஆடிப் பாடினார், நயா பைசா வாங்காமல். படம் குறுகிய காலத்தில் தயாரானது. நல்ல விலைக்கு விற்றது.

ரங்கராஜனின் கடன்கள் தீர்ந்தன. அவரது வீட்டை அடமானத்திலிருந்து மீட்கவும் தனியாக உதவினார் கமல்.

•

தமிழில் உலகத் தரத்தில் நாவல்கள் கிடையாது. கமல் வெகுவாகக் கவலைப்பட்டார். பிறகு அவரே எழுதினார். மகாநதி. அதையே செல்லுலாயிடிலும் எடுத்தார்.

'என்னை ஓர் எழுத்தாளனாக அங்கீகரித்த படம். அட கமலுக்கும் எழுத வருகிறதே என்று நான் மதிக்கும் எழுத்தாளர்கள் பாராட்டிய படம்.'

'ஸ்ரீ அம்மன் கிரியேஷன்ஸ் கோலிவுட்டில் திருப்பங்களை உண்டாக் கிய நிறுவனம். பதினோரு படங்கள் அதிலும் பாதிக்கு மேல் வெள்ளி விழா கொண்டாடியவை. தேவர் மகன் ஷூட்டிங்கில் கமல்.

ராஜ்கண்ணு அவரைச் சந்தித்தார். பதினாறு வயதினிலேவுக்குப் பிறகு கமல் அருள் அம்மனுக்குக் கிடைக்கவில்லை என்ற ஏக்கம் அவருக்கு.

'என்ன முதலாளி ஆச்சர்யமா இருக்கு. நீங்க எங்கே இங்க? சினிமாவை விட்டுட்டீங்க போல.'

'விடறா மாதிரி செஞ்சுட்டாங்க. என் கைகாசையும் போட்டுட்டு கால்ஷீட் கேட்டு ஹீரோங்க பின்னால அலைய முடியல.'

'எனக்கேத்த சப்ஜெக்ட் உங்கள்ட்ட இல்ல. அதனால நீங்க கூப்பிடலன்னு இருந்துட்டேன். நீங்க வாங்க மறுபடியும். நாம பேசுவோம் முதலாளி.'

ராஜ்கண்ணு வணக்கத்தோடு விடை பெற்றார்.

கதை இன்னதென்று சொல்லாமலேயே கமல் டைட்டில் கொடுத்தார். 'மகாநதி'ன்ற பேரு எப்படி முதலாளி?

'ரொம்ப கிளாஸா இருக்கு கமல்.'

'நான் இதுலயே ஜெயிச்சுக் காட்டறேன்.'

கமல், ராஜ்கண்ணுவிடம் அட்வான்ஸ் கூட வாங்கிக் கொள்ளவில்லை. அவரது படங்களில் சகலமும் அவரே. சந்தான பாரதியைக் கூப்பிட்டார். குமுதம் ஆசிரியர் குழுவிலிருந்து ஓய்வு பெற்றிருந் தார் ரா.கி. ரங்கராஜன். ஸ்ரீதர், கே.சங்கர், 1960களின் ஜாம்பவான்கள். ரா.கி. யின் சுமை தாங்கி, இது சத்தியம் போன்ற கதைகளை பயாஸ்கோப்பில் காட்டினர். அதற்குப் பிறகு 1984-ல் அவரது கையில்லாத பொம்மை 'கைராசிக்காரன்' ஆனது. அதில் சிறை தொடர்பாக நிறைய சம்பவங்கள். அதை மட்டும் மகாநதியில் பயன்படுத்திக் கொண்டார் கமல்.

கமல் இந்தமுறை தன் முகத்தையோ உடலையோ அஷ்ட கோணலாக்கிக் கொள்ளவில்லை. இயல்பாகத் தோன்றினார். க்ளைமாக்சில் மட்டும் கையை வெட்டிக் கொண்டார்.

இளையராஜா டூயட்டுக்கு ட்யூன் போட்டிருந்தார். கமல் தேவையில்லை என்று ஒதுக்கினார். சென்ட்ரல் ஜெயிலில் முக்கால்வாசி படம் பிடித்தார்கள். விக்ரம் தர்மாவை அழைத்தார் கமல். மெட்ராஸ் பாஷை தெரிஞ்ச நல்ல ஃபைட்டர் வேணும். சிறையில வார்டன் மாதிரி. நான் அவரோட சண்டை செய்யற ஸீன் இருக்கு.

சங்கரைக் கொண்டு நிறுத்தினார் தர்மா. கைதிகளின் அன்றாட வாழ்வில் உண்ணும் சோறும், பருகும் நீரும், தின்னும் ஜர்தாவும், உதவும் டம்ளர் தட்டுகளும், புரளும் கஞ்சாக்களும் சீராகக் காட்சிப்படுத்தப்பட்டன.

அதற்குப் பிறகு சோனாகாச்சி. கல்கத்தா விபசார விடுதி நிலவரங்கள். தமிழ் சினிமா மகாநதியில் புதிய தரிசனங்கள் கண்டது. கமலின் முத்திரை முத்தம் சுகன்யாவுக்குக் கிடைத்தது, ஆனால் ஒரு சோகக் காட்சியில். கண்ணீர் வெள்ளம் பெருக்கெடுத்து ஓடியது மகாநதியில்.

1994 தைத் திருநாள். தலைப் பொங்கலில் உற்சாகமாக கமலின் படம் பார்த்துக் கைதட்ட வந்தனர் புதுமணத் தம்பதிகள். அழுதுகொண்டே வெளியேறினார்கள்.

ராஜ்கண்ணுவுக்கு கடைசி வரையில் கமல் படம் போட்டுக் காட்டவே இல்லை.

'முதலாளி, மகாநதி சில்வர் ஜூபிலி கொண்டாடும். அந்த பங்ஷன் அன்னிக்குப் பாருங்க.' நம்பிக்கையுடன் கமல் தொலைபேசியை வைத்தார். அடுத்தது ரஜினியின் அழைப்பு.

'உங்க படம் பிரமாதமா இருக்குன்னு சொல்றாங்க. மகாநதி புரொஜெக்ஷனுக்கு ஏற்பாடு செய்யுங்க.'

ராஜ்கண்ணு, ரஜினியோடு படம் பார்த்தார். 'அற்புதமா இருக்கு சார்' என்று ரஜினி நெகிழ்ந்து ராஜ்கண்ணுவின் கரம் பற்றினார்.

ஓடிக் கொண்டிருக்கும்போதே மகாநதிக்கு சிறந்த மாநில மொழி படமாக தேசிய விருதும் கிடைத்தது. கேரள மாநில உரிமை, தெலுங்கு டப்பிங், ஃபாரின் ரைட்ஸ் என்று கமல் சம்பளம் வாங்கிக் கொண்டார். ராஜ்கண்ணுவுக்கு அதற்கு மேல் சக்தி இல்லை. மகாநதி அதன் தரத்தி லேயே வேகத்திலேயே ஓடும் வரை ஓடட்டும் என்று விளம்பரத்தை நிறுத்திவிட்டார். அப்படியும் மகாநதி ஆனந்த் - லிட்டில் ஆனந்த் தியேட்டர்களில் இணைந்து வெள்ளி விழா கொண்டாடியது.

மகாநதி வெற்றியா, தோல்வியா என்பதில் கமலுக்கு நீண்ட குழப்பம் உண்டு. வெவ்வேறு விதமாகப் பதிலளித்தார்.

'மகாநதியோ, குணாவோ வியாபார ரீதியில் தோல்விப் படங்கள் அல்ல. திட்டமிட்டு குறைந்த செலவில் அவற்றை எடுத்து விற்றேன். வாங்கிய வர்களுக்கு அசலும் வட்டியும் ஒழுங்காகத் திரும்பக் கிடைத்தன.'

'இப்ப மகாநதிக்கு கிடைக்கிற பாராட்டைப் பார்த்தா தமிழ் பட சரித்திரத்திலேயே ஒரு திருப்புமுனை ஏற்பட்டிருக்கிறது தெரியுது. ஆடியன்ஸ் இதுக்காக காத்திருந்த மாதிரி இருக்கு. தேவர் மகனைவிட இதுக்கு நல்ல வரவேற்பு. தேவர் மகனுக்கு செலவழிச்சதுல பாதிக்கும் கீழே மகாநதிக்கு இன்வெஸ்ட் பண்ணோம். நடுத்தர மக்களுக்குப் பளிச்சுன்னு சொல்றான்யா என்கிற திருப்தி.'

‘மகாநதி வெற்றி பெறாத சோகம் பலருக்கு உண்டு. அதை நினைக்கும் போது மனதுக்கு ஆறுதலாக இருந்தது. பாலசந்தர் சார் படத்தைப் பார்த்துட்டு ‘எனக்கு பயமா இருக்கு’ன்னு சொன்னதும் ஒரு வகையில் வஞ்சப் புகழ்ச்சி.’

கே. பாலசந்தர் மகாநதியில் தத்தளித்து, தவித்து கமலுக்கு கடிதம் எழுதினார்.

‘அன்புள்ள கமல்,

படம் பார்த்து விட்டு வெளியே வந்ததும் உன்னிடம் நிறைய பேச வேண்டும் என்று நினைத்தேன். ஆனால் முடியவில்லை. மகாநதியின் ஆக்ரமிப்பினால் என் கண்கள் குளமாயிருந்தது மட்டுமல்ல. பிரமிப்பினாலும் தாக்கத்தினாலும் வாயடைத்துப் போய் வெளியே வந்தேன்.

நீ என்னை ஆசான் என்பாய். ஆனால் நீதான் இந்தப் படத்தின் மூலம் பலவிதங்களிலும் திரை உலகுக்கே ஆசானாகத் தெரிகிறாய். திரைக்கதை அமைப்பில் இந்தப் படம் ஒரு சாதனை என்றால் நடிப்பில் நீ சிகரத்தைத் தொட்டிருக்கிறாய்.’

கமலும் தன் குருவுக்கு பதில் கடுதாசி போட்டார்.

‘அன்புள்ள அய்யா,

அரங்கேற்றம் படத்தில் நடிக்க வாய்ப்பளித்து ஊக்குவித்ததைவிட அதிகமான ஊக்கத்தை நீங்கள் மகாநதிக்கு அளித்த பாராட்டினால் ஏற்படுத்தி உள்ளீர்கள். உங்களுக்கு எழுதிய உவமை ஒன்று பொருத்தமாக உள்ளத்தால் மறுபடியும் பிரயோஜனமாகிறது.

மழையின் பெருமைகளை மழையிடம் கேட்காதீர்கள். இந்த மண்ணிடம் கேளுங்கள். சொல்லும்.

மழையின், மண்ணின் மைந்தன்,

**கமல்ஹாசன்.**

## 31. கங்காரு!

9 to 5 - ஆங்கிலப் படம் ம.வே. சிவகுமாரின் அணில் உதவியால் 'மகளிர் மட்டும்' ஆனது.

ஏன் இப்படி அப்பட்டமாக 'காபி' அடிக்கிறீர்கள் என்று கேட்டால் கம்ப ராமாயணத்தைக் கைகாட்டுவார் கமல். கம்பனே எழுதும்போது விழா எடுக்கிறீர்கள். கமலை மட்டும் தண்டிப்பானேன். கம்பனின் சொல் லையே டைட்டிலாக வைத்தார் குருதிப்புனல். இந்திரா பார்த்தசாரதியால் மிகப் பிரபலமானத் தலைப்பு.

ஆங்கிலப் படங்களை உல்டா செய்வதில் கமலுக்கு ஏற் படும் ஆர்வம் ரீமேக்குகளில் கிடையாது. முடிந்தவரை யில் தவிர்த்து விடுவார். துரோக்கால் - ஹிந்திப் படம். கோவிந்த் நிஹ்லானி எழுதிய கதை. தமிழிலும் தெலுங் கிலும் ராஜ்கமல் பிலிம்ஸ் குறுகிய காலத்தில் தயாரித்தது.

'மற்றவை நேரில்' படத்தின் மூலம் மௌலியால் பி.சி. ஸ்ரீராம் ஒளிப்பதிவாளர் ஆனார். கமலும் மணி ரத்னமும் ஸ்ரீராமை முன்னுக்குக் கொண்டு வந்தார்கள். கமல் பி.சி. ஸ்ரீராமை குருதிப்புனலில் டைரக்டராகவும் அறிமுகம் செய்தார்.

மும்பையில் கமலும் ஸ்ரீராமும் துரோக்கல் பார்த்தனர். ஸ்ரீராம் அதைத் தமிழில் செய்யலாம் என்றார். கமலின் எண்ணமும் அதுவே. ஸ்ரீராமை சில காலம் ஹைதரா பாத்துக்கு அனுப்பிவைத்தார் கமல்.

'நக்சல்பாரி தொடர்பா எது கிடைச்சாலும் விடாதீங்க. நிறைய பேரை மீட் பண்ணுங்க. முக்கியமா ஹைதரா பாத்ல நேஷனல் போலீஸ் அகாடமி இருக்கு. அங்கே போய்ப் பாருங்க. புதுப்புது அனுபவங்கள் நிறையவே கிடைக்கும். காவல் துறையோட வரலாறு. எதிர்காலத் தேவைகள். தற்போதுள்ள வீரியம். எல்லாம் விரல் நுனியில் கொண்டு வாங்க. பெஸ்ட் ஆஃப் லக்.'

குருதிப்புனல்

'அந்த நாள்' தொடங்கி பாடல் இல்லாத படங்களை விரல்விட்டு எண்ணிவிடலாம். கமல் ஏற்கனவே கடமை கண்ணியம் கட்டுப் பாட்டில் பாடலைத் தவிர்த்திருந்தார். குருதிப்புனலும் பாடலின்றியே உருவானது. டி.டி.எஸ். ஒலிப்பதிவு நுட்பம் குருதிப்புனலில் அறிமுகமானது.

குருதிப் புனலில் ராம லட்சுமணர்கள், வில்லுக்கு பதிலாக பிஸ்டலோடு அலைந்ததுபோல கமலும் அர்ஜுனும் தோற்றமளித்தனர். கமலே அர்ஜுனுக்கும் மேக்-அப் போட்டுவிட்டார். ஆஸ்தான அந்நிய ஒப்பனையாளர் மைக்கேல் வெஸ்ட் மோர் அனுப்பிய அரிதாரக் கலவைகளை சரிகாவின் உதவியோடு கமல் பூசிக் கொண்டார்.

கமல் குருதிப் புனலிலும் ரத்தம் சிந்த விரும்பினார். எழும்பூர் ஸ்டேஷன். வேகமாக வரும் ரயிலுக்குக் குறுக்கே பாய்ந்து ஃப்ளாட் பாரத்தைக் கடந்தார். கேமரா உறைந்து நின்றது. கமல், தன் முத்தத்தை கவுதமியுடன் புதுப்பித்துக் கொண்டார். தேவர் மகனில் விட்டுப்போன விஷயம்.

ஓர் இயக்குநர் திறமையாகப் படம் எடுக்கிறவர் என்று கமலுக்குப் பட்டால் அவரது கால்களில் விழுந்தாவது நடிக்க வாய்ப்பு கேட்பார். அதில் லஜ்ஜை ஒன்றும் கிடையாது.

ஷங்கர், மணி ரத்னத்தை முந்திய வணிகக் குதிரை. அவரது முதல் சினிமா ஜென்டில்மேன். அதில் ஹீரோவாக கமல் நடிக்க வேண்டும்

என்று ஷங்கர் விரும்பினார். வெற்றியை நிரூபித்தால் ஒழிய கடவுள் உள்பட யாருக்குமே கால்ஷீட் தர மாட்டார்கள் பெரிய நடிகர்கள்.

கமல், அந்தண இளைஞர் வேடம் வேண்டாம் என்று சொன்னார். இப்ப மைக்கேல் மதன காமராஜன்லயேயும் பிராமின் யூத்தா நடிச்சிருக்கேன். மறுபடியும் பூணூல் போட்டுக்கிட்டு வந்தா ஒரே மாதிரி படும். கமல் வழியனுப்பி வைத்தார் ஷங்கரை. ஏறக்குறைய ஒன்பது ஆண்டுகளுக்கு ஒருமுறையே கமல் பிராமண பாஷை பேசி நடிப்பார்போல. அரங் கேற்றம், மீண்டும் கோகிலா, மதன காமராசன் எல்லாம் அப்படி நடித்தவையே.

காதலனின் வெற்றிக்குப் பிறகு கமலோடு கைகோர்த்தார் ஷங்கர். உடன் ஏ.ஆர். ரஹ்மான், சுஜாதா. ஏற்கெனவே சிவாஜியும் கமலும் நடித் திருந்த 'நாம் பிறந்த மண்' கதைதான் இந்தியனின் அடிப்படை. ஷங்கர், மக்களின் மனநிலையை உள்வாங்கிக் கொண்டார். ஜனங்களின் மௌன யுத்தத்துக்கு மசாலா சேர்த்தார். லஞ்ச, ஊழல் ஒழிப்பு. குருநாதர் எஸ்.ஏ.சந்திரசேகரன் பாணியில் பழிவாங்கல். ஆஸ்திரேலிய கங்காரு. ராஜஸ்தான் ஒட்டகம். வர்மக்கலை. இந்தியன், கமலின் அரிதாரம் போல் பொறுமையாகவே வளர்ந்தது. எதிர்பார்ப்புகள் வண்டி வண்டியாக நிரம்பின.

கமல் ஒவ்வொரு கட்டத்திலும் தன்னை நிலைநிறுத்திக் கொள்ள எவ ரெஸ்ட் அளவு போராடினார். கோடம்பாக்கத்தில் விஜய், அஜீத், அரவிந்த் சுவாமி, பிரசாந்த் என இளமை அலை. கமல் நாற்பது ப்ளஸ் ஸில் இருந்தார். அரும்பு மீசைகளின் அணிவகுப்புக்கு நடுவே கமல், இந்தியன் தாத்தாவாக வெளிப்பட்டார். தந்தை, மகன் இருவேடங்கள். அப்பா கெட்-அப்புக்கே அதிக அக்கறை காட்டினார்.

கமல் - ஷங்கர் கூட்டணி தாக்குப் பிடிக்குமா? உற்று கவனித்தது சுற்றம். தயாரிப்பாளர் ஏ.எம்.ரத்னம். உஷார் பார்ட்டி. விஜயசாந்தியின் ஒப்ப னையாளர் என்று ஆரம்பித்து ஹிந்தி, தெலுங்கு படங்களை எடுத்தவர். வைஜெயந்தி ஐ.பி.எஸ். அவரது அமுதசுரபி. தமிழில் முதன்முதலில் 'இந்தியனில்' பட அதிபராக பிள்ளையார் சுழி போட்டார்.

நேதாஜியோட ஐ.என்.ஏ. பற்றிய கதை, ஹவாலா மோசடியைக் காட்டு கிறார்கள், தீவிரவாதிகளின் அச்சுறுத்தல் பற்றி வருகிறது - இந்தியன் பற்றி ஏராளமான ஸ்கூப். ரகசியமாகவே நடந்தது ஷூட்டிங்.

செஞ்சிக் கோட்டையில் நாட்டுப்பற்றின் வாடை காற்றைப் புனிதப்படுத் தியது. இரண்டாயிரம் துணை நடிகர்கள். கைகளில் தேசியக் கொடிகள்.

'கப்பலேறிப் போயாச்சு' பாடல் காட்சி. ஷங்கர் மிக பிரமாண்டமான கொடிக்கும் ஏற்பாடு செய்திருந்தார். ரஷ் பார்த்தார்கள் கமலும்

ஷங்கரும். நடு நாயகமாக கட்டப்பட்ட கொடி தலைகீழாகப் பறந்தது. எம்.என். நம்பியாராகி கையைப் பிசைந்தார்கள்.

1981-ல் கமல் கடல் மீன்களில் முதன் முதலில் தகப்பனாக வந்தார். அப்பா வேஷத்துக்கு கமல் இன்னும் பக்குவப்படவில்லை என்றன பத்திரிகைகள். 1996-ல் எண்பது வயது தாத்தாவாக முயன்றார். தந்தை சீனிவாசன். அண்ணன் சந்திரஹாசன். கமல். மூவரின் உருவமும் இந்தியன் 'சேனாதிபதி'யாக வடிவம் பெற்றது. அதை உருவாக்க அமெரிக்காவிலிருந்து மைக்கேல் ஜோன்ஸ் வந்தார். கமலின் அரிதார ஆசான் மைக்கேல் வெஸ்ட் மோரின் சீடர். அவர் நீண்ட காலம் தங்க முடியாத சூழல். இந்தியனின் சிற்பியான ரத்னமே ஒரு மேக்-அப் மேன். அரிதார உதவிக்கு அவர் தனது சிஷ்யனை அனுப்பினார். கே.எம். சரத்குமார். கர்நாடகாவில் களை பறித்துக் கொண்டிருந்த இளம் விவசாயி.

மீனாவுக்கும் ரோஜாவுக்கும் முதன் முதலில் வண்ணம் தீட்டிய வாலிபன். கமல் சரத்திடம் சந்தோஷமாக முகம் தொலைத்தார். விடியலுக்கு முன்பே தொடங்கிவிடும் ஒப்பனை. 'டிபன்' வண்டி வரும் போதே நிறைவு பெறும். ஏறக்குறைய ஆறு மணி நேரம் கமலால் சுவாசிக்க மட்டுமே முடிந்தது.

இந்தியன் தாத்தாவாக கமல் கேமராவுக்குள் வர, ஷங்கர் உச்சி குளிர்வார். அவர்கள் இருவருக்குள் சண்டை, சச்சரவுகள் வராமலிருக்க அரிதான அரிதாரமும் காரணம்.

'இயக்குநர் அல்லாதவருடன்தான் என்னால் ஒத்துப்போக முடிவ தில்லை. இயக்குநர்களோடு எனக்குச் சுலபமாக ஸிங்கரனைஸ் ஆகும். உதாரணத்துக்கு பாலசந்தர் மணிரத்னம். ஷங்கர், இன்னும் பலர்.'

ஷங்கர் கமலை உணர்ந்து கொண்டார். ஒட்டுமொத்த ரிசல்டுக்கு தயாரிப்பாளர், இயக்குநர், ரசிகர்களைவிட அதிகமாகவே கவலைப் படும் கலைஞன். தீர்த்துச் சொன்னார். 'சார் உங்க வேலையை மட்டும் பார்த்துக்கிட்டுப் போங்க. வேறே எதைப் பத்தியும் யோசிக்காதீங்க.'

அப்படியும் கமலின் மனம் ஆறவே இல்லை. தனி நபரான ரத்னம் ஸ்டூடியோ ஓனர் கணக்காகப் பணத்தை வாரி இறைத்தது பயமுறுத் தியது. 'அவசியம் ஆஸ்திரேலியா போயே ஆகணுமா? ஒரு கங்காருவுக் காக அவ்வளவு தூரம் மெனக்கெடுவானேன்?'

ப்ளூ கிராஸ் காதலி மனீஷாவுடனான டூயட், ஆஸ்திரேலிய கங்காரு களின் மேற்பார்வையில் இருந்தால்தான் சுவாரசியமாக இருக்கும். ஆஸ்திரேலியாவைக் கைவிட வேண்டாம் என்றார் ரத்னம்.

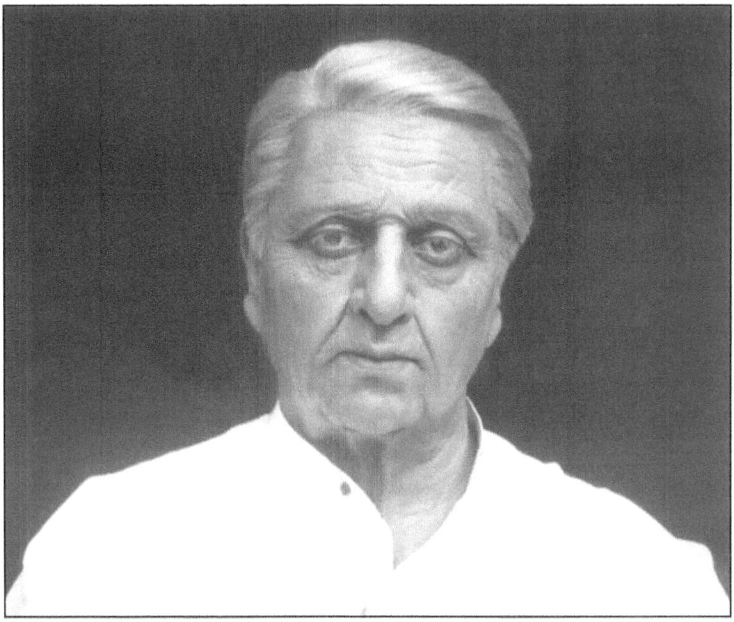

தாத்தா

படத்தில் கறுப்பு வெள்ளையில் விடுதலைப் போரைக் காட்டியதும் போதவில்லை. அதற்குமேல் ரசிகனை நாற்காலியின் நுனிக்கு வரச் செய்வதிலேயே வெற்றியின் விலாசம் இருக்கிறது. வர்மக்கலை அறிந்த விராட்டிபத்து ஆர். ராஜேந்திரன் வரவழைக்கப்பட்டார்.

'ரொம்ப நாளா இந்த வித்தை தெரியுமா உங்களுக்கு?' - கமல் கேட்டார்.

'ஆமாம்ணே. ஸ்கூல்கூட நடத்துறேன்.'

'எனக்கு என்ன சொல்லித் தரப் போறிங்க?'

'நிறைய இருக்கு அண்ணே. விஷ்ணு, வேல், திரிசூலம், யானை, குதிரைனு நிறைய முத்திரைங்க உண்டு. அதுதவிர வர்மம்னு எடுத்துக் கிட்டா பிடி, தொடு, படு, அசாத்தியம், சாத்தியம்னு பலதும் கத்துக் கலாம். இதை சித்தர்கள் ரகசியமா பாதுகாத்தாங்க அண்ணே. உடும்பும் வளர்க்கறேன். அது மாயா மச்சிந்திரால வருது.'

கமல் கற்றுக் கொண்டார்.

'அமிர்தவல்லி' ஆனதில் சுகன்யாவுக்கு ஆயிரம் அவஸ்தைகள். அவர் கமல் கிடையாது. ராதிகா நடிக்க வேண்டிய வேடத்தில் சுகன்யா, தோல் பொம்மையாகக் காட்சி அளித்தார்.

கமலுக்கு இளையராஜாவிடம் ஏற்பட்ட உணர்வுகள் ரஹ்மானிடம் தோன்றவில்லை. ஷங்கரின் தலைக்கவசம். ரஹ்மானுடன் பத்து நிமிடங்களுக்கு மேல் கதை பேச இயலவில்லை. பாடல்கள் எப்படி வருமோ என்கிற நெருடல். ரஹ்மான் தன் உரையாடலை உள்வாங்கிக் கொண்டாரா என்ற சந்தேகம். ஓர் நள்ளிரவில் இந்தியன் பாடல்கள் பூர்த்தியானது.

'தான் புத்திசாலி என்பதை எதிராளியிடம் வெளிப்படுத்திக் கொள்ளாதது ரஹ்மான் ஸ்பெஷல்.' கமலுக்கு காலம் கடந்த பிறகே ரஹ்மான் புரியத் தொடங்கினார்.

இந்தியன் முப்பது கோடிகளுக்கு விலை போனது. கமல், கேரளா ரைட்ஸ் வாங்கிக் கொண்டார். 1996, மே9. தமிழ்நாட்டில் ஆட்சி மாற்றமும் இந்தியன் ரிலீஸூம் யதார்த்தமாக நிகழ்ந்தன. கமல் இந்தியனின் வெற்றியை அனுபவித்தார்.

'நான் வயதான வேடத்தில் பல படங்களில் வந்துள்ளேன். இந்தியனில் மட்டுமே எனக்கு மேக்-அப் சரியாகப் பொருந்தியது. தலைமுடியை அடிக்கடி ஒதுக்கி விடுவது பிரபலமாகிவிட்டது. நிஜத்தில் அது இடைஞ்சலாக நெற்றியில் வந்து விழுந்தபடி இருந்தது. ஒரு வேளை 'சுஜாதா' ஸ்டைலில் இருக்க வேண்டும் என்று நினைத்தேனோ என்னவோ. இதில் இயக்குநர் சொல்லியபடி நடிக்காமல் நானே நடித் துள்ளதாக பிரமையை உண்டாக்கினேன். தொழில் நுட்பங்களைவிட எனது நடிப்பு பாராட்டப்பட்டது.'

•

ராபின் வில்லியம்ஸ் யார் என்று பாமர தமிழ்சினிமா ரசிகன் அறிய மாட்டான். கமலுக்குத் தெரியும். அவர் Mrs. Doubtfire பட நாயகன். அவ்வை ஷண்முகிக்கு ஆணிவேர். தமிழ் பாலில் ஆங்கில டிகாஷன். எம்.ஜி.ஆர். சிவாஜி இருவருமே காதல் வாகனம், குங்குமம் போன்ற படங்களில் ஸ்தீரி பார்ட் போட்டிருக்கிறார்கள். படம் முழுவதும் 'மாமியாக' வருவது கமலுக்கு மட்டுமே சாத்தியப்பட்டது.

ஏ.எம். ரத்னம், இந்தியனுக்காகச் செலவழித்த தொகையில் மூன்றில் ஒரு பங்கே அவ்வை ஷண்முகிக்கு ஆனது. கே.எஸ்.ரவிக்குமார் தயாரிப் பாளர்களின் டைரக்டர். ரஜினியோடு சேர்ந்து 'முத்து' எடுத்தவர். கமல் ரவியை வரவழைத்தார். அவ்வை ஷண்முகியை ஆரம்பித்தார்கள்.

அன்னை இல்லத்துப் பெரியவர் மீண்டும் கமலுடன் இணைந்து நடிக்கச் சந்தர்ப்பம் இல்லாமல் போனது. அவ்வை ஷண்முகியில் ஜெமினியின் வேடத்தில் சிவாஜி நடித்திருக்க வேண்டும்.

'என்னடா நீங்க கதை அளக்கறிங்க. ஒரு ஆம்பளைக்கு பொம் மனாட்டியை அடையாளம் கண்டுபிடிக்கத் தெரியாதா. பெரிய தொழில் அதிபர் - கோடீஸ்வரன்னு சொல்றீங்க. நான் அந்த ரோல் பண்ணா சரியா வரும்னு படல' - காரணத்தோடு மறுத்தார்.

ஜெமினி வந்தார். அவருக்காகக் கல்யாணப்பரிசை நினைவுபடுத் தினார்கள். பெண் வேடம் கேலிக்கூத்தாகி விடக்கூடாது என்பதில் கமல் கவனமாக இருந்தார். அவரது அம்மாவின் புகைப்படம் ஒப்பனைக்கு உதவியது. கமல், தன் சொந்தச் செலவில் அமெரிக்கா போய் வந்தார். அங்கே கணிணி 'ஷண்முகியை' பொருத்தமாக வடிவமைத்தது.

மறுபடியும் மைக்கேல் வெஸ்ட் மோர் தன் சகாக்கள் சகிதமாக கமலை அந்நியக் களிம்புகளாலும் வண்ண குழம்புகளாலும் புதிதாகப் படைத் தார். மேக்-அப் போட நாலுமணி நேரமும் அதைக் கலைக்க அறுபது நிமிடங்களும் ஆனது. கமல் ஷண்முகியாக இருபத்தைந்து நாள்கள் பெண் ஜென்மம் அனுபவித்தார்.

அவரது மகள் அக்ஷராவுக்கு நம்ப முடியவில்லை. கமலை யாரோ ஒரு மாமி என்று விலகிப் போனாள். கமல், தன் மகளை நம்ப வைக்க வேறு வழியின்றி 'விக்'கை கழற்றினார். மகள் அக்ஷராவுக்கு தன்னை வெளிப் படுத்திய விதத்திலேயே படத்தின் க்ளைமாக்சிலும் கமல் நடித்திருக் கலாம். ஏனோ வழி தவறி விட்டார். கே.பாலசந்தர் அதிர்ந்தே போனார். 'ஏன்டா கமல் இப்படிப் பண்ணி தொலைச்சிட்டியே. மாமி ஜாக்கெட்ட கழட்டிக் காட்டறது சரியா. எனக்கு என்னவோ போலிருக்கு தூக்கிவாரிப் போட்டுது.'

ரவி அதைக் குறித்துப் பெருமிதம் அடைந்தார். கே.பி.யே கமலின் மாமி பெர்ஃபாமன்சில், சினிமா நடிப்பு என்பதை மறந்து கண்டிக்கிறார் என்றால் படம் சூப்பர் ஹிட்.

கல்கி இதழ் அவ்வை ஷண்முகியின் அழிச்சாட்டியங்களைக் கடுமை யாகக் கண்டித்தது. இந்து முன்னணி தலைவர் இராம.கோபாலன் வார்த்தை சவுக்கைச் சொடுக்கினார். மடிசார் புடவையை, அதன் புனி தத்தை பெருமையை கமல் கேவலப்படுத்திவிட்டார் என்றெல்லாம் நேர்காணல்களில் சீறி விழுந்தார்.

நிஜத்தில் அந்தணர்கள் அதிகம் வாழ்ந்த ஊர்களிலேயே அவ்வை ஷண்முகி பிரமாதமாக வசூலித்தது.

•

1997 மே 6. கிழக்குக் கடற்கரைச் சாலையில் கமல் மீண்டும் பெண் ஆகிக் கொண்டிருந்தார். சாச்சி 420. ஷண்முகியில் ஹிந்தி வடிவம். சாந்தனு

சண்முகி மாமி

சிராரே இயக்குநர். ஜெமினி பாத்திரத்தில் ஓம் புரி. ஹீரோயினாக தபு. கமல் மீண்டும் தேசிய விருதுக்காக 'இந்தியனில்' தேர்வு செய்யப்பட்ட செய்தி வந்து சேர்ந்தது. பத்திரிகையாளர்கள் துரத்தி வந்தார்கள். கமலைத் தேடினார்கள். வட இந்திய மாமியாக வெளியே வந்தார்.

அதே சமயம் *1996*-ல் மாச்சிஸ் இந்தி படத்தில் நடித்த தபுவுக்கும் மத்திய அரசின் சிறந்த நடிகை விருது அறிவிக்கப்பட்டிருந்தது. கமலும் தபுவும் ஒரே நேரத்தில் வாழ்த்துகளைப் பரிமாறிக் கொண்டார்கள். மிக அபூர்வமான விநாடிகள் அவை.

# 32. அக்டோபர் 16, 1997

'இது வழக்கமான சினிமா இல்ல. இருபத்தியஞ்சு கோடி ரூபாய் பட்ஜெட். அதுவும் இப்போதைக்கு மட்டும். மேலேயும் செலவாகலாம். எனக்கு நம்பிக் கையான பாதுகாப்பான ஆள் வேணும். நீங்க ஞாப கத்துக்கு வந்தீங்க. உங்களால முடியும். மருதநாயகம் ப்ரொடக்ஷன் கன்ட்ரோலர் - எக்சியூடிவ்வா இந்த நிமிஷம் முதல் பதவி ஏத்துக்குங்க.'

கமல், ராம்ஜியிடம் பொறுப்பை ஒப்படைத்தார். ராம்ஜி கொஞ்சம் தயக்கம் காட்டவே கமல், ரால்ப் எஸ். சிங்கிள்டன் எழுதிய 'ஃபிலிம் ஷெட்யூலிங்' என்ற புத்தகத்தைக் கொடுத்தார். 'எதுவும் தெரியாம இருக் கிறது தவறு கிடையாது. நீங்க எதையும் தெரிஞ்சுக்காம இருந்தால் அது தப்பு.'

ராம்ஜி புத்தகத்தை அங்கேயே வாசிக்க ஆரம்பித்தார். அபஸ்வரம் ராம்ஜி என்றால் அனைவருக்கும் புரியும். அவர் சாதாரணமான மனிதர் அல்ல. எந்தத் தருணத் திலும் எதையும் செய்யக்கூடிய ஆற்றல் மிக்கவர். தமிழ் சினிமாவுக்கு முகவரி தந்த பிதாமகர் கே.சுப்ர மணியத்தின் பிள்ளை. மிகப்பெரிய பின்புலங்கள் உடையவர்.

மருதநாயகம் - கமலின் வாழ்க்கைக் கனவு. இலக்கியத் தொல்பொருள் ஆராய்ச்சியில் அவருக்குக் கிடைத்தது மருதநாயகத்தின் கதை. சுஜாதாவின் தோழமை அதற்கு உதவியது. பதினேழாம் நூற்றாண்டில் சர்ச்சைகளும் சாதனைகளுமாக விளங்கிய வாழ்வுரிமைப் போராளியின் வீர வரலாறு.

கேட்ட மாத்திரத்திலேயே கமல் கனவு காணத் தொடங் கினார். காஸ்ட்லி கனவு. அதை நிறைவேற்ற ஆள், படை, அம்பு, சேனை, குதிரை, யானை என்று

ஏகத்துக்கும் பணம் தேவைப்படும் என்று புரிந்தது. ஒவ்வொரு நாளும் கமலுக்குள் மருதநாயகம் வளர்ந்து கொண்டிருந்தார். காரணம் தமிழ் சினிமாவின் நீள அகலங்களுக்கு கான்சாகிப் யூசுப்கானின் சரித்திரம் பொருந்தி வந்தது.

இந்துவாகப் பிறந்து, இஸ்லாமியராக வளர்ந்து, கிறித்தவப் பெண்ணை மணந்தவர் மருதநாயகம். அவரது துணிச்சலான வாழ்க்கை வெள்ளையர்களால் இருட்டடிப்பு செய்யப்பட்டு விட்டதாகக் கூறுகிறார்கள். கான்சாகிபின் உடல் கடைசியில் துண்டு துண்டாக வெட்டப்பட்டு வெவ்வேறு இடங்களில் புதைக்கப்பட்டது. அப்படியும் மருதநாயகம் உயிர்த்தெழக்கூடும் என்று அஞ்சினர் அந்நியர்கள்.

'சுஜாதா சார், மருதநாயகத்துக்குப் போதுமான ஆதாரங்கள் உண்டா? எதுக்காக கான்சாகிப்புக்கு அப்படியொரு பெயர்?'

'இருக்கே. *1914*ல (S.C.Hill) எஸ்.சி.ஹில் எழுதின The Rebel Conmandant Yusof khan - மருதநாயகம் வாழ்க்கை வரலாறு. அதுதவிர கர்ண பரம்பரையா ஏராளமான நிகழ்வுகள் சொல்றாங்க. *1940*ல கருணாகரன்றவர் கான்சாகிப்பா நடிச்சி நாடகம் போட்டிருக்கார். உங்க அப்பா பார்த்துருக்கலாம். கான்சாகிப் *1759*ல மதுரையோட கவர்னரா இருந்தவர். உங்க ஊர்க்காரர். ராமநாதபுரம் பனையூர்ல *1725*ல பிறந்தார். மதுரையை நீங்க மருதைன்னு பேச்சு வழக்குல சொல்றீங்க.'

திரைக்கதை வசனம் எழுதி தயாரித்து முதன் முதலில் மருதநாயகம் மூலம் இயக்குநராக முடிவெடுத்தார் கமல். பி.சி. ஸ்ரீராமின் போட்டோ செஷன் மருதநாயகமாகவே கமலை மாற்றியது. கமல் மளமளவென்று மற்ற ஏற்பாடுகளில் இறங்கினார். தேவர் மகனுக்குப் பிறகு மருதநாயகம் திரைக்கதை வேலைகள் ஆரம்பமாகின. ட்ரெயிலருக்கே ஐந்து ஆண்டுகள் கரைந்தன.

*1997* ஆகஸ்டு *10*-ம் தேதி. மருதநாயகம் படப்பிடிப்பு காரைக்குடியில் தொடங்கியது. பி.சி. ஸ்ரீராமும் கமலும் மருத நாயகத்தை அணுகுவதில் வேறுபட்டார்கள். கதையைத் தனித்தனியே நோக்கினர். ஸ்ரீராம் தொந்தரவு எதற்கு என்று பெருந்தன்மையாக விலகினார். ரவி கே. சந்திரன் புதிய ஒளிப்பதிவாளர். ஜெய்ப்பூரிலும் ஒன்பது நாள்கள் ஷூட்டிங் நடைபெற்றது.

மருதநாயகம் போன்ற பீரியட் பிலிம்களுக்கு மிக முக்கியமானது கலை. கி.பி.*1740*ஐ கண்களில் கொண்டு நிறுத்த வேண்டும். கமல் சிறந்த ஆர்ட் டைரக்டருக்காக அலைந்தார். கர்தீஷ் ஹிந்திப்பட செட் அவரைக் கவர்ந்தது. அதை அமைத்த சாபுசிரிலை மருதநாயகத்துக்குள் கூட்டிக் கொண்டு வந்துவிட்டார்.

லண்டனிலும் பாரீஸிலும் மருதநாயகத்துக்கான ஆவணங்கள் தேடி அலைந்தார் கமல். சாபுசிரிலையும் அங்கு அனுப்பி வைத்தார். லண்டன், பிரான்ஸ் நூலகங்களில் அருங்காட்சியகங்களில் மருத நாயகம் அகப்படுவாரா என்று சாபுசிரிலும் துழாவி விட்டு நாடு வந்தார். மருதநாயகம் செட்களில் சாபுசிரில் கண்டவை கொலுவீற்றிருந்தன.

அடுத்தது மனைவி சரிகாவுக்கான பணிகள். மருதநாயகம் அணிந்த உடைகள் அவர் காலத்திய ஆடைகள் எல்லாமும் காஸ்ட்யூம் டிசைன ரான அவர் வசம் ஒப்படைக்கப்பட்டது. கமலின் கலை ஆர்வம்போல மருதநாயகத்தின் தேவைகளும் அதிகரித்தன. தன் கடைசித்துளி வியர் வையையும் கை இருப்பையும் கூட சினிமாவுக்குள் செலவிட கமலுக்குச் சம்மதம். ஆனால் அத்தனையும் சிங்கத்தின் பசிக்கு எறும் பாகப் போயின. இனி யாரிடம் கை ஏந்த?

தமிழில் மட்டும் மருதநாயகம் வெளியானால் எட்டு ஏரியாக்கள் விநியோகத்தோடு முடிந்துவிடும். வரலாறு காணாத வசூல் வந்தாலும் போட்ட முதல் கிடைக்காது என்கிற நிலை. பட்ஜெட் அப்படி.

யோசித்த கமல், ஹிந்தி, ஆங்கிலம், கன்னடம், தெலுங்கு, மலை யாளம், பிரெஞ்சு உள்ளிட்ட மொழிகளில் டப் செய்யத் திட்டமிட்டார். பிரிட்டிஷ் பிராட்காஸ்டிங் சர்வீஸ் (BBC) கமலுக்கு கோடிக்கணக்கில் பணம்தர முன் வந்தது.

யானைகளை கேரளா, கர்நாடகத்தில் பிடித்து வந்தார்கள். குதிரைகள் ஏராளமாகத் தேவைப்பட்டன. அஸ்வமேத யாகம் நடத்தாத குறை. 'டூப்' குதிரைகளும் பட்டியலில் இருந்தன.

மிகத் தைரியமாகக் களத்தில் இறங்கினார் கமல். காரைக்குடியைச் சுற்றிலும் உள்ள கருவேலிங்காடு, கண்மாய்வரம் வனப்பகுதிகளில் முதல் கட்டப் படப்பிடிப்பு. யூனிட் ஆள்கள் என்று சாதாரணமாகச் சொல்லிவிட முடியாது. ஓர் ஊரே திரண்டு வந்து காரைக்குடியில் முகா மிட்டது. ஆடு, கோழி, மீன்கள், காய்கறிகள், மளிகைச் சாமான்கள் எல்லாவற்றுக்கும் மருதநாயகம் காரணமாக தட்டுப்பாடு நிலவியது.

கான்டஸாவில் கமல் காரைக்குடிக்குள் நுழையும்போதே சுவ ரொட்டிகள் அவரைக் குறி வைத்துத் தாக்கின. பூலித்தேவனை காட்டிக் கொடுத்தவர் கான்சாகிப் யூசுப்கான்.

அவரது கதையைப் படமாக்க தேவர்குலம் கடும் எதிர்ப்பு தெரிவித்தது. கமல் சமாதானம் பேசினார். ஊர்க்காரர்களுக்கு வயிறார மூன்று வேளை உணவு, தவிர தலைக்கு நூறு ரூபாய் தந்தார். மருதநாயகத்தில் அவர்களும் இடம்பெற்றனர்.

மருதநாயகத்தின் இளமை வாழ்வே ட்ரெயிலருக்காக காட்சிப்படுத்தப் பட்டது. கொல்ல வரும் விரோதிகளிடம் இருந்து கைதி கமல் தப்பிக்கும் காட்சி. விநோதமாக, கமல் எருமை மாட்டின் மீது ஏறி சிக்காமல் தப்பிப்பார்.

எருமை ஏற்றம் புது அனுபவம். கமல் குற்றவாளியாகக் கோவணத் துடன் எருமையின் எதிரில் நின்றார். எருமையின் புஸ் புஸ் மூச்சு கேஸத்தைக் கலைத்தது. கமல் தன் கற்பைக் காப்பாற்றிக் கொண்டார்.

எருமை மீது தாவி ஏறினார். எருமை அவரைக் குப்புறத் தள்ளிவிடும் எண்ணத்தில் ஓடியது. யூனிட் அதிர்ந்தது. எருமைக்கும் மதம் பிடித்து விட்டதா? சிங்கம், புலிகளையே கமல் சட்டை செய்ததில்லை. எம்மாத் திரம் இந்த எருமை?

கமல் எருமையை 'படைப்பாளியாக' எண்ணி வலுவாகத் தன் எதிர்ப்பைக் காட்டினார். கொஞ்ச நேரத்தில் மாடும் மனிதனும் சமா தானத்துக்கு வந்தார்கள். கமல் புழுதி பறக்க இறங்கினார்.

'பாரதி, ஷாட் ஓகேயா?'

அடுத்து சாலக்குடி நீர்வீழ்ச்சியில் டேரா போட்டார்கள். வழுக்கும் பாறைகளில் 'பாசி'களின் மேல் கமல் உச்சியில் உயிரைப் பணயம் வைத்து நடித்தார். எதிர்பார்த்த அளவு அங்கே ஷூட்டிங் முற்றுப் பெற வில்லை. சர்க்கரைச் செய்தியொன்று அக்கரையிலிருந்து கமலுக்குக் கிடைத்தது. யூனிட் சென்னை விரைந்தது.

•

தலைமைச் செயலகம். தமிழக முதல்வர் இல்லம். ராஜ்கமல் பிலிம்ஸ் இண்டர்நேஷனல் அலுவலகம். கலாஷேத்ரா. ராஜீவ்காந்தி சமாதி. காஞ்சி ஏகாம்பரேஸ்வரர் கோயில். சென்னை பிலிம் சிட்டி. கமல் வீடு. எல்லா இடங்களிலும் விடியலை எதிர்நோக்கி இனம்புரியாத இன்பமும் பரபரப்பும் அலைமோதின. மழை தன் பரிவாரங்களுடன் ஆஜர் ஆனது. இங்கிலாந்து மகாராணி எலிசெபெத்தின் சென்னை விஜயம். அவர் மருதநாயகம் படத் தொடக்க விழாவிலும் டிரெயிலர் வெளியீட்டு நிகழ்விலும் கலந்துகொள்ள சம்மதித்திருந்தார். அச்செய்தியில் தமிழ் சினிமா உலகமே பூரித்து நின்றது.

'கமல் கொடுத்து வெச்ச ஆளுய்யா. அவரு இங்கிலீஷ்காரனை எதிர்த்த மருதநாயகம் பத்தி படம் எடுக்குறாரு. அதை ஆரம்பிச்சி வைக்க பிரிட்டிஷ் குயினே வராங்கன்னா என்ன சொல்றது. பெரிய சமாசாரம். இதுக்கு முன்ன பின்ன நடந்தது இல்லே.'

முந்தைய இரவில் கமலுக்குத் தூக்கமில்லை. மருத நாயகத்தின் மாபெரும் சந்தோஷம் மனத்தில் நிறைந்திருந்தாலும், வெவ்வேறு கவலைகள் வலி கொடுத்தன. ப்ரோட்டாகாலின்படி சிவாஜி, ரஜினி, சுஜாதா, சோ, முக்தா சீனிவாசன், ஏவிஎம் சரவணன் என முக்கியஸ்தர்களை ஷூட்டிங் ஸ்பாட்டுக்குள் அழைத்துச் செல்ல முடியாத நிலை. குருநாதர் பாலசந்தர், பாரதிராஜாவெல்லாம் விழாவில் கலந்து கொள்ள மாட்டார்கள். காரணம்?

1997-ல் கமல், படைப்பாளிகளின் பகைவனாக முத்திரை குத்தப்பட்டிருந்தார். பெப்ஸி தகராறு. தொழிலாளர்களுக்காக உரிமைக்குரல் கொடுத்த கமலின் புகழ் பாட்டாளிகளின் உதடுகளில் எதிரொலித்தது. 'அட, அந்த மகாராணி இதுவரைக்கும் சினிமா ஷூட்டிங்கே பார்த்தது கிடையாதாம். மொத மொதலா கமல் சார் நடிக்கிறதைத்தான் பார்க்கப் போறாங்க. தரமணி பக்கம் போக முடியல. போலீஸ் ஏக கெடுபிடி.'

அக்டோபர் 16, 1997. வியாழக்கிழமை. இன்றைய விசாலமான ராஜீவ் காந்தி சாலை அன்று இல்லை. மருதநாயகத்தின் கோட்டை வாசலாக அடையாறு பிலிம் சிட்டி, புதிய அடையாளம் பெற்றது. திரையுலக வி.ஐ.பி.க்கள் முன்னதாகவே கார்களில் வந்து இறங்கினார்கள். அவர்களை பதினேழாம் நூற்றாண்டு வரவேற்றது. வழியெங்கிலும் சாபு சிரிலின் கைவண்ணம்.

சரிகாவின் கடும் உழைப்பு. கமலின் கலைவாழ்வில் பிளாட்டின தினம். வெண் பட்டாடை தழுவிய உடல். சிரசில் முகலாயப் பேரரசர் பாணி தலைப்பாகை. தோளில் தொடங்கி இடையில் முடியும் உறையில் நீண்ட உடைவாள். விடுதலை வீரனின் வேட்கையும் கமபீரமும் கண்களில் கசிய கமல்ஹாசன் மருதநாயகமாகி தன் கலைக் குடும்பத்தை வரவேற்றார். கமலின் ஒவ்வொரு அரிய முயற்சிக்கும் பக்கபலமாகி அவர் வெற்றி பெறும்போது விருது வழங்கி கௌரவிப்பவர் கலைஞர் மு.கருணாநிதி. முதல்வராக நின்று மகாராணியை சகல மரியாதைகளுடன் சபைக்குள் அழைத்தார். உடன் கமலும் சரிகாவும் பூங்கொத்துகளை வழங்கி வாசம் பரப்பினர்.

கருணாநிதி கேமராவை முடுக்க, கருப்பையா மூப்பனார் கிளாப் அடிக்க மருதநாயகம் அனல் கக்கினான். நீல நிறத் தொப்பி. அதே வண்ண கவுன். கிளவுஸ் அணிந்த கைகளில் ஹேண்ட் பேக். மகாராணியார் கமலின் நடிப்பைக் கண்டு அருமையாக இருந்ததாகப் பாராட்டினார்.

நாசரும் ஓம்பூரியும் பெருமைப்பட்டுக் கொண்டார்கள். கமலால் கிடைத்த அரிய கௌரவம் எலிசெபத் முன்னிலையில் நடிக்கும் வாய்ப்பு. மகிழ்வோடு மருதநாயகம் ஷூட்டிங்கிலிருந்து ராணி எலிசெபத் விடை பெற்றார்.

மருதநாயகம் படவிழா

ஸ்ரீதேவி, ஸ்ரீவித்யா, ஜெயசித்ரா, கவுதமி உள்ளிட்ட பிரபல நடிகைகள் விழாவில் முதல்வரின் பேச்சுக்கு கைதட்டினார்கள். 'அவரைக் கலைச் செம்மல் என்று அழைக்கலாம். இன்னும் சொல்ல வேண்டுமேயானால் - அறிவு என்பது தேடிப் பெறுகின்ற ஒன்று. ஞானம் என்பது இயல்பாகவே ஏற்படுகின்ற ஒன்று. எனவே நான் அவரை கலையுலக அறிவாளி என்று அழைப்பதைவிட, 'கலை ஞானி' என்று அழைப்பது மிக மிகப் பொருத்தம் என்று அழைக்கிறேன்.'

மிகச் சரியாக வீரபாண்டிய கட்டபொம்மன், மருத நாயகம் இருவரும் தூக்கிலிடப்பட்ட தேதியில் தன் பட விழாவை கமல் நடத்தினார். அதில் கணேசனும் கலைஞரும் சற்றே வியப்படைந்தார்கள்.

'இந்தியாவோட முதல் லகான், என்னோட படமா இருக்கணும்னு ஆசைப்பட்டேன். அமீர்கான் முந்திக்கிட்டார். ஒரு கலைஞனின் ஆன்மாவைப் புரிந்துகொள்ள எனக்கு அந்த ஒரு வரி போதும்! பல காரணங்களுக்காக இந்தப் படம் நிறைவுபெறாமல் இருப்பது இந்திய சினிமாவின் சோகம்!'

- சுஜாதா, கற்றதும் பெற்றதும், ஆனந்த விகடன் 15.06.03.

# 33. குடுமி பூணூல் பிஸ்டல்

'நடிகர் கமல்ஹாசன் இதுவரை நடிப்பில் வெற்றி கண்டிருப்பதற்குக் காரணமே அவரது உள்ளுக்குள் இருக்கும் இயக்குநர் கமல். ஹேராமில் அவர் இயக்குகிறார். இவர் நடிக்கிறார்.'

பதினாறு, பதினேழு வயதில் 'உணர்ச்சிகளில்' அரும்பியது டைரக்டர் ஆசை. சொல்லத்தான் நினைக்கிறேன் என்று மனத்துக்குள் பூட்டி வைக்கவில்லை. பளிச் சென்று போட்டு உடைத்த போதும் கே. பாலசந்தர் தடை விதித்தார்.

'கமல் சினிமால நீ என்னவா ஆகணும்னு நினைக்கிற?'

'டைரக்ஷன் செய்யணும் சார்.'

பாலசந்தர் நிதானமாக கமலிடம் எடுத்துச் சொன்னார். 'நீ அழகா இருக்கே. திறமையா ஆடற. நடிக்கவும் முடியுது. புத்திசாலித்தனத்தோட நடந்துக்கறே. இளமை கொஞ்ச நாள் மட்டுமே. நீ நடிச்சு நாலுபடம் சரியா போகலன்னாலும் உன்னை டைரக்ஷனுக்குன்னு தனியா கூப்பிட மாட்டாங்க. மறுபடியும் ஆக்டிங் சான்ஸ் கொடுப்பாங்க. நீ அதுல ஷைன் பண்ணினா மார்க்கெட் தன்னால் வந்துரும். பட், நாம டைரக்ட் பண்ற படம் ஓடலேன்னா வாசல்லே ஆள் இருக்காது. எனக்கென்னவோ நீ பெரிய ஆர்ட்டிஸ்ட்டா வரப் போறன்னு படுது. அதனால நடிப்புல மட்டும் முழு கவனத்தையும் செலுத்து. டைரக்ஷன் அப்புறம் பார்த்துக்கலாம்.'

•

ஊட்டி. ஹேராம் படத்துக்காகப் போடப்பட்ட டில்லி பிர்லா மந்திர் செட். டைரக்டர் கமல்ஹாசன். காந்தியாக நஸ்ருதீன் ஷா. பேச வேண்டிய வசனத்தை

ஏற்ற இறக்கங்களோடு கற்றுத் தந்தார். வங்காளம், ஹிந்தி மொழி வல்லுநர்கள் உதவியாளர்களாகச் செயல்பட்டார்கள். முந்நூறு பேர் கொண்ட யூனிட். ஒவ்வொரு நொடியும் பரபரப்பு.

'நான் பால் அருந்துவதில்லை. மனிதர்கள் ஆயுள்பூராவும் பால் குடித் திருக்க வேண்டும் என்று கடவுள் நினைத்திருந்தால் தாய்மார்களுக் கெல்லாம் எப்போதும் பால் சுரந்து கொண்டிருக்கும்படி செய் திருப்பான்.'

'திரு, ஓகேயா?'

'ஒன் மோர் சார்'

'ரெடி டேக் ஆக்ஷன்.'

கேமரா ஓடும் சத்தமும் கூடாது என்று நவீன ஊமை ஒலிப்பதிவு. சைலன்ட் ஜெனரேட்டர். பாத தடங்களின் ஓசை கேட்காமலிருக்க சகல உழைப்பாளிகளுக்கும் friction free செருப்புகள், கால் கட்டு. அத்தனையும் லைவ் சவுண்டு என்கிற பழங்கால உத்திக்காகப் பயன் படுத்தப்பட்டன.

ஷாட் முடிந்ததும் கேமராமேன் திரு ஓடிப்போய் ஒலியின் துல்லியத்தை அறிந்து கமலிடம் சொல்வார். எல்லாம் சீராக உள்ளன என கண்டு கொண்ட பிறகே அடுத்த காட்சி.

திரு என்கிற திருநாவுக்கரசும் கமலால் கிரீடம் சூட்டப்பட்டவரே. தேவர் மகனில் பி.சி.ஸ்ரீராமின் உதவியாளர். கமல் 'மகளிர் மட்டும்' தயாரித்தபோது தனித்து இயங்க வைத்தார். அடுத்து காதலா காதலா. கமலும் திருவும் புரிதலால் ஒன்றுபட்டார்கள்.

'திரு, ஹேராம் பீரியட் பிலிம். அறுபது வருஷத்து கதை. 1946லருந்து ஆரம்பிக்கறோம். இன் ஃபேக்ட் நானே அப்பப் பொறக்கல. உங்களுக்குப் பெரிய பொறுப்பு கொடுத்துருக்கேன். எனக்கு ப்ரா ஜெக்ட்ல ப்ரொடியூசர், ஆக்டர், டைரக்டர், ஸ்கிரிப்ட் ரைட்டர்னு நிறைய வேலைங்க இருக்கு. தமிழ், ஹிந்தி ரெண்டு லேங்வேஜ்ல பண்றோம். பலகோடி ரூபா செலவு. வாலிபன், தாத்தான்னு வரிசையா கெட்-அப் சேஞ்ச் வரும்.

ஷாரூக்கான், ராணி முகர்ஜி, ஹேமமாலினின்னு எல்லாம் படா படா ஆளுங்களா வொர்க் பண்ணப் போறாங்க. அவங்க சொந்தக் குரல்லயே பேசி ஆகணும். யார் சொதப்பினாலும், நானே தப்பு பண்ணாலும் தயங்காம ரீ டேக் கேளுங்க. ஏன்னா இப்ப நான் டைரக்ஷன் கத்துக்கற ஒரு ஸ்டூடன்ட்.'

கமலிடமிருந்து ஹேராம் படத்தின் முழு ஸ்கிரிப்டையும் திரு வாங்கிக் கொண்டார்.

கமலின் அறையில் இரண்டு படங்கள் மட்டுமே உண்டு. அவர்கள் இரு முதல்வர்கள். ஒருவர் நிஜத்துக்கு. மற்றவர் நிழலுக்கு. காந்தி, சிவாஜி கணேசன்.

ஏனோ தமிழ் சினிமா காந்தியைப் பதிவு செய்யத் தவறிவிட்டது. பாடல்களில் காந்தியின் பெயர் வந்தால் உண்டு. அவ்வளவே.

இருபத்தியோறாம் நூற்றாண்டை நோக்கி எல்லோரும் புன்னகை புரிந்தனர். கமல் மட்டும் நைன்டித், ட்வன்டியத் சென்சுரிகளை எண்ணி வருந்தினார். சிந்து சமவெளி நாகரிகம். தொல்பொருள் ஆராய்ச்சி. மண் பாண்டங்கள். துரத்தின. காந்தி வழி குறித்து ஆகஸ்டு 1931லேயே நியூயார்க்கின் கிறிஸ்டியன் ஹெரால்ட் இரண்டு கட்டுரைகளை வெளியிட்டது. கமல், காந்தி தொடர்பான அத்தனை விவரங்களையும் வாசித்து சிஸ்டத்தில் போட்டு வைத்தார்.

'காந்தியை ஹீரோவா வெச்சு முதல் முறையா ஒரு தமிழ் படம்' - கமல் சொல்லும்போது சந்தான பாரதிக்கு தலைசுற்றுவது போலத்தான் இருந்தது. படையப்பாவைப் பற்றி தமிழ்நாடே எதிர்பார்ப்பில் இருந்தது. கமலும் ஜாலியாக காதலா காதலாவில் ரம்பாவுடனும் சவுந்தர்யாவுடனம் ஆடிப் பாடிக் கொண்டு வந்தார். இப்போது எதற்கு காந்தி கணக்கு?

மருத நாயகம் அத்தனை பாடுபட்டு ட்ரெயிலர் எடுத்து, ஆரம்ப விழாவும் நடத்தினார். இரண்டு ஆண்டுகள் ஓடியே விட்டன. மறுபடியும் வரலாறா?

'காந்தி, பச்சையப்பாஸ் காலேஜ்ல ஒரு தமிழ் மாநாட்டுல கலந்துக் கறதா இருந்தாரு. ஏதோ வர முடியல. அதுக்கு வாழ்த்து தெரிவிச்சு இங்கிலீஷ்ல லெட்டர் எழுதினாரு. மறக்காம தமிழ்ல கையெழுத்து போட்டுருக்காரு. மோ.க. காந்தின்னு. எப்பத் தெரியுமா? ட்வன்டி தேர்ட், டிசம்பர் நைன்டீன் தர்டி த்ரீல. அதுக்கு அடுத்த வருஷம் கோயம் புத்தூரில் நல்லவெயில் காலத்துல நவாப் ராஜ மாணிக்கம் பிள்ளை யோட ட்ராமா பார்த்துருக்காரு. தமிழ், தமிழன்னா அவருக்கு ரொம்பவே இஷ்டம். நாம அவரைக் கண்டுக்கல.'

எடுத்து மேஜையில் வைக்கும்போதே உதிர்ந்து விட்டன பக்கங்கள். காந்தியின் தமிழ்க் கையெழுத்து பாரதியைக் கவர்ந்தது. கமலை ஓர் ஈடுபாட்டோடு கவனிக்கத் தொடங்கினார்.

'நாம கொடுத்து வெச்சவங்க பாரதி. நமக்கு வலி குறைவு. கல்கத்தா மதக் கலவரம் பத்தி கேள்விபட்டிருக்கியா? 1946 ஆகஸ்டு 16-ம் தேதி

ஆரம்பிச்சது. ரெண்டே நாளுல ஆயிரக்கணக்குல ஆம்பள, பொம்பள, குழந்தைங்க ஒருத்தர் மிஞ்சல. அப்ப தொடங்கின நரபலி உற்சவம், நாடு பூரா பரவி 1948 ஜனவரி 30-ம் தேதி ஓஞ்சுது. 1947 ஆகஸ்டு 15ல சுதந்தரம் கிடைச்சது நமக்கு. அந்த சந்தோஷத்தை காந்தியால அனுபவிக்க முடியல. கல்கத்தா, பஞ்சாப்னு ஊர் ஊராப் போய் உண்ணாவிரதம் இருந் துருக்காரு. கல்கத்தால அவரைக் கல்லாலயே அடிச்சிருக்காங்க. நம்ம தமிழன் அப்பத்தான் தினத்தந்தில எழுத்துகூட்டி வாசிக்க ஆரம்பிச்சான்.'

'படத்துல உன் ரோல் என்னப்பா? கலாட்டாவ அடக்கற போலீஸா இல்ல, சுதந்திரப் போராட்ட வீரனா?'

'காந்தியைக் கொல்லணும்னு பலபேர் நாடு முழுக்க நிறையவே அப்ப ப்ளான் பண்ணியிருக்காங்க. அப்படிப்பட்ட ஒருத்தனா வரேன்.'

'வில்லனா?'

'தெரியல. நாம எல்லோரும் கூடிப் பேசி ஒரு முடிவுக்கு வரலாம். சுஜாதா சார்கூட டிஸ்கஷன்ல கலந்துக்குவார்னு நினைக்கிறேன்.'

கமல் மிக எச்சரிக்கையாக திரைக்கதை அமைத்தார். ஓர் இந்து, காந்தியைத் தீர்த்துக் கட்டப் பயிற்சிகள் எடுக்கிறான். அவனை மற்ற இன ஆளாகக் காட்சிப்படுத்துவதில் எதிர்ப்புகள் தோன்றலாம். எனவே 'சாகேத் ராம்' என்கிற தனக்குப் பரிச்சயமான ஸ்ரீரங்கம் அய்யங்கார் குல இளைஞனாகக் காட்ட முடிவு செய்தார். அதற்கு முன் மாதிரியாக 'வாஞ்சிநாதன்' இருந்தது கமலுக்கு வசதியாகப் போனது.

கட்டுக்குடுமியும், நெற்றியில் திரு மண்ணும், தோளில் பூணூலும், கையில் பிஸ்டலுமாக பஞ்சக் கச்சத்தோடு கமலின் போட்டோ செஷன் காண்பவரை வசீகரித்தது.

கமலின் இரண்டாவது மனைவி கேரக்டருக்கு ஆள் தேடிக் கொண்டிருந் தார்கள். காந்தியின் புன்னகையோடு கமலின் முத்தங்களும் அவசியம் இடம்பெறும். ராணி முகர்ஜி ஓகே சொல்லிவிட்டார். ஷக்கலக்க பேபி பாடிய உதடுகளோடு வந்து நின்றார் வசுந்தரா தாஸ்.

'கமல் சார் முதலில் என் கேரக்டரைப் பற்றிச் சொல்லும்போது மிகத் தெளிவாகவே படத்தில் சிச்சுவேஷனுக்கேற்ப அப்படி ஒரு காட்சி வரும். உங்களுக்குச் சம்மதமா என்று கேட்டார். நெருக்கமான காட்சிகளில் எப்படி நடிக்க வேண்டும் என்பதை அவரே நடித்துக் காட்டினார். தெளிவாகத் தெரிந்துகொண்டு விட்டதால் எந்தவித ஆட்சேபமும் நான் சொல்லவில்லை.'

கல்கத்தா, டில்லி, சென்னை பிலிம் சிட்டி, ஏவிஎம் என 'ஹேராம்' தனித் தனி செட்டிங்களில் தமிழ், ஹிந்தி மொழிகளில் படமானது. ஊட்டி

நீ பார்த்த பார்வைக்கொரு...

அவுட்டோரில் வைரஸ் காய்ச்சலில் கமல் அவதிப்பட்டார். பலத்த மழை வேறு. இரண்டு குழந்தைகளின் தாய். படத்தின் காஸ்ட்யூம் டிஸைனர். கணவரையும் கவனித்துக் கொள்ள வேண்டும். சரிகா, வேலைப்பளுவால் திண்டாடினார்.

ஆர்ட் டைரக்டர் சாபு சிரில், கேமரா மேன் திரு, சரிகா மூவரும் 'பிரிட்டிஷ் இந்தியாவை' அங்குலம் அங்குலமாக ஃபிரேமுக்குள் கொண்டு வந்தார்கள். கமல் ஏற்கெனவே இந்தியனில் செய்ததை ஹேராமில் மாற்றினார். நிகழ்கால (1999) காட்சிகள் கறுப்பு வெள் ளையிலும் விடுதலை வேள்வியை கலரிலுமாக காட்டச் செய்தார். ஏன் அப்படி தலைகீழ் மாற்றம் என்று கேட்டார் சுஜாதா.

'இத்தனை வருஷத்தில் நாம் வண்ணங்களை இழந்துட்டோம். அதோட அடையாளம் அந்த பிளாக் அன்ட் வொயிட் போர்ஷன். சுதந்திரம் வாங்கியும் 99-ம் வருஷத்துலயும் கலவரம் இருக்குன்னு சொல்றதுக்காக பிளாக் அண்ட் வொயிட்.'

தீவிரவாதத்துக்கான எதிர்ப்பை வெளிப்படுத்தும் விதத்தில் ஹேராமில் எந்த இடத்திலும் நீல வானத்தைக் காண முடியாதபடிச் செய்தார்கள் கமலும் திருவும்.

'ஹே ராம்' உருவாக அடிப்படைக் காரணம் கமலுக்குள் டிசம்பர் 6, 1992-ல் வேர்விட்ட வலி.

'பாபர் மசூதிப் பிரச்சினையில் மசூதி இடிக்கப்பட்டது வடிகட்டின மடத்தனமான விஷயம். மதம், இல்லற வாழ்க்கை மாதிரி. அதன் புனிதமும் அந்தரங்கமும் காக்கப்பட வேண்டும். பாபர் மசூதியை இடிப்பதை ராமரே ஒப்புக்கொள்ள மாட்டார். அடம் பிடிப்பதெல்லாம் ராமர் அல்ல. மத வெறியர்களே.'

கமலை சத்மாவில் வெகுவாக ரசித்தார் ஷாரூக். அவர் நடிக்க வேண்டிய அம்ஜத் அலி கான் வேடம் பற்றி விவரித்த உடனேயே ஒப்புக் கொண்டார். ஷாரூக்கின் 'மே ஹோ நா'வில் கமல் பங்கேற்பதாகச் சம்மதித்தார். ஷாருக், ஆர்வமாகவே தமிழில் பேசி ஆடிப் பாடினார். ராணி முகர்ஜி, கமலோடு நடிப்பதை ஏக் தூஜே கே லியே காலத்திலேயே சொப்பனம் கண்டவர். கமலின் டைரக்‌ஷனில் அவருக்கு ஜோடியாக வாய்ப்பு கிடைத்தது. யதார்த்தமான இளம் மனைவியாகவே மாறி விட்டார். ஏனோ ஷாரூக்கின் 'மே ஹோ நா'வுக்கு கமல் தாமதமாகவே 'நோ' என்றார்.

1999 கிறிஸ்துமஸ் தினத்தில் ஹேராம் ரிலீஸை எதிர்பார்த்தார்கள். ஆனால் இளையராஜாவும் கமலும் ஹங்கேரி செல்ல வேண்டி வந்தது.

'பரத் ஷாவோட பார்ட்னர்ஷிப்ல மொத்தம் பதினாறு கோடில நிறையவே நாம நெனச்சபடியே செஞ்சி முடிச்சுருக்கோம். இளைய ராஜாவுக்கு ஹங்கேரில மரியாதை கொடுக்கறாங்க. அங்கே புதா பெஸ்ட் சிம்பொனிக் ஆர்க்கெஸ்ட்ரா (Budapest Symphonic Orchestra), அவரோட சேர்ந்து ஹேராம்க்கு ரீரெகார்டிங் செய்யறாங்க. ஒரு தமிழ னோட மியூசிக் நோட்ஸை, ஐரோப்பியாகாரன் வாசிக்கிறதைப் பார்க் கிற அற்புதமான அனுபவம். அதை ஏன் மிஸ் பண்ணணும்? நாற்பது லட்சம் ரூபா நம்ம ராஜாவுக்காக செலவு பண்றதுல தப்பே கிடையாது.'

ஹேராம் தமிழ், ஹிந்தி ஒலிப்பதிவுக்காக ஹங்கேரி சென்றார்கள். அங்கு கமலுக்கு மற்றுமோர் வசந்த அழைப்பு. ஹங்கேரிய டைரக்டர் இஸ்த் வான் ஸாபோவின் (István Szabó) சன் ஷைன் (Sun shine) ஜனவரி 13-ல் வெளியீடு. அதன் ப்ரிமியர் ஷோவில் கமலும் ராஜாவும் அவசியம் கலந்து கொள்ள வேண்டி வந்தது.

ஜனவரி 14, 2000. கமலும் இளையராஜாவும் சென்னை திரும்பினர். 'வானத் தைப் போல' பட விளம்பரங்கள் அவர்களை வரவேற்றன. அனைத்துப் பத்திரிகைகளிலும் 'சேது' பாலா மற்றும் விக்ரம் பேட்டிகள்.

பிப்ரவரி 18, 2000. தேவி தியேட்டரில் ஹேராம் ரிலீஸ். புது யுகத்தின் முதல்வர் மு.கருணாநிதி முதல் காட்சியை ஆரம்பித்து வைத்தார்.

தமிழ், ஹிந்தி இரண்டும் சேர்த்து நானூறு பிரிண்டுகளுக்குமேல் போட்டார்கள். ரசிகர்கள் வழக்கம்போல் பட்டாசு வெடித்தனர்.

மூன்றே கால் மணி நேரம் ஓடியது ஹேராம். தமிழ், ஹிந்தி, வங்காளம், பஞ்சாபி, ஆங்கிலம் என வெவ்வேறு மொழிகள். சப்-டைட்டில் இல்லாமல் ஒலித்தன.

ஹேராம் காந்திக்கும் இஸ்லாமியர்களுக்கும் எதிரான படம் என்பதாக இந்தியா முழுவதும் மாதக் கணக்கில் போராட்டம் நடைபெற்றது. குறிப்பாக கல்கத்தாவில் - வன்முறை வெடிக்கும் அபாயம். 'இன்னும் பல காந்திகள் நமக்கு தேவை. காந்தியை மனிதனாகக் காட்ட வேண்டும்' என்கிற கமலின் நோக்கம் களங்கப்படுத்தப்பட்டது. ஹேராம் ரிலீஸுக்குப் பிறகு கல்கத்தா அரசாங்கம் கமலிடம் வருத்தம் தெரிவித்தது.

'சினிமாவுக்கு மொழி ஒரு பிரச்னையே கிடையாது. 'லாலாக்கு டோல் டப்பிமா'க்கு அருஞ்சொற்பொருள் பதவுரை கேட்டு விளங்கிய பிறகா தமிழர்கள் ஆடிப் பாடினார்கள்' - கமல் ரசிகர்களை விளாசினார்.

## 34. மொட்டை!

மருதநாயகம் தள்ளி வைக்கப்பட்டது. அடுத்தது என்ன என்கிற வினா கமலைக் குடைந்தது. தேனப்பன், கே.எஸ். ரவிக்குமாரின் வலது கையாக ப்ரொடக்ஷன் பார்த்தவர். ஆர்வம், உழைப்பு, திறமை உடையவர்கள் கமலின் முகாமுக்குள் செல்ல அதிக நேரம் ஆகாது. தேனப்பன், தேவர்மகன், மகளிர் மட்டும் படங்களில் நிர்வாகியாகச் செயல்பட்டார். அவர் தயாரிப்பாளர் ஆக வேண்டும் என்று ரவிக்குமார் விரும்பினார். தேனப்பன் பிரபுவின் கால்ஷீட்டுக்காக காத்திருந்தார்.

அவ்வை ஷண்முகி ஷூட்டிங். மாமி, கனல் கண்ணனை மார்க்கெட்டில் புரட்டிப் போடும் ஃபைட் சீன். கிண்டி கேம்பாகோலா வளாகம். தேனப்பன் கமலிடம் உரிமையுடன் கேட்டார். பிரபுவின் கால்ஷீட் வாங்கித் தாருங்கள்.

கமலும் முயற்சி செய்துபார்த்தார். பிரபு தொடர்பு எல்லைக்குள் சிக்கவில்லை. கமல் யோசித்தார். தேனப்பனுக்கு தேவை ஒரு ஹீரோ. கமலுக்கு தேவை நல்ல தயாரிப்பாளர். 'பிரபுவுக்கு பதிலா நானே நடிச்சுக் கொடுத்துடறேன். எத்தனை நாள் தேவைப்படும்?'

பிரபு கோபித்துக் கொள்ள மாட்டார். பாசமான சகோதரர். பிரச்னையில்லை. தேனான வாய்ப்பு. தேனப்பன் அகமகிழ்ந்தார். தேனப்பனின் 'காதலா காதலா' கலகலப்பாகவே கல்லா நிரம்பியது.

கமல் பெருமூச்சு விட்டார். காதலா காதலாவுக்குப் பிறகு மீண்டும் வெற்றிடம். கமல் படங்களுக்கு நாளடைவில் எதிர்பார்ப்புகள் வளர்ந்த அளவு செலவும் கூடியது. வெற்றி, தோல்வி இரண்டையும் துச்சமாக மதிக்கிறவர்கள் கமலின் பட அதிபர் ஆக முடியும்.

மும்பையின் பரத் ஷாவுடன் சேர்ந்து 'ஹே ராம்' தொடங்கினார். வேறு படங்கள் கைவசம் கிடையாது.

பெப்சி பிரச்சினைகளில் கொடி பிடித்ததும் அறிக்கைகள் விட்டும் பலரது எதிர்ப்பையும் சம்பாதித்திருந்தார். அந்த கசப்பான நிகழ்வு களுக்கு முன்பே தேனப்பனிடம் பேசி இருந்ததால் 'காதலா காதலா' வளர்ந்தது. சொந்தத் தயாரிப்புகளில் சுதந்தரம் கிடைக்கும். வெற்றிக் கான உத்தரவாதம் ரசிகர்களின் மனத்தைப் பொறுத்த விஷயம். சிங்கிதம் ஸ்ரீனிவாசராவை விட்டால் தோள் கொடுக்க யாரும் இல்லை. இன்னொரு காபந்து வேண்டும்.

மீண்டும் கே.எஸ். ரவிக்குமார் நினைவுக்கு வந்தார். வானத்தை வில்லாக வளைக்கும் கனவுகள் அற்றவர். கையேந்திபவன் கணக்காக காலையில் சுடச்சுட இட்லி சாம்பார். மதியம் மீன் குழம்பு - சோறு. ராத்திரி பரோட்டா குருமா என்று சுறுசுறுப்பான வியாபாரி. வீண் பேச்சு. வெட்டி பந்தா எதுவும் கிட்டே நெருங்க முடியாது. அடி கிடைக்கும்.

'ரவி, நாம மறுபடியும் சேர்ந்து வேலை செய்யறோம். சரியா?'

'கண்டிப்பா பண்ணலாம் சார்.'

'ப்ரொடியூசர்?'

'நீங்களே தயாரிக்கிறீங்க. நான் நடிக்கிறேன்.'

'சார்!' அதிர்ந்தார் ரவி. பசி தெரியாமல் வளர்ந்தவர். மோதிரமும் ப்ராஸ் லெட்டும் கழுத்துச் சங்கிலியும் அசிஸ்டென்ட் டைரக்டராக இருக்கும் போதே பளபளக்கும். ஆனாலும் சினிமா தயாரிக்கிற சிந்தனை ரவிக்கு மாருக்கு இருந்ததில்லை. வீண் வம்பு. அதுவும் கமல் நடிக்கிறார் என்றால் யானையைக் கட்டி தீனி போடும் சமாச்சாரம். பிடிவாதத்துக்கு கலை அகராதியில் கமல்ஹாசன் என்று அருஞ்சொற்பொருள் காணலாம்.

'ரவி, மொதல்ல கதையை ரெடி பண்ணுங்க. ஜாலியான படமா இருக் கட்டும். கிரேஸி மோகனை கூட வெச்சுக்குங்க. மத்தபடி உங்க இஷ்டம்.'

படையப்பாவினால் விநியோகஸ்தர்கள் மத்தியில் ரவிக்குமார் மீதான மதிப்பு உயர்ந்திருந்தது. ரஜினியின் வெற்றியில் கமல் குளிர் காய்கிறார் என்றார்கள் எதிரிகள். ரஜினியோ, ரவிக்குமாரோ அதை சட்டை செய்யவில்லை. ரவிக்குமார் சொன்ன ஒரு வரி கதை கமலுக்குப் போதுமானதாக இருந்தது. கமல் எப்போதும் சப்ஜெக்ட்டைவிட கேரக்டர்களுக்கே முக்கியத்துவம் கொடுப்பவர். எனவே ஹீரோவை புத்தம் புதிதாக பாலிஷ் போட்டுக் காட்ட விரும்பினார்.

'ரவி, ரேடியோ சிலோன் கேட்டு இருக்கீங்களா? மயில் வாகனன் வாய்ஸ். இங்கே ஓடாத படம்லாம் அங்கே ஜீபிலி போகும். அவங்க ளோட 'திரைவிருந்து' ப்ரமோ ஒண்ணு போதும். உடனே போய்ப் படம் பார்க்கத் தோணும்.'

கமல் இலங்கைத் தமிழில் பேசித் தீர்த்தார். ரவிக்கு ஆச்சரியமாகவே இருந்தது. முழு நம்பிக்கை வந்தது. முழு கதையையும் தயார் செய்து கொண்டு ரஜினியிடம் சொன்னார். ரஜினிக்கும் ரொம்பவே பிடித்து விட்டது. என்ன செய்ய? அண்ணன் கமல் அல்லவா நடிக்கப் போகிறார். ஒரே நேரத்தில் உருக்கமாகவும் கலகலப்பாகவும் முகம் மாற்றும் வித்தை இதில் நிறையவே உண்டு.

'ரவி, கையைக் கொடுங்க. ப்ரொடியூசராகவும் ஜெயிக்கப் போறீங்க. ஆமாம். டைட்டில் வெச்சாச்சா?'

இல்லை என்று தலையாட்டினார்.

'இது கமல் சார் படம் இருந்தாலும் மனசுல பட்டதை சொல்றேன். ஹீரோ பண்றதெல்லாம் கேட்கும்போது தெனாலிராமன் காமெடி ஞாபகத்துக்கு வருது. தெனாலின்னு பேரு வைங்களேன் ரவி.'

தெனாலி தொடக்க விழா. கலைவாணர் அரங்கில் வழக்கமாக வெற்றிக் கொண்டாட்டங்களே அதிகம் நடைபெறும். தெனாலிக்கு ஆரம்பமே அங்குதான். ரஜினி, கே.பாலசந்தர், ஷங்கர், பாரதிராஜா, விஜய், அஜித், சிந்தாமணி முருகேசன் உள்பட கோடம்பாக்கம் ஒன்றுபட்டது.

ரவிக்குமாருக்குச் சந்தேகம். ஹே ராமின் தோல்விக்கு பாஷை புரியாததே இமாலய காரணம். கமலே என்றாலும் விளங்காதது விலக்கப்படும். தெனாலியும் ஹேராம் ஆகிவிடும் அபாயம். கமல் பேசியது யாழ்ப்பாணத் தமிழ். முதல்நாள் ஷூட்டிங்கிலேயே ரவி பின்வாங்கி விட்டார். கமல், பி.எச். அப்துல் ஹமீதிடம் (இலங்கை வானொலி முன்னாள் அறிவிப் பாளர்) பயிற்சி பெற்று வந்தார். மோகனின் வசனங்களை அப்துல் ஹமீது யாழ்ப்பாண ஸ்டைலில் மாற்றித் தருவதாக ஏற்பாடு.

'சார். நீங்க தப்பா நெனச்சுக்காதீங்க. உங்க டயலாக் எனக்கே புரியல. மொத மொதலா ப்ரொட்யூஸ் பண்றேன்.'

ரவியின் சங்கடம் கமலுக்கும். அவர் வெளிக்காட்டவில்லை. ஹமீது, ரவிக்குமாருக்கு ஏற்றபடி எழுதித் தந்தார். முழு நீள நகைச்சுவைப் படம். அதிலும் கூடு தேடும் யாழ் தமிழர்களின் இறக்கைகள் வெட்டப் படும் சோகம். அதைச் சொல்லவும் வாய்ப்பு கிடைத்தது ஹமீதுக்கு. கமலை அழ வைத்துவிட்டார்.

ஊட்டி, கொடைக்கானல் என்று தெனாலி அவுட்டோர்களில் ஹமீது, கமலின் நிழலாக இருந்தார். டப்பிங் பேசும்போதும் உச்சரிப்பு சந்தேகங் களுக்கு கமலுக்கு உடனடி விளக்கங்கள் அளித்தார். கமல் முடிவில் நன்றி கூறினார். தெனாலி க்ளைமாக்சில் ஹமீதையும் பங்கேற்கச் செய்தார்.

தெனாலியில் ஏ.ஆர். ரஹ்மான் இசை. புதுயுகத்தின் முதல் தீபாவளி மத்தாப்பாக வண்ணம் பரப்பியது. ரஹ்மான் மியூஸிக்கில் கமல் பாடிய பாடல்கள் அவர்கள் இருவருக்கும் உள்ள இடைவெளியைக் குறைக்க உதவின.

தெனாலி வெள்ளிவிழா கொண்டாடியது. ரவி புத்திசாலி. கமலுக்குப் புது ஜோடியாக ஜோதிகா. பக்கவாத்தியமாக ஜெயராம். ரவி மாற்றி யோசித்த தன் விளைவு. பூஜையின்போது வெள்ளிவிழாவில் சந்திப்போம் என்பார்கள் சம்பிரதாய மைக் பிரமுகர்கள். ரஜினி தெனாலி வெள்ளி விழாவிலும் நிஜமாகவே கலந்துகொண்டு கமலை கௌரவப்படுத்தினார். 'படையப்பா' வெற்றி மேடையில் கமல் வாழ்த்தியதற்கு ரிடர்ன் கிஃப்ட்.

●

கலைப்புலி தாணுவின் கார், கமல் அலுவலகத்தில் கம்பீரமாக நின்றது. கமலுக்காகக் காத்திருந்தார் தாணு.

தாணுவின் பட விளம்பரங்கள், சென்னை நகரச் சுவர்களின் நிர் வாணத்தை மறைக்கும். சினிமாஸ்கோப் 70mmஐ மிஞ்சும் கறுப்பு வெள்ளை போஸ்டர்கள் தாணுவின் ஸ்பெஷாலிடி. ரஜினி, விஜய காந்த் வெற்றிப்படிகளில் வேகமாக ஏற அவை உதவின. கமல் தாணு வைத் தொடர்ந்து உள்வாங்கி வந்தார். கமலும் தாணுவும் நேருக்கு நேர் சந்திக்கும் நேரங்களில் வணக்கங்களைப் பரிமாறிக் கொள்வார்கள். எப்போதும் வணக்கங்களை கமல் பத்திரப்படுத்தி வைப்பார். தொழிலுக்குத் தோள் கொடுக்கும்.

தன் படைப்புகளில் முழு மன திருப்தி கொள்பவன் தேர்ந்த கலைஞனாக முடியாது. கமலுக்கு ஆதங்கம் இயல்பு. 'என்ன தாணு சார்! இந்தியன் படம் உங்களுக்கு கிடைச்சிருக்கணும். மிஸ் பண்ணிட்டீங்க. 'தாத்தா' கெட்-அப்பை பிரமாதமா பப்ளிசிடி செஞ்சிருப்பீங்க.'

தனது அபிமான நடிகரே வாய்விட்டுப் பாராட்டுகிறபோது தாணுவின் தயக்கம் தீர்ந்தது.

'எனக்கு அந்த பாக்கியம் கிடைக்கல சார்.'

'நீங்க கேட்டதில்லையே. நாளைக்கேகூட நாம சந்திக்கலாம். ஆபீசுக்கு வாங்கப் பேசுவோம்.'

ரஜினிக்கு ரெட் கார்டு போட விநியோகஸ்தர்கள் முடிவு செய்த கால கட்டம். எந்த பட பூஜையும் நடத்த தடை உத்தரவுகள். கமலின் மகளிர் மட்டும், ரஜினியின் உழைப்பாளி இரண்டும் 1993 தைத் திங்களில் எதிர்ப்புகளோடு தொடங்கின.

கமல் தாணுவின் நட்பு வலுத்தது. தாணு கூறிய கதையை மருதநாய கத்தைக் காரணம் காட்டி கமல் மறுத்தார். மகளிர் மட்டும் படத்தில் நடிப்பதற்காக தாணுவைக் கூப்பிட்டார்கள்.

'எனக்கு இஷ்டம் இல்ல சார். விட்டுடுங்க ப்ளீஸ்.'

'தாணு உங்களை அப்சர்வ் பண்ணதுல அந்த 'தமிழவன்' கேரக்டருக்கு நீங்க பொருந்தினீங்க. உங்க தமிழ் ஆர்வம் எனக்குப் புடிச்சிருக்கு. எங்கூட பேசற அதே தொனி போதும். எப்பவும்போல காமரா முன்னால வந்து போங்க.'

கமல் வற்புறுத்தியும் மேக்-அப் தாணுவுக்குப் பிடிக்கவில்லை. கோடம் பாக்கமே வரலாறு காணாத பாதிப்புகளில் காணாமல் போகிற அபாயம். அரிதாரம் பூச ஏது அவகாசம். ஜூன் 24 உழைப்பாளி ரிலீஸானது. பஞ்சாயத்துகள் தலைமைச் செயலகம்வரை நீண்டது. இறுதியில் சுபம். அந்த மகிழ்வில் ரஜினியிடம் கமல், தாணு முன்னிலையில் குறைபட்டார்.

'ரஜினி, ஒருத்தர்கிட்ட ரொம்ப நாளா கால்ஷீட்டுக்காக அலையுறேன். இன்னும் கொடுக்க மனசு வரல அவருக்கு. டபாய்ச்சிக்கிட்டே இருக்காரு.'

'யாரு? யாரு அப்படி செஞ்சது?' - ரஜினி ஆச்சர்யம் காட்டினார்.

'இதோ தாணு சார்தான்.'

மூவரும் சிரித்தார்கள். 'தாணு சார் நீங்க அவசியம் கமல் சார் படத்துல நடிக்கிறீங்க. ஓ.கே.'

'நடிப்பு மட்டும் பாக்கி இருந்தது எனக்கு. அதையும் பூர்த்தி பண்ணிட்டீங்க.' தாணு, கிளாப் போர்டுக்கு கட்டுப்பட்டார்.

மருதநாயகம் கமாவோடு நின்று விட்டது. தாணு கூறிய அதே போன்ற தொரு பீரியட் சப்ஜெக்டை கமல் ஏற்கவில்லை. அவர் 'ஹே ராம்' கனவில் இருந்தார். ஹே ராமும் பார்க்கப்படாமலே போனது. பிறகு தெனாலி ஷூட்டிங்கில் கமல் பிஸியானார்.

'கிராமமும் குக்'கா' திரிபுரசுந்தரி காமேஸ்வரனின் பாலக்காட்டு சம்பா ஷணை, கிரேஸி மோகனை நால்வரோடு (மூன்று ஹாசன் பிரதர்ஸ் + சகோதரி நளினி) ஐவரானோம் என்று கமலுடன் ஐக்கியப்படுத்தி விட்டது. அதற்குப் பிறகே ஆண்டுக்கொரு காமெடி படம் கமலின் லிஸ்டில் இடம் பெற்றது. கமல், மோகனின் தாம்பூல வாசத்தில் கிடைத்த ஹாஸ்யங்களை வசூல் ஆக்கினார்.

தாணுவிடமும் நகைச்சுவை படம் தயாரிக்கலாமா என்றார். பம்மல் கே. சம்பந்தம், நளதமயந்தி கதைகள் கமலின் மனத்திரையில் ஓடின. நள தமயந்தியை கம்மி பட்ஜெட்டா இருக்கே என்று தாணு நிராகரித்தார். கமல் டூப்பாக நடிக்கும் சப்ஜெக்ட்டுக்கு தலையாட்டினார்.

திருவேற்காடு கருமாரி அம்மனை தாணு மனமார வேண்டிக் கொண்டார். கலைப்புலி அலுவலகத்தில் படபூஜை நடந்தது. கமல் பங்கேற்றார். சினிமா விஐபிகள் மார்போடு தழுவிக் கொள்வார்கள். கன்னத்தில் முத்தமிட்டுக் கைத்தட்டல் வாங்குவர். ஒரே மாலையில் இருவர் காட்சி தருவர். சபை ஆஹா என்ன நெருக்கம் என்று நெஞ்சு விம்மும். நிஜத்தில் அதுவும் ஒரு திரைப்படக் காட்சியே என்பதைக் காலம் சொல்லும்.

கமல் - தாணு உறவும் அப்படி ஆனது துர்பாக்கியம். தாணுவிடம் ஒப்புதல் பெற்ற கதையைச் சற்றே தள்ளி வைத்துவிட்டார் கமல். இதயம் பேசுகிறது இதழில் அவர் எழுதிய தொடர் தாயம். அதை தாணுவின் சம்மதம்பெறாமலேயே படமாக்க முடிவு செய்தார்.

'தாணு சார், போட்டோ செஷன் பண்ணணும். துபாயில தேஜஸ் பத்னின்னு பிரமாதமான டெக்னீஷியன் இருக்கார். தினம் ஒரு லட்சம் அவருக்குச் சம்பளம். அவரைக் கூப்பிடுவோமே.'

தேஜஸ் பத்னிக்கு அடையாறு பார்க் ஷெட்டனில் தங்கும் வசதி ஐந்து நாள்களுக்குத் தரப்பட்டது. கமல் விதவிதமாக போஸ் கொடுத்தார். தாணுவுக்குச் சந்தேகம். நம்மிடம் சொன்ன கதைக்கு இவை தேவைப் படுகிறதா? வாய் விட்டுக் கேட்டு விட்டார்.

கமல் 'ஆளவந்தான் நந்தகுமாரை' தாணுவுக்கு அறிமுகப்படுத்தினார். தாணுவுக்கு மென்று முழுங்க முடியவில்லை. தொண்டையை அடைத்தது. கமலின் ஆஸ்தான கதாபாத்திரம் - மறை கழன்றவராக நடிப்பது. ஹூசுத்தனமான தெனாலி வேடங்களில் காமெடி செய்தவர். கண்ணீர் வரவழைத்தவர். ஆளவந்தானில் மனநோயாளியை ஆக்ஷன் ஹீரோவாகக் காட்ட எண்ணினார். கே.பாலசந்தர் இயக்கத்தில் அப்படி நடிக்க ஆசைப்பட்டார்.

கே.பி. ஒப்புக் கொள்ளவில்லை. பாட்ஷா, சுரேஷ்கிருஷ்ணாவை பிரபலப்படுத்தியது. சத்யா, இந்திரன் சந்திரன் படங்களில் சுரேஷோடு பணியாற்றிய அனுபவத்தினால் அவரையே ஆளவந்தானுக்கு டைரக்டர் ஆக்கினார் கமல்.

கமலிடம் தன் மனத்தில் பட்டதைச் சொல்ல தாணு தயங்கினார். முழு திருப்தி தராத அண்ணன், தம்பி இரு வேட கதை. ஒன்றில் கமல்

கமாண்டோவாக நடிக்க இருந்தார். 'தாணு சார், ஏழு கோடிக்கு பட்ஜெட் போட்டுருக்கேன். கூடுதலா இன்னும் டூ க்ரோர்ஸ் தேவைப் படலாம். என் சம்பளம் இதுல வராது.

ஆஸ்திரேலியால கிராண்ட் பேஜ் தெரியுமா. ஜாக்கிசான் நடிச்ச மிஸ்டர் நைஸ் கை, இப்ப ரிலீஸாச்சே எம்.ஐ. 2, மேட் மேக்ஸ் எல்லாத்துக்கும் அவர்தான் ஸ்டண்ட் மாஸ்டர். அவர்கூட நம்ம விக்ரம் தர்மாவும் வேலை பார்ப்பார். ஆளவந்தான்ல பெரிய பங்கு கிராண்ட் பேஜ்க்கு உண்டு.

அப்புறம் டெல்லில நேஷனல் செக்யூரிட்டி கார்ட்ங்கற மிலிட்டரி கேம்ப் கேள்விப்பட்டிருக்கிங்களா? அங்கே ஷூட்டிங் நடத்தணும். அதுக்கு முன்னால ஒரு வாரம்போல என்.எஸ்.ஜி. கேம்ப்ல தங்கி நான் ட்ரெயினிங் எடுத்துக்கப் போறேன். அப்படிப் பண்ணா கமாண்டோ கேரக்டர் பெரிசா பேசப்படும்.

யாராவது மிலிட்டரி ஆளுங்க படம் பார்த்தா, அட நாம துப்பாக்கியை ஹேண்டில் பண்ற மாதிரியே கமலும் கையாள்றான். பரவாயில்லியே தமிழன்னு நெனைப்பாங்க. அந்த வெற்றிக்காக நான் கடுமையா உழைச்சாகணும்.'

முதலில் கதையை ஒழுங்குபடுத்திக் கொள்ளலாம் என்று தாணு நினைத்தார். ஆனால் கமலிடம் வெளிப்படுத்தவில்லை.

'ஒரு மெகா பட்ஜெட் படத்தில் கமல் நடிக்கிறார். அவர் நடிக்கும் படம் பெரிய வெற்றி பெற வேண்டும் என்றுதானே அவரும் எண்ணுவார். அந்த எண்ணத்தில் கதை தொடர்பான என் சந்தேகத்தைக் கேட்டுக் கொள்ளவில்லை.'

ஆளவந்தானுக்கான முஸ்தீபு வேலைகள் வேகமாக நடந்தன. தாணு ஆளவந்தான் பட பூஜையை நேரு ஸ்டேடியத்தில் வைத்துக் கொண்டார். உச்சி முதல் பாதம் வரை ஒட்டுத் துணியும்கூட இல்லாமல் கமல் வித் தியாசமான போஸ் கொடுத்திருந்தார். 'கருவிலே துவங்கியது இந்தக் கை கலப்பு' - மொட்டை கமலும் கமாண்டோ கமலும் பலப்பரீட்சை பார்க்கும் பூஜை அழைப்பிதழ் ஸ்டில் பலரது பருவங்களை உயர்த்தியது. தாணு விரும்பிய எதிர்பார்ப்பு விளம்பரங்களினால் கிடைத்தது.

கமலுக்கு பிற நாட்டுக் கலைஞர்களின் தாக்கம் அதிகம் உண்டு.

'பீட்டர் செல்லர்ஸ் எத்தனை வித உருவ மாற்றங்களைச் செய்து வந்திருக்கிறார். எனக்கு இவர் படங்கள் மிகவும் பிடிக்கும். ஒரு படத்தில் யுல் பிரைனர் மாதிரி மொட்டையாக வர வேண்டுமானால் நான் மொட்டையடித்துக் கொள்ளவும் தயங்கமாட்டேன்' என்றெல்லாம் கமல் தன் ஆசைகளை 1981லேயே வெளியிட்டு இருக்கிறார்.

கமலின் மிகப்பெரிய வெற்றிப் படங்கள் ஹிந்தியிலும் டப்பிங்காவோ, ரீமேக் ஆகவோ வசூல் அள்ளின. அதனால் ஆளவந்தானை நேரடியாகவே ஹிந்தியிலும் தயாரிக்க தாணுவுக்கு கமல் ஆலோசனை வழங்கினார். பன்னிரண்டு கோடியை 'அபய்' ஆக்கத்திற்காக தாணு ஒதுக்கி வைத்தார்.

முதலீடு மட்டும் தாணு. ஏற்பாடுகள் எல்லாம் கமல்தான். குறிப்பாக அவரே தன் சகாக்களை முடிவுசெய்தார். பின்னணிப் பாடகராக கோலிவுட் அறிந்த சங்கர் மகாதேவன், தன் நண்பர்கள் எசான், லாய் உடன் சேர்ந்து படத்தின் இசையமைப்பாளராக ஒப்பந்தமானார். 'இருவர்' புகழ் ஆர்ட் டைரக்டர், மூன்று தேசிய விருதுகள் வாங்கி யிருந்த சமீர் சந்தா ஒப்பந்தம் செய்யப்பட்டார். மேதைகளின் சங்கமம் கமலுக்கு மட்டுமே சாத்தியம். மும்பைக்குச் சென்று, கமலும், சுரேஷ் கிருஷ்ணாவும் இரண்டு பாடல்களின் ரெகார்டிங்கை முடித்துக் கொண்டு திரும்பினார்கள். அதன் பிறகே பூஜை.

கோலகலமாக ஒட்டுமொத்த இந்திய, உலகக் கலைஞர்கள், வல்லு நர்கள் ஒன்று திரண்டார்கள்.

'என்னுடைய ஆளவந்தான் படத்தில் நடிப்பதற்காக கமலுக்கு தினையளவு இல்லை. பனையளவு இல்லை. மலையளவு கடமைப்பட்டிருக்கிறேன். என் வாழ்நாள் முழுவதும் என்னால் இதை மறக்க முடியாது. படத்தின் ஒவ்வொரு விஷயத்தையும் பார்த்துப் பார்த்துச் செய்கிறார். பெரிய அளவில் விளம்பரம் செய்ய வேண்டும் என்றேன். ஆரம்பத்திலேயே ஏன் தேவை யில்லாத செலவு. படத்துக்காக செய்யுங்க என்றார். நான் இன்விடேஷன் தயார் செய்வதற்கே கொஞ்சம் கொஞ்சம் அவர் மனசை மாற்றி அனுமதி பெற்றேன். என்ன செலவு செஞ்சா நமக்கென்ன என்று இல்லாமல் என் செலவுகளைக் கட்டுப்படுத்தினார். கமல்தான் என் ஆசான். என் நன்றியை வரும் நாளில் காண்பிப்பேன்.'

மேடையில் தாணு நெகிழ்ந்து கண்ணீர்விடாத குறை. ஆனால் ஆளவந் தான், அபய் இரு படங்களின் தாறுமாறான தயாரிப்புச் செலவு, இரண்டு ஆண்டு காலதாமதம் உள்ளிட்ட நிகழ்வுகளால் தாணுவுக்குக் கோடிக் கணக்கில் நஷ்டம். ஆளவந்தான், அபய் இரண்டும் வரலாறு காணாத வசூலோடு வெள்ளிவிழா கொண்டாடி இருந்தால், கலைஞர் தலை மையில் கமலுக்கு சிலையே திறந்திருப்பார் தாணு. 'அழிக்க வந்தான்' என்று பத்திரிகை பேட்டிகளில் மனத்துயரைக் கொட்டும்படி படம் தோல்வியடைந்தது.

●

பட்டு சட்டை, வேட்டியோடு பண்டிகைகள் கொண்டாடுவார் கமல். அவருக்கு விசேஷமாக மனநிறைவளிப்பது ஆகஸ்ட் 15. எத்தனையோ

சுதந்தர தினம் கடந்து போனாலும் 2002ன் ஆகஸ்டு 15 கமல் வாழ்க்கையில் முக்கியமானது. அன்று தன் வாழ்நாளுக்குப் பிறகு உடலை தானம் செய்வதற்கான பத்திரத்தில் கையெழுத்து போட்டார். மகள் ஷ்ருதி தன் தந்தைக்காக சாட்சிக் கையெழுத்திட்டார். ராஜ்கமல் அலுவலகத்தில் பத்திரிகையாளர்கள், ரசிகர்கள் முன்னிலையில் அந்த நிகழ்ச்சி நடந்தது.

'உலகத்துல எந்த நடிகனும் செய்யாததை நம்ம தலைவரு செஞ்சிருக்காரு' - ரசிகர்கள் நெஞ்சை நிமிர்த்துக் கொண்டார்கள்.

'எனது உடல், பிற்காலத்தில் மருத்துவக் கல்லூரி மாணவர்களுக்கு ஒரு புத்தகமாகப் பயன்படும். அதில் எனக்கு ரொம்ப மகிழ்ச்சி. என்னைப் போல் பலர் உடல் தானம் செய்ய முன்வர வேண்டும். இது ஒரு விழிப்புணர்ச்சி விழாவாக நான் கருதுகிறேன். எங்களைப் போன்றவர்களை குளிர்பான விளம்பரத்துக்கும், சோப் விக்கறதுக்கும், நகை நட்டு, ஐஸ் விக்கறதுக்கும் பயன்படுத்துகிறார்கள். அந்த மாதிரி விளம்பரங்களில் நான் நடித்ததே கிடையாது. என்னை வைத்து இதை விளம்பரப்படுத்துகிறேன். இந்த விஷயம் சித்ரகுப்தன் புத்தகத்தில் இடம்பெறுகிறதோ இல்லையோ அறிவியல் புத்தகத்தில் கண்டிப்பாக இடம்பெறும். எல்லோரும் இந்த நாட்டின் கண்கள் ஆக முடியும்.'

## 35. நல்ல சிவம்

சுந்தர். சிக்கு அது புது அனுபவம். மணிவண்ணன் மூலம் மகத்துவம் பெற்றவர். உள்ளத்தை அள்ளித் தந்து கார்த் திக்குக்கு புனர்ஜென்மம் கொடுத்தவர். குஷ்பூவை மணந்த பிறகே அருணாசலம் அடைந்தார். கமலோடு படம் என்பதெல்லாம் அவர் நினைத்துப் பார்த்ததே கிடையாது.

லட்சுமி மூவி மேக்கர்ஸ். கே. முரளிதரன், வி. சுவாமி நாதன், ஜி. வேணுகோபால் என்று மூன்று பங்குதா ரர்கள். மூவர் உலாவில் பதினேழு சினிமாக்களில் பழுத்த அனுபவம். பதினெட்டாவது ப்ராஜெக்டை கமலை வைத்து எடுத்தால் என்ன?

சிநேகிதர்கள், எதிரிகள் எல்லோரும் வலிய வந்து அறிவுரை வழங்கினார்கள். 'அகலக்கால் வைக்கா தீர்கள். விக்ரமுக்கு நல்ல மார்க்கெட். ஜெமினி செம ஓட்டம் ஓடுது. கே. பாலசந்தரே அவரை 'சாமியா' நம்பறார். கமல் செலவு வைப்பாரு. தாணு அழிக்கவந் தான்னு குமுதத்துல பேட்டி கொடுத்தாரே படிக்கலியா...'

எதையும் சட்டை செய்யவில்லை மூவரும். முரளிதரன் சுந்தருக்கு போன் போட்டார். 'டைரக்டர் சார், கொஞ் சம் நம்ம ஆபிஸ் வரைக்கும் வந்து போறீங்களா?'

சுந்தர் சென்றபோது ஆழ்வார்பேட்டைக்கு அழைத் தார்கள். சுந்தர் ஏன், எதற்கு என்றெல்லாம் எதிர் கேள்வி கேட்க மாட்டார். அத்தனை பணிவு. நம் பிக்கை. அது அவரது வெற்றியின் ரகசியம். மீண்டும் செல் அழைத்தது. 'கமல் சார் ஆபீஸ் தெரியுமில்ல. அங்கே வந்துருங்க.'

சுந்தருக்கும் கமலுக்கும் அதுவரை எந்த அறிமுகமும் கிடையாது. அறிமுகப்படுத்தினார்கள்.

‘சார். சுந்தர் நம்ம படத்தை டைரக்ட் பண்ணுவார்.’

அன்று சுந்தருக்கு ராசிபலனில் ‘எதிர்பாராத சந்தோஷம்’ என்று போட்டிருந்திருக்கலாம். ‘சார் இஃப் யூ டோன்ட் மைன்ட், டைரக்டர்கிட்டே கதையை முழுசாச் சொல்லிடறேன் இப்பவே.’

பணம் போட்டு சினிமா எடுக்கும் முதலாளிகள் அங்கிருந்து வெளியேறினர். சுந்தரிடம் கதை சொல்லப்பட்டது.

லட்சம் ஓட்டுகளை இடம் மாற்றும் சக்தி மதனின் கார்ட்டூன்களுக்கு உண்டு. விரல்களால் சுவாசிப்பவர். நீண்ட வருடங்கள் பின்னணியிலேயே இருந்தவர். கமலுக்கு மூக்கு வேர்த்து விட்டது. ‘விகடன்லருந்து மதன் வெளியே வந்துட்டாரா? நம்ம அபீஸுக்கு வரச் சொல்லுங்க. பேசுவோம்.’ எந்த ஜாம்பவான், எங்கே, எப்போது பணிகளிலிருந்து விடுதலை ஆகிறான் என்று பார்த்துக்கொண்டே இருக்கும் கோலிவுட் கொக்கு.

‘வாங்க மதன் சார். சேர்ந்து படம் பண்ணுவோம்.’

சுந்தர் .சி, கமல், மதன் மூவரும் இணைகிறார்கள் என்றால் தமிழ் சினிமாவுக்கு நிரந்தரமான இன்னொரு காமெடி கலாட்டா என்று அனைவரும் நினைத்தார்கள். கமல் சிரிப்பும் இரண்டுக்கு மேல் வேண்டாம் என்றார். 2002-ல் இரு நகைச்சுவைச் சித்திரங்கள் (பம்மல் கே. சம்பந்தம், பஞ்சதந்திரம்).

அன்பே சிவம் உருவானது. படம் பேசப்பட வேண்டும் என்பதற்காக திரை முழுவதும் மாதவனும் கமலும் மாறி மாறி உரையாடினார்கள். ‘ஏலே என்னாலே பெரிய ஜோக் எழுதற ரைட்டர்னீங்க. ஒரே அழு காச்சியா இல்ல கெடக்கு.’ தெற்கு விநியோகஸ்தர்கள் புழுங்கினார்கள். முதலீடு செய்தவர்கள் துக்கத்தில் மூழ்கினார்கள். கேட்ட விலையைக் கொடுத்துப் பெட்டி எடுக்க யாரும் முன் வரவில்லை.

‘பிரமாதமான படம் சார். கமலே நினைச்சாலும் இன்னொரு வாட்டி இப்படி நடிக்கவே முடியாது. எத்தனை அவஸ்தை தெரியுமா? மூணு மணி நேரம் உக்காந்து கோரமா மேக்-அப் போட்டுக்கிட்டார். பார்க்கறதுக்கே நமக்குக் கஷ்டமாயிருக்கும். நூறு நாள் ஷூட்டிங் நடந்துருக்கு. இதுவரைக்கும் நாங்க போடாத மெகா பட்ஜெட். கண்ணு புருவத்தைக்கூட கேரக்டருக்காக சிரைச்சிக்கிட்டாரு. யார் செய்வாங்க? ஒரு கால் உயரமாகவும் இன்னொரு கால் குட்டையாகவும் ஆயிடும் ஆக்சிடென்டுல. அதை உன்னிப்பா ஞாபகம் வெச்சிருந்து வேறே வேறே செருப்பு போட்டக்கிட்டார்.’

லட்சுமி மூவி மேக்கர்ஸ் எத்தனை சொல்லியும் விநியோகஸ்தர்கள் விலகிப் போனார்கள். வேறு வழியே கிடையாது என்ற நிலை. வட்டி

கழுத்தை நெரித்த வலியில் சொந்தமாகவே விநியோகம் செய்தனர். 2003 பொங்கல் தினத்தில் அன்பே சிவம் வெளியாகியது.

'படம் சரியில்லை. கமல் பெருசா பிளேடு போடுறாரு' - இன்ஸ்டண்ட் நெகட்டிவ் விமர்சனங்கள் படத்தைக் காலி செய்தன.

அன்பே சிவம் படத்துக்கு விளம்பரங்கள் போதாது என்று கமல் வருந்தினார். தலையெடுக்க முடியாத நஷ்டத்தில் தயாரிப்பாளர்கள் தவித்தார்கள். பாபா தோல்விக்காகக் கோடிக் கணக்கில் பணத்தைத் திருப்பிக் கொடுத்தார் ரஜினி. கமலும் அப்படியே செய்ய வேண்டும் என்று எதிர்பார்த்தது திரையுலகம்.

'சுவாமிநாதன், உங்க கம்பெனியிலிருந்து பாக்கி பெரும் தொகை எனக்கு வரவேண்டியிருக்கு. அன்பே சிவம் சரியாப் போகல. எனக்குத் தெரியும். அந்தப் பணத்தை நான் ரைட்டாஃப் பண்ணிடறேன். நீங்க தர வேணாம்.

அப்புறம்... இன்னொரு படம் உடனே ஆரம்பிங்க. நடிச்சுத் தரேன். என்னால ஒரு கம்பெனி போச்சுன்னு யாரும் சொல்லக் கூடாது. நீங்க எல்லாத்தையும் பிக்ஸ் பண்ணிட்டுக் கூப்பிடுங்க. அவசியம் மறு படியும் சேர்ந்து வொர்க் பண்ணுவோம்.'

பலத்த அடி. விழுந்தவுடன் சுதாரித்துக் கொள்ள முடியவில்லை மூவருக்கும். 'சொல்றோம் சார்' என்றார்கள். இந்தியன் பனோரமா, கேன்ஸ் படவிழா ,சாந்தாராம் கமிட்டி விருதுகள் ஏழு, தமிழக அரசு பரிசு என்று லட்சுமி மூவி மேக்கர்ஸும் கமலும் வாங்கிக் குவித்தார்கள். சுகமான சுமைகள்.

இன்றைக்கும் 'உங்களுக்குப் பிடித்தமான பத்து தமிழ் படங்கள்' என்று யாராவது ரசிகர்களிடம் கேட்டால், அதில் 'அன்பே சிவம்' கண்டிப்பாக இடம்பெற்றிருக்கும். திரையிலன்றி, சிடியிலும் டிவிடியிலும் அதிகம் ஓடிய படம் அது. 'அது என்னன்னே தெரியல. என் படம் வந்தா அதிகமா திட்டுறவங்க, ஆறேழு மாசம் கழிச்சு அது மாதிரி படமே வந்தது இல்லன்னு தூக்கி வைச்சுக் கொண்டாடுறாங்க. அன்பே சிவமும் அப்படித்தான் ஆச்சு. ஏன்னே எனக்கும் புரியல' - கமல் 2009-ல் வருத்தபட்டிருந்தார்.

•

சித்திரை நிலவு பௌர்ணமியாகிப் பிரகாசித்தது. மதுரை மருத்துவக் கல்லூரி மைதானம். மனிதத் தலைகளாகவே தெரிந்தது. காவலர்களின் கைகள் லத்திகளைச் சுழற்றிச் சுழற்றி வலித்தது. கள்ளழகர் ஆற்றில் இறங்கியது போதாதா, கமல்ஹாசனும் அதே நேரத்தில் மேடையேற வேண்டுமா!

ரசிகர் மன்றங்களின் பேனர்களில் கமல் சிரித்துக் கொண்டிருந்தார். தலைவனுக்காக ரசிகர்கள் காத்திருந்தார்கள். ஏப்ரல் 18, 2003. சண்டியர் தொடக்க விழா. ஏவிஎம் சரவணன், பாரதிராஜா, நெப்போலியன், நாசர், கே.எஸ். ரவிக்குமார். அவையை அலங்கரித்தார்கள்.

சென்னைக்கு வெளியே ஒரு சினிமா படத் தொடக்கம். அத்தனை விசேஷமாக முதலும் கடைசியுமாக நடந்தது சண்டியருக்கு மட்டுமே. (மற்றபடி சேலம் மாடர்ன் தியேட்டர்ஸ், ரத்னா, கோவையில் ஸ்டூடியோ ஜீபிடர், பட்சிராஜா பூஜைகள் இதில் சேர்த்தி கிடையாது.)

தேவர் மகனுக்குப் பிறகு கமலுக்கு மீண்டும் மண் வாசனை தேவைப் பட்டது. வன்முறை வேண்டாம் என்று காந்தி வலியுறுத்தியே கேட்காத சமூகம். கமல் சொல்லியா திருந்தும். கமல் கதையின் கருவை முடிவு செய்திருந்தார். 'மரண தண்டனை கூடாது. உயிரைப் பறிக்கும் சட்டத்துக்கு சமாதி கட்டுவோம்.'

பொதிகைத் தமிழில் வலுசேர்க்க ஒரு வித்தகர் தேவைப்பட்டார். கமலுக்குச் சட்டென நினைவுக்கு வந்தவர் கு. ஞானசம்பந்தம். மதுரை தியாகராயர் கல்லூரிப் பேராசிரியர். அவர் நடிக்கவும் செய்தார். கதாநாயகிக்குச் சரியான ஆள் அமையவில்லை. தேடித் தேடி கமலுக்கே அலுத்து விட்டது. சண்டியரிடம் மல்லுக்கட்ட ஒரு ஹீரோயின்கூட தேறவில்லை.

திவ்யா, சினிமாவுக்காக வைத்துக்கொண்ட பெயர் அபிராமி. பூர்வீகம் கேரளா. முன்பே அடூர் கோபாலகிருஷ்ணனின் சினிமாவில் தலை காட்டியிருந்தார். 2000 தீபாவளிக்கு முதன் முதலில் தமிழில் அர்ஜுன் ஜோடியாக வானவில்லில் வண்ணம் சேர்த்தவர். தொடர்ந்து சில சில சுமார் வெற்றிப் படங்கள். பி அண்ட் சியில் அபிராமி தெரிந்திருந்தார். கமலுக்கும் அபிராமி அறிமுகமானார். பிடித்திருந்தது. அன்னலட்சுமியாகத் தேர்வு செய்யப்பட்டார்.

மக்கள் தொடர்பாளர் நிகிலை அழைத்து அபிராமிக்குப் பெரிய விளம்பரம் தர உத்தரவிட்டார். 2003 ஏப்ரல், மே இதழ்களில் அபிராமியின் பேட்டிகள் திணறச் செய்தன.

அடுத்து சத்யராஜ்க்கு அழைப்பு போனது. வில்லன் வேடம். அவர் வழக்கம்போல மாட்டேன் என்று தலையாட்டினார். அரிதாரம் பூசி நாளாகியிருந்த நெப்போலியன் ஒப்பந்தமானார்.

வண்டி நின்றது.

'வாரியளா, இளநீர் குடிச்சிட்டு பயணத்த கன்டினியூ பண்ணுவோம்' - கமல் உள்ளூர் ஆளாகி ஞானசம்பந்தத்தை அழைத்தார். பெர்முடாஸ்,

டீஷர்ட், தொப்பி, கூலிங் கிளாஸ் சகிதமாக இறங்கினார். இளநீர்க் காரரோடு நீண்ட நேரம் மதுரைத் தமிழ் உரையாடல். ஞானசம்பந்தம் அதிசயமாகப் பார்த்தார். அவருக்கு யார் தமிழ்ப் பேராசிரியர் என்ற சந்தேகம் வந்துவிட்டது.

கமல் சண்டியர் படத்தில் முழுமையாக தென் பாண்டிச் சீமையின் மொழியை வழங்க ஆசைப்பட்டார். அதற்காகவே ஒரு பயணம் கு. ஞானசம்பந்தத்துடன் மதுரையைச் சுற்றியுள்ள பல்வேறு பட்டிதொட்டி களிலும் ரவுண்டு வந்தார்.

சென்னை திரும்பிய கமலின் மூட் சரியில்லை. 'சண்டியர்' விவகாரமாகி விட்டது. டைட்டில் மாற்றச் சொன்னார்கள். மதம் மாற அனுமதிக்கிற நாட்டில் ஜாதி, வயிற்று மலமாக உடலோடு வாழ்கிறது. சண்டியர், விருமாண்டி ஆனது.

கமல் என்றெல்லாம் ரவிக்குமார் பம்ம மாட்டார். முகத்தில் அடித்த மாதிரி பேசுவது அவர் பாணி. முதுகில் குத்தும் வழக்கம் கிடையாது.

'சண்டியரைப் பார்த்துட்டு உங்கள் ரசிகர்கள் எண்பது இடத்தில் கைதட் டினால் உங்கள் எதிரிகள் ஐம்பது இடத்திலாவது கைதட்டும் விதமாக இருக்க வேண்டும். நீங்கள் உலக நாயகனாக மட்டுமல்ல, வசூல் மன்னனாகவும் திகழ வேண்டும்.'

விருமாண்டிக்கான தேடல்களில் பசுபதியும் சண்முகராஜனும் கிடைத் தார்கள். 'பொன்னியின் செல்வன்' புதையலை கமல் டிவி சீரியலாக பொதிகையில் தயாரிக்க இருந்தார். பூங்குழலி கேரக்டருக்கு ரோகினி மனு போட்டார். மகளிர் மட்டும் படத்தில் குப்பை கொட்டும் வாய்ப்பு கிடைத்தது. பாப்பம்மா. தொடர்ந்து ரோகினியை டப்பிங் ஆர்ட்டி ஸ்டாக வைத்துக் கொண்டார். பாசவலை ப்ரியா ராமன், குருதிப்புனல் கவுதமி உதடுகளில் ரோகினி பேசினார். விருமாண்டியில் நிருபர் வேடம். நேரடி ஒலிப்பதிவு டப்பிங் கிடையாது.

சண்முகராஜன் மண்ணின் மைந்தர். ராமநாதபுரம் வாழந்தரவை சொந்த ஊர். டெல்லியில் நேஷனல் டிராமா ஸ்கூல் மாணவர். நாசரின் கைமாறு பசுபதியும் ஷண்முகராஜனும்.

அன்னலட்சுமியின் சொரிமுத்து காளையை விருமாண்டி அடக்கும் ஜல்லிக்கட்டு காட்சிகள் இதுவரை எந்தத் தமிழ் படத்திலும் வராத அளவுக்கு படு பிரம்மாண்டமாகக் காட்சிப்படுத்தப்பட்டன. இளைய ராஜாவின் பாடல்கள் படத்துக்கான எதிர்பார்ப்பை எகிற வைத்தன.

கமலால், விருமாண்டியில் சொல்ல வந்த விஷயத்தை உருக்கமாகச் சொன்ன அளவுக்கு சுவாரஸ்யம் காட்ட முடியவில்லை. மீண்டும்

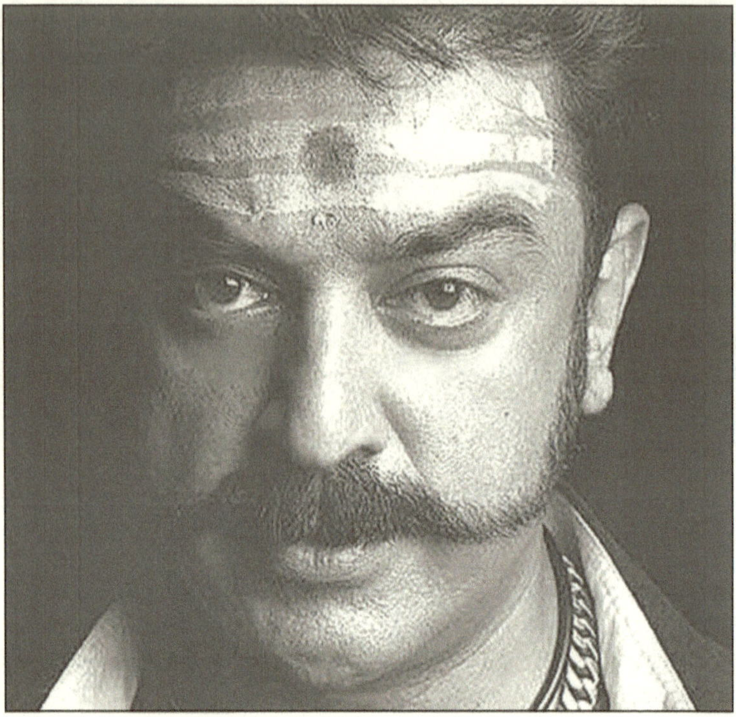

சண்டியர்

பாஷை பிரச்சனை. வட்டார மொழி பேசியது பேட்டை ரசிகனுக்குப் புரியாமல் போனது. இரு கதாபாத்திரங்களின் பார்வையில் கதையை நகர்த்திய விதத்தையும் ரசிகர்கள் அந்நியமாக நினைத்துவிட்டார்கள். Spartacus ஆங்கிலப் படத்தின் பாணியை க்ளைமேக்ஸில் கமல் உபயோகப்படுத்திக் கொண்டார் என்றார்கள். ஏகப்பட்ட வன்முறை என்று விமரிசனங்கள் கிளம்பின.

சண்டியராகப் போராடி, விருமாண்டியாக வெளிவந்த படம் வசூலில் சாதிக்கவில்லை. அமீர் விருமாண்டியின் களத்தைப் பருத்தி வீரனில் பயன்படுத்தினார். வருடக் கணக்கில் ஓடியது.

# 36. டாக்டர்

கமலிடம் சிரிப்பைப் பார்த்து நாளாகி விட்டது. எத்தனை கஷ்டப்பட்டு புதிய தளங்களுக்குப் பாமர ரசிகனை கையைப் பிடித்து அழைத்துச் சென்றாலும் வர மறுக்கிறார்களே. அடுத்தடுத்து 2002, 2003, 2004 தைத் திரு நாளில் பம்மல் கே. சம்பந்தம், அன்பே சிவம், விரு மாண்டி வெளியாயின. புதிதாக எதையும் கமிட் செய்து கொள்ளத் தோன்றவில்லை. வீடும் தொழிலும் வெறிச் சோடிவிட்டன. வாசிப்புகள், தீபாவளி மலருக்குக் கவிதைகள் என இலக்கியம் ஒத்தடம் கொடுத்தது.

மும்பையில் 'முன்னாபாய் எம்.பி.பி.எஸ்.' சஞ்சய் தத்துக்கு மறு வாழ்க்கையை அமைத்துக் கொடுத்தது. கம்பிகளை விட்டு மீண்டும் கரன்சி எண்ண ஆரம்பித்து விட்டார் சஞ்சய். முன்னாபாய் உரிமையை ஜெமினி லேப் வாங்கியது. சரண், காதல் மன்னனில் ஆரம்பித்து இன்னொரு எஸ்.பி. முத்துராமனாக எல்லாவிதமான படங்களையும் இயக்கி வந்தார். முன்னா பாய் ரீமேக் அவர் வசம் வந்தது. கமல் ஹீரோவாக நடிக்க வேண்டும் என்று தயாரிப்பாளர்கள் வேண்டுகோள் விடுத்தார்கள்.

'அட்டகாசம் செய்து விடலாம்' சரணின் முகத்தில் சந்திர ஒளி. தன் விரல்களாலேயே டைரக்டரிடம் திரை வாய்ப்பு பெற்ற ஓவிய மாணவர். சரண், பலமுறை வற்புறுத்தியும் ஹிந்தி ரீமேக்கில் நடிக்க மாட்டேன் என்று அடம்பிடித்தார். தயாரிப்பாளர்கள் செட் போடவே தொடங்கி விட்டார்கள். கமல் எப்படியும் ஒப்புக் கொள்வார் என்கிற நம்பிக்கை.

ஐம்பது வயதில் ஸ்டூடண்டாக நடிப்பதில் உள்ள அவஸ்தைகள் கமலுக்கு அத்துப்படி. சிவாஜி கணே சனுக்கு ரோஜாவின் ராஜாவில் ஏகப்பட்ட அவப் பெயர். ஆத்மார்த்த சிநேகிதியான பத்மினியே

வயசுக்கு தக்கபடி கணேசன் நடிக்க வேண்டும் என்று அறிக்கை விட்டார். சிவாஜியே சூடுபட்ட சமாசாரம். சரண் விடாக் கண்டனாகச் செயல்பட்டார்.

'கஷ்டம் சரண். முன்னாபாய் வேண்டாம். எனக்குச் சரி வராது. நீங்க புதுசா ஏதாவது யோசிச்சிட்டு வாங்க. பேசுவோம்.'

'சார், தப்பா நினைக்கலேன்னா நான் ஒண்ணு சொல்றேன். படத்துக்குப் படம் ஏதாவது புது மெசேஜ் சொல்லணும்னு மண்டையை உடைச்சிக் கறீங்க. அது முன்னாபாய்ல இயல்பாவே இருக்கு. மனிதநேயம். நோயாளிகளை டாக்டர்ஸ் அணுக வேண்டிய முறை. ஒரு யுனிவர்சல் திங்கிங் இது. மத்தவங்க நடிக்கறதைவிட நீங்க பண்ணா ஒரு நிறைவு இருக்கும்னு நாங்க ஃபீல் பண்றோம்.'

பேசியது கே.பாலசந்தரின் ஃபர்ஸ்ட் பென்ச் இளைஞன். கமலுக்கு அந்த அன்யோன்யத்தை விட மனசு இல்லை. ரிலாக்ஸாக ஒருமுறை நடித்தால் என்ன. சம்மதித்தார்.

பரத்வாஜ், பிரகாஷ்ராஜ், சினேகா, கருணாஸ் என்று புதிய கூட்டணி. வழக்கம்போல கிரேஸி மோகன். கமல் பிராண்ட் காமெடி படங்களின் ஜீவன். வசூல்ராஜா எம்.பி.பி.எஸ். ஐம்பத்தைந்து நாள்களில் ரெடியாகி விட்டார். கமலை அவர் போக்கிலேயே சரண் நடிக்க வைத்தார். எடிட்டிங்கில் பார்த்துக் கொள்ளலாம் என்கிற தைரியம்.

சரணுக்கு மன்மதலீலையைவிட, மைக்கேல் மதன காமராஜனில் ஓர் ஈடுபாடு. மயக்கம். கமலின் எவர் க்ரீன் காமெடி சித்திரம். தமிழர்கள் விமானம் ஏறும்போது ஊறுகாயுடன் மதன காம ராசனையும் சுமந்து சென்றார்கள். மதன காமராசன் அளவுக்கு வசூல் ராஜாவைக் கொண்டு நிறுத்த சரண் உழைத்தார். விளம்பரம் செய்வதிலும் கமலை கலந்து கொண்டார்.

'சார் டைட்டில் கீழேயும் ஏதாவது சின்னதா எழுதலாமா?' - சரணின் பக்குவம் கமலுக்குப் பிடித்திருந்தது.

'என்ன கேப்ஷன் போடப் போறீங்க?'

சரண் எழுதிக் காட்டினார், 'சகலகலா டாக்டர்.'

முன்னாபாய் எம்.பி.பி.எஸ்ஸில் சஞ்சய்த்துடன் நண்பராக வந்தவர் ஹர்ஷத். அந்த வேடம் தமிழில் சத்யராஜ் செய்தால் நன்றாக இருக்கும் என கமல் எண்ணினார். ஏனோ கமலின் நம்பிக்கை பொய்யாகி விட்டது. சத்யராஜ் மீண்டும் சின்ன ரோலில் வந்து போக தயக்கம் காட்டினார். பிரபு மறுப்பேதும் சொல்லாமல் ஒப்புதல் சொன்னார்.

ஹிந்தியில் இருந்த காட்சிகளையும் கமல் குறைத்து விட்டார். பிரபுவை டம்மியாகக் காட்டுகிறார்கள் என்கிற தகவல் அவர் ரசிகர்களைத் துக்கத்தில் ஆழ்த்தியது.

தனுஷையும் வயிற்று வலிக்கார இளைஞன் ரோலில் நடிக்க வைக்க கமல் விரும்பினார். தனுஷும் நழுவினார். பிறகு 'என் மன வானில்' ஹீரோ ஜெய சூர்யா நடித்தார்.

தனி ஆவர்த்தனம் செய்து நெடிய பயணம் மேற்கொண்டவர்கள் எம்.ஜி.ஆர்., ரஜினி இருவர் மட்டுமே. சின்ன பட்ஜெட் நடிகர்களில் ராம ராஜன் அத்தனை படங்களிலும் சிங்கிள் ஹீரோவாகவே நடித்து புகழ் பெற்றார். ஓர் அரிய சாதனை அவை கிட்டத்தட்ட ஐம்பது இருக்கலாம்.

கமலுக்கு எல்லாவற்றிலும் ஏகலைவன் நிலையே. சிவாஜி கணேசன் சென்ற வழியிலேயே கமல் நடந்து போனார். சாதூர்யமான வணிகப் பாதை. எம்.ஜி.ஆர்., எஸ்.எஸ். ராஜேந்திரன் தொடங்கி ரஜினி, கமல், விஜய் வரையில் புகழ்பெற்ற பல கதாநாயகர்களுடன் சேர்ந்து கணேசன் நடித்தார். ஐம்பது ஆண்டுகள் சினிமாவை ஆள அவர்களும் உதவினார்கள். ஆனால் கணேசன் மாத்திரமே நடிப்பில் பேசப்பட்டார். ரஜினியுடனான நடிப்பு விலகலுக்குப் பிறகு பத்தாண்டு காலம் வரையில் கமலால் சொந்தக் கால்களில் நிற்க முடிந்தது. நாயகனுக்குப் பின்பு கமலின் திரை வாழ்வில் திருப்பம். மிகச் சிறந்த டைரக்டர்களோ, மற்ற ஹீரோக்களோ அவருக்குத் தோள் கொடுக்க வேண்டியதாகி விட்டது.

வெற்றிவிழாவில் பிரபு, தேவர்மகனில் சிவாஜி, சதிலீலாவதியில் ரமேஷ் அரவிந்த், குருதிப்புனலில் அர்ஜுன், காதலா காதலாவில் பிரபுதேவா, ஹேராமில் ஷாரூக்கான், தெனாலியிலும் பஞ்ச தந்தி ரத்திலும் ஜெயராம், அன்பே சிவத்தில் மாதவன், உன்னைப் போல் ஒருவனில் மோகன்லால் என்று கூட்டணி தொடர்ந்தது. அவ்வாறு அமையாத படங்களில் கமல் ஒன்றுக்கும் மேற்பட்ட மாறுபட்ட வேடங்களில் தோன்றினார்.

•

கமலும் சரணும் தங்கள் 'குருவின்' பிறந்தநாளைக் கொண்டாடிய 2004 ஜூலை 9. ஆட்டோகிராப், கில்லி தவிர மற்ற படங்கள் ஐம்பது நாள்கள்கூட ஓடவில்லை. தமிழ் சினிமாவின் நிலை கேள்விக்குறியாக இருந்தது. ஆய்த எழுத்தும் அடி வாங்கியது. 'நியூ' சர்ச்சைகளைக் கிளப்பியிருந்தது. நகரம் முழுவதும் அதன் சுவரொட்டிகள்.

கமல் வாசித்துக் கொண்டிருந்தார். சென்னை நகரின் இரவுப் பொழுதுகள். டாஸ்மாக் வாசத்தில் அரைத் தூக்கத்தில் பாட்டாளிகள்.

கமலின் செல் ஒலித்தது. பதினோரு மணிக்கு மேல் யார் அழைப்பது. சரணுக்கு ஏதாவது சந்தேகமா?

பேயாழ்வாரின் வாழ்க்கை சரிதத்தை மூலையில் மடித்து வைத்தார். எதிர் முனையில் வந்த தகவல் சூடாக இருந்தது. காதுகளில் வெப்பம் தகித்தது.

சினிமா க்ளைமாக்ஸ் போல் அன்னை இல்லம் புகையும் நெருப்பில் இருண்டு தெரிந்தது. தமிழ் சினிமாவுக்கு வெளிச்சம் கொடுத்தவரின் வீடு எரிந்து கொண்டிருந்தது. கமல் பதற்றமாக காரிலிருந்து இறங்கி ஓடினார். கைகளில் வாளி தண்ணீர் இருந்தால் அவரே கூட அணைத் திருப்பார். மதன, காமராசனில் தீயணைப்பு வீரராக நடித்தவர். எட்டு வண்டி ஆள்கள் மளமளவென்று மாடியில் சென்று பல உயிர்களைக் காப்பாற்றினர்.

கணேசனின் குடும்பப் பெண்கள். குழந்தைகள். புல்வெளியில் கண்ணீரும் கம்பலையுமாகக் காணப்பட்டார்கள். காற்று, அக்னியோடு கை கோர்த்தது. சிவாஜியின் மாடி அறை முழுவதும் கமல் கண் முன்னே சாம்பலானது. அதிசயமாக கணேசனின் நிழற்படம் தப்பித்தது.

'அண்ணே, அப்பா எங்களைக் கடவுளா இருந்து காப்பாத்திட்டாரு. நான் மட்டும் உஷாராகி மெயினை அணைக்கலன்னா இந்நேரம்...' - பிரபு மேற்கொண்டு பேச இயலாமல் கமலின் தோள்களில் கண்ணீர் விட்டார். மீட்டர் பாக்ஸ்கள் வெடித்துச் சிதறியதால் ஏற்பட்ட விபத்து. ஓவர் லோடு தாங்காமல் ஏசி மெஷின்களில் கோளாறு என்று காரணம் சொன்னார்கள். பிரபு ராமுவோடு கமலும் துக்கத்தைப் பகிர்ந்து கொண்டார். விடிந்த பின்பே வீடு திரும்பினார். நாள் முழுவதும் ஒயர் கருகிய வாசனை கமலைப் பின் தொடர்ந்தது.

நண்பர்களைக் கண்டுகொள்ள நல்ல தருணமாக அமைவது ஆபத்தான சமயங்களே. பிரபு கமலை நினைத்து ஆறுதல் பெற்றார். செய்தி கிடைத்த சில நிமிடங்களில் கமல் உதவிக்கு ஓடி வந்தது மனத்தைத் தொட்டது. கமல் படங்களில் சும்மா போய் நின்றாலும் போதும் என விழாக்களில் நன்றிப் பெருக்கோடு குறிப்பிட்டார்.

•

வசூல்ராஜா எம்.பி.பி.எஸ் என்ற பெயர் மருத்துவர்களுக்கு ஒவ்வாமை ஆகிப்போனது. வக்கீல்களின் துணையோடு மருத்துவர்கள் துரத் தினார்கள். ஆனாலும் களத்தூர் கண்ணம்மா வெளியான தினத்திலேயே (ஆகஸ்டு 12) 2004-ல் வசூல் ராஜாவும் ரிலீஸானது. ஒரிஜினலோடு பத்திரிகைகள் ஒப்பிட்டுப் பார்த்தன.

‘முன்னா பாய் க்ளைமாக்சில் சஞ்சய் தத் பரிதாபமாகப் பின் வாங்குகிற போது காட்டுகிற நெகிழ்வான பாடி லேங்வேஜ் இதில் கமலிடம் வெளிப்படவில்லை. அதனால் இந்தியின் அழுத்தமான எமோஷன் ஒரு குறைச்சல்.’

பாடல்களும் கிரேஸி மோகனின் பளிச் வசனங்களும் கைகொடுக்க வசூல் ராஜா வசூலில் குறைவைக்கவில்லை. குடும்பத்தோடு ரசித்தார்கள். ‘பிதாமகன்’ படத்துக்காக விக்ரமுக்கு தேசிய விருது அறிவிக்கப்பட்டது. பரமக்குடியிலிருந்தே போட்டியா! கமல் ஆச்சரியப்பட்டார்.

●

ஜேப்பியார். போலீஸ்காரர். பத்திரிகை நிறுவனர். அரசியல்வாதி பட அதிபர். மேடைப் பேச்சாளர். பலவித மாற்றங்களுக்கு நடுவில் என்றும் நிறம் மாறாமல் எம்.ஜி.ஆரின் தொண்டராகவே வாழ்ந்து கொண்டிருப் பவர். சத்யபாமா பல்கலைக்கழக வேந்தர்.

சாலை சந்திப்புகளிலெல்லாம் புன்னகையுடன் பதாகைகள். கமலின் உற்சாக பவனி. 2005-ல் எம்.ஜி.ஆரின் பிறந்தநாள் விழா. சத்யபாமா வளாகம் புது வண்ணம் பூசிக் கொண்டது. பிற பல்கலைக்கழகங்கள் செய்யாததை செய்து காட்டினார் ஜேப்பியார். கமல்ஹாசனுக்கு டாக்டர் பட்டம் வழங்கிச் சிறப்பித்தார்.

‘சிவாஜி கணேசனுக்கு டாக்டர் பட்டம் வழங்க வேண்டும்’ - வெகு நாள்கள் முக்தா வி. சீனிவாசன் தொண்டை கமறக் கத்தினார். கமல் ஜேப் பியார் தயவில் சக்கிரத்திலேயே உயரிய ‘கவுன்’ போட்டுக் கொண்டார். பெருங்கூட்டத்தில் ஒருவனாக நின்று உரையாற்றினார் கமல்.

‘எனக்கு எப்படி அழாமல் பேசுவது என்று தெரியவில்லை. என் உழைப்புக்கு இதைவிடப் பெரிய சம்பளத்தைத் தந்துவிட முடியாது. பெற்றோர் இல்லாத குறையை இந்த மேடையில் கே.பாலசந்தர் போக்கிவிட்டார். அனுபவத்தை மட்டுமே பாடமாகப் படித்தவனுக்கு டாக்டர் பட்டம் கிடைப்பது நிறைவாக இருக்கிறது.’

கவுதமி கமலின் வீட்டுக்கு வாழவந்த பின்பு கமலுக்குக் கிடைத்த அரிய கவுரவம். கவுதமி வலிகளை மறந்து வாழ்த்தினார்.

## 37. 'கடவுள் இருந்தா நல்லாருக்கும்!'

சிவாஜி கணேசன் என்கிற விடிவெள்ளியை நோக்கியே விடியும் கமலின் அரிதாரப் பொழுதுகள். ஒவ்வொரு முறையும் தன் ஞானத் தந்தையிடம் தோற்பதிலும் கமலுக்கு ஒரு போதை மிச்சம் இருந்தது, மதுவின் கசப்பாக.

*1964* தீபாவளி. ஒன்பது வேடங்களில் சூப்பர் செஞ்சுரி போட்டிருந்தார் கணேசன். நாற்பது ஆண்டுகள் நவராத்திரி ஓடியும் வீழ்த்தவே முடியாதது. கமலுக்கும் ஓர் ஆசை. முயன்று பார்த்தால் என்ன? எல்லாப் பயணங்களும் முதல் காலடியில் இருந்தே துவங்குகின்றன.

பத்து வேடங்களில், பத்து குரல்களில் தசாவதாரம் புரிந்தால் ரசிக்காதா தமிழ் உலகம். கவுதம் மேனன் பச்சைக்கிளி முத்துச்சரம் செய்யலாம் என்றார் கமலிடம்.

கமலுக்கு அதில் ஆர்வமில்லை. வேட்டையாடு விளையாடு தயாராக இருந்தது. ஜோதிகா இரண்டாவது முறையாக கமலுடன் ஜோடி சேர்ந்திருந்தார்.

> 'திரு உடம்பு வான் சுடர்
> செந்தாமரை கண் கை கமலம்,
> திருவிடமே மார்வம்
> அயனிடமே கொப்பூழ்,
> ஒருவிடமும் எந்தை
> பெருமாற் கரனேயோ,
> ஒருவிடம் ஒன்றின்றி
> என்னுள் கலந்தானுக்கே?'

தன்னுள் சேர்ந்த பெருமாளைக் குறித்து நம்மாழ்வார் பாடிய பிரபந்தம். கமலுடைய உதடுகளில் ஒலித்தது. அம்மாவும் டி.கே.எஸ். அண்ணாச்சிகளும் பிரியமாகக் கற்றுத் தந்தது. நரை விழுந்தும் நம்மாழ்வாரை நெஞ்சம் மறக்கவில்லை.

கணேசன் பெரியாழ்வாராக, திருமங்கையாழ்வாராக திருமால் பெருமை பேசியவர். எதைவிட்டு வைத்தார். கமல் பெருமூச்சு விட்டார். நாளை நானும் நம்மாழ்வாரே என்றது மனசு மகிழ்ந்து. கே.எஸ்.ரவிக்குமாருக்குச் செய்தி அனுப்பினார். அஜீத்தின் வரலாறிலும் ரவிக்கு முக்கியப் பங்கு உண்டு. மூன்று வேடங்களில் அஜீத்தை செதுக்கிக் கொண்டிருந்தார், 2006 தீபாவளி ரிலீஸுக்காக.

'சார் சொல்லுங்க. ரொம்ப நாளாச்சி பார்த்து. நல்லா இருக்கீங்களா? வேட்டையாடு விளையாடு சூப்பரா வந்துருக்காமே.'

'ரொம்ப தேங்க்ஸ். ரவி நான் பத்து ரோல்ல நடிச்சா எப்படி இருக்கும்? பேர் தசாவதாரம்.' ஆர்வம் கொப்பளிக்கக் கேட்டார் கமல்.

தொடர்ந்து மூன்று படங்களில் ரவிக்கும் கமலுக்கும் செம நெருக்கம். ஒரு பெரிய ப்ராஜெக்டை டிஸைன் செய்து விட்டார் கமல். அதை ஒப் படைக்கவே அழைக்கிறாரா. ரவி பரவசமானார். 'சார் படம் சூப்பர் டூப்பர் ஹிட் ஆகும்.'

'நாம சேர்ந்து பண்ணலாம் ரவி. வரலாறு முடிச்சுட்டு வாங்க.'

படத்தின் கதை என்னவென்று அறியாத போதும் ரவியால் வெற்றியை மட்டுமே யோசிக்க முடியும். அதனாலேயே கமலுக்கு அவரைப் பிடித்து விட்டது. ஆஸ்கார் பிலிம்ஸ் ரவிச்சந்திரன், கே.எஸ். ரவிக்குமார், கமல், சுஜாதா, கிரேஸி மோகன் கூட்டணி அமைந்தது. உட்கார்ந்து பேசினார்கள். 2006 கோடை. கமலின் ராசியான 'மே' மாதத்தில் விழுந்தது முதற் புள்ளி.

விஞ்ஞானம், ஆன்மிகம் இரண்டிலும் சுஜாதாவுக்கு 'சுய சவரம்' செய்யத் தொடங்கிய காலத்திலேயே நல்ல அனுபவம். பிடிப்பு. படத்தில் பதினாலு கதாபாத்திரங்கள் வரை கமலுக்காக கணிணி வடிவமைத்தது. அதிலிருந்து பத்தைப் பொறுக்கினார்கள். ரங்கராஜன் நம்பி, பல்ராம் நாயுடு, விஞ்ஞானி கோவிந்த், கிருஷ்ணவேணி பாட்டி, வில்லன் பிளட்சர், அமெரிக்க அதிபர் ஜார்ஜ் புஷ், பூவராகன், அவ்தார் சிங், நெட்டை கலீஃஉல்லா, மார்ஷியல் ஆர்ட்ஸ் அறிந்த Shingen Narahashi - எல்லாவற்றிலும் 'சுஜாதா'வின் கைவண்ணம். கிரேஸியின் பக்க மேளம்.

கதை என்கிற நாருக்காக ரொம்பவே மெனக்கெட்டார்கள். கமலின் கதம்பம் தயாராக இருந்தது.

'கமல் படத்துல எத்தனை ஹீரோயின்?' சுஜாதா திடுதிப்பென்று அப்படிக் கேட்டதில் ரவிக்குமார் ஆடிப் போய் விட்டார். அவர் ஏறக் குறைய மூன்று மாதங்களாகவே கமலின் கெட்-அப்களைப் பற்றியும்,

அவை ஒருங்கிணைந்து திரைக்கதை அமைவதைக் குறித்துமே அதிகம் யோசித்தார்.

'இல்ல... இதுல எந்த கதாநாயகிக்கு நீங்க முத்தம் கொடுப்பீங்கன்னு... சுவாரஸ்யமா திங்க் பண்ணேன்' - சபை கலகலத்தது.

படம் முழுவதும் கமலோடு ஓடிக் கொண்டே இருக்க வேண்டிய துறு துறு கதாநாயகி. நடிப்பதற்கும் வாய்ப்புள்ள முக்கியமான பாத்திரம்.

'ஹீரோயின் சரியில்ல, அதனால விருமாண்டி பிரமாதமாப் போகலன்னு என் ஃபேன்ஸ் இன்னமும் சொல்லிட்டு இருக்காங்க. ஜெயசித்ராவோட சுறுசுறுப்பு, சுட்டித்தனம் எனக்கு வேணும். அப்படி யார் இருக்கா?'

பலரை யோசித்தார்கள். ரவிக்குமார் வரலாறில் நடித்த அஸினைச் சொன்னார். சுஜாதா கேள்வி ஒன்றை கமலிடம் கேட்டார்.

'கமல், நடிகைகளுக்கு முத்தம் கொடுக்கறப்ப எப்படி ஃபீல் பண்ணு வீங்க? அப்ப ஏன் கண்ணை மூடிக்கிறீங்க?'

'முத்தம்னா கமல்தான்னு என்னை வாத்ஸ்யாயணர் மாதிரி ஆக்கிட் டீங்க. அது சிம்பிள் காரணம். அவ்ளோ க்ளோஸா இரண்டு முகங்கள் வரும்போது கண்ணுக்கு எல்லாம் அவுட் ஆஃப் போகஸாகிவிடும். அதான் தன்னாலேயே கண்ணு மூடிக்குது.'

ஆஸ்கார் ரவிச்சந்திரன் பெரிய பட்ஜெட்டுக்குத் தயாராகவே இருந்தார்.

'க்ளைமாக்ஸ்ல சுனாமியைக் காட்டப் போறோம். மேக்-அப்புக்கு மட்டுமே ஆறு கோடி செலவாகும். தினமும் ஒன் அவர் மாத்திரமே ஷூட்டிங் நடக்கும். அதுக்குப் பிறகு நான் தேங்கா எண்ணைக்கு அலைய வேணாம். அதுவே தன்னால கலைஞ்சிடும். அமெரிக்கா, மலேஷியா, கோலாலம்பூர், மும்பைன்னு அவுட்டோர்லயே ஒரு வருஷம் முடியலாம்.'

படத்தை ஆரம்பிப்பதற்கு முன்பாகவே தயாரிப்பாளரிடம் ஆகப் போகும் செலவுகள் பற்றி சொல்ல விரும்பினார் கமல்.

தசாவதாரம் 2006 ஆகஸ்டு 18-ல் தொடங்கியது. அதற்கு அடுத்த வாரம் வேட்டையாடு விளையாடு ரிலீஸ் ஆனது. ஒப்பனை, கமலின் உடலைக் குத்தகை எடுத்தது. அதிகாலையில் ஆரம்பமாகும் அரிதார வேலை முடியும்போது முற்பகல் பதினோரு மணி ஆகியிருக்கும். வெஸ்ட் மோருக்கும் அவரது சீடர் மைக்கேல் மோஷருக்கும் கமலின் மேனி வண்ணம் தீட்டும் ஓவியப் பலகை ஆனது. பழச்சாறுக்காக அதிக பட்சம் வாயைத் திறந்தாலும் மேக்-அப் பாம்பின் சட்டையாகத் தோல்

உரியும். இதழ்களின் ஓரம் ஸ்ட்ரா வைத்து லேசாக உறிஞ்ச வேண்டும். அரை டம்ளர் ஜீஸ் வயிற்றை அடைந்தாலும் ஆச்சரியம். ஏழரை அடி கலிபுல்லா, நாலடியாராக கிருஷ்ணவேணி பாட்டி, பிளட்சர்... வெஸ்ட்மோர் குழுவினர் பொழுதை வீணடிக்காமல் உழைத்தார்கள். அவர்களது பிரஷ்ஷின் ஈரம் காயவே இல்லை. எட்டு மாதங்களுக்கும் மேல் சென்னை வாசம்.

ஆஸ்கார் ரவியின் அன்றாட பற்று வரவு, தசாவதார நெகடிவ் ஆனது. 'சுனாமிக்காக என்ன ஏற்பாடு செஞ்சிருக்கீங்க?' கமலின் எதிர் பார்ப்புகள். தோட்டா தரணி இருக்க கனவுகளுக்கு கவலை எதற்கு? எண்ணங்கள் எல்லாம் செட்டுகள் ஆகின. பிச்சாவரத்தில் இரண்டு ஏக்கர் சமவெளி கடலானது. 'இரு நூறு அடி ஆழம் போதுமா கமல் சார்!'

ஜார்ஜ் புஷ்ஷின் பல்வேறு நடவடிக்கைகள், உடலசைவு மொழி, முக பாவனைகள், பேசும் தொனி எல்லாம் கமலுக்குள் அடங்கின. ஐயாயிரம் கிராமவாசிகள் ரங்கராஜன் நம்பிக்காகத் துடிதுடித்தும் கேமெராவில் வெறிச்சோடியது.

'என்ன ரவி நீங்க. நாலு ஏக்கர் இடத்துல இந்த கூட்டம் எடுபடுமா? இன்னும் நிறைய பேரைக் கொண்டு வாங்க. 1968 அண்ணாவோட உலகத் தமிழ் மாநாடு ஊர்வலம் பாத்திருக்கிங்களா? அப்படி ஜனங்க திரளணும்.'

இருபத்தி நான்கு யானைகள் நினைத்தபோதெல்லாம் லத்தியும் சிறுநீரும் கழித்தன.

நாள் கணக்கில் கமல் சங்கிலிகளால் பிணைக்கப்பட்டு அந்தரத்தில் தொங்கினார். காலை எட்டு மணி முதல் மாலை ஐந்து மணி வரையில். அந்தரங்க உபாதைகளுக்குக் கூட யாரையாவது அழைத்துச் சொல்ல வேண்டும். அப்போதுதான் அவிழ்த்து விடுவார்கள்.

'மூன்று முறை தேசிய விருதைப் பெற்றாலும்கூட சிவாஜி பாராட்டு தான் சம்பளம். விருது எனக்கு போனஸ்' - 1997-ல் கமலின் கமெண்ட். 'என்னடா இதெல்லாம்... பத்து வேஷம் கட்றியாமே. படவா என்ன மிஞ்சப் பாக்குறியா' எங்கிருந்தாவது சிவாஜி நேரில் வந்து கோபப்பட மாட்டாரா என்று தோன்றியது.

கமல், அவ்வை ஷண்முகியாக அவரைத் தேடி அன்னை இல்லத்துக்குச் சென்றார். அங்கு சிவாஜி இல்லை. பிறகு கணேசனே கமலை ஆர்வ மாகப் பார்க்க செட்டுக்கே வந்து விட்டார். அவ்வை ஷண்முகி வெள்ளி விழாவில் கணேசன் கமலைக் கொண்டாடினார். 'எவனொருவன் தன் முகத்தை விகாரமாக்கிக் கொண்டு நடிக்கிறானோ அவனே நிஜக் கலைஞன். உலகில் பத்து சிறந்த கலைஞர்கள் இருந்தால் அதி

லொருவர் நம்ம கமல். உலகில் ஒரேயொரு சிறந்த கலைஞர்தான் இருக்கிறார் என்றால் அது கமல் மட்டுமே.'

பூவராகன் கமல் எழுந்தார். அந்தத் தோற்றத்தில் முகம் மட்டுமல்ல, உடலும் புதிதாக இருந்தது. குமரி வட்டார மொழியை உதவியாளர் மூலம் உச்சரித்துப் பார்த்துப் பயிற்சி மேற்கொண்டார்.

தசாவதாரத்தில் ஏழு கோடி சம்பளம் கமலுக்கு. அதற்கு மேலும் வாங்குகிற முன்னணி நடிகர்களும் இந்தியாவில் உள்ளனர். அவர்களுக்கு கமலின் 'வியர்வை' கிடையாது. கொடுத்து வைத்தவர்கள். ஐம்பது, அறுபது நாள்கள். எழுபது காட்சிகள். அரசு விருதுக்கும் உத்தரவாதம் உண்டு.

பி. வாசு ஆச்சர்யமாக கமலை நோக்கினார். ஒரு மாதத்துக்கும் மேலாக அவர்கள் சேர்ந்து நடித்துக் கொண்டிருந்தனர். பூவராகன் எப்போதும் இரண்டு கைகளையும் மேல் நோக்கியே வைத்திருந்தார்.

'ஏன் சார் கையைக் கீழே இறக்கவே மாட்டேங்கறீங்க? ஷாட் முடிஞ்சுடுச்சே.'

கறுத்துக் கிடந்த முகத்திலிருந்து மின்னல் சிரிப்பு. 'நீங்க தசாவதாரம் செட்ல என்னை மொத மொதலா பார்த்தப்ப பாட்டியா நடந்தேன். அப்பவும் நாள் பூரா முதுகை வளைச்சு வெச்சுக்கிட்டு சுத்தினேன்.'

'வலிக்காதா சார்?'

'நோவைவிட சந்தோஷம் அதிகம் இருக்கும் வாசு. அது சந்தான பாரதிக்குத் தெரியும்.'

கமலின் வாழ்வில் வந்த இல்லப் பெண்களும் கமலுக்குக் கலை வாழ்வில் தோள் கொடுத்தார்கள். கவுதமி, பல்ராம் நாயுடுவுக்காக ஐம்பது நாள்கள் தெலுங்கு டீச்சர் ஆனார். ஆந்திர நண்பர்கள் பல்ராம் நாயுடுவின் அசைவுகளில் சோபன் பாபுவையே உணர்ந்தனர்.

இசையோடு அமெரிக்க ஆங்கிலத்தையும் ஷ்ருதி கற்றுக் கொண்டு வந்தார் கலிபோர்னியாவிலிருந்து. பிளட்சர் பேசிய மொழியில் ஷ்ருதி இருந்தார்.

முப்பது மாதங்கள் முழுதாக ஓடியது. சிதம்பரம் கோயில், அமெரிக்க வெள்ளை மாளிகை என தத்ரூபமாக செட்டுகள். கிராபிக்ஸுக்காக ஷூட்டிங் முடிந்தும் வருடக்கணக்கில் லண்டன், பாங்காக் பயணங்கள். தண்ணீரால் செலவானது. சுனாமிக்காக. அந்தத் தொகையில் சூர்யாவை வைத்துத் தனியாகவே சினிமா எடுத்திருக்கலாம்.

முழுவதும் பூர்த்தியான பின்பு ஆஸ்கார் ரவிச்சந்திரன் கமலின் ஆர்வத்தை, எதிலும் முழுமையை விரும்பும் அவரது குணத்தைப் புரிந்து கொண்டார்.

'ஒரே விஷயம்! இந்தப் படத்தை கமல் சார் தயாரித்திருந்தால் இன்னும் நாற்பது, ஐம்பது கோடிகள் அதிகம் செலவழித்துத் தயாரித்திருப்பார். அவரது ஆர்வம். உழைப்பு. சினிமா மீதான காதல் அப்படி.'

கோபாலபுரம் கலைஞரின் இல்லம். கமல் தவிப்போடு உட்கார்ந் திருந்தார். என்ன சொல்லப் போகிறாரோ என்கிற படபடப்பு. காலை நேரம் அரசியல் சூரியனுக்காக அதிகாரிகள், மந்திரிகள், தொண்டர்கள். நாற்காலிகளுக்கு நடுவில் வணக்கங்களின் பரிமாற்றம்.

1973 'அரங்கேற்றம்' விழாவில் பிரமிப்போடு பார்த்த முதல்வர் மு.கருணாநிதி. அதே மிடுக்கோடு தசாவதாரம் திரை ஆல்பம் புரட்டினார். கலைஞரின் சந்தேகங்களுக்கு கமல் பதிலளித்தார். கமலை விடவும் நொடிக்கு நொடி மாறின மு.க.வின் முக பாவங்கள். கமலே எதிர்பாராமல் ஏன் கலைஞரே அடுத்த விநாடி அறியாமல்... இச் என்ற தமிழ் முத்தத்தின் சத்தம். உருகி அழுவதா உரத்துச் சிரிப்பதா! கமலுக்கு எடுத்துச் சொல்ல கே. பாலசந்தர் எதிரில் இல்லை. கன்னம் துடைக்க வும் கரம் யோசித்தது. தலைவரின் இதழ் அமுது!

'ஸ்டில்களே இப்படி இருந்தால் படம் எப்படி இருக்கும் கமல்.' முதல் பாராட்டு. விழிகளில் ஈரத்தோடு விடைபெற்றார் நாயகன்.

நேரு உள் விளையாட்டு அரங்கம். கத்திரி வெயிலுக்கு முன்பான கோடை. 25.4.2008 வெப்பத்தின் ஆக்ரமிப்பு. தசாவதாரம் பாடல்கள் வெளியீட்டு விழா. தசாவதாரம் படத்திற்குக் கோடிகளாக வாரி இறைத் தனர். இரண்டு ரவிகளும் உறக்கம் மறந்தார்கள். மக்களின் எதிர்பார்ப்பு ரஹ்மானாகவோ யுவனாகவோ இருந்தது. கமல், ஹிந்தி இசை அமைப் பாளர் ஹிமேஷ் ரேஷ்மையாவின் பின்னணி சேர்ப்புக்கு மல்லிகா ஷெராவத்தை படத்தில் ஆட வைத்தார். புதிய மெனு.

சிறப்பு விருந்தினர் ஜாக்கிசான். தமிழகத்தில் தன் ரசிகர் மன்ற மாநாட்டில் கலந்து கொண்ட பிரமை அவருக்கு. கமலும் ஜாக்கியும் ஒரே தேதியில் பிறந்தவர்கள் என்று கலைஞரே அவர்களது வாழ்வியல் ஒற்றுமை, வேற்றுமைகள் குறிப்பிட்டார். அமிதாப், மம்முட்டி, விஜய், மல்லிகா ஷெராவத், கவுதமி, ஹேம மாலினி, ஜெயப்ரதா, அஸின், ஷோபனா, ஷ்ருதி, பிரபலங்களின் நடுவே மர்மயோகி கெட்-அப்பில் கமல். உச்சக்கட்ட உற்சாகம்.

'கல்லை மட்டும் கண்டால்' பாடல் பண்பலைகளில் பிரபலமாகி படத் துக்கான எதிர்பார்ப்பை அதிகப்படுத்தியது. டிரைலர் வந்த நொடியி

லிருந்தே படம் ரிலீஸுக்கான தேதியை எதிர்பார்க்க ஆரம்பித்து விட்டார்கள் ரசிகர்கள்.

சாந்தி. கிரவுன். புவனேஸ்வரி தியேட்டர்களில் வசந்த மாளிகை, திரிசூலம் தினசரி மூன்று காட்சிகளாக, இருபத்தைந்து வாரங்கள் கொண்டாடிய காலம் போய்விட்டது. அவசர யுகம். ஏறக்குறைய ஆயிரத்து அறுநூறு ஷோக்கள் ஓடிய பின்பு லாப நஷ்டம் பார்க்கும் பொறுமை கிடையாது. பதினெட்டு, இருபது அரங்குகளில் ஒரே நாளில் எண்பது காட்சிகளில் ஏவிஎம்மின் சிவாஜி 2007 ஜுனில் திரைக்கு வந்தது. தசாவாதாரமும் அதையே பின்பற்றியது.

ஜுன் 13, 2008 - தசாவதாரம் ரிலீஸ். ஏறக்குறைய எழுபது கோடிகளில் உருவான முதல் தமிழ் படத்தைப் பார்க்க, ரிசல்ட் தெரிந்து கொள்ள சகலரும் விரும்பினர். முன்னதாகவே முதல்வர் கலைஞர் பார்த்து விட்டார். பிறகு வி.ஐ.பிகள். நுங்கம்பாக்கம் ஃபோர் பிரேம் தியேட்டர். வள்ளுவர் கோட்டத்தைச் சுற்றிலும் சினிமா வாசனை.

மனோரமா வழக்கம்போல் தேம்பினார். 'நிஜமாவே நீ உலக நாயகன் தான்.' ரஜினி ஆரம்பப்பள்ளி மாணவனாகத் தன் சந்தேகங்களை கமலிடம் கேட்டுத் தெளிவு பெற்றார். அவருக்கு புஷ்ஷை மிகவும் பிடித்துவிட்டது. 'கமல், இதை நான் இங்கே உட்கார்ந்து பார்த்திருக்கக் கூடாது. ஜனங்களோட சேர்ந்து தியேட்டர்ல பார்த்துருக்கணும்.'

படம் வெளியான புதிதில் எதிர்மறை விமரிசனங்களே அதிகம் வெளி வந்தன. 'ஒவ்வொரு வேஷத்துலயும் கமல் மூஞ்சியில் மாவு அப்பிட்டு வர்றார். சகிக்கலை', 'படத்துல யாரைப்பார்த்தாலும் கமலா தெரியுது.', 'படத்தின் முதல் பதினைந்து நிமிடங்கள் ரங்கராஜன் நம்பி போர்ஷன் தவிர மற்றதெல்லாம் வேஸ்ட்' - இப்படி நிறைய. ஆனால் படம் பற்றிய பேச்சு குறையவே இல்லை. அதுவே படத்துக்கு பெரிய பலமாகியது. 'கடவுள் இல்லைன்னு எங்கேங்க சொன்னேன். இருந்தா நல்லா ருக்கும்னுதான் சொன்னேன்' என்று கமல் க்ளைமாக்ஸில் பேசிய வசனத்தை வைத்து விமரிசனச் சீண்டல்கள் குவிந்தன. ஆனால் எல்லாமே ஒரு முறையாவது படத்தை தியேட்டரில் சென்று பார்க்க வேண்டும் என்று ரசிகர்களை இழுக்கவே செய்தன. அது படத்தின் திரைக்கதை அமைப்புக்குக் கிடைத்த வெற்றி.

உலகம் முழுவதும் 1300 பிரிண்டுகள். தமிழ்நாட்டில் மட்டும் 275 பிரிண்டுகள். தமிழ், தெலுங்கில் ஒரே தினத்தில் வெளியானது. பின்பு ஹிந்தி, மலையாளம், கன்னடம், போஜ்புரி, பெங்காலி மொழிகளிலும் மாற்றம் செய்யப்பட்டு வெளியானது. 'தசாவதராம் வெளியான முதல் வாரத்தில் முந்தைய சாதனைகளை எல்லாம் முறியடித்தது. தமிழ்

நாட்டில் முதல்வார வசூல் 21 கோடி, சென்னையில் மட்டும் 3 கோடி' என செய்திகள் வெளிவந்தன. ஜூன் 13 -15 , 2008-ல் சர்வதேச பாக்ஸ் ஆபிஸில் டாப் 10 பட்டியலில் தசாவதாரம் ஏழாவது இடத்தைப் பிடித்தது. சர்வதேச பாக்ஸ் ஆபிஸில் டாப் 10 பட்டியலில் இடம்பெற்ற முதல் தமிழ் படம் இதுவே.

செப்டெம்பர் 20, 2008-ல் தசாவதாரம் நூறாவது நாளைக் கண்டது. தயாரிப்பாளர், வெறும் போஸ்டர்களோடு திருப்திபட்டுக் கொண்டார்.

# 38. அந்தரங்கம்

கமலுக்கு வீடு, மனைவி, மக்கள் இவையெல்லாம்கூட சில நேரங்களில் இரண்டாம்பட்சமாகி விடும். அவருக்கு எல்லாமே சினிமாதான். சக நடிகர்கள் கல்யாண மண்டபம், இறால் பண்ணை, ஷேர் மார்க் கெட், சினிமா தியேட்டர், ரியல் எஸ்டேட் என்று வணிக ரீதியாக சம்பாத்தியத்தை முதலீடு செய்தனர். கமலும் பிரமாதமாகவே சம்பளம் பெற்றார். ஆனாலும் சவுகர்யங்களுக்காக ஒருபோதும் அக்கறைப்பட வில்லை. 1987-ல் நாயகனில் நடித்தபோதும் ஒழுகுகிற குடிலில் அவர் வாழ்ந்தார். நம்பவே சிரமமான நிஜம்.

இயக்குநர் ஆக வேண்டும் என்கிற வேட்கை அவருக் குள் எப்போது புகைந்துகொண்டே இருந்தது. அவர், கே.பாலசந்தரைப் படுத்தி எடுத்தார்.

'சார் நான் டைரக்ட் பண்ணலாம்னு இருக்கேன். கதை கேக்கறீங்களா?'

'டேய் மொதல்ல சொந்தமா உனக்குன்னு ஒரு குடிசை போட்டுக்கோ. அப்புறம் என்ன வேணும்னாலும் செய். இப்ப நீ ரெண்டு பெண் குழந்தைகளோட தகப்பன். புரிஞ்சுக்க.'

அபூர்வ சகோதரர்கள் வரையில் கமலுக்கு அவநம் பிக்கை இருந்தது. வியாபாரப் போட்டிகளில் எந்தச் சமயத்திலும் அவரது நட்சத்திர நாற்காலி குப்புறத் தள்ளப்பட்டு விடும் நிலை. பிழைப்பு பயமும் படம் எடுத்து ஆடியது சர்ப்பம் போல். கமல் நடிப்பதும் அசுர லாபம் பெறுவதற்காகவே அதை மீறி என்ன விரயம் இருக்கப் போகிறது என்று கேள்விகள் எழலாம்.

'நான் செலவு செய்வது எல்லாம் சினிமா பார்ப்பதற்கு. டிவிடி, சிடி வாங்குவதற்கு. என் சம்பளம் 1½ லட்சம் ரூபாயாக இருந்தபோது எண்பது ஆயிரம் ரூபாய்க்கு

கேமரா கருவிகள் வாங்கினேன். பணம் சம்பாதிப்பதற்கு அல்ல. என்னுடைய தனிப்பட்ட உபயோகத்துக்கு. ரஜினியைவிட அதிக சம்பளம் வாங்கிய காலத்தில்கூட நான் வாடகை வீட்டில் குடியிருந்தேன். அபூர்வ சகோதரர்கள் படத்துக்குப் பிறகே சொந்த வீடு கட்டினேன். எனக்கு அப்போதுதான் அது தேவைப்பட்டது.'

சேலத்தில் 1975-ல் அந்தரங்கம் படப்பிடிப்பு கனி மரத்தின் கடைசி சருகாக சாவித்ரியும், முளைவிட்ட மாங்கன்றாக கமலும் சந்தித்துக் கொண்டார்கள். அம்மா - பிள்ளை உறவு நிழலிலும் நிஜத்திலும். கமல் கதி கலங்கிப் போனார். சாவித்ரிக்கும் யாரோ போட்டுக் கொடுத்து விட்டார்கள். கமலும் ஜெமினியைப் போல ஆகிவிட்டான் என்று. கமலுக்கு சோறை ஊட்டிக் கொண்டே சாவித்ரி சொன்னார்.

'அப்பா மாதிரியே ஆகிடாதேடா. இப்ப ஒன் டூ த்ரி சொன்னா, அப்பா வர மாட்டாருடா.'

கமலுக்குச் சோற்றை விழுங்க முடியவில்லை. உணவு தொண்டைக் குழியில் நின்றது. சினிமா ஷூட்டிங் என்றால் டைரக்டர் சொல்லித் தந்தபடியே ரீ ஆக்ஷன் காட்டலாம். லன்ச் பிரேக்கில் என்ன செய்ய.

சாவித்ரி பிசைந்த கவளத்தோடு கண்ணீர் விட்டார். கமலுக்கு களத்தூர் கண்ணம்மா மனத்தில் வந்தது. அதில் செல்வத்துக்கு கண்ணம்மா ஊட்டுவாள். காதலன் பிரிவு கவலை தரும். ஜெமினி உருவம் காட்சியில் தோன்றி மறையும். சாவித்ரிக்குப் பழைய நினைவு. ஜெமினியின் ஞாபக வேதனை.

எச்சிற் கைகளோடு தாயின் கண்ணீர் துடைக்க முடியாது. கமல் தலை குனிந்தார். அவருக்கும் அழுகை வரும் போலிருந்தது. குற்ற உணர்வு.

சரிகா - கமல்ஹாசனின் புகழுக்காகத் தன்னையே அர்ப்பணித்துக் கொண்டவர். ஏறக்குறைய 1981 தொடங்கி 2001 வரையிலான இருபது ஆண்டு காலகட்டம் கமலுக்கு மிக முக்கியமானது. சரிகா கமலோடு தோழியாக, காதலியாக, மனைவியாக வாழ்ந்தது அப்போதுதான். இரு தேசிய விருதுகளும், பத்மஸ்ரீயும் கமல் பெற்றது சரிகாவின் கணவராகத்தான். சரிகாவை கமல் சும்மா உட்கார வைத்து சோறு போடவில்லை. மருதநாயகம், ஹேராம் மாதிரியான அவரது பிரமாண்ட கனவுத் தேர்களுக்கு அச்சாணி சரிகா.

'ஒரு மாணவர் பி.ஹெச்.டி. வாங்குவதற்காக எப்படி தீவிரமான ஆராய்ச்சியில் ஈடுபடுவானோ அதேபோல பல நாள்கள் மருத நாயகத்தின் வாழ்க்கையை, வரலாற்றை முழுமைப்படுத்துவதில் செலவழித்தேன். இதில் என்னுடைய ஈடுபாட்டுக்குச் சரிசமமாக என் மனைவியின் ஆர்வமும் ஈடுபாடும் இருந்தது.'

அம்மா, அப்பா

சினிமா யூனிட்டுகளில், அலுவலக நேரங்களில் சரிகா, கமலை 'சார்' என்றே மரியாதையோடு அழைத்தார். கமலால் கண்ணதாசனின் டாகுமெண்டரி எடுக்க முடியாமல் போனது. சிவாஜி கணேசனின் வரலாற்றை கமல் தனியே ஓர் ஆவணமாகத் தயாரித்து வைத்துள்ளார். செவாலியே விருது வழங்குவிழா. கணேசனின் இறுதி ஊர்வலம் உள்ளிட்ட பல முக்கிய நிகழ்வுகளை கமலின் ஆலோசனையின் பேரில் சரிகா படமாக்கினார்.

ஒன்பதாவது வரையில் வாசித்தவர் கமல். பள்ளிக்கூடத்துக்கு மழைக்கும் ஒதுங்காதவர் சரிகா. மிகப் பொருத்தமானவராகப்பட்டார்கள். அறியா காதல். கமலின் குடும்ப வாழ்வு குறித்து ஓர் அரைவட்டம் அடித்து விட்டு மேலே தொடரலாம். முதல் பந்தம் பற்றி கமல் கூறியது.

'நான் விவாகரத்து செய்தவன். 19 வயதை நான் நெருங்கும்போதே என் திருமணம் முடிவு செய்யப்பட்டு விட்டது. அதே பெண்ணை 24 வயதில் திருமணம் செய்தேன். உண்மையில் நான் அப்போது திருமணத்துக்குப் பக்குவப்பட்டிருக்கவில்லை. வயதுக்குத் தக்கபடிதான் நான் இருந்தேன். அதனால் அது நீடிக்கவில்லை.

என் வாழ்க்கையில் இரண்டு பெண்கள் இருந்ததால் அந்த வலி எனக்கு தேவர் மகனில் வந்தது. அது நான் அனுபவித்தது. என் மகள்கள் வளரும்போது அவர்களைப் பற்றி எனக்கு ஏற்பட்ட பயம் மகாநதி. தேவர்மகன், மகாநதி, ஹேராம் மூன்றிலுமே என் ஆத்மாவுக்கு தொடர்பு உண்டு.'

வாணியை விலக்கி வைத்துவிட்டு சரிகாவோடு இணைந்திருந்தார் கமல். சுற்றம் கமலை முழுவதுமாகக் கைவிட்டு விட்டது. தாலி கட்டாமல் அவர் குழந்தை பெறுவதை அண்ணனின் குடும்பம் விரும்பவில்லை.

சமூகமும் பலவாறாகப் பேசியது. 'கமல், லைஃபையும் சினிமா வாட்டமே நெனச்சிட்டாரு. சரிகா உண்டாயிடுச்சி. சரி, வடபழநி கோயில்ல போய் ஒரு தாலி கட்டிட வேண்டியதுதானே. கல்யாணம் பண்ணாமயே வாழ்ந்துட முடியுமா?'

ஊரெங்கும் 'மருமகள்' பட போஸ்டர்கள். சிவாஜியும் ரேவதியும் இரவிலும் பளிச்செனத் தெரிந்தனர். நீர் நிரம்பிய கண்ணாடித் தொட்டிக் குள் இருந்து துள்ளிக் குதித்த மீனாக சரிகா துடிதுடித்தார். தலைப்பிரசவம்.

கமலால் ஒழுங்காக காரைச் செலுத்த முடியவில்லை. நுங்கம்பாக்கம் வெலிங்டன் நர்சிங் ஹோம் ஏதோ காஷ்மீரில் இருப்பதுபோல் நெருங்க நெருங்க எட்டாமல் போனது.

'கொஞ்சம் பொறுத்துக்கோ. ஜெமினியைத் தாண்டிட்டோம்'

கமலுக்கு சரிகாவின் பனிக்குடம் உடைந்து விடும் அபாயம். மூச்சு முட்டியது. பர்சைத் தடவிக் கொண்டார். இருக்கிற சில ஆயிரங்கள் கூட இன்றைய இரவுக்குப் போதுமா? வெலிங்டனில் கமலுக்கு நல்ல அறி முகம் உண்டு. அம்மாவுக்கு வைத்தியம் செய்து நிறையவே பணம் கொட்டிக் கொடுத்தாகி விட்டது. அந்த வசதி இந்த நொடியில் இல்லை என்று எப்படி நிர்வாகத்துக்குப் புரிய வைப்பது? விக்ரமில் எல்லாம் முடங்கியிருந்தது.

பேசாமல் ஜெமினி மாமாவைத் துணைக்கு அழைக்கலாமா? காதலின் கஷ்டம் புரிந்தவர். சரிகாவின் கதறல் அதிகமானது. 1986 ஜனவரி 28ன் விடியலுக்குள் கமல் அவஸ்தைகளின் உச்சிக்கே போனார்.

'எத்தனை பேரு சார்?'

'நாலு'

'யார் யாரு?'

'நான், இவங்க, ரெண்டு பசங்க.'

'இவங்கன்னா என்னன்னு எழுதறது சார். வைஃபா? குழந்தைங்க உங்களதுதானே?'

கமல் சங்கடமாக நெளிந்தார். 'ஆமாம். அவங்க என் மனைவி. இதுங்க என் பொண்ணுங்க.' தங்கும் அறை கிடைப்பதற்குள் போதும் போதும் என்றாகிவிடும். தாலி கட்டாமல் தாம்பத்யம் நடத்துவதை ஏற்காது தமிழ்ப்பண்பாடும் கலாசாரமும். பழமையின் பிடிகளில் இருந்து வெளியே வரவே விரும்பாத போலி பகுத்தறிவுவாதிகள். சுற்றுலாத் தலங் களின் மகிழ்ச்சி முகவரியற்றுப் போகும். இந்தியா மட்டுமல்ல. உலகின்

எல்லா மூலைகளிலும் அடையாளம் கேட்கிறார்கள். புருஷன் பொண்டாட்டிதானா? அப்படின்னா நிரூபி. அது பிதாகரஸ் தேற்றமா என்ன, ஒப்பித்துவிட்டு உட்காருவதற்கு. தனி நபர் சுதந்தரம் என்பது உலகின் முதல் பொய். கோடுகளுக்குள்ளும் வட்டங்களுக்குள்ளும் அடக்க நினைக்கும் சட்டத்தின் சதுரங்கள். போங்கடா நீங்களும் உங்க ரூல்ஸும்.

காலம் கழுத்தை நெறித்தது. ஷ்ருதியும் அக்ஷராவும் பெற்றோரின் கல்யாணத்தைப் பார்க்கும் வாய்ப்புப் பெற்றவர்களாக இருந்தனர். பாரிச வாயுவால் தாக்கப்பட்டார் தந்தை சீனிவாசன். இரு கரம் தூக்கி ஆசிர்வதிப்பதில் சிரமங்கள் ஏற்படலாம். சினிமா அப்பா சிவாஜி கணேசன் முன்னிலை வகித்தார். இருவருக்கும் எதிரில் கமல் சரிகாவின் கழுத்தில் தாலி கட்டினார்.

'இப்ப திருப்தியடா உங்களுக்கெல்லாம்.'

•

பத்மஸ்ரீ கமல்ஹாசன் வாழ்க. வாழ்க. வாழ்க. சத்தம் காதுகளைப் பிளந்தது. அன்று கமல் பிறந்த நாள். நற்பணி மன்றத் தோழர்கள் இரவு பகல் பாராமல் போஸ்டர்கள் ஒட்டுவதும் கேக் வெட்டுவதும், ஏழைக் குழந்தைகளுக்கு நோட்டுப் புத்தகங்கள் வழங்குவதுமாக விழா நடைபெறும். வாசலில் சகலரும் காத்திருந்தனர்.

ரோஜா, மல்லி, ஆப்பிள், எலுமிச்சை, சாக்லெட் மாலைகள். ரூபாய் நோட்டை கமல் ஏற்பதில்லை. இல்லையென்றால் அதிலும் தொடுத்துக் கட்டியிருப்பார்கள். மலர் கீரிடங்கள், செங்கோல், பூச்செண்டுகள் காத்திருந்தன.

மதுரை, தஞ்சாவூர், திருச்சி என்று பேனர்கள் கட்டிக் கொண்டு வேன்களில் இருந்து வெளியூர் ரசிகர்கள் வந்த வண்ணம் இருந்தார்கள். வாழ்த்து கோஷத்தின் சத்தம் அதிகமாகிக் கொண்டே போனது. ஆனால் அன்று கமல் வீட்டில் நிலைமை சரியில்லாதது போல ரசிகர்களுக்குத் தோன்றியது.

'என்னடா காட்டுக் கத்தல் கத்தறாங்க. நீ போய் அவங்களை அனுப்பி வெக்கறியா, இல்லே நான் போகட்டுமா?'

'ப்ளீஸ்னா ஃபேன்ஸை ஒண்ணும் சொல்லாதீங்க. அவங்களுக்குத் தேவையான சந்தோஷத்தைத் தேடி வந்துருக்காங்க. அவங்ககிட்டே கோபத்தைக் காட்ட முடியுமா? அது அநாகரிகம்.'

சந்திரஹாஸன் கமலை முறைத்தார். ரசிகனைக் கொண்டாடுகிற சந்தர்ப்பமா இது. தந்தை சீனிவாசன் தவறிவிட்டார். இழவு வீட்டில்

சரிகாவுடன் திருமணம்

மகனின் பிறந்த நாள் வைவபத்துக்கு சாத்தியமா? வி.ஐ.பி.க்கள் வர ஆரம்பித்திருந்தார்கள். ரசிகர்களிடம் என்ன சொல்லிச் சமாளிப்பது? நிஜம் சொன்னாலும் எனக்காகத் துடித்துப் போவார்களே!

•

வீட்டுக்குள் காலடி எடுத்துவைக்கும்போது கமல் ஒரு தந்தையாகவே நுழைவார். கலையுலக அரிதாரங்கள் கதவுகளுக்கு வெளியே விடைபெற்றுவிடும். அப்புறம் என்ன, குழந்தை குட்டிகளோடு ஜாலி. மேற்கத்திய இசை, எம்.எஸ்.வியின் பாலும் பழமும், பாவ மன்னிப்பு, பலே பாண்டியா, கர்ணன் படப் பாடல்கள். இளைய ராஜாவின் 'தூரத்தில் நான் கண்ட உன் முகம், மெட்டி ஒலி காற்றோடு, என்னுள்ளில் எங்கோ என சங்கீதப் பொழுதுகள்.

ஷ்ருதியும் அக்ஷராவும் அன்னங்களாகி கமலின் மூலம் பாலும் நீரும் பகுத்து அறிவார்கள். கமல், மகள்களின் சுய விருப்பங்களுக்கு தடை போடாத நல்ல தந்தை.

'டேடி எனக்கு பூஜை பண்ணணும்.' பத்து வயது கூட நிரம்பாத அக்ஷரா ஆண்டவரைத் தேடுவாள். கமல் வழி காட்டுவார். 'அத்தை வீட்டுக்குப் போ. அவங்க பூஜை பண்ணுவாங்க. நீயும் கலந்துக்க.'

'நோ டேடி. இங்கேயே மஹாலட்சுமி படம் வெச்சு ஸ்லோகம் சொல்லி செய்யணும்.' தைரியமாகக் கேட்டுவிட்டாலும் அக்ஷராவின் குட்டி பூனைக் கண்களில் அப்பா சம்மதிப்பாரா என்கிற சிறு அச்சம்.

'சரி செய்.'

‘ஸ்லோகம் தெரியாதே. சுவாமியை என்ன சொல்லிக் கூப்பிடட்டும். மம்மி உங்களைக் கேக்கச் சொல்றாங்க. உங்களுக்கு ஆயிரக்கணக்குல பிரபந்தம் எல்லாம் தெரியுமாமே. ஒவ்வொரு காட் பத்தியும் தனித் தனியா ரெசிடேட் செஞ்சு வெச்சிருக்கிங்க இல்லயா.’

‘அதுல உனக்கு என்ன வேணும் செல்லம்’

‘ஐ நீட் மோர் மணி டேட். அதுக்கு ஏதாவது மந்திரம் உண்டா?’

‘பணம்னா உனக்கு அவ்வளவு இஷ்டமா கண்ணு?’

‘எஸ். நீங்ககூட முன்னாடி காசுக்காக ரொம்ப கஷ்டப்பட்டிருக் கிங்கன்னு மம்மி சொன்னாங்க.’

‘ஸோ...’

‘நிறைய கேஷ் இருந்தா அடிக்கடி. ஃபாரின் டூர் போகலாம். ஸ்கூல் போர் டேடி.’

குழந்தையின் வடிவத்தில் வாய் வார்த்தைகளில் தன்னையே உணருகிற சுகம் சொர்க்கத்துக்கும் மேலானது. எல்லா அப்பாக்களுக்கும் வாய்க் காது. கமல் பாக்கியவான். அவரது வாரிசுகள் கமலைக் கொண்டிருந் தன, ஒவ்வொரு அணுவிலும் அசைவிலும்.

கமல், அக்ஷராவை அமர்த்தி வைத்து ‘கனகதாரா ஸ்தோத்திரம்’ கற்றுக் கொடுத்தார். அவர் அறிவார். பிரார்த்தனைகளால் மட்டுமே செல்வம் பெருகுமென்றால் உலகம் சோம்பேறி மடமாகிவிடும். ஆனாலும் அனுபவம் நாளை அக்ஷராவை வழி நடத்தும். அக்ஷராவுக்கு ஆக்ஷன் கிங் அர்ஜுன்தான் பிடிக்கும். ஷ்ருதி, பிரபுவின் ரசிகை.

கமலுக்கு எதிலும் லஜ்ஜை கிடையாது. அவரே சிறந்த சமையற்காரராகச் செயல்படுவார். அசைவ உணவு வகைகளை அற்புதமாகவே சமைப்பார். மீன் கழுவ மட்டும் அவருக்குப் பிடிக்காது. அதில் முள் குத்தி விடும் சிக்கல் உண்டு. மற்றபடி மட்டன் சிக்கன் எல்லாம் கமல் கைகளில் துண்டு துண்டாகிக் குழம்பில் கொதிக்கும். கேரள மீன் கறி கமலுக்கு ரொம்பவே பிடிக்கும். அதை ஆக்கித் தரவும் கவுதமி கற்றுக் கொண்டு விட்டார். எனவே வயிற்றுப் பிரச்னை கமலுக்குக் கிடையாது.

சிம்ரனின் உடுக்கை இடை தமிழர்களுக்கு மிகவும் பிடித்து விட்டது. தலையில் தூக்கி வைத்துக் கொண்டாடினார்கள். ஒன்ஸ்மோர், நேருக்கு நேர் என்று 1997-ல் அறிமுகமானவர். சீக்கிரத்திலேயே சிகரம் தொட்டுவிட்டார். இளைய தலைமுறை ஹீரோக்கள் சிம்ரனுக்குக் காத்திருந்தனர்.

மௌலிக்கு ஆவக்காய் ஊறுகாய் அலுத்து விட்டது. ஆந்திரா போதும் என்று தாய் மண்ணுக்குத் திரும்பினார். அடுத்து கமல் பம்மல் கே.

சம்பந்தம் என்றார். 'மனோகரா'வின் மூல கதாசிரியர் பம்மல் சம்பந்த முதலியார். அவர் பெயரில் படம் எடுப்பதில் ஆர்வம். மௌலி சந்தோஷ மாகச் சம்மதித்தார். சிம்ரன் ஹீரோயின்.

கமல் - சரிகா உறவில் மாற்றங்கள் ஏற்பட்டன. காரணம் சிம்ரன். கமலும் சிம்ரனும் காதல் வயப்பட்டுவிட்டதாக வந்த செய்திகள் சரிகாவை 'வாணி' ஆக்கின. புருஷன் - பெண்டாட்டி சண்டை. பம்மல் கே. சம்பந்தம் ஷூட்டிங் நடைபெறாத அளவு குடும்பத் தகராறு. மாலையும் இரவும் சந்திக்கும் இடத்தில் மொட்டை மாடியில் கணவன் மனைவி வாக்குவாதம். கோபத்தில் அழகு தொலையும் வார்த்தைகள் தடிக்கும். கண்ணீரின் கோடுகள் கன்னங்களில் படிய கண்ணாடி தேட மாட்டார்கள். சரிகா மொட்டை மாடியிலிருந்து தவறி விழுந்தார். சிகிச்சை அளிக்கப்பட்டு நலம் பெற்றார். அதற்குப் பிறகு சரிகா பற்றிய தகவல்கள் தமிழ்நாட்டில், கமல் வீட்டில் இல்லை.

பர்சானியா இந்தி படத்துக்காக 2006 ன் சிறந்த நடிகை சரிகா என மத்திய அரசு விருது வழங்கியது.

2002-ல் கமலின் இரு படங்களிலும் சிம்ரன் கதாநாயகி. பஞ்ச தந்தி ரத்தில் நகைச்சுவையாக சிம்ரனுக்குச் சக்களத்திப் போர். போட்டிப் பாடல், அதைவிட கமல் - சிம்ரன் ரகசியக் காதலை குழந்தைகளும் உணரும் வகையில் ஒரு டூயட்.

'என்னோடு காதல் என்று பேச வைத்தது நீயா இல்லை நானா?
ஊரெங்கும் வதந்திகாற்று வீச வைத்தது நானா இல்லை நீயா?
வளைக்க முயன்றது யாரு நீயா நானா?
வளைந்து கொடுத்தது யாரு நீயா நானா?
உன்னோடு லவ் என்று ஊர் சொன்னது
நீ வேறு நான் வேறு யார் சொன்னது.'

சிம்ரனோடு தொடர்ந்தது தோழமையா அல்லது காதலா என்பதை கமல் மட்டுமே அறிவார். அது இரண்டும் அற்றதாகவும் இருந் திருக்கலாம். ஆனால் பஞ்சதந்திரம் படத்துக்கு விளம்பர பரபரப்பை ஏற்படுத்தியது.

கமல் சரிகா சர்ச்சையால் பம்மல் கே. சம்பந்தம் பெரிய வரவேற்பு பெறவில்லை,. நகரங்களில் பஞ்ச தந்திரம் வசூலித்தது.

கமலின் வாழ்க்கையில் சரிகாவின் அத்தியாயம் அமைதியாகவே முற்றுப் பெற்று விட்டது. வாணி அளவுக்கு மீடியா ரகளைகள் காணோம். ஷ்ருதி ராஜலட்சுமியும் அக்ஷராவும் அம்மாவின் பின்னால் போகவில்லை. தந்தையின் நிழலே போதும் என்று சென்னையிலேயே

தங்கி விட்டார்கள். சரிகாவும் அதற்காக வருத்தமோ கோபமோ அடைந்ததாகச் சொல்ல முடியாது.

பஞ்ச தந்திரம் படத்தில் நிறையவே கதாநாயகிகள். தேவயானி வேடத் துக்கு முதலில் ரவிக்குமார் கவுதமியை போனில் அணுகினார். கவுதமி தன் கணவரைப் பிரிந்து சென்னையில் வாழ்ந்து கொண்டிருந்தார். மகள் சுப்புலட்சுமி, கசப்பான கல்யாண வாழ்வின் அச்சு வெல்ல இனிப்பு. கவுதமியின் பெற்றோர்களும் காலமாகி விட்டனர். சுப்புலட்சுமியும், மார்பகப் புற்று நோயுமே கவுதமிக்குப் பக்கத்துணை. மாத்திரைகளை விழுங்கி தண்ணீர் குடித்த பின்பு தொலைபேசியை எடுத்தார் கவுதமி.

'ஹலோ நான் டைரக்டர் கே.எஸ். ரவிக்குமார் பேசறேன். பஞ்ச தந்தி ரம்னு ஒரு படம் பண்றேன். கமல் சார் நடிக்கிறாரு. சிம்ரன் கதாநாயகி. உங்களுக்கு ஒரு கெஸ்ட் ரோல் இருக்கு. நீங்க செஞ்சா நல்லா இருக்கும்னு நினைக்கிறோம்.'

'ஸாரி மிஸ்டர் ரவி. கமல் சாரோட ஹீரோயினா நாலு பெமிலியர் மூவில நடிச்சுட்டேன், மறுபடியும் சின்ன வேஷம் பண்ணா சரி வராது. ப்ளீஸ் எக்ஸ்க்யூஸ் மீ. எனிவே என்னை ஞாபகம் வெச்சிருந்து கூப்பிட்டதுக்கு நன்றி.'

ரவிக்குமாருக்கு ஏமாற்றமாகிவிட்டது. கவுதமி வீட்டில் மீண்டும் போன் ஒலித்தது. இந்த முறை கமல் லைனில் இருந்தார்.

'வை டோன்ட் வீ மீட் அகெயின் கவுதமி?'

மந்திரம்போல் ஒலித்தது. கமலின் குரல். சந்தித்தார்கள். இணைந் தார்கள். வழக்கமான காஸ்ட்யூம் டிஸைனர் போஸ்ட், குடும்பத் தலைவி அந்தஸ்து இரண்டும் காலியாகவே இருந்தது. கவுதமி பதவிப் பிரமாணம் எடுத்துக் கொண்டார். கவுதமி, கமலின் பெண்களுக்கும் அம்மா ஆனார். சுப்புலட்சுமி கமலை அப்பா என்று அழைத்தார்.

வேட்டையாடு விளையாடு படப்பிடிப்பு அமெரிக்காவில் நடை பெற்றது. கவுதமியும் கமலுக்காக வழக்கம்போல் மேக்-அப் சாமான்கள் வாங்கினார். கவுதமியுடனான உறவு மகிழ்ச்சியையும் மனநிறைவையும் கமலுக்கு வழங்கியது.

ஷ்ருதி சரிகாவின் மகள் என்பதைக் கடந்தும் கமல் - கவுதமியே தனக்குப் பிடித்த நட்சத்திர ஜோடி என்று வெளிப்படையாகப் பேச ஆரம்பித்து விட்டார். கவுதமி, கமல் வாழ்வில் பங்கெடுத்தும் பத்து ஆண்டுகள் ஓடியே விட்டன. சமூக அங்கீகாரம் குறித்தெல்லாம் அவர்கள் கவலைப் படவில்லை. வாழ்ந்து கொண்டிருக்கிறார்கள்.

## 39. உலக நாயகன்

**2009**-ம் ஆண்டு - கமல் திரைக்கு வந்து ஐம்பது ஆண்டுகளைக் கொண்டாடும் வாய்ப்பினைப் பெற்றது. விஜய் டீவி அந்தப் பொறுப்பைத் தன் தோள்களில் போட்டுக் கொண்டது. கமலின் ஐம்ப தாண்டு கலைப் பயணத்தை விளக்கும் வேன், தமிழ் நாடெங்கும் சுற்றி வந்தது. கமல் பற்றி எத்தனையோ கலைஞர்கள் தொலைக்காட்சிகளிலும் பண்பலை வானொலிகளிலும் பத்திரிகைகளிலும் தங்கள் நினைவு களை, அனுபவங்களைப் பகிர்ந்து கொண்டார்கள். மீடியாவெங்கும் கமல் வாசனை.

ஐம்பதாவது ஆண்டில் 'உன்னைப் போல் ஒருவன்' வெளிவந்து ஓரளவு வெற்றி பெற்றது. தி வெட் னெஸ்டே - ஹிந்திப் படத்தின் ரீமேக். தமிழில் கமல் - மோகன்லால். தெலுங்கில் அதுவே ஈநாடு, வெங்க டேஷுடன். ஷ்ருதியின் இசை, பேசப்பட்டது.

செப்டெம்பர் 28, 2009. நேரு அரங்கத்தில் இந்தியத் திரையுலகம் திரண்டது. கமல் 50. பிரம்மாண்ட விழா. கலையுலகின் வாழ்த்து மழையில் கமல் நெகிழ்ந்தார். சிவாஜியும் நாகேஷும் இதைப் பார்ப்பதற்கு இல்லாமல் போய்விட்டார்களே, கமலின் கண்களில் ஏக்கம். ரஜினி மேடையேறினார்.

'என்னுடைய கலை உலக அண்ணா கமல்ஹாசன் அவர்களே!

1975ல சினிமா இண்டஸ்டீரில கமல்ஹாசன் எவ்ளோ பெரிய ஸ்டார்னு இப்போ இருக்கறவங்களுக்குத் தெரியாது. நான் அப்போதான் உள்ள நுழைஞ் சிருக்கேன். இளமை ஊஞ்சலாடுகிறது, அவள் அப் படித்தான், பதினாறு வயதினிலே எல்லாம் மிகப் பெரிய வெற்றிப் படங்கள். அதுல கமல் நினைச்

சிருந்தா, 'அந்த ரஜினியைப் போட வேண்டாம்'னு சொல்லிருந்தா யாரும் போட்டிருக்க மாட்டாங்க. இளமை ஊஞ்சலாடுகிறது கமலே சொல்லி எனக்கு வாய்ப்பு வாங்கிக் கொடுத்தார்.

நான் ஒரு பெரிய ஆள் ஆன பிறகு கமல் என்கிட்ட சொன்னார். ரஜினி, தமிழ் சினிமா உலகுல ரொம்ப ஜாக்ரதையா இருக்கணும். எம்.ஜி.ஆர்., சிவாஜி அவங்களுக்குள்ள தனியா எதுவும் கிடையாது. ஆனா இந்த சினிமா இண்டஸ்ட்ரி அவங்களைப் பிரிச்சிடுச்சு. அதனால ரசிகர்களும் பிரிஞ்சாங்க. நமக்கு அப்படி ஆகக்கூடாது. நான் வேலை செஞ்ச ப்ரொடியூஸருக்கு நீங்களும் வேலை செய்யணும். எனக்கு பண்ண டைரக்டருக்கு நீங்களும் படம் பண்ணனும்னு கமல் சொன்னாரு.

'அவர்கள்' பட ஷூட்டிங்ல இடைல வெளிய வந்தேன். கே.பி. சார் என்னைக் கோபமா கூப்பிட்டு சொன்னாரு. 'என்னடா, தம் அடிக் கறதுக்குப் போறியா. கமல் நடிச்சிக்கிட்டு இருக்கான் , அதைப் பாருடா. அப்பதான் உனக்கு நடிப்பு இன்னும் நல்லா வரும்' - அப்படின்னு சொன்னாங்க. அப்ப இருந்து கமல் நடிக்கும்போது நான் வெளியவே போறதில்லை. அங்கேயே உட்கார்ந்திருப்பேன்.

வெளிமாநில ஸ்டார்களுக்கெல்லாம் இன்னிக்கு ஆச்சரியம். மம்முட்டி, மோகன்லால், வெங்கடேஷ், சிரஞ்சீவி, அமிதாப் பச்சன், திலீப் குமார், ராஜ்கபூர் எல்லாத்துக்குமே ஆச்சரியம். என்னன்னா, கமல்ஹாசன் நடிகனா இருக்குற ஒரு ஃபீல்டுல, ஒரு மாநிலத்துல இவனுக்கு எப்படி நடிகனா பேரு வந்துருக்குன்னு. கண்ணுங்களா அதுக்கு காரணம் என்னன்னு சொன்னா, கமல்ஹாசன் நடிப்பைப் பார்த்தே நான் வளர்ந் தேன். நான் பேரு வாங்கினதுக்குக் காரணம் ரூட்டை மாத்திக்கிட்டேன். அவரு ரூட்ல போகலை. அவர் தொட்டதை நான் தொடலை. ஆனா நான் தொட்டதை அவர் தொட்டாரு. அவர் தொட்டதை நான் தொட்டிருந்தா அவ்வளவுதான்.

கமல் என் நல்ல நண்பர். உண்மையான சகலகலா வல்லவர் அவர்தான்.'

தன்னை வாழ்த்தியவர்களுக்கெல்லாம் நன்றி சொல்வதற்காக, கமல் மேடையேறினார். அழாமல் பேசுவது எப்படி என்று தெரியவில்லை என்றே ஆரம்பித்தார். நள்ளிரவை நெருங்கிய வேளையிலும் அரங்கம் அவரது வார்த்தைகளுக்காகக் காத்திருந்தது.

'நிறைய வேலை இருக்கிற மாதிரி இருக்குது. நிறைய பேரு வாழ்த்துகள் சொல்லுறாங்க. ஆனா இது ஆரம்ப விழான்னா, இல்ல. எனக்கு நெஜம் தெரியும். அதே நேரத்துல இதை ஒரு நிறைவு விழான்னு என்னால நெனைக்க முடியல. ஏன்னா நிறைய வேலை இருக்குங் கிறதை மத்தவங்களும் நியாபகப்படுத்திக்கிட்டு இருக்காங்க.

நான் 18 - 21 வயசுல போட்டு வைச்சிருந்த திட்டத்துல, இவ்வளவு வருஷமா எவ்வளவு பண்ணிருக்கேன்னு பார்க்கும்போது, லிஸ்ட்டுல இருக்குற முதல் மூணு விஷயத்தைக்கூட முழுசா பண்ணலேன்னு தெரியுது. என் நேரம் குறைவு என்பது எனக்குத் தெரிகிறது. செய்ய வேண்டிய வேலை ஜாஸ்தி இருக்கிறது. ஆனா இத்தனை அன்பு இருக்கும் போது, நினைச்ச லிஸ்டுல பாதி வரைக்கும் செய்ய முடியும்னு தோணுது. என்னை இவ்வளவு தூரம் நடத்திக் கூட்டி வந்ததே அந்த அன்பு. அந்த அன்புக்கு உதாரணத்தை ரஜினி இங்கே காட்டினார். எவன் பேசுவான் அந்த மாதிரி? ஒரு சவால் விடுறேன். இதுக்கு முன்னாடி ஜெனரேஷன்ல ரஜினி மாதிரி என்னை மாதிரி நண்பர்கள் இருந்தது கிடையாது.

நான் எழுதிய பாடல் - இதற்கு ரொம்ப பொருத்தமான இடம்

நான் என்ற சொல் இனி வேண்டாம்

நீ என்பதே இனி நான்தான்

இனியேதும் வரம் கேட்கத் தேவையில்லை

இதுபோதும் வேறெங்கும் சொர்க்கமில்லை.

உயிரே உயிரே... - இது உங்களுக்காக எழுதின வரி மாதிரித்தான் இருக்குது.'

உணர்ச்சிவயப்பட்ட நிலையில் கமலை முழங்காலிட்டு, அவைக்குத் தலை வணங்கினார். அரங்கம் எழுந்து நின்று மரியாதை செய்தது.

•

உணர்ச்சிகள் முதல் உன்னைப் போல் ஒருவன் வரை கமலின் வரலாற்றில் அவமானங்களே அவரது அஸ்திரம். அஸ்திவாரம். சமீபத்திய 'கோவா' படவிழாவும் அதற்கு ஓர் உதாரணம்.

'உணர்ச்சிகள் நேரத்தில் ஒரு பத்திரிகையில் கமல் நடித்த ஸ்டில்லை பிரசுரிப்பதற்காகக் கொடுத்தேன். பத்திரிகை ஆசிரியர் 'யார் இந்த பையன்?' என்று கேட்டார். 'களத்தூர் கண்ணம்மாவில் நடித்த சிறுவன் தான் இந்த இளைஞன்' என்றேன். கவனமாகக் கேட்டுக் கொண்டவர், 'அந்தப் பையனா இப்படி வளர்ந்துட்டான்' என்று ஆச்சரியம் காட்டினார். சரி அந்த ஸ்டில்லை பிரசுரிப்பார் என்று பார்த்தால் படத்தில் நடித்த நடிகை எல். காஞ்சனா ஸ்டில்லை கேட்டு வாங்கினார். அதையே பிரசுரித்தார்' - ஆர்.சி. சக்தி.

கமலே மறக்க விரும்பினாலும் அடிக்கடி நினைவில் தோன்றி மூச்சு முட்டிய இன்னொரு சம்பவம் இது.

‘ஹீரோயின் மேக்-அப் ரூம்லே நானும் ஹீரோவும் சாப்பிடறதுக்காக இலை போட்டிருந்தோம். சாப்பாட்டு நேரத்துல கொஞ்சம் பறப்பேன் நான். சாதம் நிறைய போட்டுக் குழைச்சி வெச்சிருந்தேன். ஹீரோயின் வந்து பார்த்தாங்க. ஒரு மேக் அப் ரூம்தான் இருந்தது.

சரி சார். நான் வீட்டுலயே போய் சாப்பிட்டுக்கிறேன் இல்லன்னா எனக்கு வேறே மேக்-அப் ரூம் கொடுங்கன்னு கோபத்தோடு சொன்னாங்க. Almost என்னை வேறே ரூம் போகச் சொல்றமாதிரி இருந்தது.

பிச்சைக்காரன் மாதிரி சாப்பாடோடு இலையை அள்ளிட்டாப் போக முடியும். சரின்னு அப்படியே விட்டுட்டு வெளியே வந்துட்டேன். அன்னிக்குச் சாப்பிடலை. ஆனா ஹீரோ அங்க சாப்பிட்டதைப் பத்தி அவங்க அப்ஜெக்ட் பண்ணலை. ஸோ சாப்பாட்டுக்கு உட்கார்ந்து பிறகு எழுந்துக்க வேண்டியதாச்சு. டீ காபி நான் சாப்பிட மாட்டேன். நல்ல பசி.

பலர் முன்னாலே டைரக்டர் வேறே கெட்ட வார்த்தை சொல்லி என்னைத் திட்டிட்டார். நடிகன் ஆகணும்ங்கிற ஆசையே எனக்குப் போச்சு. முழுமையா எடிட்டிங் கத்துக்கணும்னு ஆரம்பிச்சேன்.’

கமலின் வெற்றிக்கு அவர் மேலே சொன்ன கடைசி வரியே சாட்சி. இறுதி வரையில் சினிமாவில் மட்டுமே நிரந்தர வாசம் என்ற முடிவில் உறுதி. நடிப்பு இல்லையா எடிட்டிங். அதுவும் கிடையாதா இனி பாட்டு என்று நாளடைவில் பலதும் கற்று பண்டிதன் ஆனார்.

கால் ஒடிந்து கிடந்தபோதும் கர்நாடக இசை கமலைக் கவர்ந்தது. பாலமுரளி கிருஷ்ணாவின் வீடு தேடிப் போனார். சங்கீதம் கற்றுக் கொண்டார். ‘குழலூதி மனமெல்லாம்’ காம்போஜி ராக கீர்த்தனை. ஊத்துக்காடு வேங்கட சுப்பையரின் சாகித்யம். தியாகய்யரின் குவலய தளநயன நாடகுறிஞ்சி ராகம். குந்தல வராளியில் கருணாநிதியே... பாபநாசம் சிவன் பாடல். எல்லாம் வாய் வரப் பெற்றார்.

ஏறக்குறைய எழுபதுக்கும் மேற்பட்ட சினிமாப் பாடல்களைத் தனக்காக மட்டும் அல்லாமல் மோகன், அஜீத் போன்ற சக ஹீரோக் களுக்கும் கமல் பாடியுள்ளார். இளையராஜாவின் இசையில் பாடிய வையே அதிகம். பாடலை எழுதவும் ஆசை வந்தது. விருத்தத்தோடு விட்டு விடும் வறட்சியான கற்பனை அல்ல. அதிக சரணங்களைக் கொண்ட ஆறரை நிமிட பாடல்கள். விருமாண்டியில் ‘உன்னைவிட’, ஹே ராமில் ‘நீ பார்த்த பார்வைக்கொரு நன்றி.’

கமல் ஏன் இசை அமைக்கக்கூடாது என்கிற கேள்வி எண்பதுகளுக்கு முன்பே வந்துவிட்டது. ‘இளையராஜாவுக்கு எதிரி ஆகும் தவறை

ஒருபோதும் செய்ய மாட்டேன்' என்று இளையராஜாவின் முன்னிலையிலேயே கமல் பதில் சொல்லி இருக்கிறார்.*

தன் வெற்றியைக் குறித்து மார்தட்டிக் கொள்ளும் தைரியம் கமலிடம் இயல்பாக இருந்தது.

'வெளிப்படையாகச் சொல்லப் போனால் ராஜபார்வை, சலங்கை ஒலி, ஏக் துஜே கே லியே, அபூர்வ சகோதரர்கள், அவ்வை சண்முகி, இந்தியனில் நான் நடித்தது போல வேறு யாராலும் நடிக்க முடியாது என்பது நான் ஏற்படுத்திய சாதனை. எந்த கேரக்டரிலும் கமலால் நடிக்க முடியும் என்று இன்று நான் பெயர் எடுத்திருக்கிறேன் என்றால், அதற்குக் காரணம் எந்தவிதமான சிபாரிசும் இல்லாமல் என்னுடைய திறமையை மட்டுமே மூலதனமாக வைத்து நடித்திருக்கும் நடிப்புதான்.'

கமல் பேனர்களுக்காக நடித்தது கிடையாது. கதை முக்கியம் அவருக்கு. ஆரம்பத்தில் கதைகளைத் தேர்வு செய்யும் உரிமை அவருக்கு இல்லை. ஆனாலும் தீர்க்கமாக முடிவெடுத்தார். தொலை நோக்கு என்கிற வார்த்தைக்கு கமல் என்று தமிழ் அகராதிகள் அர்த்தம் பிரசுரிக்கலாம்.

'ஹீரோங்கிற வார்த்தை எனக்குப் பிடிக்கலை... I want to be an actor always. அதைத்தான் நான் எய்ம் பண்ணிட்டு இருக்கேன். கதையெல்லாம் சஜஸ்ட் பண்றதுக்கு எனக்கு உரிமை வரும்போது அங்கே ஹீரோ இருக்க மாட்டார். ஆக்டர்தான் இருப்பார்.'

தெலுங்கு தேசத்திலும் கமலுக்கு யாரும் நிகர் கிடையாது. சலங்கை ஒலிக்காக கமலை பட அதிபர் ஏடித. நாகேஸ்வர ராவ் ஒப்பந்தம் செய்யப் போனார். கமல் மறுத்தார். காரணம் கடல் மீன்கள், சங்கர்லால் போன்று அவர் ஓல்டு கெட்-அப்பில் நடித்த படங்களின் தோல்வி. சலங்கை ஒலியிலும் அவருக்கு முதியவர் வேடம். ஒரே தவறை மீண்டும் மீண்டும் செய்வானேன். தயாரிப்பாளர் விளக்கினார். 'ஒரு டேன்ஸரோட கதையை எடுக்குறேன். உங்க அளவுக்கு நடனத்துல சகலமும் தெரிஞ்ச ஹீரோ யாரும் கிடையாது. நீங்க தயங்க வேணாம். கே. விஸ்வநாத் டைரக்ட் செய்யப் போறார். உங்க நடிப்பு ஆற்றலை வெளிப்படுத்தற லைஃப் டைம் ரோல்.'

கமல் ஒப்புக்கொண்டார். நடனம் ஆடும் ரோலில் கமல் நடிக்க வேண்டுமென்பது அவரது அப்பாவின் நீண்ட நாள் ஆசை. அது சலங்கை ஒலியில் நிறைவேறியது.

---

* அக்டோபர் 16, 2005, ஜெயா டிவிக்காக இளையராஜா செய்த இசை நிகழ்ச்சி.

சலங்கை ஒலியின் தெலுங்கு மூலம் சாகர சங்கமம். கமல் தன் நடிப்புக் காக தேசிய விருதை எதிர்பார்த்து ஏமாந்து போனார். அது இளைய ராஜாவுக்கு கிடைத்தது. பெங்களூருவில் 511 நாள்கள் ஓடியது. கலைக்கு மொழி கிடையாது என்பதற்கு கமல் மட்டுமே நீண்ட கால எடுத்துக் காட்டு. ஆஸ்கருக்கும் அனுப்பி வைத்தார்கள்.

சங்கராபரணம், சாகர சங்கமம் அடுத்து ஏடித. நாகேஸ்வரராவ், 'சுவாதி முத்யம்' தொடங்கினார். கதையைக் கேட்டதும் ஜிகினா ஹீரோக்கள் தலைதெறிக்க ஓடினர். 'இந்த கதையில் நடித்தால் எங்கள் இமேஜ் என்னாவது?'

கடைசியாக எதற்கும் சொல்லிப் பார்ப்போமே என்று கமலிடம் சென்றார் நாகேஸ்வரராவ். 'நல்ல கதை. பண்ணுவோம்' - கமல் உற்சா கமானார். கமல் - ராதிகா முதன்முதலில் ஜோடி சேர்ந்தார்கள். ஆந்தி ராவில் ஆண்டு முழுவதும் ஓடியது.

'மிக அற்புதமான கமர்ஷியல் படம். இதை ஆர்ட் ஃபிலிம் என்று ஒப்புக்கொள்ள முடியாது. என்னை சந்தோஷப்படுத்திய மற்றொரு படம். இந்த ஷூட்டிங்கின்போது ஷ்ருதி பிறக்கப்போவது தெரிந்தது. சுவாதி முத்யம் போது வந்த மழைத்துளியில் விழுந்த முத்து.'

கமல்ஹாசனிடம் ஐம்பது ஆண்டு கால சினிமா வாழ்வில் எத்தனையோ மாற்றங்கள். மாறாதது சிவாஜி ரசிகன் என்கிற கவச குண்டலமே. 'சிவாஜி என்ற மாமேதையை பார்த்து நடிக்க வந்தவன் நான். இன்று நான் ஏற்கும் வேடங்கள் எல்லாம் அவர் விட்ட மூச்சுக் காற்றுதான். அவருக்கு நான் தத்துப்பிள்ளை. என்னுள் அவர் இருக்கிறார்.' (ஏப்ரல் 22, 1995-ல் சிவாஜிக்கு செவாலியர் விருது வழங்கியபோது கமல் பேசியது.)

ஜூலை 21, 2001-ல் (சிவாஜி கணேசனின்) நடிப்பின் மரணம் நிகழ்ந்தது. ஜெ. ஜெயலலிதா தலைமையிலான அரசாங்கம் பெரியாருக்குப் பின் சிவாஜி கணேசனின் உடலை 42 குண்டுகள் முழங்க அரசு மரியா தையுடன் தகனம் செய்தது. தமிழக அரசுக்கு கமல் அறிக்கை மூலம் நன்றி தெரிவித்தார்.

'தமிழ் நடிகர்களின் ஞானகுரு செவாலியே சிவாஜி கணேசனுக்கு உரிய மரியாதை செய்த தமிழக முதல்வருக்கும் அரசுக்கும் மனமார்ந்த நன்றி' என்று குறிப்பிட்டு பலகோடி சிவாஜி ரசிகர்களில் ஒருவன் - கமல்ஹாசன் என்று கையெழுத்திட்டார்.

சிவாஜி விஷயத்தில் இன்னொரு அரிய வாய்ப்பும் கமலுக்காக காத் திருந்தது. அதை ஏவிஎம் சரவணம் வழங்கினார். 1952-ல் அக்டோபர்

17-ல் பராசக்தி வெளியானது. 2002 அக்டோபர் 17-ம் தேதியுடன் சிவாஜியின் கலை உலக வாழ்க்கையில் ஐம்பது ஆண்டுகள் பூர்த்தியானது. அதைக் கொண்டாட நடிகர்திலகம் இல்லை. ஏவிஎம் ஸ்டுடியோவில் சிவாஜி முதன்முதலில் சக்ஸஸ் என்று வசனம் பேசி நடித்த இடத்தில் நினைவு சின்னத்தை அமைத்தார் சரவணன். அதைத் திறக்க கமல் அழைக்கப்பட்டார்.

'சினிமா உலகில் நான் பார்த்த முதல் சூரியன் நடிகர் திலகம் சிவாஜி கணேசன். அவரைப் பார்த்த பிறகுதான் மார்லன் பிராண்டோ நினைவுக்கு வந்தார். லாரன்ஸ் ஒலிவியன் நினைவுக்கு வந்தார். அவர் குடும்பத்தில் ஒருவன் என்ற முறையில் இதை என் கடமையாகக் கருதுகிறேன். ராம்குமார், பிரபு இரண்டு பேருக்கும் என்ன உரிமை இருக்கிறதோ அந்த உரிமை அவரிடம் எனக்கும் இருக்கிறது.'

சிவாஜி கணேசன் தன் வாரிசாக கமலை அறிவிக்கவில்லை. ஆனாலும் கமல் நிரந்தர சிவாஜி விசுவாகியாகத்தான் இருக்கிறார். 'என் நினைவறிய சிவாஜி அவர்கள் என்னை வாரிசாக அறிவிக்கவில்லை. அப்படியாக நான்தான் பேராசைப்பட்டேன். மக்கள் ஆசீர்வதித்தார்கள். அவரும் பெருந்தன்மையாக மௌனம் காத்தார்.'

சிவாஜி கணேசன், கமல்ஹாசன் இருவருக்கும் இந்திய அரசாங்கம் உரிய மேன்மைகளை பருவத்தில் செய்யத் தவறிவிட்டது. இன்று கணேசனை விடவும் கமல் அவரை மிஞ்சி நிற்கிறார். அதை சிவாஜியின் உயிருக்கு உயிரான ரசிகர்கள்கூட மறுக்கமாட்டார்கள்.

ஐம்பது ஆண்டுகள் நடித்த பிறகும் உன்னைப்போல் ஒருவனுக்கு இருந்த எதிர்பார்ப்பு, ஏன் கமலின் ஒவ்வொரு படத்துக்குமே காத்துக் கிடக்கிற பாமர கனவு, சிவாஜி சினிமாக்களில் வெள்ளி விழா காலகட்டத்துக்குப் பிறகு காணாமலே போய்விட்டது. தங்கப் பதக்கம் சௌத்ரிக்குப் பிறகு தமிழ்ச் சினிமா ரசிகர்கள் இளைய தலைமுறைப் பக்கம் திரும்பி விட்டார்கள். அதன்பிறகு சிவாஜி 'அன்புள்ள அப்பா'வாகவே அரிதாரம் பூசியதே காரணம்.

•

பழைய சினிமா டைட்டில்களிலும் தனி கவனம் கமலுக்கு. அபூர்வ சகோதரர்கள், மதனகாமராஜன், சதீலீலாவதி, மங்கம்மா சபதம், பாசவலை. அந்த வரிசையில் மர்மயோகி! நூற்றி ஐம்பது கோடி ரூபாய் கமலின் போட்டோ செஷன் ஸ்டில்கள் பிரமாதமாகத் தோன்றியது. வார இதழ்கள் மர்மயோகியின் திரைக்கதையை யூகங்களாக வெளியிட்டன. தசாவாதாரத்தின் வெற்றியால் கமலின் சம்பளமும் கூடியது. நடிப்பதற்காக பதினைந்து கோடியும் டைரக்‌ஷனுக்காக ஒரு கோடியும்

மர்மயோகத்திற்காக வழங்கப்பட இருந்தது. பிரமிட் சாய்மீரா ராஜ்கமல் இண்டர்நேஷன்ல கூட்டணி போதாதென்று ஹாலிவுட்டின் வால்ட் டிஸ்னியும் தமிழ் பேசுகிறது என்றார்கள். ஐந்து கதாநாயகிகள் முதலில் த்ரிஷா, ஸ்ரேயா, பத்மப்பிரியா ஒப்பந்தமானார்கள். வில்லியாக ஹேம மாலினி. ஏ.ஆர். ரஹ்மானுக்கு அட்வான்ஸ் வழங்கப்பட்டது. கமல் எழுதி பாடிய பாடலின் பதிவும் நடந்தது. ஒரு கோடியே அறுபது லட்சம் செலவான நிலையில் மர்மயோகி நின்றுவிட்டது. காரணம் உலகப் பொருளாதார வீழ்ச்சி. அக்டோபர் 2, 2008 முதல் ஷூட்டிங் முழு வீச்சில் நடைபெற இருந்தது. நடக்கவில்லை.

கமல் புதிய படம் ஆரம்பித்தார். தலைவன் இருக்கின்றான். பின், உன்னைப்போல் ஒருவன் ஆனது. மும்பை ஆண்ட்ரூஸ் கல்லூரியில் உளவியல், கலிபோர்னியா மியூசிஷியன்ஸ் கழகத்தில் இசை பாடம் மூத்த மகள் ஷ்ருதிக்கு படிப்பு முடிந்துவிட்டது. முநோ டேடி. நம்ம ராஜ்கமல் பிலிம்ஸ் படம்னாலும் நீங்க டைரக்ட் பண்ணா நான் மியூஸிக் பண்ண மாட்டேன்.

கமல் ஒரு புதிய யூனிட்டை அமைத்தார். மர்மயோகி படத்துக்காக நாற்பத்தி ஐந்து லட்சம் ரூபாய் கொடுத்து வாங்கிய 'ரெட்' கேமரா மூலையில் சதா தூங்கியது. அதற்கும் உயிரூட்டினார்.

சலங்கை ஒலியில் குட்டி நடிகனாக வந்தவர் சக்ரி டொலேடி. கமல் அவரை இயக்குநராக அமர்த்தினார். ஷ்ருதி இசையமைப்பாளர் அவதாரம் எடுத்தார். ஹீரோயினாக ஹிந்தியில் முதல் தடம் பதித்த 'லக்', பெட்டர் லக் நெக்ஸ்ட் டைம் என சொல்லியிருந்தது.

ஜெயகாந்தனின் அன்பு கமலிடம் எப்போதும் மிச்சம் இருக்கும். அதில் ஒருதுளியைப் பயன்படுத்திக் கொண்டால் என்ன? 1965-ல் ஜெயகாந்தன் தன் குறுநாவலை அவரே இயக்கினார் - உன்னைப் போல் ஒருவன். மீண்டும் கமலால் தலைப்பாகியது. சுஜாதா தனக்குப் பிறகு சிலரை கமலிடம் அடையாளம் காட்டிவிட்டுச் சென்றிருந்தார். இரா. முருகன் படத்துக்கு வசனகர்த்தா ஆனார்.

தமிழ், தெலுங்கு இரண்டிலும் குறுகிய கால தயாரிப்பு. உட்கார்ந்து கொண்டே ஜெயிக்கலாம். ஆனால் படம் பிசினஸ் ஆக வேண்டும். இரண்டு பெரிய நடிகர்கள். தேவை. பிரபு - காக்கி யூனிபார்மில் இன்னொரு வி. கோபால கிருஷ்ணன் ஆகிவிட்டார். பிரகாஷ் ராஜ் வருவதற்குள் இருட்டிவிடும். மொட்டைமாடியும் உச்சி வெயிலும் வெட்னஸ்டேயின் வெற்றிக்குக் கை கொடுத்தன. மோகன்லாலும் வெங்கடேஷும் ஒப்பந்தமானார்கள். படத்தின் வெயிட் கூடியது.

நிகில் முருகன் பி.ஆர்.ஓ. சினிமா உலகச் செயல்வீரர். அவருக்கு அதிக வேலைகள் காத்திருந்தன. சுருதியின் இசை அறிமுகம் மக்களைப்

போய்ச் சேர வேண்டும். தயாரிப்புச் செலவைவிட உன்னைப்போல் ஒருவனுக்கான விளம்பர ஒதுக்கீடு அதிகம் இருக்கலாம்.

மசால் தோசை சரியில்லை என்று உடுப்பி ஹோட்டல் கன்னடகாரர் மீதோ, டீயில் புகை நாற்றம் என்பதாக தேநீர் விடுதி சேட்டனிடமோ, வட்டியை அசலுக்கு மேலும் கொடுத்தாலும் கடன் தீரவில்லை என்கிற ராஜஸ்தான் சேட்டிடமோ தமிழர்கள் உச்சக்கட்ட கோபம் காட்ட மாட்டார்கள். கமலின் படம் ரிலீஸ் ஆகட்டும். தொடை தட்டிக் கொண்டு வந்து விடுவார்கள. 'மும்பை எக்ஸ்பிரஸ்'னு எப்படி பெயர் வைக்கலாம் நீ? தமிழை அவமானப்படுத்தறியா? மொதல்ல பேரை மாத்து என்று கொடி பிடிப்பார்கள். அதே மும்பை எக்ஸ்பிரஸ் ஏறி அவர்கள் குடும்பம் சுற்றுலா சென்று விடும்.

வசூல்ராஜா எம்.பி.பி.எஸ்னு டைட்டில் வெச்சு எப்படி டாக்டர்களைக் கேவலப்படுத்தலாம். கேஸ் போடுவோம். படம் ரிலீஸாகாது. அவர்கள் மட்டும் ஸ்ரீநிதி, பாலாஜி க்ளினிக். மஹாலட்சுமி நர்சிங் ஹோம் நடத்து வார்கள். வசூல் என்றால் என்ன? காசு பணம் அவ்வளவே. தர்ம வைத்தியம் செய்யவா சகலரும் ஸ்டெதஸ்கோப் மாட்டிக் கொண் டார்கள்? 'குரோதம்' பிரேம் - வர்றார் சண்டியர் என்று படமெடுத்தால் பிரச்னையில்லை. கமல் சண்டியர் என்று டைட்டில் வைத்ததும் கிளர்ச்சி. ஆர்ப்பாட்டம் ஜாதிக்கலவரம். புதிய படமாவது நிம்மதியாக வெளி யாகும் என்று எண்ணினார் கமல். உன்னைப் போல் ஒருவன் ரிலீஸுக்கு சாய்மீரா நிறுவனம் தடை விதிக்கக் கோரி கோர்ட்டில் மனு செய்தது.

மர்மயோகிக்காக கமலிடம் கொடுத்ததில் அவர்களுக்குச் சேர வேண்டிய 7 கோடியே 82 லட்சத்து 47 ஆயிரம் ரூபாயை கமல் தந்த பின்பு படம் வெளியாகட்டும் என்றது. கமல் நீதி மன்றத்தில் போராடினார். செப் 18-ல் உன்னைப் போல் ஒருவன் திரைக்கு வந்தது. இரண்டு மணி நேர படம். இருபது தியேட்டர்களில் சென்னையில் முப்பது நாள்கள் ஓடியது. கமலுக்கு திருப்தி.

•

கமல் மீதான எதிர்பார்ப்புகள் அதிகம். அதை நோக்கி கமல் எடுத்து வைத்த ஒவ்வொரு தடமும் அற்புதமான பதிவுகள். கமல், படிப்படியாக கோடம்பாக்கத்துக்கு ஏற்றவாறு தன்னைச் சீரமைத்துக் கொண்டவர். இன்று உலக சினிமாவுக்கு அவரோடு பாமர ரசிகனையும் அழைத்துச் செல்வதே அவரது அடுத்த கட்டம். லட்சியம். நோக்கம் எல்லாமே.

2009-ல் கமல் தமிழ் சினிமாவின் முதல்வன். எல்லா புதிய முயற்சி களுக்கும் பிள்ளையார் சுழி போடச் செல்வதே அவரது பகுதி நேரப் பணியாகிவிட்டது.

தசாவதாரத்துக்குப் பிறகு கமல் செய்ய எதுவுமே இல்லை என்பது போன்ற மாயைகள் தமிழர்கள் மனத்தில் தோன்றின. கமலிடம் நேரடியாகவே கேட்டுவிட்டார் கே.எஸ். ரவிக்குமார், அந்த புரியாத புதிரை!

'வாங்க எங்கூட' - கமலின் லேப் டாப் திறந்தது. ரவி கண்கள் அகல விரிய பார்த்தார். ஒவ்வொரு ஃபோல்டரிலும் கமலின் வருங்காலத் திட்டங்கள் கண் சிமிட்டின. முடிவற்ற அத்தியாயங்கள்.

எல்லாம் சரி. சிவாஜியின் வாரிசு கமல். கமலுக்கு?

பூதக் கண்ணாடியை வைத்துத் தேடினாலும் கிடைக்க மாட்டார்கள். விக்ரம். பிரகாஷ்ராஜ். ஏன் சூர்யாவே கூட தேசிய விருது பெறட்டும். வாழ்த்துகள். இன்னொரு கமல்?

கேரளாவில் தன் ஓய்வுக் காலத்தைச் செலவழிக்கும் யோசனையும் கமலுக்கு உண்டு.

'முடியுமா. காலம் பூரா உழைச்ச கட்டையாச்சே... சும்மா இருக்க முடியுமா?' - வியட்நாம் வீடு ப்ரஸ்டிஜ் பத்மநாபனின் டயலாக்கே ஞாபகம் வருகிறது.

'என்னுடைய கனவுகளில் இன்னும் கால்வாசியைக் கூட நான் சாதித்து விட்டதாக நினைக்கவில்லை. கற்றது கை மண் அளவுன்னு சொல்ற மாதிரி நான் தெரிஞ்சுக்க விரும்பறதுக்கும் சாதிக்க விரும்பறதுக்கும் எல்லைகள் கிடையாது. உலக மார்க்கெட்டை பிடிக்க வேண்டிய தருணம் வந்துவிட்டது. யாரும் ஒரு தேவதூதனுடைய வருகைக்காக காத்திருக்கல்ல. யாராவது லீட் பண்ண மாட்டாங்களான்னு காத்திருக் காங்க. அவ்வளவுதான்' - கமல்.

பதினாறு வயதினிலே படம் ஏற்படுத்திய பிரமிப்பில்

ஆர். ஜனார்த்தனன்,

கஸ்தூரி பாயார் வளைவு,

கஸ்தூரி பாயார் வீதி,

யாழ்ப்பாணம்.

- இலங்கையிலிருந்து கமலுக்குப் பாராட்டு கடிதம் எழுதினார். அது பொம்மை நவம்பர் 1977-ல் பிரசுரமானது. நன்றி தெரிவித்து கமல் கடிதத்தை இவ்வாறு முடித்துவைத்தார்.

**'என்னுடைய வாழ்க்கை வரலாறாகும் என்ற பெரும் கனவுடன் வாழும் சிறிய மனிதன் நான்' - கமல்.**

# கமல் படங்கள் பட்டியல்

***1960***

களத்தூர் கண்ணம்மா

***1962***

பார்த்தால் பசி தீரும், பாத காணிக்கை, கண்ணும் கரளும் (மலையாளம்)

***1963***

வானம்பாடி, ஆனந்த ஜோதி

***1970***

கௌரவ வேடம் : மாணவன்

***1972***

குறத்தி மகன்

***1973***

அரங்கேற்றம், சொல்லத்தான் நினைக்கிறேன்

***1974***

பருவ காலம், குமாஸ்தாவின் மகள், நான் அவன் இல்லை, கன்யாகுமரி (ம), விஷ்ணு விஜயம் (ம), அவள் ஒரு தொடர்கதை, பணத்துக்காக.

கௌரவ வேடம் : அன்பு தங்கை

***1975***

சினிமா பைத்தியம், பட்டாம்பூச்சி, ஆயிரத்தில் ஒருத்தி, தேன் சிந்துதே வானம், மேல் நாட்டு மருமகள், தங்கத்திலே வைரம், பட்டிக்காட்டு ராஜா, ஞான் நின்னே பிரேமிக்கின்னு (ம), மாலை சூட வா, அபூர்வ ராகங்கள், திருவோணம் (ம), மட்டொரு சீதா (ம), ராஸ லீலா (ம), அந்தரங்கம்

***1976***

அக்னி புஷ்பம் (ம), அப்பூப்பன் (ம), சமஸ்ஸியா (ம), மன்மத லீலை, ஸ்விம்மிங் பூல் (ம), அருது (ம), சத்யம், ஒரு ஊதாப்பூ கண்

சிமிட்டுகிறது, உணர்ச்சிகள், குட்டாவும் சிட்ஷயும் (ம), குமார விஜயம், இதய மலர், பொன்னி (ம), நீ என்டே லஹரி (ம), மூன்று முடிச்சு, மோகம் முப்பது வருஷம், லலிதா

கௌரவ வேடம் : அந்து லேனி கதா (தெ)

**1977**

உயர்ந்தவர்கள், சிவ தாண்டவம் (ம), ஆசிர்வாதம் (ம), அவர்கள், மதுர சொப்பனம் (ம), ஸ்ரீதேவி (ம), உன்னைச் சுற்றும் உலகம், கபிதா (வங்காளம்), அஷ்ட மாங்கல்யம் (ம), நிறக்குடம் (ம), ஓர் மகள் மரிக்குமோ (ம), பதினாறு வயதினிலே, ஆடு புலி ஆட்டம், ஆனந்தம் பரமானந்தம் (ம), நாம் பிறந்த மண், கோகிலா (கன்னடம்), சத்யவான் சாவித்ரி (ம), ஆத்மபாடம் (ம)

**1978**

மதனோற்சவம் (ம), காத்திருந்த நிமிஷம் (ம), அனுமோதனம் (ம), நிழல் நிஜமாகிறது, மரோ சரித்ரா (தெலுங்கு), இளமை ஊஞ் சலாடுகிறது, சட்டம் என் கையில், வயசு பிலிசிந்தி (தெ), வயநாடன் தம்பன் (ம), சிகப்பு ரோஜாக்கள், மனிதரில் இத்தனை நிறங்களா?, அவள் அப்படித்தான், தப்புத் தாளங்கள், தப்பித தாளா (க), ஈட்டா (ம)

கௌரவ வேடம் : அவள் விஸ்வ தயாஇருன்னு (ம), அமர பிரேமா (தெ), படக்குதிர (ம), அவளோட ராவுகள் (ம), சக்கைபோடு போடு ராஜா

**1979**

சொம்மகொடுதி சொக்கொடுதி (தெ), சிகப்பு கல் மூக்குத்தி, நீயா?, அலாவுதினும் அற்புத விளக்கும் (ம), அலாவுதினும் அற்புத விளக்கும், அந்தமைன அனுபவம் (தெ), தாயில்லாமல் நானில்லை, நினைத்தாலே இனிக்கும், இதி காதகாது (தெ), கல்யாண ராமன், மங்கள வாத்தியம், நீல மலர்கள்

கௌரவ வேடம் : நூல் வேலி, குப்பிடு மனசு (தெ), அழியாத கோலங்கள், பசி

**1980**

உல்லாசப் பறவைகள், குரு, குரு (தெ), வறுமையின் நிறம் சிவப்பு, மரியா மை டார்லிங், மரியா மை டார்லிங் (க)

கௌரவ வேடம் : நட்சத்திரம், சரணம் ஐயப்பா

**1981**

ஆகலி ராஜ்ஜியம் (தெ), மீண்டும் கோகிலா, பிரேம பிச்சி (தெ), ராம் லட்சுமண், ராஜபார்வை, ஏக் தூஜே கே லியே (ஹிந்தி), கடல் மீன்கள், சவால், சங்கர்லால், அமாவாஸ்ய சந்துருடு (தெ), டிக் டிக் டிக், எல்லாம் இன்ப மயம்

கௌரவ வேடம் : தில்லு முல்லு

**1982**

வாழ்வே மாயம், அந்தகாடு (தெ), அந்தி வெயிலிலே பொண்ணு (ம), மூன்றாம் பிறை, சிம்லா ஸ்பெஷல், ஸனம் தேரி கஸம் (ஹி), சகலகலா வல்லவன், ராணித்தேனீ, ஏ தோ கமால் ஹோகயா (ஹி), பகடை பன்னிரண்டு

கௌரவ வேடம் : மாற்றுவின் சட்டங்களே (ம), ஏழாம் ராத்திரி (ம), நீதி தேவன் மயக்கம், அக்னி சாட்சி, மீஸம் கோஸம் (தெ), ஏதி தர்மமு ஏதி நியாயமு (தெ)

**1983**

ஸரா ஸி ஜிந்தகி (ஹி), சட்டம், சிநேக பந்தம் (ம), சாகர சங்கமம் (தெ), சத்மா (ஹி), பெங்கியல்லி அரவித ஹூவு (க), தூங்காதே தம்பி தூங்காதே

கௌரவ வேடம் : உருவங்கள் மாறலாம், பொய்க்கால் குதிரை

**1984**

ஏக் நய் பஹலி (ஹி), யாத்கார் (ஹி), ராஜ்திலக் (ஹி), எனக்குள் ஒருவன், கரிஷ்மா (ஹி)

கௌரவ வேடம் : யே தேஷ் (ஹி)

**1985**

ஒரு கைதியின் டைரி, காக்கிச் சட்டை, அந்த ஒரு நிமிடம், உயர்ந்த உள்ளம், ஸாகர் (ஹி), கிரா°ஃப்தார் (ஹி), மங்கம்மா சபதம், ஜப்பானில் கல்யாண ராமன், தேகா பியார் தும்ஹாரா (ஹி)

**1986**

சுவாதி முத்யம் (தெ), நானும் ஒரு தொழிலாளி, விக்ரம், ஒக்க ராதா இத்துரு கிருஷ்ணடு (தெ), புன்னகை மன்னன்

கௌரவ வேடம் : மனக்கணக்கு

**1987**

காதல் பரிசு, விரதம் (ம), அந்தரிகண்டே கணுடு (தெ), பேர் சொல்லும் பிள்ளை, நாயகன், புஷ்பக் விமான (க)

**1988**

சத்யா, டெய்ஸி (ம), சூரசம்ஹாரம், உன்னால் முடியும் தம்பி

**1989**

அபூர்வ சகோதரர்கள், சாணக்யன் (ம), வெற்றி விழா, இந்துருடு சந்துருடு (தெ)

**1990**

மைக்கேல் மதன காம ராஜன்

**1991**

குணா

**1992**

சிங்கார வேலன், தேவர் மகன்

**1993**

மகராசன், கலைஞன்

**1994**

மகாநதி, நம்மவர்

கௌரவ வேடம் : மகளிர் மட்டும்

**1995**

சதி லீலாவதி, சுப சங்கல்பம் (தெ), குருதிப் புனல், துரோகி (தெ)

**1996**

இந்தியன், அவ்வை சண்முகி

**1997**

சாக்சி 420

**1998**

காதலா காதலா

***2000***

*ஹே ராம், ஹே ராம் (ஹி), தெனாலி*

***2001***

*ஆளவந்தான், அபய் (ஹி)*

*கௌரவ வேடம் : பார்த்தாலே பரவசம்*

***2002***

*பம்மல் கே. சம்பந்தம், பஞ்ச தந்திரம்*

***2003***

*அன்பே சிவம்*

*கௌரவ வேடம் : நள தமயந்தி*

***2004***

*விருமாண்டி, வசூல் ராஜா எம்.பி.பி.எஸ்.*

***2005***

*மும்பை எக்ஸ்பிரஸ் (தமிழ், தெலுங்கு, ஹிந்தி)*

*கௌரவ வேடம் : ராமா ஷாமா பாமா (க)*

***2006***

*வேட்டையாடு விளையாடு*

***2008***

*தசாவதாரம்*

***2009***

*உன்னைப் போல் ஒருவன், ஈநாடு (தெ)*

# நன்றி

ரோஜா முத்தையா நூலகம்

ஒளிப்பதிவாளர் பாபு

மேக்-அப் மேன் சுந்தரமூர்த்தி

மனோரமா

ஒளிப்பதிவாளர் என்.கே. விஸ்வநாதன்

கலைஞானம்

கே.ஆர். விஜயா

சி.வி. ராஜேந்திரன்

எழுத்தாளர் ம.வே. சிவகுமார்

ராசி அழகப்பன்

ச.ந. கண்ணன்

எஸ்.வி. ஜெயபாபு

ஆர். வினோத் குமார்

டி. சுரேஷ் பிரசாத்

# உதவிய பத்திரிகைகள்

தினத்தந்தி - கமல்ஹாசன் வாழ்க்கை வரலாற்றுச் சுவடுகள், 2008.

குமுதம் - களத்தூர் முதல் கல்யாண ராமன் வரை - தொடர்

குமுதம் - விக்ரம் - சுஜாதாவின் தொடர்

குமுதம் - இதற்குத்தான் ஆசைப்பட்டாய் பாலகுமாரா!- தொடர்

குமுதம் - அவர் - வாணி கமல்ஹாசன் எழுதிய தொடர்

உறங்கும் உண்மைகள் - கமல் தொடர், ஏனைய பேட்டிகள், கட்டுரைகள் - பொம்மை.

தினமலர் - தீபாவளி மலர் 1996, எஸ். விஜயன் கட்டுரை.

இந்தியா டுடே - இலக்கிய மலர் (1994 -95).

இந்தியா டுடே - டிசம்பர் 2008, கமல்ஹாசன் சிறப்பிதழ்

சினிமா எக்ஸ்பிரஸ் (1.1. 1984) - பரமக்குடி டி. சீனிவாசன் பேட்டி.

கல்கி - கமல் பேட்டி - 1997

தினமணி தீபாவளி மலர் - 1997, சிவாஜி கணேசன் பேட்டி.

தினத்தந்தி குடும்ப மலர் - 9.12.2007 - கமலும் நானும் - உருகும் கௌதமி

தினத்தந்தி ஞாயிறு மலர் - 31.12.2000 - கமல் சொல்லும் வாழ்க்கை ரகசியம்

தினத்தந்தி சுதந்தர தின மலர் - 15.8.2001 - கமல் பேட்டி

ஆனந்த விகடன் இதழ்கள்

ஜுனியர் விகடன் இதழ்கள்

பேசும் படம் இதழ்கள்

பிலிமாலயா இதழ்கள்

D சினிமா இதழ்கள்

இதயம் பேசுகிறது இதழ்கள்

தமிழ் அரசி இதழ்கள்

**புத்தகங்கள்**

திரைக்கலைஞர் வரிசை - கே. பாலசந்தர் - மணிமேகலை பிரசுரம்

நிறம் மாறாத நிஜங்கள் - எம்.பி. மணி

**தொலைக்காட்சி**

விஜய் டீவி - உலக நாயகன் கமல் - தொடர்

**இணையத் தளங்கள்**

http://in.rediff.com/movies/apr/04kamal.htm

http://in.rediff.com/movies/jun/18sant.htm

http://in.rediff.com/movies/dec/19chi.htm

http://rajinifans.com/celebrity/kamal.php

http://www.rediff.com/movies/2008/jun/12sssuresh.htm

http://www.behindwoods.com/tamil-movie-articles/movies-04/kamal-1.html

www.ingramcontent.com/pod-product-compliance
Lightning Source LLC
LaVergne TN
LVHW060430051026
849518LV00002B/400